ಕನ್ನಡ
ಅತಿ ಸಣ್ಣ
ಕತೆಗಳು

ಸಂಪಾದಕ
ಎಸ್. ದಿವಾಕರ್

ಪ್ರಿಸಮ್ ಬುಕ್ಸ್ ಪ್ರೈ. ಲಿ.
ಬೆಂಗಳೂರು • ಚೆನ್ನೈ • ಕೊಚ್ಚಿ

ಕನ್ನಡ
ಅತಿ ಸಣ್ಣ ಕತೆಗಳು

ಸಂಪಾದಕ : ಎಸ್. ದಿವಾಕರ್

KANNADA ATI SANNAKATHEGALU

(A collection of Kannada short stories)

Editor: S. Diwakar

ಪ್ರಕಾಶಕರು : ಪ್ರಿಸಮ್ ಬುಕ್ಸ್ ಪ್ರೈ. ಲಿ.
53, 1ನೇ ಮಹಡಿ, 9ನೇ ಮುಖ್ಯರಸ್ತೆ, 30ನೇ ಕ್ರಾಸ್
BSK II ಹಂತ, ಬೆಂಗಳೂರು – 560 070.
ದೂರವಾಣಿ: 080 – 43941009 / 26714108
E-mail : logistics@ prismbooks.com
Website : https://www.prismbooks.com

Also at

Chennai : Tel : 044-24311266, e-mail : prismchennai@prismbooks.com
Kochi : Tel : 0484-4000945, e-mail : prismkochi@prismbooks.com

ಮರುಮುದ್ರಣ : 2013, 2023, 2024
ಕಾಗದ ಬಳಕೆ : 65 gsm Holmen Creamy
ಪುಟಗಳು : 208
ಮುಖಪುಟ ವಿನ್ಯಾಸ : ಅಪಾರ ರಘು, ಬೆಂಗಳೂರು

ISBN : 978-81-7286-543-6

Printed in India at Manipal Technologies Manipal

ಪ್ರಸ್ತಾವನೆ

ಸುಮಾರು ಇಪ್ಪತ್ತೈದು ಮೂವತ್ತು ವರ್ಷಗಳ ಹಿಂದೆ ನಾನೊಂದು ಕತೆ ಓದಿದೆ. ಆ ಕತೆಯಲ್ಲಿ ಅಗೋಚರ ನಿರೂಪಕನನ್ನು ಬಿಟ್ಟರೆ ಬೇರೊಂದು ಪಾತ್ರವಿರಲಿಲ್ಲ. ಇದ್ದದ್ದೆಲ್ಲ ಹಳೆಯದಾದ, ಸವೆದುಹೋದ ಚಪ್ಪಲಿಗಳು; ಜೋಡಿಯಿಲ್ಲದ ಒಬ್ಬೊಂಟಿ ಚಪ್ಪಲಿಗಳು. ಆದರೂ ಕತೆಗಾರನ ಪ್ರತಿಭೆಯಿಂದಾಗಿ ಆ ಚಪ್ಪಲಿಗಳು ತಮ್ಮನ್ನು ತೊಟ್ಟಿದ್ದವರ ರೂಪರೇಷೆಯನ್ನು ಬಿಡಿಸಿಬಿಟ್ಟಿದ್ದುವು. ಏಕಮುಖವಾಗಿ ಅಥವಾ ಅನುಕ್ರಮದಲ್ಲಿ (linear) ಸಾಗುವಂತಿದ್ದ ಆ ಕತೆಯಲ್ಲಿ ನಿರೂಪಕನ ಯೋಚನಾಲಹರಿ ಹಿಂದಕ್ಕೂ ಮುಂದಕ್ಕೂ ಸರಿದಾಡುತ್ತಿತ್ತು.

ಕತೆಯಲ್ಲಿ ಮೊಟ್ಟಮೊದಲಿಗೆ ನಿರೂಪಕನ ಗಮನ ಸೆಳೆಯುವ, ಹಿಮ್ಮಡಿ ಪೂರ್ತಿ ಸವೆದ ಒಂದು ಹವಾಯಿ ಚಪ್ಪಲಿ ನಂತರ ರಸ್ತೆಯಲ್ಲಿ ಅಂಥ ಚಪ್ಪಲಿಗಳನ್ನು ಕಂಡಾಗಲೆಲ್ಲ ಅವನನ್ನು ಯೋಚಿಸುವಂತೆ ಪ್ರೇರೇಪಿಸುತ್ತದೆ. ನಗರದ ಇನ್ನೊಂದು ಕಡೆ ಅವನಿಗೆ ಸಿಕ್ಕುವ ಚಪ್ಪಲಿ ಚರ್ಮದ್ದು, ಹವಾಯಿಗಿಂತ ಕೊಂಚ ದೊಡ್ಡ ಸೈಜಿನದು ಎನ್ನಿಸುವುದೇ ಅದನ್ನು ತೊಟ್ಟಿದ್ದವನ ಸ್ಥಿತಿ ಸ್ವಲ್ಪ ಸುಧಾರಿಸಿದ್ದು ಎಂಬುದನ್ನು ಸೂಚಿಸುತ್ತದೆ. ಆಮೇಲೆ ಅವನು ಹೋದಲ್ಲೆಲ್ಲ ಸಿಕ್ಕುವ ಚಪ್ಪಲಿಗಳಲ್ಲಿ ಯಾವುದೂ ಮತ್ತೊಂದಕ್ಕೆ ಹೊಂದುವಂತಿರುವುದಿಲ್ಲ. ಒಮ್ಮೆ ಅಂಥದೇ ಇನ್ನೊಂದು ಹವಾಯಿ ಚಪ್ಪಲಿ ಕಾಣಿಸಿದಾಗ ಅವನಿಗೆ ತಾನು ಮೊಟ್ಟಮೊದಲು ನೋಡಿದ್ದ ಚಪ್ಪಲಿ ನೆನಪಾಗಿ ಅದು ಈ ಚಪ್ಪಲಿಗೆ ಹೊಂದುತ್ತದೆಯೆನ್ನಿಸಿದರೂ ಈಗ ನೋಡಿದ್ದೇನೋ ಎಡಗಾಲಿನದು, ಮೊದಲು ನೋಡಿದ್ದು ಯಾವ ಕಾಲಿನದು ಎಂದು ನೆನಪಾಗುವುದಿಲ್ಲ.

ಕತೆ ಮುಂದುವರಿದಂತೆ ಜನರ ಕಾಲುಗಳನ್ನೇ ಗಮನಿಸುವ ನಿರೂಪಕನಿಗೆ 'ನಾನು ಯೋಚಿಸಿದ್ದಕ್ಕಿಂತಲೂ ಹೆಚ್ಚು ಜನ ಬರಿಗಾಲಿನಲ್ಲಿ ನಡೆಯುತ್ತಾರೆಂಬ' ವಾಸ್ತವ ಹೊಳೆಯುತ್ತದೆ. ಇದು ನಮ್ಮಲ್ಲಿನ ದಾರಿದ್ರ್ಯವನ್ನು ಕಣ್ಣಿಗೆ ಕಟ್ಟುವಂತೆ ತೋರಿಸುವ ವಾಕ್ಯ. 'ನಾನು ಕಂಡ ಯಾವ ಚಪ್ಪಲಿಯೂ ನಾನು ನೋಡಿದ ಯಾವ ಬರಿಗಾಲಿಗೂ ಸರಿಹೋಗುವಂತಿರಲಿಲ್ಲ' ಎಂಬ ಮಾತು ಮನುಷ್ಯರಲ್ಲಿ ಒಬ್ಬ ಇನ್ನೊಬ್ಬನಂತಿಲ್ಲ ಎಂದು ಹೇಳುವಂತಿದೆ. ಚಪ್ಪಲಿಗಳನ್ನು ಹೀಗೆ ಬಿಸಾಡಿದ ಬರಿಗಾಲುಗಳವರೆಲ್ಲ ಏನಾದರು? ಅವರೆಲ್ಲ ಸತ್ತಿರಬಹುದೆ ಎಂದು ಯೋಚಿಸುವ ನಿರೂಪಕನಿಗೆ 'ಈ ಚಪ್ಪಲಿಗಳು ಹೀಗೆ ಅಲ್ಲಲ್ಲೇ ರಸ್ತೆಯಲ್ಲಿ ಬಿದ್ದದ್ದರ ಹಿಂದೆ ಏನೋ ಒಂದು ದುರಂತವಿರಬಹುದೆಂದು' ಅನ್ನಿಸುವುದು ಸಹಜ.

ಅವನು ಕಾಣುವ ಕಡೆಯ ದೃಶ್ಯವಂತೂ ಅಕರಾಳವಿಕರಾಳ. ಒಬ್ಬ ರಸ್ತೆಯಲ್ಲಿ ಬರಿಮೈಯಲ್ಲಿ ಬಿದ್ದಿದ್ದಾನೆ. ಯಾರೂ ಅವನ ಬಳಿ ಸುಳಿಯುತ್ತಿಲ್ಲ. ನಿರೂಪಕನಿಗೆ ತಾನು ಕಂಡಿದ್ದ 'ಹರಿದ ಬಾರಿನ, ಹಿಮ್ಮಡಿ ಎಡಭಾಗಕ್ಕೆ ಸವೆದ ಒಂದು ಚರ್ಮದ ಚಪ್ಪಲಿಯ ಸೈಜೂ' ಆ ವ್ಯಕ್ತಿಯ ಕಾಲಿನ ಸೈಜೂ ಒಂದೇ ಅನ್ನಿಸುತ್ತದೆ. ಆದರೆ ಅವನ ಇನ್ನೊಂದು ಕಾಲಿನ ಚಪ್ಪಲಿಯನ್ನು ಮಾತ್ರ ಹಿಂದೆಂದೂ ಕಂಡ ನೆನಪಿಲ್ಲ.

ಅನಾಥ ಚಪ್ಪಲಿಗಳ ಬಗೆಗೆ, ಆ ಚಪ್ಪಲಿಗಳನ್ನು ತೊಟ್ಟಿದ್ದಿರಬಹುದಾದವರ ಬಗೆಗೆ ಒಂದು ಧ್ಯಾನದಂತಿರುವ ಈ ಕತೆ ಉದ್ದಕ್ಕೂ ಸಮಾಜದ ದೀನಾನಾಥರ ಸ್ಥಿತಿಗತಿಗಳನ್ನು ಸೂಚಿಸುತ್ತ ಸಾಗುವುದೊಂದು ವಿಶೇಷ. ಹಾಗೆ ನೋಡಿದರೆ ಇದು ಚಪ್ಪಲಿಗಳ ಮೂಲಕ ಸಮಾಜದ ದುರ್ಬಲ ವರ್ಗದವರನ್ನು ಅನಾವರಣಗೊಳಿಸುವ ಕತೆ. ಹರಿದ ಚಪ್ಪಲಿ ಜೀವವಿಲ್ಲದ್ದು; ಬರಿಗಾಲು ಜೀವವುಳ್ಳದ್ದು—ಇವೆರಡೂ ಕತೆಯಲ್ಲಿ ಒಂದರೊಳಗೊಂದು ಸೇರಿ ಹಲವು ಧ್ವನ್ಯರ್ಥಗಳ ವಿನ್ಯಾಸವೊಂದನ್ನು ಕಟ್ಟಿಕೊಡುತ್ತವೆ. ಓದಿದ ಹಾಗೆಲ್ಲ ನಮ್ಮನ್ನು ತಳಮಳಗೊಳಿಸಿ ಚಿಂತನೆಗೆ ಹಚ್ಚುವ 'ಚಪ್ಪಲಿ'ಗಳು ನನ್ನ ದೃಷ್ಟಿಯಲ್ಲಿ ಒಂದು ಅತ್ಯುತ್ತಮ ಅತಿ ಸಣ್ಣಕತೆ. ಕೇವಲ ಎರಡೂವರೆ ಪುಟಗಳಷ್ಟಿರುವ ಈ ಕತೆಯಲ್ಲಿ ಎಷ್ಟೆಲ್ಲ ಧ್ವನಿಗಳಿವೆಯೆಂದು ನನಗೆ ಪದೇ ಪದೇ ಅಚ್ಚರಿಯಾದದ್ದುಂಟು.

'ಚಪ್ಪಲಿಗಳು' ಎಂಬ ಈ ಕತೆಯನ್ನು ಬರೆದವರು ಜಿ.ಎಸ್. ಸದಾಶಿವ. ಅದನ್ನು ಓದಿದ ಮೇಲೆ ಇಂಥ ಇನ್ನೂ ಹಲವು ಇರಬಹುದೇನೋ ಎನ್ನಿಸಿ ಹುಡುಕತೊಡಗಿದಾಗ ಮಾಸ್ತಿಯವರ ಕಾಲದಿಂದ ಇತ್ತೀಚಿನವರೆಗೂ ಈ ಬಗೆಯ ಕತೆಗಳ ಒಂದು ಧಾರೆಯೇ ಕನ್ನಡದಲ್ಲಿರುವುದು ಕಂಡುಬಂತು. ಇದರ ಫಲವಾಗಿ ಸಂಕಲನಗೊಂಡಿವೆ ಇಲ್ಲಿನ ಕತೆಗಳು.

ಅತಿ ಸಣ್ಣಕತೆ ನಮ್ಮ ಕಥಾ ಸಾಹಿತ್ಯದ ಒಂದು ಪ್ರಭೇದ (genre). ಹಾಗೆಂದು ಇದು ತೀರ ಇತ್ತೀಚಿನದೇನೂ ಅಲ್ಲ. ನಮ್ಮ 'ಪಂಚತಂತ್ರ', 'ಕಥಾಸರಿತ್ಸಾಗರ' ಮೊದಲಾದ ಗ್ರಂಥಗಳಲ್ಲಿ ಗಾತ್ರದ ದೃಷ್ಟಿಯಿಂದ ನಿಜಕ್ಕೂ ಅತಿ ಸಣ್ಣ ಎನ್ನಬಹುದಾದ ಕತೆಗಳಿವೆ. ಒಂದು ನಿರ್ದಿಷ್ಟ ತತ್ವ ಪ್ರತಿಪಾದನೆಗೋ ನೀತಿ ಬೋಧನೆಗೋ ಸೀಮಿತವಾಗಿರುವ ಆ ಕತೆಗಳು ಇವತ್ತಿನ ದೃಷ್ಟಿಯಲ್ಲಿ ಕಾಲದಲ್ಲಿ ಘನೀಭವಗೊಂಡ ಬದುಕಿನ ಚಿತ್ರಗಳೆನಿಸುವುದಿಲ್ಲ. ಈಸೋಪನ ನೀತಿಕತೆಗಳು, ಜೆನ್ ಕತೆಗಳು, ಮುಲ್ಲಾ ನಾಸಿರುದ್ದೀನನ ಕತೆಗಳು, ಸೂಫಿ ಕತೆಗಳು, ಜಾನಪದ ಕತೆಗಳು, ರಾಮಕೃಷ್ಣ ಪರಮಹಂಸರ ದೃಷ್ಟಾಂತ ಕತೆಗಳು—ಇವುಗಳನ್ನೂ ಸ್ಥೂಲವಾಗಿ ಅದೇ ಜಾತಿಗೆ ಸೇರಿಸಬಹುದು. ಆದರೆ ಇವತ್ತು ಯಾವುದನ್ನು ನಾವು ಪರಿಪೂರ್ಣ ಅತಿ ಸಣ್ಣಕತೆ ಎನ್ನುತ್ತೇವೋ ಅಂಥ ಕತೆಗಳ ಕೆಲವಾದರೂ ಮಾದರಿಗಳು ಕಳೆದೆರಡು ಶತಮಾನದ ಪಾಶ್ಚಾತ್ಯ ಸಾಹಿತ್ಯದಲ್ಲಿ ದೊರೆಯುತ್ತವೆ. ಆ ಕಾಲದಲ್ಲಿ ಹಲವಾರು ಪಾಶ್ಚಾತ್ಯ ಭಾಷೆಗಳಲ್ಲಿ ಅಲ್ಲಲ್ಲಿ ಪ್ರಕಟವಾಗುತ್ತಿದ್ದ, ಸಣ್ಣಕತೆಯೊಡನೆ ಹೋಲಿಸಲಾಗದ, ವಿಭಿನ್ನ ರೀತಿಯ ಅಂಥ ಕತೆಗಳನ್ನು ವಿಮರ್ಶಕರು 'short shorts' ಎಂದು ಕರೆದರು. ಆದರೂ ಸಣ್ಣಕತೆಗಳ ವಿಪುಲ ಸೃಷ್ಟಿಯ ಸಂದರ್ಭದಲ್ಲಿ ಈ ಬಗೆಯ

ಕತೆಗಳ ಸಂಖ್ಯೆ ಗಮನಾರ್ಹವಾಗಿರಲಿಲ್ಲವೆಂದೋ ಏನೊ, ವಿಮರ್ಶಕರು ಕೂಡ ಇಂಥ ಕತೆಗಳ ಬಗೆಗೆ ವಿಶೇಷ ಆಸ್ಥೆಯನ್ನೇನೂ ತೋರಲಿಲ್ಲ. ಹಾಗೆ ನೋಡಿದರೆ ಈ ಪ್ರಭೇದದ ಬಗೆಗೆ ಸ್ವಲ್ಪ ಮಟ್ಟಿಗಾದರೂ ಗಂಭೀರ ಚಿಂತನೆ ನಡೆದದ್ದು ತೀರ ಈಚೆಗಷ್ಟೆ. ಸುಮಾರು ಕಾಲು ಶತಮಾನದ ಹಿಂದೆ ಅಮೆರಿಕದ ಪ್ರಸಿದ್ಧ ವಿಮರ್ಶಕ ಅರ್ವಿಂಗ್ ಹೋ 'short shorts' ಎಂಬ ಹೆಸರಿನ ಅತಿ ಸಣ್ಣಕತೆಗಳ ಸಂಕಲನವೊಂದನ್ನು ಸಂಪಾದಿಸಿ ಅದಕ್ಕೊಂದು ಅಭ್ಯಾಸಪೂರ್ಣ ಮುನ್ನುಡಿ ಬರೆದ. ಆ ಮುನ್ನುಡಿಯಲ್ಲಿ ಆತ ಮೊಟ್ಟಮೊದಲ ಬಾರಿಗೆ ಅತಿ ಸಣ್ಣಕತೆಯ ಗುಣಲಕ್ಷಣಗಳನ್ನು, ಆಶಯ-ಆಕೃತಿಗಳನ್ನು, ಧ್ವನಿಶಕ್ತಿಯನ್ನು ಹಲವು ಕತೆಗಳ ವಿಶ್ಲೇಷಣೆಯ ಮೂಲಕ ತೋರಿಸಿಕೊಟ್ಟ. ನಂತರ ನನಗೆ ತಿಳಿದ ಮಟ್ಟಿಗೆ ಅತಿ ಸಣ್ಣಕತೆಯ ಬಗೆಗೆ ಆಳವಾಗಿ ಚಿಂತಿಸಿದವನು ಜಾನ್ ಗೆರ್‌ಲಾಕ್ ಎಂಬ ವಿಮರ್ಶಕ. Short Story: Theory at crossroads (೧೯೮೯) ಎಂಬ ಗ್ರಂಥದಲ್ಲಿ ಅವನು ಬರೆದಿರುವ ಒಂದು ಲೇಖನ ಅತಿ ಸಣ್ಣಕತೆಗಳನ್ನು 'margins of narrative' ಎಂದು ಕರೆದಿದೆ. ಆಮೇಲೆ ರಾಬರ್ಟ್ ಷಪರ್ಡ್ ಮತ್ತು ಜೇಮ್ಸ್ ಥಾಮಸ್ ಎಂಬ ಇಬ್ಬರು ವಿಮರ್ಶಕರು ಅಮೆರಿಕದ ಅತಿ ಸಣ್ಣಕತೆಗಳ ಒಂದು ಸಂಕಲನವನ್ನು ಸಂಪಾದಿಸಿದರು. ಈ ಸಂಕಲನದ ಹೆಸರು 'Sudden Fiction' (ಧಿಡೀರ್ ಕತೆ). ಅತಿ ಸಣ್ಣಕತೆಯ ಬಗೆಗೆ ಅಮೆರಿಕನ್ ಕತೆಗಾರರ ಅಭಿಪ್ರಾಯಗಳನ್ನೂ ಒಳಗೊಂಡಿರುವ ಈ ಸಂಕಲನ ತುಂಬ ಉಪಯುಕ್ತ. ಇವರಿಬ್ಬರೂ ಸಂಪಾದಿಸಿರುವ ಇನ್ನೊಂದು ಮಹತ್ವಪೂರ್ಣ ಸಂಕಲನ 'Sudden Fiction International'. ಇದರಲ್ಲಿ ವಿವಿಧ ದೇಶ/ಭಾಷೆಗಳಿಂದ ಇಂಗ್ಲಿಷಿಗೆ ಅನುವಾದಗೊಂಡಿರುವ ಅತ್ಯುತ್ತಮ ಅತಿ ಸಣ್ಣಕತೆಗಳಿವೆ. ತೀರಾ ಈಚೆಗೆ ಇವರೇ 'Flash Fiction' (ಮಿಂಚುಗತೆ) ಎಂಬ ಇನ್ನೊಂದು ಸಂಕಲನವನ್ನೂ ಹೊರತಂದಿದ್ದಾರೆ.

ಈಗಂತೂ ಇಂಗ್ಲಿಷಿನಲ್ಲಿ ಇಂಥ ಕತೆಗಳಿಗೆ Quick Fiction, Micro Fiction, Skinny Fiction, Blasters, Shortest Stories ಮೊದಲಾದ ಹೆಸರುಗಳಿವೆ. ಪ್ರಸಿದ್ಧರಾದ ಹೋರ್ಹೆ ಲೂಯಿಸ್ ಬೋರ್ಹೆಸ್, ಅಗೂಸ್ತೊ ಮೊಂತೆರ್ರೋಸೊ, ವರ್ಜೀಲಿಯೊ ಪಿನೇರಾ, ಲೂಯಿಸಾ ವಲೆಂಜುವೆಲಾ, ಮಾರ್ಗರೆಟ್ ಅಟ್‌ವುಡ್, ರಿಚರ್ಡ್ ಬ್ರಾಟಿಗನ್, ಹೆನ್ರಿಶ್ ಬ್ಯೋಲ್ ಮೊದಲಾದವರು ಸಾಕಷ್ಟು ಪ್ರಮಾಣದಲ್ಲಿ ಇಂಥ ಕತೆಗಳನ್ನು ಬರೆದಿದ್ದಾರೆ. ಭಾರತದಲ್ಲಿ ಉರ್ದು ಲೇಖಕ ಸಾದತ್ ಹಸನ್ ಮಂಟೊ, ಬಂಗಾಳಿಯ ಬನಫೂಲ್, ತೆಲುಗಿನ ಸತ್ಯಂ ಶಂಕರಮಂಚಿ ನಾನು ಗಮನಿಸಿದವರಲ್ಲಿ ಮುಖ್ಯರು.

ಧಿಡೀರ್ ಕತೆ, ಮಿಂಚುಗತೆ ಮೊದಲಾದ ಹೆಸರುಗಳನ್ನು ಕೇಳಿದಾಗ ನಮಗೆ ಕನ್ನಡದಲ್ಲಿ ಬಳಸಲಾಗುತ್ತಿರುವ ಕಿರುಗತೆ, ಲಘುಕತೆ, ಹನಿಗತೆ, ಮಿನಿಗತೆ, ಕಾರ್ಡಿನಲ್ಲಿ ಕತೆ ಮುಂತಾದ ಹೆಸರುಗಳು ನೆನಪಾಗುತ್ತವೆಯಲ್ಲವೆ? ಗಾತ್ರದಲ್ಲಿ, ವ್ಯಾಪ್ತಿಯಲ್ಲಿ ಸಣ್ಣಕತೆಗಿಂತ ಭಿನ್ನವಾದದ್ದೆಂದು ಸೂಚಿಸುವುದಕ್ಕಾಗಿ ನಮ್ಮ ಪತ್ರಿಕೆಗಳವರು ಉಪಯೋಗಿಸಿದ ಹೆಸರುಗಳಿವು. ನನಗೆ ತಿಳಿದ ಮಟ್ಟಿಗೆ ಶ್ರೀನಿವಾಸ ಹಾವನೂರರ 'ಕನ್ನಡದಲ್ಲಿ ಹನಿಗತೆಗಳು' ಎಂಬುದೇ

ಈ ಪ್ರಭೇದದ ಬಗೆಗೆ ಕನ್ನಡದಲ್ಲಿ ಬಂದಿರುವ ಏಕಮಾತ್ರ ಲೇಖನವಾಗಿರಬೇಕು (ಅವರ 'ಕನ್ನಡದಲ್ಲಿ ಕ್ರೈಸ್ತ ಸಾಹಿತ್ಯ, ಹನಿಗತೆ, ಕಂಪ್ಯೂಟರ್, ಇತ್ಯಾದಿ' ಎಂಬ ಪುಸ್ತಕವನ್ನು ನೋಡಿ). ಕನ್ನಡದ್ದೇ ಕೆಲವು ಕತೆಗಳ ಅಭ್ಯಾಸದಿಂದ ಅವರು ಈ ಪ್ರಭೇದದ ಬಗೆಗೆ ಕೆಲವು ಗಮನಾರ್ಹ ವಿಚಾರಗಳನ್ನು ಮಂಡಿಸಿದ್ದಾರೆ. ಅತಿ ಸಣ್ಣಕತೆಗಳನ್ನು 'ಹನಿಗತೆಗಳು' ಎಂದು ಕರೆದಿರುವ ಅವರು ಕನ್ನಡದಲ್ಲಿ ಈ ಬಗೆಯ ಕತೆಗಳನ್ನು ಮೊದಲು ಬರೆದವರು ಜಿ.ಪಿ. ರಾಜರತ್ನಂ ಎಂದು ಗುರುತಿಸಿದ್ದಾರೆ. ರಾಜರತ್ನಂ ಅವರ 'ಹನಿಗಳು' (೧೯೩೩) "... ತುಂಬ ಅರ್ಥವತ್ತಾದ ಹೆಸರು. ಈ ಬಗೆಯ ಕತೆಗಳಿಗೆ ಜೀವನ ಪ್ರವಾಹದ ಒಂದು ಹನಿಯ ಸ್ವರೂಪವಿದೆ. ನೀರ ಹನಿಯಂತೆಯೇ ಚೆಲುವಾದ ಮಾಟವಿದೆ; ಹೊಳಪು ಇದೆ. ಇದು ತಂಪನ್ನು ಕೊಡಬಲ್ಲುದು. ಕಣ್ಣೀರ ಹನಿಯೂ ಆಗಬಹುದು. ಮತ್ತೊಮ್ಮೆ ಅಮೃತದ ಬಿಂದುವಿನಂತೆ ಚೇತೋಹಾರಿಯೆನಿಸಬಹುದು?" ಎಂದು ಅವರು ಈ ಹೆಸರನ್ನು ಸಮರ್ಥಿಸಿದ್ದಾರೆ. ಆದರೂ 'ಹನಿಗತೆ' ಈ ಬಗೆಯ ಕತೆಗಳ ವೈವಿಧ್ಯವನ್ನು ಧ್ವನಿಸಲಾರದೆಂದು ಅನ್ನಿಸುತ್ತದೆ. ನಮ್ಮಲ್ಲಿ 'ನೀಳ್ಗತೆ', 'ಸಣ್ಣಕತೆ' ಪರ್ಯಾಯ ಹೆಸರುಗಳ ಅಗತ್ಯವೇ ಇಲ್ಲವೆನ್ನುವಂತೆ ಬೇರುಬಿಟ್ಟಿವೆಯಲ್ಲವೆ? ಅದೇ ರೀತಿ 'ಅತಿ ಸಣ್ಣಕತೆ'ಯೂ ಕಥಾ ಸಾಹಿತ್ಯದ ಒಂದು ಉಪವಿಭಾಗವಾಗಿ ಕಾಲಕ್ರಮದಲ್ಲಿ ಗಟ್ಟಿಯಾಗಿ ನಿಲ್ಲಬಹುದು. ಹಾಗೆಂದೇ ಈ ಸಂಕಲನದ ಕತೆಗಳನ್ನು ಅತಿ ಸಣ್ಣಕತೆಗಳೆಂದು ಕರೆದಿದ್ದೇನೆ.

ಅತಿ ಸಣ್ಣಕತೆಯೆನ್ನುವುದು ಸಣ್ಣಕತೆಗಿಂತ ಸಣ್ಣದು, ನಿಜ. ಆದರೆ ಎಷ್ಟು ಸಣ್ಣದು? ಶಬ್ದಗಳ, ವಾಕ್ಯಗಳ ಸಂಖ್ಯೆಯಿಂದ ಅದನ್ನು ನಿರ್ಧರಿಸಬಹುದೆ? ನಾನು ಕೇಳಿರುವ ಒಂದು ಅತಿ ಸಣ್ಣಕತೆಯಲ್ಲಿರುವುದು ಎರಡೇ ವಾಕ್ಯ.

> ರಾತ್ರಿ ರೈಲಿನಲ್ಲಿ ಪ್ರಯಾಣಮಾಡುತ್ತಿದ್ದವನೊಬ್ಬ "ನನಗೆ ದೆವ್ವಗಳಲ್ಲಿ ನಂಬಿಕೆಯೇ ಇಲ್ಲ" ಎಂದ.
>
> ಅದನ್ನು ಕೇಳಿದ ಇನ್ನೊಬ್ಬ "ಹೌದೆ" ಎಂದು ಮಾಯವಾದ.

ಒಂದು ನಗೆಹನಿಯಂತಿರುವ ಇದು ಕತೆಯೆ? ಕತೆಯಲ್ಲಿರಬೇಕಾದ ಉದ್ದೀಪಕ ಗುಣ ಇಲ್ಲಿದೆ. ಘಟನೆಯೊಂದು ಇಲ್ಲಿ ಮುಕ್ತಾಯವಾಗಿದೆ. ಕತೆಗೆ ಘಟನೆಯೊಂದರ ಚಿತ್ರಣವಷ್ಟೆ ಸಾಕೆ? ರೂಢಿಗತ ಸಣ್ಣಕತೆಯಲ್ಲಿರಬೇಕಾದ ಏನೇನೆಲ್ಲ ಇಲ್ಲಿ ಕಾಣೆಯಾಗಿದೆಯೆಂದು ನೋಡೋಣ. ದೆವ್ವಗಳಲ್ಲಿ ನಂಬಿಕೆಯಿಲ್ಲ ಎಂದವನು ಯಾರು, ಅವನ ವಯಸ್ಸೇನು, ಎಲ್ಲಿಗೆ ಹೊರಟಿದ್ದಾನೆ, ಇತ್ಯಾದಿ ವಿವರವೇನೂ ಇಲ್ಲ. ಎದುರಿಗಿದ್ದವನ ಸ್ವರೂಪ ಕೂಡ ಎಂಥದೆಂದು ಸ್ಪಷ್ಟವಿಲ್ಲ. ಆದರೆ ಅವನು ಮಾಯವಾಗುವ ಕ್ರಿಯೆಯೇ ಕತೆಯ ಆಶಯವನ್ನು ಮೂರ್ತಗೊಳಿಸಿಬಿಡುತ್ತದೆ.

ಈ ಸಂಕಲನದಲ್ಲಿರುವ ವೆಂಕಟರಾಜ ಪಾನಸೆಯವರ "ನನಗೂ ಏನೋ ಹೇಳಲಿಕ್ಕಿತ್ತು" ಗಾತ್ರದಲ್ಲಿ ಉಳಿದೆಲ್ಲ ಕತೆಗಳಿಗಿಂತ ಉದ್ದವಾದದ್ದು; ಏಳು ಪುಟಗಳಷ್ಟು ದೀರ್ಘವಾದದ್ದು.

ಆದರೂ ಇದನ್ನು ಓದಿದ ಮೇಲೆ ಸಣ್ಣಕತೆಯಲ್ಲಿ ಇರಬೇಕಾದ ಕೆಲವು ಗುಣ-ಲಕ್ಷಣಗಳು ಇಲ್ಲಿಲ್ಲ ಎಂದು ಅನಿಸುತ್ತದೆ. ಏನೇನಿಲ್ಲ? ಮಧ್ಯಮ ವರ್ಗದ ಇಲ್ಲಿನ ನಿರೂಪಕ ಸಾಂಸಾರಿಕ ಜಂಜಡಗಳಿಂದ ಬಸವಳಿದಿದ್ದಾನೆಂಬ ಸೂಚನೆಯನ್ನು ಬಿಟ್ಟರೆ ಅವನ ಬಗೆಗೆ ಹೆಚ್ಚೇನೂ ವಿವರಗಳಿಲ್ಲ. ಸ್ಪಷ್ಟವಾಗಿ ಗುರುತಿಸಬಹುದಾದ ಕಥಾ ಸಂವಿಧಾನ (plot) ಇಲ್ಲ. ಪಾತ್ರಗಳ ನಡುವೆ ಘರ್ಷಣೆ (conflict) ಇಲ್ಲ. ನಿರೂಪಕನನ್ನು ಭೇಟಿಯಾಗುವ ಹಲವರಿಗೆ ನಿರ್ದಿಷ್ಟ ಚಹರೆಯೂ ಇಲ್ಲ. ಇರುವುದು ತನ್ನ ಸ್ಥಿತಿಯನ್ನು ಹೇಳಿಕೊಳ್ಳಲಾಗದ ಒಂದು ಜೀವ. ಆ ಜೀವವನ್ನು ಸಂಧಿಸುವ ಯಾರಿಗೂ ಅದರ ಮಾತು ಬೇಕಿಲ್ಲ. ಅವರಿಗೆಲ್ಲ ಒಂದೇ ರೀತಿಯ ಹೆಸರುಗಳಿರುವುದು ಸಂವೇದನೆ ಕಳೆದುಕೊಂಡ ಸಮಾಜವೊಂದರ ಪ್ರತೀಕವಾಗಿದೆ. ಅಸಹಾಯಕ ಮನಃಸ್ಥಿತಿಯೊಂದನ್ನು ಓದುಗನಿಗೆ ದಾಟಿಸುವುದಕ್ಕಾಗಿ ತುಸು ದೀರ್ಘವಾದರೂ ಇದೊಂದು ಅತಿ ಸಣ್ಣಕತೆಯೇ.

ಕಾಮರೂಪಿಯವರ 'ಏರಿಸೀ ಹೇರಿಸಿ ಮಯ್‌ಸೂರಿನ ಬೀವುಟ!' ಕತೆ ಕೂಡ ತನ್ನ ಉದ್ದೇಶವನ್ನು ಸಾಧಿಸುವುದಕ್ಕಾಗಿಯೇ ತುಸು ದೀರ್ಘವಾಗಿದೆ. ಇಲ್ಲಿ ಒಬ್ಬನೇ ಮನುಷ್ಯ ಉದ್ದಕ್ಕೂ ಮಾತಾಡುತ್ತಿದ್ದಾನೆ. ಆದರೆ ಅವನು ಯಾರ ಜೊತೆ ಮಾತಾಡುತ್ತಿದ್ದಾನೋ ಆ ಮನುಷ್ಯ ಕತೆಯಲ್ಲಿ ಕಾಣಿಸಿಕೊಳ್ಳುವುದೇ ಇಲ್ಲ. ಆದರೇನು, ಅಡೆತಡೆಯಿಲ್ಲದ ಅವನ ಮಾತೇ ಅವನೆಂಥ ಮನುಷ್ಯ ಎಂಬುದನ್ನು ಸೂಚಿಸುವುದರ ಜೊತೆಗೆ ಅದನ್ನು ಕೇಳಿಸಿಕೊಳ್ಳುತ್ತಿರ ಬಹುದಾದವನ ಸ್ಥಿತಿಯನ್ನೂ ಸ್ಪಷ್ಟಪಡಿಸುತ್ತದೆ.

ಆದ್ದರಿಂದ ಅತಿ ಸಣ್ಣಕತೆ ದೀರ್ಘವಾಗಿಲ್ಲದಿರುವುದೇ, ಕೆಲವೇ ಪುಟಗಳಷ್ಟಿರುವುದೇ ಮಾನದಂಡವಲ್ಲ. ವಿಮರ್ಶಕ ಅರ್ವಿಂಗ್ ಹೋನ ಪ್ರಕಾರ ಸಣ್ಣಕತೆ ಹೆಚ್ಚೆಂದರೆ ಎರಡು ಸಾವಿರದೈನೂರು ಮೂರು ಸಾವಿರ ಪದಗಳ ಮಿತಿಯಲ್ಲಿರಬಹುದು. ಸಾಮಾನ್ಯವಾಗಿ ಒಂದು ಸಣ್ಣಕತೆಯಲ್ಲಿ ಒಂದು ಸಾವಿರದೈನೂರು ಪದಗಳಿದ್ದರೂ ನಡೆಯುತ್ತದೆ. ಅವನ ದೃಷ್ಟಿಯಲ್ಲಿ ಇದೇನೂ ಕಟ್ಟುಪಾಡಲ್ಲ; ಒಂದು ಸೂಚನೆ ಮಾತ್ರ.

ಹಾಗೆ ನೋಡಿದರೆ ಎರಡು ಮೂರು ಸಾವಿರ ಪದಗಳಿರುವ ಸಣ್ಣಕತೆಯಲ್ಲಿ ಕೂಡ ಬಾಹ್ಯಕ್ರಿಯೆಯ ಅಥವಾ ಮನೋವೈಜ್ಞಾನಿಕ ತೀವ್ರತೆಯ ಮೂಲಕ ಪಾತ್ರವೊಂದನ್ನು ಬೆಳೆಸಲು ಕತೆಗಾರನಿಗೆ ಅಂಥ ಅವಕಾಶವೇನೂ ಇರುವುದಿಲ್ಲ. ಮನುಷ್ಯ ಜೀವನದ ದೀರ್ಘಾವಧಿಯಲ್ಲಿ ಪಾತ್ರವೊಂದರ ಬೆಳವಣಿಗೆ ಅಥವಾ ಅವನತಿಗೆ ಸಂಬಂಧಿಸಿದಂತೆ ಏನೇನು ಬದಲಾವಣೆಗಳಾಗುತ್ತವೆಯೋ ಅವನ್ನೆಲ್ಲ ನಿರೂಪಿಸಲು ಎಡೆಯಿರುವುದಿಲ್ಲ. ಆದರೂ ಸಣ್ಣಕತೆಯಲ್ಲಿ ಒಂದು ಪಾತ್ರವನ್ನು ತಕ್ಕಮಟ್ಟಿಗೆ ರಕ್ತಮಾಂಸಗಳ ಸಮೇತ ಪ್ರಸ್ತುತಪಡಿಸುವುದು ಸಾಧ್ಯ. ಉದಾಹರಣೆಗೆ ಮಾಸ್ತಿಯವರ 'ಮೊಸರಿನ ಮಂಗಮ್ಮ', ಭಾರತೀಪ್ರಿಯರ 'ನಾನು ಕೊಂದ ಹುಡುಗಿ' ಕತೆಗಳನ್ನು ನೋಡಬಹುದು. ಇಂಥ ಕತೆಗಳಲ್ಲಿ ವಸ್ತುವಿನಲ್ಲಾಗಲೀ ಕ್ರಿಯೆಯಲ್ಲಾಗಲೀ ಅಂಥ ಬೆಳವಣಿಗೆಯೇನೂ ಕಾಣುವುದಿಲ್ಲ. ಹಾಗೆಂದು ಬೆಳವಣಿಗೆ ಇಲ್ಲವೇ ಇಲ್ಲವೆಂದೂ ಹೇಳಲಾಗುವುದಿಲ್ಲ. ಅತಿ ಸಣ್ಣಕತೆಯಲ್ಲಾದರೋ ಪಾತ್ರದ

ವಿಚಾರವೇ ತನ್ನ ಮಹತ್ವವನ್ನು ಕಳೆದುಕೊಳ್ಳಬಹುದು. ನಾವು ಒಂದು ಕ್ಷಣದಷ್ಟು ಮಿಂಚುಬೆಳಕಿನಲ್ಲಿ ಮನುಷ್ಯ ರೂಪಗಳನ್ನು ಮಾತ್ರ ನೋಡುತ್ತೇವೆ. ಪಾತ್ರಕ್ಕಿಂತ ಪರಿಸ್ಥಿತಿ ಮುಖ್ಯವಾಗುತ್ತದೆ; ವ್ಯಕ್ತಿವಿಶಿಷ್ಟತೆಯ ಜಾಗದಲ್ಲಿ ಅದರ ಪ್ರಾತಿನಿಧಿಕ ಲಕ್ಷಣವಷ್ಟೇ ಬಂದು ಕೂರುತ್ತದೆ. ಈ ಸಂಕಲನದಲ್ಲಿರುವ ಯಶವಂತ ಚಿತ್ತಾಲರ 'ಬೊಮ್ಮಿಯ ಹುಲ್ಲುಹೊರೆ' ಎಂಬ ಕತೆಯನ್ನೇ ನೋಡಿ. ಇಲ್ಲಿ ಒಡತಿಯ ಹಾಗೂ ಇಬ್ಬರು ಕೆಲಸದಾಳುಗಳ ವ್ಯಕ್ತಿತ್ವ, ಸಾಮಾಜಿಕ ಸ್ಥಾನಮಾನ ಗೊತ್ತಾಗುವುದು ವಿವರಗಳಲ್ಲಲ್ಲ, ಅವರ ನಡುವೆ ನಡೆಯುವ ಸಂಭಾಷಣೆಯಲ್ಲಿ. ಹಾಗೆಯೇ 'ಒಂದು ಲಗು ಕತೆ', 'ಸಮುದ್ರ ಮತ್ತು ಕಿನಾರೆ', 'ಒಂದು ಹೂವಿನ ಕತೆ', 'ಅವಳು ಮತ್ತು ಮಳೆ' ಕತೆಗಳನ್ನೂ ನೋಡಬಹುದು.

ಹೆಲ್ಮುಟ್ ಬಾನ್‌ಹೈಮ್ ಎಂಬ ವಿಮರ್ಶಕ ಕತೆಯೊಂದರ ನಿರೂಪಣಾ ವಿಧಾನಗಳನ್ನು ನಾಲ್ಕು ಭಾಗಗಳಾಗಿ ವಿಭಾಗಿಸುತ್ತಾನೆ. ಅವೆಂದರೆ ಚಿತ್ರಣ, ವರದಿ, ಮಾತುಕತೆ, ವ್ಯಾಖ್ಯಾನ. ಇವುಗಳಿಂದ ಕತೆಗಳನ್ನಷ್ಟೇ ಅಲ್ಲ, ಕಾದಂಬರಿಗಳನ್ನು ಕೂಡ ಹೋಲಿಸಿ ನೋಡಬಹುದೆನ್ನುತ್ತಾನೆ ಅವನು. ಸಣ್ಣಕತೆ, ನೀಳ್ಗತೆಗಳಲ್ಲಿ ಕಥಾ ಸಂವಿಧಾನದ ಸಂಕೀರ್ಣತೆ, ಪಾತ್ರಸೃಷ್ಟಿಯ ಸೂಕ್ಷ್ಮತೆ, ಸಾಮಾಜಿಕ ದೃಶ್ಯದ ಚಿತ್ರಣ, ಇತ್ಯಾದಿ ವಿಭಿನ್ನ ಅಂಶಗಳ ಮೇಲೆ ಒತ್ತುಬಿದ್ದಿರುತ್ತದೆ. ಅವುಗಳಲ್ಲಿ ಕಲಾತ್ಮಕ ಸಂರಚನೆಯ ಘಟಕವೆಂದರೆ ಒಂದು ಇಡೀ ದೃಶ್ಯ. ಆದರೆ ಅತಿಸಣ್ಣಕತೆಯಲ್ಲಿ ಸಾಂಕೇತಿಕ ಮಹತ್ವವೇ ಮುಖ್ಯವಾಗುವುದರಿಂದ ಕತೆಯ ಆಶಯಕ್ಕೆ ಅರ್ಧ ದೃಶ್ಯವೋ ಅಥವಾ ಅದರ ಪಡಿನೆರಳೋ ಸಾಕಾಗುತ್ತದೆ.

ಸಾಮಾನ್ಯವಾಗಿ ಸಣ್ಣಕತೆಯಲ್ಲಿ ಒಂದು ಸಂಕೀರ್ಣ ಕಥಾ ಸಂವಿಧಾನ ಇರುವುದಿಲ್ಲ. ಒಂದೋ ಎರಡೋ ಕೊಂಡಿಗಳಂಥ ಸರಳ ಸಂವಿಧಾನವಷ್ಟೇ ಇರುತ್ತದೆ. ಆದರೆ ಅತಿ ಸಣ್ಣಕತೆಯಲ್ಲಿ ಅದೂ ಇರಬೇಕಿಲ್ಲ. 'ಒಂದು ಸಂಜೆ', 'ಆಲಾಪ', 'ಮಗು ಮಲಗಿತ್ತು' ಮೊದಲಾದ ಕತೆಗಳಲ್ಲಿ ಯಾವುದೇ ಕಥಾ ಸಂವಿಧಾನವಿಲ್ಲ. ಇರುವುದು ಕಂಡೂ ಕಾಣದಂಥ ಅತಿ ಸಣ್ಣ ಘಟನೆ. ಆ ಘಟನೆಯೇ ಓದುಗರಿಗೆ ಹಲವು ಒಳನೋಟಗಳನ್ನು ಒದಗಿಸಬಹುದು. 'ನೃತ್ಯಾಂಗನೆ', 'ಆಕಾಶರಾಯ', 'ಒಂದು ಜೀವನ' ಇಂಥವುಗಳಲ್ಲಿ ಅತಿ ಸಣ್ಣಕತೆ ತನ್ನ ಯಶಸ್ಸಿಗಾಗಿ ದಂತಕತೆಯನ್ನು ಅಥವಾ ಐತಿಹ್ಯವನ್ನು ಅವಲಂಬಿಸಿರುವಂತೆ ತೋರುತ್ತದೆ. ಅಂದರೆ ದಂತಕತೆಯ ಒಂದು ತುಣುಕು, ಯಾರೋ ಆಡಿದ ಒಂದು ಮಾತು ಅಥವಾ ಎಲ್ಲೋ ಕೇಳಿದ ಪ್ರಸಂಗ — ಇವೂ ಅತಿ ಸಣ್ಣಕತೆಯ ಧ್ವನಿಶಕ್ತಿಯನ್ನು ಹೆಚ್ಚಿಸುವ ಪರಿಕರಗಳಾಗಬಹುದು.

ಸಂಕ್ಷಿಪ್ತತೆ ಅತಿ ಸಣ್ಣಕತೆಯ ಮೂಲಭೂತ ಗುಣ. ಕತೆ ಸಣ್ಣ ಸಣ್ಣಗೆ ಕುಗ್ಗಿದಷ್ಟೂ ಹೆಚ್ಚು ಹೆಚ್ಚು ಅರ್ಥಗರ್ಭಿತವಾಗುತ್ತದೆ. ಅದು ಓದುಗನ ನಿರೀಕ್ಷೆಯನ್ನು ಎಚ್ಚರಿಸುತ್ತದೆ; ಕತೆಯಲ್ಲಿ ಅವನು ಸಹಭಾಗಿಯಾಗುವಂತೆ ಮಾಡುತ್ತದೆ. ಲಂಕೇಶರ 'ನನ್ನ ಗೆಳತಿ ಲಿಸಾ' ಕತೆ ಚಿತ್ರಿಸುವುದು ತನ್ನ ಪಾತ್ರಗಳ ದೀರ್ಘ ಕಾಲದ ಜೀವನವನ್ನು. ಆದರೆ ಆ ಜೀವನ ಅದೆಷ್ಟು ಅಡಕವಾಗಿ, ಪ್ರಾತಿನಿಧಿಕವಾಗಿ ರೂಪುಗೊಂಡಿದೆಯೆಂದರೆ, ಓದುಗನಿಗೆ ಕತೆಯಲ್ಲಿ

ಕ್ರಮವಾದ ನಿರೂಪಣೆಯಿದೆಯೆಂದೇ ಭಾಸವಾಗುತ್ತದೆ. ಇಲ್ಲಿ ಚಿತ್ರಿತವಾಗಿರುವ ಪಾತ್ರಗಳ ಬದುಕು ದೀರ್ಘ ಕಾಲಾವಧಿಯಲ್ಲಿ ಹರಡಿಕೊಂಡಿದ್ದರೂ ಆ ಬದುಕಿನ ಸ್ಥಿತಿ ಎಂಥದೆಂದು ತಿಳಿಯುವುದಕ್ಕೆ ವಿವರಗಳೇನೂ ಬೇಕಾಗುವುದಿಲ್ಲ.

ಅತಿ ಸಣ್ಣಕತೆಯ ಇನ್ನೊಂದು ಗುಣ ಅದರ ಭಾವತೀವ್ರತೆ; ಒಂದೇ ಬೀಸಿಗೆ ಅನುಭವವೊಂದನ್ನು ಹಿಡಿದು ಕೊಡಬಲ್ಲ ಅದರ ವಿಶಿಷ್ಟ ನಿರೂಪಣಾ ಶಕ್ತಿ. ಆದ್ದರಿಂದಲೇ ಒಮ್ಮೊಮ್ಮೆ ಅತಿ ಸಣ್ಣಕತೆಗೆ ಅದ್ಭುತರಮ್ಯದ ಧಾಟಿ ಬಂದುಬಿಡುವುದುಂಟು. 'ಹಳೆಯ ನೋವು', 'ಮೈಕು', 'ಹುಣ್ಣುಗಳು', 'ರಿಕ್ಷಾವಾಲ' ಇವೇ ಮೊದಲಾದ ಕತೆಗಳಲ್ಲಿ ಏನೋ ಒಂದು ವಿಚಾರ ಹೊಳೆಯುತ್ತಿರುವಂತೆ ನಮಗೆ ಅನ್ನಿಸುತ್ತದೆ. ಒಂದು ವಿಚಾರವೇನೋ ಇದೆ, ನಿಜ. ಆದರೆ ಅದು ಹೇಳಿಕೆಯ ರೂಪದಲ್ಲಿಲ್ಲ ಎನ್ನುವುದು ಗಮನಾರ್ಹ. ಈ ಕತೆಗಾರರು ಕತೆ-ಕಾದಂಬರಿಗಳಲ್ಲಿ ನಾವು ನಿರೀಕ್ಷಿಸುವ ಜೀವನದ ಪರಿಣಾಮಗಳನ್ನು ಚಿತ್ರಿಸುತ್ತಿಲ್ಲ. ಅವರು ಚಿತ್ರಿಸುತ್ತಿರುವುದು ಜೀವನವನ್ನು ಕುರಿತ ವಿಚಾರವೊಂದರ ಪ್ರತಿಬಿಂಬವಷ್ಟೆ. ಕತ್ತಲಿನಲ್ಲಿ ಹೊತ್ತಿಕೊಂಡ ಸಣ್ಣ ದೀಪದಂತೆ ಅದು ತನ್ನಷ್ಟಕ್ಕೇ ಬೆಳಗುತ್ತದೆ.

ಈ ದೃಷ್ಟಿಯಿಂದ ಅತಿ ಸಣ್ಣಕತೆ ಭಾವಗೀತೆಗೆ ತುಸು ಹತ್ತಿರದಲ್ಲಿರುವಂತೆ ತೋರುತ್ತದೆ. ಭಾವಗೀತೆ ವಿವರಗಳ ಮೂಲಕ ಅರ್ಥ ಪಡೆದುಕೊಳ್ಳುವುದಿಲ್ಲ. ಮಿತಿ, ಕಟ್ಟುಪಾಡುಗಳ ಸಮಸ್ಯೆಯನ್ನು ಒಪ್ಪಿಕೊಂಡೂ ಅದು ಅನುಭವವು ಹರಳುಗಟ್ಟುವಂತೆ ಮಾಡುತ್ತದೆ. ಹಾಗೆ ನೋಡಿದರೆ ಕತೆ ಮತ್ತು ಕವಿತೆಗಳ ನಡುವಣ ಗೆರೆ ತೀರ ತೆಳುವು. ಪಾತ್ರವೊಂದು ವಿಚಾರವೊಂದನ್ನು ಪ್ರತಿಫಲಿಸುವಂತಿದ್ದರೆ ಅದು ಕವಿತೆ. ಆದರೆ ಅದೇ ಯೋಚಿಸುತ್ತಿರುವ ಪಾತ್ರವಾದರೆ ಕತೆ.

ಓದುಗರ ಗಮನವೆಲ್ಲ ಒಂದೇ ವಿಷಯದತ್ತ ಅಥವಾ ಒಂದೇ ದಿಕ್ಕಿನತ್ತ ಹರಿಯುವಂತೆ ಮಾಡುವ ಅತಿ ಸಣ್ಣಕತೆಗಳೂ ಇವೆ. 'ಹುಣ್ಣುಗಳು' ಕತೆ ಒಂದು ಕಾಡುವ ಪ್ರತಿಮೆಯನ್ನು ಕಟ್ಟಿಕೊಡುತ್ತದೆ. ಇಲ್ಲಿ ನಿರೂಪಕನ ಹುಣ್ಣಿಗೂ ಹುಣ್ಣುಗಳಂತೆ ಕಾಣುವ ಚಂದ್ರ, ನಕ್ಷತ್ರಗಳಿಗೂ ಏನು ಸಂಬಂಧ? ನಾಯಿಗಳು ಕಚ್ಚಿ ತಿನ್ನುವ ಎಳೆಜೀವ ಏನನ್ನು ಸೂಚಿಸುತ್ತದೆ? ಕತೆಗಾರ ಓದುಗರ ಲಕ್ಷ್ಯವನ್ನು ಒಟ್ಟಾರೆ ಹುಣ್ಣುಗಳ ಕಡೆಗೇ ಸೆಳೆಯುತ್ತಿದ್ದಾನೆ— ಒಂದು ನಿರ್ದಿಷ್ಟ ಉದ್ದೇಶಕ್ಕಾಗಿ. ಈ ರೀತಿಯಲ್ಲೇ 'ಪಮ್ಮಿ' ಕತೆಯನ್ನೂ ಓದಬಹುದು.

ಅತಿ ಸಣ್ಣಕತೆ ಒಂದು ಸಣ್ಣ ಘಟನೆಯನ್ನಷ್ಟೆ ಪ್ರತಿನಿಧಿಸಿ ಯಶಸ್ವಿಯಾಗಬಹುದು. ಉದಾಹರಣೆಗೆ 'ಮಮತೆ', 'ಒಂದು ಲಗು ಕತೆ', 'ಅಯ್ಯರ್ ಕೆಫೆ' ಇಂಥವುಗಳಲ್ಲಿ ಕತೆಯ ಕಾಲಾವಧಿ ತೀರ ಸಂಕುಚಿತಗೊಂಡಿರುತ್ತದೆ. ಕೆಲವೇ ಗಂಟೆಗಳಲ್ಲಿ ಅಥವಾ ಕೆಲವೇ ನಿಮಿಷಗಳಲ್ಲಿ ಒಂದು ಜೀವನ ಅನಾವರಣಗೊಳ್ಳುತ್ತದೆ. ನಾಟಕೀಯವಾಗಿ ನಡೆಯುವ ಘಟನೆಗಳು ಅದಕ್ಕೆ ಪೂರಕವಾಗಬಲ್ಲ ಸಂದರ್ಭಗಳನ್ನು ಬಹುಮಟ್ಟಿಗೆ ಕೈಬಿಟ್ಟಿರುತ್ತವೆ. ಸಂದರ್ಭಗಳನ್ನು ಓದುಗರೇ ಊಹಿಸಿಕೊಳ್ಳಬೇಕಷ್ಟೆ.

ಕೆಲವು ಕತೆಗಳಲ್ಲಿ ಕ್ರಮವಾದ ನಿರೂಪಣೆಯಿರುವಂತೆ ಭಾಸವಾಗುವುದುಂಟು. ಯಾಕೆಂದರೆ ಅಂಥ ಕತೆಗಳು ಚಿತ್ರಿಸುವುದು ಪಾತ್ರಗಳ ದೀರ್ಘಕಾಲದ ಜೀವನವನ್ನು. ಆದರೂ ಆ ಪಾತ್ರಗಳ ಕತೆ ಅದೆಷ್ಟು ಅಡಕವಾಗಿ, ಪ್ರಾತಿನಿಧಿಕವಾಗಿ ರೂಪುಗೊಂಡಿರುತ್ತದೆಯೆಂದರೆ, ಅಂತಿಮವಾಗಿ ಕತೆ ಒಂದು ಘಟನೆಯ ಅಥವಾ ಪ್ರಸಂಗದ ಚಿತ್ರಣವಾಗಿರುವಂತೆ ಕಂಡುಬಂದರೆ ಆಶ್ಚರ್ಯವಿಲ್ಲ. 'ಚಾಕೊಲೆಟ್ ಮಾಮ' ಅಂಥ ಕತೆಗಳಲ್ಲೊಂದು.

ಅತಿ ಸಣ್ಣಕತೆ ಒಮ್ಮೊಮ್ಮೆ ಏಕಮುಖದ ಅಥವಾ ಏಕದೃಷ್ಟಿಯ ನಿರೂಪಣೆಯಾಗಿರಬಹುದು. ಹಾಗಿದ್ದಾಗ ಕತೆಯಲ್ಲಿ ಒಂದು ಘಟನೆಗಾಗಲೀ ನಿರ್ದಿಷ್ಟ ಪ್ರಸಂಗಕ್ಕಾಗಲೀ ಅವಕಾಶವೇ ಇರುವುದಿಲ್ಲ. ಮುಖ್ಯವಾಗಿ ಅಂಥ ಕತೆಯಲ್ಲಿರುವುದು ನೆನಪುಗಳ ಪ್ರವಾಹ ಅಥವಾ ಪಾತ್ರವೊಂದರ ಸ್ವಗತ. ಧ್ವನಿಯೊಂದು ತನ್ನಷ್ಟಕ್ಕೆ ತಾನೇ ಮಾತಾಡಿಕೊಳ್ಳುತ್ತಿರುತ್ತದೆ. ಆ ಮಾತಿನಲ್ಲಿ ಒಂದು ಮನಃಸ್ಥಿತಿಯೋ ಸ್ವಭಾವವೋ ಜೀವನದ ದಾರುಣತೆಯೋ ಪ್ರಕಟವಾಗುತ್ತದೆ. ನಿದರ್ಶನಕ್ಕಾಗಿ 'ಮಗುವಿನ ಕರೆ', 'ತುಂಬಿದ ಬೀದಿ', 'ನಿಮಿತ್ತ' ಕತೆಗಳನ್ನು ನೋಡಬಹುದು.

ಅತಿ ಸಣ್ಣಕತೆಗೆ ಅದ್ಭುತರಮ್ಯದ, ಫ್ಯಾಂಟಸಿಯ ಸ್ಪರ್ಶವಾದಾಗ 'ನಾನು ನೋಡಿದ ಸಿನಿಮಾ', 'ಅವಸ್ಥಾಂತರ', 'ಅಂತರಗಂಗಿ', 'ಪರ್ಯವಸಾನ', 'ನಿಜರೂಪಿ' ಮೊದಲಾದ ಕತೆಗಳು ಸೃಷ್ಟಿಯಾಗುತ್ತವೆ. ವಸ್ತು-ವಿಷಯಗಳನ್ನು ಅಡಕಗೊಳಿಸಬಲ್ಲ ತನ್ನ ಸಾಮರ್ಥ್ಯದಿಂದಲೇ ಅತಿ ಸಣ್ಣಕತೆ ವಾಸ್ತವಿಕತೆಯ ಆಚೆಗೆ ಸರಿಯಬಹುದು. ಓದುಗನನ್ನು ಭ್ರಮೆಗೆ ಸಿಲುಕಿಸಬಲ್ಲ ಇಂಥ ಕತೆಗಳು ದಂತಕತೆಯ ಧಾಟಿಯಲ್ಲಿ ಭ್ರಾಮಕವಾದ, ಅಪರಿಚಿತವಾದ, ಅದ್ಭುತವಾದ ಬೇರೊಂದೇ ಅನುಭವ ಪ್ರಪಂಚವನ್ನು ತೆರೆದಿಡುತ್ತವೆ.

ರಾಜಕೀಯ-ಸಾಮಾಜಿಕ ವೈಪರೀತ್ಯಗಳನ್ನು ಚಿತ್ರಿಸುವ 'ರಾಮರಾಜ್ಯ', 'ನಾನು, ಅಧ್ಯಕ್ಷರು ಮತ್ತು ಅಬಿಸೀನಿಯನ್ ಬೆಕ್ಕು', 'ರೋಗಹರಣ' ಕತೆಗಳಲ್ಲಿ ಅಭಿವ್ಯಕ್ತವಾಗಿರುವ ಸಂದರ್ಭಗಳೇ ಹರಿತವಾದ ವ್ಯಂಗ್ಯವನ್ನು ಸೃಷ್ಟಿಸಿ ಹಲವು ದಿಕ್ಕುಗಳಲ್ಲಿ ಚಿಂತಿಸುವಂತೆ ಮಾಡುತ್ತವೆ. 'ಒಂದು ಸಂಜೆ', 'ಡಿಸೆಂಬರ್ ತಿಂಗಳ ಆ ದಿನ', 'ಗೋಡೆ ಕಪಾಟು', 'ಫೆಟಿಷ್' ಮೊದಲಾದುವುಗಳ ಅನಿರೀಕ್ಷಿತ ಅಂತ್ಯ ಆ ಕತೆಗಳಿಗೆ ಹೊಸ ಆಯಾಮ ಒದಗಿಸಿವೆ.

ಅತಿ ಸಣ್ಣಕತೆ ಬರೆಯುವವರು ಅನುಭವದ ಆವಿಷ್ಕಾರಕ್ಕಾಗಿ ತಮ್ಮ ಅಭಿವ್ಯಕ್ತಿ ಸಾಮರ್ಥ್ಯವನ್ನೆಲ್ಲ ಪಣಕ್ಕಿಡಬೇಕು. ಒಮ್ಮೊಮ್ಮೆ ನೇರವಾಗಿ ಮಾತಾಡಬೇಕು—ಯಾವುದೋ ವಿಚಾರವನ್ನು ಸೂಚ್ಯವಾಗಿ ತಿಳಿಸುವುದಕ್ಕೆ. ಇನ್ನು ಕೆಲವೊಮ್ಮೆ ಕತೆಯ ಆಶಯವನ್ನು ಹೊಳೆಯಿಸುವುದಕ್ಕಾಗಿ, ನಿರ್ದಿಷ್ಟ ಭಾವನೆಗಳನ್ನು ಚಿತ್ರಿಸುವುದಕ್ಕಾಗಿ ವಸ್ತುಪ್ರತಿರೂಪಗಳನ್ನು ಸೃಷ್ಟಿಸಬೇಕು. ಅತಿ ಸಣ್ಣಕತೆಯಲ್ಲಿ ಸಂಭಾಷಣೆಗಾಗಲೀ ವ್ಯಾಖ್ಯಾನಕ್ಕಾಗಲೀ ಅಷ್ಟೇನೂ ಅವಕಾಶವಿಲ್ಲದಿರುವುದರಿಂದ ನಿರೂಪಕನ ಸೂಚ್ಯವಾದ ಮಾತೇ ಒಮ್ಮೊಮ್ಮೆ ಕಥಾಕ್ರಿಯೆಯಂತೆ ಕೆಲಸ ಮಾಡುವುದುಂಟು.

ಸಣ್ಣಕತೆಯಂತೆ ಅತಿ ಸಣ್ಣಕತೆಯೂ ವಿವಿಧ ಆಕೃತಿಗಳನ್ನು ಪಡೆದುಕೊಳ್ಳಬಹುದು, ಬಗೆಬಗೆಯ ಮನಃಸ್ಥಿತಿಗಳನ್ನು ಚಿತ್ರಿಸಬಹುದು. ಅದು ನೆನಪಿಗಷ್ಟೇ ಸೀಮಿತಗೊಳ್ಳಬೇಕಿಲ್ಲ, ಅಲ್ಪಾವಧಿಯಲ್ಲೇ ವಿಹರಿಸಬೇಕಾಗಿಲ್ಲ. ವಾಸ್ತವಿಕತೆ, ಅದ್ಭುತರಮ್ಯತೆ, ಪರ್ಯಾಯೋಕ್ತಿ, ಸಾಮತಿ, ವರದಿ — ಹೀಗೆ ವಿವಿಧ ಮಾರ್ಗ-ಶೈಲಿಗಳಲ್ಲಿ ಸಾಕಾರಗೊಳ್ಳುವ ಅತಿ ಸಣ್ಣಕತೆ ಮಾನವ ಸಂವೇದನೆಗಳ ಇಡೀ ಶ್ರೇಣಿಯನ್ನೇ ಅಭಿನಯಿಸಿ ತೋರಿಸಬಲ್ಲ ಒಂದು ಪುಟಾಣಿ ರಂಗಮಂದಿರವಿದ್ದಂತೆ. ಕೆಲವು ಒಂದು ಮನೋಧರ್ಮವನ್ನು ಚಿತ್ರಿಸಿದರೆ, ಇನ್ನು ಕೆಲವು ನಮ್ಮ ಬುದ್ಧಿಶಕ್ತಿಯನ್ನು ಪ್ರಚೋದಿಸುತ್ತವೆ. ಮತ್ತೆ ಕೆಲವು ಸುಲಭವಾಗಿ ಅರಿಯಲಾಗದ, ಅಸಾಮಾನ್ಯವಾದ, ಅತೀಂದ್ರಿಯ ಸಂಗತಿಗಳನ್ನು ನಮಗೆ ಪರಿಚಯಿಸುತ್ತವೆ. ಬಹುಪಾಲು ಕತೆಗಳಲ್ಲಿ ಪ್ರಯೋಗಶೀಲತೆಯೇ ಎದ್ದು ಕಾಣುವಂತಿರುತ್ತದೆಯೆಂಬುದನ್ನು ನಾವು ಮರೆಯಬಾರದು.

ಎಲ್ಲ ಕಥಾ ಸಾಹಿತ್ಯದಂತೆ ಅತಿ ಸಣ್ಣಕತೆಗಳ ಜೀವಾಳ ಕೂಡ ನಮ್ಮ ಬದುಕೇ. ಅತ್ಯಂತ ಸಂಗ್ರಹವಾದ, ಅತ್ಯಂತ ಪ್ರಭಾವಶಾಲಿಯಾದ, ಅಷ್ಟೇನೂ ಎದ್ದುಕಾಣದ, ಧಿಡೀರೆಂದು ಅವತರಿಸುವ, ಕಚಕುಳಿಯಿಡುವ, ಬೆಚ್ಚಿಬೀಳಿಸುವ ಇಂಥ ಕತೆಗಳು ಅಸ್ತವ್ಯಸ್ತ ಬದುಕಿನ ಪುಟ್ಟ ಪುಟ್ಟ ಮೂಲೆಗಳಿಗೆ ಸುಸಂಗತ ಆಕೃತಿಯನ್ನು ನೀಡುವ ಮೂಲಕ ಕಾದಂಬರಿಯೊಂದು ೨೦೦ ಪುಟಗಳಲ್ಲಿ ಸಾಧಿಸಬಹುದಾದ್ದನ್ನು ಒಂದೇ ಒಂದು ಪುಟದಲ್ಲೇ ಸಾಧಿಸಿಬಿಡಬಹುದು. ಕೆಲವೇ ವಾಕ್ಯಗಳಲ್ಲಿ ಕಾಲವನ್ನು ನಿಲ್ಲಿಸಿ, ಕಾಲಾತೀತವಾಗುವ ಪರಿ ಇದು.

"ಜ್ಞಾನದ ಪ್ರತಿಯೊಂದು ತುಣುಕನ್ನೂ ಒಳಗೊಂಡಿರುವ ಲೈಬ್ರರಿಯೆನ್ನುವುದು ಎಂಥ ಕಟ್ಟಡ" ಎಂದೊಮ್ಮೆ ಕೇಳಿದವನು ಅರ್ಜೆಂಟೀನಾದ ಲೇಖಕ ಹೋರ್ಹೆ ಲೂಯಿಸ್ ಬೋರ್ಹೆಸ್. ಅವನೇ ಮುಂದುವರಿದು "ಒಂದು ವಿಚಾರವನ್ನೋ ಅನುಭವವನ್ನೋ ಹತ್ತು-ಹದಿನೈದು ನಿಮಿಷಗಳಲ್ಲಿ ಹೇಳಬಹುದಾದರೆ ಸಾವಿರಾರು ಪುಟಗಳ ಕಾದಂಬರಿ ಬರೆಯುವುದರಲ್ಲಿ ಅರ್ಥವಿಲ್ಲ" ಎಂದೂ ಹೇಳಿದ. ಹೀಗೆ ಹೇಳುವಾಗ ಅವನ ಮನಸ್ಸಿನಲ್ಲಿ ಆಧುನಿಕ ಅತಿ ಸಣ್ಣಕತೆಗಳೇ ಇದ್ದಿರಬಹುದೇನೊ. ಈ ಪ್ರಕಾರದ ಬಗೆಗೆ ಹೆಚ್ಚು ಆಸಕ್ತಿಯುಳ್ಳವರು ನಾನು ಅನುವಾದಿಸಿರುವ "ಜಗತ್ತಿನ ಅತಿ ಸಣ್ಣಕತೆಗಳು" ಎಂಬ ಪುಸ್ತಕವನ್ನೂ ಓದಬಹುದು.

ಪ್ರಸ್ತುತ ಸಂಕಲನದ ಉದ್ದೇಶ: ೧. ಇಪ್ಪತ್ತನೆಯ ಶತಮಾನದ ಕನ್ನಡ ಕಥಾ ಸಾಹಿತ್ಯದಲ್ಲಿ ಅತಿ ಸಣ್ಣಕತೆಗಳ ಪ್ರಭೇದವನ್ನು ಗುರುತಿಸುವುದು. ೨. ಸಾಧ್ಯವಾದ ಮಟ್ಟಿಗೆ ಉತ್ತಮ ಅತಿ ಸಣ್ಣಕತೆಗಳನ್ನು ಸಂಕಲಿಸಿಕೊಡುವುದು. ೩. ಇಂಥ ಕತೆಗಳ ಆಶಯ-ಆಕೃತಿಗಳಿಗೆ ಸಂಬಂಧಿಸಿದಂತೆ ಒಂದು ಪ್ರವೇಶವನ್ನು ಒದಗಿಸುವುದು. ಇಲ್ಲಿ ಸಂಕಲನಗೊಂಡಿರುವುವೆಲ್ಲವೂ ವೈವಿಧ್ಯಪೂರ್ಣವಾಗಿವೆಯೆಂದು ನಾನು ಭಾವಿಸಿದ್ದೇನೆ. ಹೆಸರಿಗೆ ಇವು ಅತಿ ಸಣ್ಣಕತೆಗಳೇನೋ ಹೌದು. ಆದರೆ ಸಣ್ಣಕತೆಗಳಲ್ಲಿರುವಂತೆ ಇವುಗಳಲ್ಲೂ ನವೋದಯ ಕತೆ, ನವ್ಯ ಕತೆ,

ವಾಸ್ತವವಾದೀ ಕತೆ, ಮನೋವೈಜ್ಞಾನಿಕ ಕತೆ, ದಲಿತ-ಬಂಡಾಯ ಕತೆ, ಅದ್ಭುತರಮ್ಯ ಕತೆ, ದೆವ್ವದ ಕತೆ ಎಂದು ಕರೆಯಬಹುದಾದಂಥವು ಇವೆ. ಇಲ್ಲಿ ಪ್ರಸಿದ್ಧ ಕತೆಗಾರರ ಜೊತೆ ಅಷ್ಟಾಗಿ ಪರಿಚಿತರಲ್ಲದವರೂ ಇತ್ತೀಚಿನವರೂ ಇದ್ದಾರೆ. ಹಾಗೆಂದು ಇವೆಲ್ಲ ಶ್ರೇಷ್ಠ ಅತಿ ಸಣ್ಣಕತೆಗಳೆಂದು ನಾನು ತಿಳಿದಿಲ್ಲ; ಇವನ್ನು ನಿಷ್ಠುರ ವಿಮರ್ಶೆಗೂ ಗುರಿಪಡಿಸಿಲ್ಲ. ಮೊದಲು ಪ್ರಭೇದ ಸಿದ್ಧವಾಗಲಿ. ಆಮೇಲೆ ವಿಮರ್ಶೆ ತಂತಾನೆ ಹುಟ್ಟಿಕೊಳ್ಳುತ್ತದೆ.

ಇಲ್ಲಿನ ಕತೆಗಳನ್ನು ಆಯ್ಕೆ ಮಾಡುವಲ್ಲಿ ನನಗೆ ಕೆಲವು ಗೆಳೆಯರು ಸಹಾಯ ಮಾಡಿದ್ದಾರೆ. ಅವರಲ್ಲಿ ಮುಖ್ಯವಾಗಿ ನಾನು ನೆನೆಯಬೇಕಾದ್ದು ವಿಮರ್ಶಕ ಡಾ. ಎಂ.ಜಿ. ಹೆಗಡೆಯವರನ್ನು. ಅವರು ಕೆಲವು ಕತೆಗಳನ್ನು ದೊರಕಿಸಿಕೊಟ್ಟು ಉಪಕಾರ ಮಾಡಿದ್ದಾರೆ. ಮಾಸ್ತಿಯವರ 'ವರಹದ ಕೆರಹು' ಕತೆಯನ್ನು ಆಯ್ಕೆ ಮಾಡಿದ್ದರೂ ಅನುಮತಿಗೆ ಸಂಬಂಧಿಸಿದಂತೆ ತೊಡಕುಂಟಾಗಿ ಅದು ಇಲ್ಲಿ ಸೇರಿಲ್ಲ. ವರ್ಷಗಳ ಹಿಂದೆ ಪ್ರಕಟವಾಗಬೇಕಾಗಿದ್ದ ಈ ಸಂಕಲನ ಇನ್ನೂ ಅಷ್ಟು ಕತೆಗಳನ್ನು ಸೇರಿಸಬೇಕೆಂಬ ನನ್ನ ಜುಲುಮೆಯಿಂದ ತೀರ ತಡವಾಗಿ ಹೊರಬರುತ್ತಿದೆ. ಇದನ್ನು ಪ್ರಕಟಿಸುತ್ತಿರುವ ಪ್ರಿಸಂ ಬುಕ್ಸ್ ಸಂಸ್ಥೆಯ ಶ್ರೀ ಪ್ರಾಣೇಶ ಸಿರಿವರ ಅವರಿಗೂ ಶ್ರೀಮತಿ ಮರಿಯಾ ಅವರಿಗೂ ಇತರ ಸಿಬ್ಬಂದಿಗೂ ನಾನು ಕೃತಜ್ಞ.

ಎಸ್. ದಿವಾಕರ್

ಒಳಪುಟಗಳಲ್ಲಿ

ಹಳೆಯ ನೋವು

ದೇವುಡು

ನಮ್ಮೂರಿನಲ್ಲಿ ಒಬ್ಬ ಕಟುಕರವನಿದ್ದನು. ನನಗೂ ಅವನಿಗೂ ಹೇಗೆ ಹೇಗೋ ಗಂಟು ಬಿದ್ದಿತು. ನಾನು ಅವನನ್ನು ಒಂದು ಗಳಿಗೆಯೂ ಬಿಟ್ಟಿರಲಾರೆನು. ಅವನೂ ನನ್ನಲ್ಲಿ ಹಾಗೆಯೇ ಇರುವಂತೆ ತೋರುತ್ತಿದ್ದಿತು.

ನಾನು ಆಗಾಗ ಅವನಂಗಡಿಗೆ ಹೋಗಿ ಕುಳಿತುಕೊಳ್ಳುವೆನು. ಈ ಗೆಳೆತನದ ಗಂಟಿನಲ್ಲಿ ಕೂರ್ಮೆಯ ಕೂರ್ಪಿನಲ್ಲಿ ನೇಣು ನೆತ್ತರಗಳ ಗಮನವೆಲ್ಲಿಹೋಯಿತೋ? ನನ್ನ ಬಗೆಗದು ಬರಲೇ ಒಲ್ಲದು.

ಒಂದು ಮಾತ್ರ ಮನಸ್ಸಿಗೆ ಹಿಡಿದು ಕೊಂಚ ಬೇಸರವಾಗುವುದು. ಅವನ ಅಂಗಡಿಗೆ ಬಂದವರೆಲ್ಲರೂ ಕೊಳ್ಳುವುದಕ್ಕೆ ಬರುವರು; ನಾನು ಒಬ್ಬನು ಮಾತ್ರ ಕೊಳ್ಳುತ್ತಿರಲಿಲ್ಲ. ನನಗೆ ಅದರಿಂದ ಆಗಬೇಕಾದುದು ಏನೂ ಇರಲಿಲ್ಲವಾಗಿ ನಾನೇಕೆ ಕೊಳ್ಳಬೇಕು? ಆದರೆ ಬಂದವರೆಲ್ಲರೂ ಕೊಳ್ಳುವಾಗ ನಾನು ಸುಮ್ಮನಿರುವುದು ಎಂತು? ಈ ತೆರೆದ ತಿರಿಯಾಟದಲ್ಲಿ ಬರುಬರುತ್ತ ನಾನು ಅವನಂಗಡಿಗೆ ಹೋಗುವುದನ್ನೇ ಬಿಟ್ಟುಬಿಟ್ಟೆನು.

ಈಗ ನಾನವನ ಅಂಗಡಿಗೆ ಹೋಗುವುದಿಲ್ಲ. ಆದರೂ ಅವನ ನೆನೆಹು ನನ್ನನ್ನು ಬಿಟ್ಟಿಲ್ಲ. ನನಗೆ ನಾನೇ ಆಗಿ, ಬೇರೊಬ್ಬರ ಜೊತೆಯಿಲ್ಲದೆ ನಾನೇ ನಾನಾಗಿರುವಾಗ, ಒಂದು ಸಣ್ಣ ನೆನಹು ಎದ್ದು ಬಂದು ಬಗೆಯನ್ನು ಕೊರೆಯುವುದು. ಕೊರೆದರೂ ನೊಚ್ಚಗಿರುವುದೆಂದು ಆ ಕೊರೆತವನ್ನು ನೂಕಲೂ ಮನವು ಒಪ್ಪದು. ಅದೇಕೆ?

■

ಮಗುವಿನ ಕರೆ

ದ. ರಾ. ಬೇಂದ್ರೆ

ಮಟಮಟ ಮಧ್ಯಾಹ್ನ. ಅಂಥ ಬಿಸಿಲಿನಲ್ಲಿ ಆ ಹಳ್ಳಿಯಲ್ಲಿ ಕೂಡ ಯಾರೂ ಮನೆಯಿಂದ ಹೊರಬೀಳಲಾರರು. ಆದರೆ ಶಾಸ್ತ್ರಿಗಳ ಸೊಸೆಯು ಮಧ್ಯಾಹ್ನ ಕುಡಿಯುವ ನೀರು ತರಲು ಊರ ಹೊರಗಿನ ಬಾವಿಗೆ ಹೊರಟಳು. ಏನು ದಿವ್ಯ ಮಾಡಿದಳು? ಎಂದು ಯಾರಾದರೂ ಕೇಳಬಹುದು. ಬಾವಿಯಿಂದ ಹಳ್ಳಿಯ ಕೊನೆಯ ಮನೆ ಅರ್ಧಮೈಲು ದೂರವಿತ್ತು. ಆಲದ ಹಾಗೂ ಹುಣಿಸೆಯ ಎರಡು ದೆವ್ವದಂಥ ಮರಗಳ ಹೊರತು ಆ ಬಾವಿಯ ಸಮೀಪಕ್ಕೆ ಬೇರೆ ಉಲಿವು ಯಾವುದೂ ಇರಲಿಲ್ಲ. ಹಳೆಯ ಕೋಟೆಯ ಹಾಗೂ ಕಂದಕದೊಳಗಿಂದ ಹೊರಬೀಳುವ ಕಾಡುಮಿಕಗಳು ಹಳ್ಳಕ್ಕೆ ನೀರು ಕುಡಿಯಲು ಹೊರಟಿದ್ದವೇನೊ. ಅದೇ ಸದ್ದು ಬಾವಿಯ ಬಳಿ ಕೇಳಿಸಬೇಕು. ಆದರೆ ಆ ಸದ್ದು ಎಂಥ ಸದ್ದು! ಹೆದರಿಸುವ ಸದ್ದು. ಮರಗಳ ನೆರೆಯಾದರೂ ಆ ಬಾವಿಯ ಭಯಾನಕತೆಯನ್ನೇ ಹೆಚ್ಚಿಸುತ್ತಿದ್ದವು. ಕುಡಿಯುವ ನೀರಿನ ಬಾವಿಯು ಆ ಊರಿಗೆ ಅದೊಂದೆ. ಎಲ್ಲರಂತೆ ಶಾಸ್ತ್ರಿಗಳ ಮನೆಯವರೂ ಪ್ರಾತಃಕಾಲಕ್ಕೇ ತಮಗೆ ಬೇಕಾಗುವ ನೀರು-ನಿಡಿ ತಂದುಕೊಂಡಿದ್ದರು. ಆದರೆ ಮಡಿಯೊಳಗೆ ಇದ್ದ ಒಂದೇ ಒಂದು ಕೊಡವು ಶಾಸ್ತ್ರಿಗಳ ಮನೆಯ ಸಂದಿಯ ಸಮಾರಾಧನೆಯಲ್ಲಿ ಉರುಳಿತು. ಅದರಿಂದ ಅಡಗಿಯ ಮನೆಯಲ್ಲಿಯೇ ಆದ ತೊಂದರೆ ಇರಲಿ, ಶಾಸ್ತ್ರಿಗಳ ಸೊಸೆ ನೀರಿಗೆ ಹೊರಡಬೇಕಾಯಿತು.

ಶಾಸ್ತ್ರಿಗಳ ಮನೆಯ ತೊಂದರೆಯನ್ನು ಅದನ್ನು ನೋಡಿದವರೆ ತಿಳಿಯಬಲ್ಲರು. ಪುರಾತನ ಕಾಲದಲ್ಲಿ ಬಹಳ ದೊಡ್ಡ ಮನೆಯಂತೆ. ಈಗ ಅಣ್ಣತಮ್ಮಂದಿರಲ್ಲಿ ನಿಜವಾಗಿಯೆ

ನೂರಾರು ಪಾಲಾಗಿ ಅವರ ಪಾಲಿಗೆ ಎರಡುವರೆ ಗೇಣಿನ ತುಂಡೊಂದು ಬಂದಿತ್ತು. ಅಷ್ಟರಲ್ಲಿ ಅವರು, ಅವರ ಕುಟುಂಬ, ಹಿರಿಯ ಮಗ, ಸೊಸೆ, ವಿಧವೆಯಾಗಿ ಮನೆಗೆ ಬಂದ ತರುಣ ಮಗಳೊಬ್ಬಳು, ಇಷ್ಟು ಜನರು ಮಾನದಿಂದ ಬದುಕು ಮಾಡುತ್ತಿದ್ದರು. ಶಾಸ್ತ್ರಿಗಳ ದುರ್ದೈವದಿಂದ ಅವರ ಹಿರಿಯ ಮಗನು ವ್ಯಾಧಿಯಿಂದಲೋ ಬಾಧೆಯಿಂದಲೋ ಮನೆಯ ಒಂದು ಭಾಗವನ್ನು (ಇದ್ದ ಒಂದು ಅಡಕಲಕೋಣೆ) ಹಿಡಿದು ನರಳುತ್ತಿದ್ದ. ಚೊಚ್ಚಿಲ ಮೊಮ್ಮಗನು ಮೊನ್ನೆ ಮೊನ್ನೆ ಬಂದು ಅಡುಗೆಮನೆಯ ಒಂದು ಭಾಗವನ್ನು ಕಟ್ಟಿಕೊಂಡಿದ್ದ. ಪಡಸಾಲೆಯೆಂಬ ಹೆಸರಿನ ಭಾಗವು (ಆ ಮನೆಗೆ ನಡುಮನೆಯೇ ಇರಲಿಲ್ಲ) ಶಾಸ್ತ್ರಿಗಳ ಅಧ್ಯಯನ-ಅಧ್ಯಾಪನ-ಶಯನ-ವಿಶ್ರಾಂತಿ ಇವೆಲ್ಲಕ್ಕೂ ಆಶ್ರಯವಾಗಿತ್ತು. ಮಡಿಯ ಸಾಮ್ರಾಜ್ಯವೆಲ್ಲ ಅಡಿಗೆಮನೆಯನ್ನು ಸೇರಿತ್ತು. ಅಲ್ಲಿಯೇ ಮೊಮ್ಮಗನು ಬಿಡಾರ ಬಿಟ್ಟಿದ್ದನು. ಅಡುಗೆಯ ಒಲೆಯ ಉರಿಯನ್ನೇ ಧೂಪ-ದೀಪವೆಂದೂ, ಅದೇ ಅಡುಗೆಯನ್ನೇ ನೈವೇದ್ಯ ಎಂದೂ ತೋರಿಸುವಷ್ಟು ಸಮೀಪ, ದೇವರ ಸಾನ್ನಿಧ್ಯವಿತ್ತು. ಮೀಸಲು ನೀರು ಈ ಸಂದಿಯಲ್ಲಿಯೇ ತನ್ನ ಪ್ರತ್ಯೇಕ ಪ್ರತಿಷ್ಠೆಯನ್ನು ಸಾರಿತ್ತು. ಶಾಸ್ತ್ರಿಗಳ ಸೊಸೆಯು ಮಡಿಯ ನುಸುಳಾಟದಲ್ಲಿ ಇಣಚಿಗಿಂತ ಹೆಚ್ಚಿನ ಚಪಲತೆಯನ್ನು ತೋರಿಸುತ್ತಿದ್ದಳು. ಆದರೂ ಅವಳ ಕಾಲು ತಾಕಿ ಕೊಡ ಉರುಳಿ ಅಗ್ನಿದೇವರು ಶಾಂತರಾಗಿ, ದೇವರು ಜಲಸಮಾಧಿ ಹೊಂದಿದರು. ಪೂಜೆಯು ಆಗಿತ್ತು, ಅಡುಗೆಯೂ ತೀರುತ್ತ ಬಂದಿತ್ತು. ಊಟಕ್ಕೆ ಕೂತ ಕಾಲಕ್ಕೆ ಹಳ್ಳ ಬಂದಂತೆ ಈ ಅನಾಹುತವಾಗಿ, ಶಾಸ್ತ್ರಿಗಳ ಮುಖದಲ್ಲಿ ಬೆಂಕಿ ಕಾಣದಿದ್ದರೂ ಹೊಗೆ ಮುಸುಕಿತು. ಅವರು ತಮ್ಮ ಹೆಂಡತಿಯನ್ನೇ ಸಿಟ್ಟಿನ ಅಸಮಾಧಾನದಿಂದ ನೋಡಿದರು. ಶಾಸ್ತ್ರಿಗಳ ಪತ್ನಿ ಶಾಂತಸ್ವಭಾವದವರಾದರೂ "ಮಹಾರಾಯತೀ, ಏನು ಮಾಡಿಟ್ಟೇ! ಎಲ್ಲಿಯಾದರೂ ನೀರು ತಂದು ನಮ್ಮ ಇಲ್ಲಿಯ ಸೆರೆ ಬಿಡಿಸು. ಮುಂಜಾವಿನಿಂದ ಒಲೆಹಿಡಿದು ಕೂತಿದ್ದೇನೆ. ಹೊಗೆಯಾಗದೆ ಉರಿಯಾಗಬೇಕು. ಬಿಸಿ ಹತ್ತದೆ ಬೆಂಕಿ ಇರಬೇಕು. ಇಷ್ಟಾಗಿ ಎಲ್ಲರಿಗೂ ಬೇಗನೆ ಪ್ರಸಾದ ಸಿಗಬೇಕು. ನಾನಾದರೂ ಏನು ಸಾಯಲಿ!" ಎಂದು ತುಸು ರಂಭಾಟವನ್ನೆ ಮಾಡಿದರು. ಸೊಸೆ ಪಿಟ್ಟನ್ನದೆ ಕೂಡಲೇ ಕೊಡ, ಹಗ್ಗ ತಕ್ಕೊಂಡು ನೀರಿಗೆ ಹೊರಟಳು.

ನಾದಿನಿ ಅತ್ತಿಗೆಯ ಕೂಡ ಹೊರಡಲಿಲ್ಲ. ಏನೋ ಮುಸುಗುಟ್ಟಿದಳು. ಶಾಸ್ತ್ರಿಗಳ ಸೊಸೆಗೆ ತಾನು ಚೊಚ್ಚಲ ಗಂಡು ಹಡೆದು ಬಂದ ಸುಖ ಇರಲಿ, ಹಡದದ್ದೇ ಮಹಾಪರಾಧವಾಗಿದೆಯೇನೋ ಎನಿಸಿತ್ತು. ಅತ್ತೆಯ ಮನೆಗೆ ಬಂದಂದಿನಿಂದ, ಹುಡುಗನ ಕಾಲಗುಣ ಕೆಟ್ಟ ಎಂದು ಯಾರೋ ಅಂದಿದ್ದರು ಬೇರೆ. ಯಾಕಂದರೆ ಹುಡುಗನ ತಂದೆಗೆ ಭ್ರಮೆ ಹಿಡಿದಂತಾಗಿತ್ತು. ಎರಡು ತಿಂಗಳಿಂದ ಶಾಸ್ತ್ರಿಗಳ ಹೆಂಡತಿಗೆ ತಮ್ಮ ಮಗನ ಕಷ್ಟದಿದಿರು ಮೊಮ್ಮಗನ ಸುಖ ಮಸುಕಾಗಿತ್ತು. ಬಡವರ ಸೊಸೆಗೆ ನಾಲಿಗೆ ಸಡಿಲು ಬಿಡಬಲ್ಲವರೆಲ್ಲ ಅತ್ತೆಗಳೇ! ನೆರೆಮನೆಯ ಗುಜ್ಜಿಯೊಬ್ಬಳು "ಅವಳಿಗೆ ಹುಚ್ಚಗಂಡ ಬೇಕಾಗಿದ್ದಾನೆಲ್ಲಿ?" ಎಂದು ಇವಳ ಕಿವಿಗೆ ಬೀಳುವಂತೆ ಆಡಿದ್ದಳು. ಊರ ಅತ್ತೆಯೊಬ್ಬಳು

"ಹುಡುಗನ ಮುಖ ಅತ್ತೆಮನೆಯವರಾರಂತೆಯೂ ಇಲ್ಲ, ಅಪ್ಪನಂತೆ ಇಲ್ಲ, ಅಜ್ಜನಂತೆ ಇಲ್ಲ!" ಎಂದು ಪ್ರಕಟನೆ ಹೊರಡಿಸಿದ್ದಳು. ಹಾಳುಗುಡಿಯ ಒಕ್ಕಣ್ಣ ಪೂಜಾರಿಯೊಬ್ಬ ಈಕೆಯನ್ನು ಕಂಡಾಗ್ಗೆ ಪಿಸಿ ಪಿಸಿ ನಕ್ಕಿದ್ದ. ಯಾರಾರೋ ಏನೇನೋ ಅಂದಿದ್ದರು. ಮಟಮಟ ಮಧ್ಯಾಹ್ನದಲ್ಲಿ ಮಸಣದ ನಾಲ್ಕು ಭೂತಗಳು ಕವಕ್ಕೆಂದು ಬಂದಂತೆ ಅವಳ ಜೀವ ಹೆದರಿಕೊಂಡಿತು. ನೆನೆಸಿದಂತೆ ರೋಸಿಗಿಟ್ಟಿತು. ತಾನು ಯಾರಿಗೆ ಬೇಕಾಗಿದ್ದೇನೆ? ನನ್ನ ತಾಯಿಗೆ? ಅಯ್ಯೋ ಪಾಪ, ಅವಳಿಗೆ ತಾನೊಂದು ಭಾರ. ಮದುವೆಯಾಗುವ ಮುಂಚೆ ಒಂದು ರೀತಿ; ಆದಮೇಲೆ ಇನ್ನೊಂದು ರೀತಿ. ತನ್ನ ತಾಯಿಗೆ ತಾನಲ್ಲದೆ ಯಾರಿದ್ದಾರೆ? ಹೌದು, ಅಂತೆಯೆ ತಾನು ಭಾರ. ಸಂಸಾರ ಸುಖವಾಗಿ ಇದ್ದರೆ ಅದೆಲ್ಲ ಸರಿಯಿತ್ತು. ಈಗ? ತಾನು ಅವಳೆದೆಗೆ ಹುಣ್ಣು. ತನ್ನ ಗಂಡನಿಗೆ ತಾನು ಬೇಡಾಗಿರುವೆನೆ? ಇಲ್ಲ. ಬೇಕಾಗಿರುವೆನೆ? ಅದೂ ಇಲ್ಲ. ಅವರಿಗೆ ಅವರ ಜೀವ ಸಾಕಾಗಿದೆ. ಕೂಸು ಬಂದು ತಿಂಗಳಾಗಿ, ಅವರು ಅದರ ಹೆಸರನ್ನೆತ್ತಿಲ್ಲ. ಕಣ್ಣೆತ್ತಿ ನೋಡಿರುವರೋ ಇಲ್ಲವೋಽ... ಪಾಪ! ಅವರ ಎಚ್ಚರ ಅವರಿಗಿಲ್ಲ. ಹೌದು. ನಾನು ಹೆಂಗಸು... ಊರವರೂ ಮನೆಯವರೂ ಕೂಡಿಯೇ ಹರಿದು ತಿಂದರೆ ನಾನೇನು ಮಾಡಬೇಕು? ಅತ್ತೆ-ಮಾವಂದಿರಿಗೆ ನಾನಾರು? ಮಗ ಬೇಕಾದರೆ ಜಗ ಬೇಕು. ತಾನಾರಿಗೂ ಬೇಕಾಗಿಲ್ಲ. ತನಗಾರಾದರೂ ಕರುಣೆ ನೀಡುವರೇ? ಎಂದು ಆಕೆ ಸುತ್ತು ಮುತ್ತು ನೋಡಿದಳು. ಹುಣಿಸೆಮರ, ಹಾಳುಗೋಡೆ, ಬೀಳು ಹೊಲ—ನೀನು ಹಾಳುಬಾವಿ ಬಿದ್ದರೆ ನಮಗೇನು—ಎನ್ನುವವರಂತೆ ತಟಸ್ಥಭಾವದಿಂದಿದ್ದವು. ಭಾವಿಯಲ್ಲಿ ಗೂಡು ಮಾಡಿದ ಹಕ್ಕಿಗಳು ಜಕ್ಕಣೆ ಕರೆದಂತೆ ಗುಬ್ಬಳಿಸಿದವು. "ನೀರಿನ ತಳವೇ ನಿನಗೆ ತವರು, ಬಾ," ಎನ್ನುವಂತೆ ತಣ್ಣನೆಯ ನೀರು ಕಣ್ಣ ಸೆಳೆದಿತು. ಈಕೆ ಭಾವಿಯನ್ನು ಹಣಿಕಿ ಹಾಕಿದಾಗ ಬಿದ್ದ ಕಣ್ಣೀರಿಗೆ ನೀರು ನಡುಗಿತು. ಈಗಾಗಲೇ ತನ್ನ ಜೀವ ನೀರಿನ ತಳಕ್ಕೆ ಹೋಗಿ ಕುಳಿತಂತೆ ತನ್ನ ಪ್ರತಿಬಿಂಬ ತೋರಿತು. ಹೌದು ತಾನು ಅಲ್ಲಿಗೆ ಹೋಗಬೇಕು. ಅಲ್ಲಿ ಬಯ್ಯುವವರಿಲ್ಲ, ಬಾರಿಸುವವರಿಲ್ಲ. ಎಲ್ಲವೂ ತಣಿವು, ತಣ್ಣಗೆ; ಅವಳ ಪ್ರೇತವು ಅವಳನ್ನು ಈಗಲೇ ಪಾಣಿಗ್ರಹಣ ಮಾಡಿ ಎಳೆಯುತ್ತಿತ್ತು.

ತಾನು ನೀರಿಗೆ ಬಂದವಳು, ಎಷ್ಟು ಹೊತ್ತಾಯಿತು, ಏನು ಮಾಡುತ್ತಿರುವೆನೆಂಬ ಅರಿವು ಅವಳಿಗಿರಲಿಲ್ಲ. ಒಂದು ಲೋಕದ ಗುರುತ್ವಾಕರ್ಷಣದ ತಕ್ಕೆಯನ್ನು ತಪ್ಪಿಸಿಕೊಂಡ ಧೂಮಕೇತುವೊಂದು ಅಧೋಲೋಕಕ್ಕೆ ಧುಮುಕಲು ಹೊರಟಂತೆ ಅವಳ ಜೀವದ ಚಿಕ್ಕೆಯು ತನ್ನ ಬಂಧುಗಳನ್ನೆಲ್ಲ ತಟತಟನೆ ಹರಿದುಕೊಂಡು ಬೇರೆ ಸೆಳವಿಗೆ ಬಿದ್ದಿತ್ತು. ಕೊಡಕ್ಕೆ ಕಟ್ಟಬೇಕಾಗದ ಉಕ್ಕಡವನ್ನು ಅವಳು ತನ್ನ ಕೊರಳಿಗೆ ಕಟ್ಟಿಕೊಂಡಳು. ನೆರೆಯ ಹುಣಿಸೆಯ ಮರದಿಂದ ಹಾಲಕ್ಕಿಗಳೆರಡು ಚಿಲಿಪಿಲಿಗುಟ್ಟಿದವು. ಈಕೆ ತಾನಿದೇನು ಮಾಡುತ್ತೇನೆಂದು ಕೊರಳಿನ ಕುಣಿಕೆಯನ್ನು ನಡುವಿಗೆ ಬಿಗಿದು ಸರಿಮಾಡಿದಳು. ಅವಳ ಕೆಲಸವೆಲ್ಲ ಮೈದುಂಬಿದಂತೆ ಆವೇಶದಿಂದ ಸಾಗಿತ್ತು. ಹಗ್ಗದ ಒಂದು ತುದಿಯನ್ನು ಅವಳು ಮೇಲಿನ ತೊಲೆಯ ಅಡ್ಡಗಂಬಕ್ಕೆ ಬಿಗಿದಳು. ಬಾವಿಗೆ ನಮಸ್ಕಾರ ಮಾಡಿದಳು.

ಸೂರ್ಯನಿಗೆ ನಮಸ್ಕಾರ ಮಾಡಿದಳು. ತನ್ನ ಸೆರಗು, ಕೂದಲು ಸಾವರಿಸಿಕೊಂಡಳು. ಬಾವಿಯ ತುದಿಗೆ ತನ್ನ ಪಾದ ಇಟ್ಟಳು. ಹಿಂದೆ ಯಾರದೋ ಕಾಲ ಸಪ್ಪಳವಾಯಿತು. ಹಿಂದಿರುಗಿ ನೋಡಿದಳು. ಯಾರೂ ಇರಲಿಲ್ಲ. ಅವಳು ಹಗ್ಗವನ್ನು ಮೈಗೆ ಸುತ್ತಿಕೊಂಡಳು. ಬಾವಿಯಲ್ಲಿ ಇಳಿಯಲು ಸಿದ್ಧಳಾದಳು. ಯಾರೋ ಅತ್ತಂತಾಯಿತು. ಅದಾರು? ಯಾರ ಗೊಡವೆ ಇವಳಿಗೇನು? ಇವಳಿಗಾರಿದ್ದಾರೆ? ಅವಳು ಹಗ್ಗವನ್ನು ನಮಸ್ಕರಿಸಿದಳು. ಯಾರೋ ಕೂಗಿದರೇನು? ಕೂಗಿದರೋ...? ಅತ್ತರೊ...? ತನ್ನ ಕೂಸೇನು? ಕುಡಿದು ಮಲಗಿ ಬಹಳ ಹೊತ್ತಾಯಿತು. ಎದ್ದಿರಬಹುದು. ಹಸಿದಿದ್ದೀತು. ಏಕೆ ಅತ್ತಿರಲಾರದು? ಅವಳು ತನ್ನ ಹಗ್ಗದ ಸುತ್ತನ್ನು ಬಿಡಿಸಿದಳು, ಉಕ್ಕಡವನ್ನು ಉಚ್ಚಿದಳು. ಬರಿಗೊಡವನ್ನು ಬಗಲಿಗೆತ್ತಿ ಹೊರಟಳು. ಎಲ್ಲಿಗೆ? ಎಲ್ಲಿ ಮನೆ? ಎಲ್ಲಿ ಭಾವಿ? ಕೂಗುವವರಾರು? ಕೇಳಿಸಿದ್ದೇನು? ಈಗ ಯಾರೂ ಅಳುತ್ತಿಲ್ಲ, ಕರೆಯುತ್ತಿಲ್ಲ. ತಾನು ಹುಚ್ಚಿ, ತನ್ನ ಭ್ರಮೆ ಇದು. ಆಕೆ ಮತ್ತೆ ಬಾವಿಯತ್ತ ಹೊರಳಿದಳು. ಅಗೊ, ಕಾಳ್ ಕಾಳ್ ಎಂದು ಮಗುವಿನ ಅಳುವು, ಕರೆ! ಆಕೆ ಮತ್ತೆ ಮನೆಯತ್ತ ಹೊರಳಿದಳು. ಅತ್ತ ನೋಡಿದಳು, ಇತ್ತ ನೋಡಿದಳು; ಮಟಮಟ ಮಧ್ಯಾಹ್ನ! ಬಾವಿಯಲ್ಲಿ ಗೂಡು ಮಾಡಿದ ಹಕ್ಕಿಗಳೆರಡು ಕೂಜಿಸುತ್ತ ಅತ್ತ ಹೋದವು. ತನ್ನ ಕೊಡ ಬರಿದು! ತಾನು ಬಂದು ಎಷ್ಟು ಹೊತ್ತಾಯಿತು! ಆಕಾಶವಾಣಿ ಬಂದಂತೆ ಇನ್ನೂ ಕೂಸು ಕರೆಯುತ್ತಿದೆ. ಪಾಪ, ಅದಕ್ಕೆ ತಾನಲ್ಲದೆ ಯಾರು? ಅತ್ತೆಯವರಿಗೆ ಮಾವನವರಿದ್ದಾರೆ. ಮಾವನವರಿಗೆ ಅವರ ಮಗನಿದ್ದಾನೆ. ಅವರಿಗೆ ತಾನಿಲ್ಲದಿದ್ದರೆ ಇನ್ನೊಬ್ಬಳು ಮಾಲೆ ಹಿಡಿದು ಕುಳಿತಿದ್ದಾಳು! ತನ್ನ ಮಗುವಿಗೆ ತಾನಲ್ಲದೆ ಯಾರು? ಹೌದು, ತನ್ನ ತಾಯಿಗೆ ತಾನಲ್ಲದೆ ಯಾರು? ಬರುವವಳು ಬಂದಾಗ ಬರಲಿ. ಭ್ರಮೆ ಹಿಡಿದವರ ಕೈ ಬಿಡುವದೇ? ಅವರು ತನಗೆ ಏನೂ ಅಂದಿಲ್ಲವಲ್ಲ! ತನ್ನನ್ನು ಕಣ್ಣೀರ್ತಂದು ನೋಡುತ್ತಾರೆ. ಹೌದು, ಅವರೂ ಹಸಿದಿದ್ದಾರೆ. ಮಾವನವರು ಏನಂದಾರು? ಅತ್ತೆಯವರು ಏನೆಂದುಕೊಂಡಿರಬಹುದು? ಏನು ನೊಂದುಕೊಂಡಿರಬಹುದು!

ವಾತ್ಸಲ್ಯ, ಪತಿಭಕ್ತಿ, ಕೃತಜ್ಞತೆ, ಆದರ, ಇವೆಲ್ಲ ನಾಲ್ಕೆಳೆಯ ಹಗ್ಗವಾಗಿ ಹೊಸೆದು ಆಕೆಯನ್ನು ಮನೆಯತ್ತ ಎಳೆಯಹತ್ತಿದವು. ಆಕೆ ಬಾವಿಗೆ ಬಂದು ಕೊಡ ಸೇದಿದಳು. ಬಿರಬಿರನೆ ಮನೆಗೆ ಹೊರಟಳು. ಕೂಸಿನ ದನಿ ಕಿವಿದುಂಬಿತ್ತು. ವಾತ್ಸಲ್ಯವು ಎದೆದುಂಬಿ ಬಂದಿತ್ತು.

ಹಾದಿಯಲ್ಲಿ ಒಬ್ಬ ಮುತ್ತೈದೆ 'ಎಷ್ಟೊತ್ತಿಗವ್ವಾ ನೀರಿಗೆ ಹೋಗೋದು?' ಎಂದಳು. ಗುಡಿಯ ಹತ್ತಿರ ಬೆಕ್ಕೊಂದು ಬಲಕ್ಕೆ ಹೋಯಿತು. ಈಕೆ ದೇವರಿಗೆ ತಲೆ ಬಾಗಿಸಿದಳು, ಕೈ ಜೋಡಿಸುವ ಸನ್ನೆ ಮಾಡಿದಳು. ಮನೆಗೆ ಬಂದಾಗ ಮಾವನವರು ತಾಂಬೂಲ ಮೆಲ್ಲುತ್ತಿದ್ದರು. ಕೂಸು ಯಜಮಾನರ ತೊಡೆಯ ಮೇಲಿತ್ತು. ಅತ್ತೆ 'ಬಾ, ತಾಯಿ, ಬಿಸಿಲಲ್ಲಿ ಹೋಗಿದ್ದಿ. ಭಾವಿಯ ಮೇಲೆ ಯಾರಿರತಾರ? ನಾನೇ ಕಳಿಸಬಾರದಿತ್ತು' ಎಂದು ಮರುಗಿದಳು.

ಮಗುವಿನ ಕರೆ

ಕೊಡವನ್ನು ದೇವರ ಬದಿಗಿಟ್ಟು ಮೈಯ ಮುಖದ ಬೆವರೊರೆಸುವಾಗ ನಾದಿನಿ ಮಗುವನ್ನು ತಂದು ಮಡಿಲಲ್ಲಿಟ್ಟಳು. ಅದು ಆಗ ಅಳಹತ್ತಿತು. ತನಗಾಗಿ ಒಂದು ಜೀವಂತ ಜಗತ್ತು ಅಳುತ್ತಿರುವಾಗ ಯಾರದೋ ಮಾತಿಗಾಗಿ, ಮಧ್ಯಾಹ್ನದ ಬೇಸರಕ್ಕೆ, ತಾನು ಜೀವಕ್ಕೆರವಾಗುತ್ತಿದ್ದೆನಲ್ಲಾ ಎಂದು ಆಕೆಗೆ ಎನಿಸಿತು. ತಾಯಿಯ ನೆನಪಾಗಿ ಕಣ್ಣೀರು ಬಂತು. ಅದನ್ನೊರಿಸಿ ತಮ್ಮ ಕುಲದೇವರಿಗೆ ಮನದಲ್ಲಿಯೇ ಆಕೆ ಬಾಗಿದಳು. ಅತ್ತೆ, ಅತ್ತಿಗೆ, ನಾದಿನಿಯರು ಊಟಕ್ಕೆ ಕುಳಿತಾಗ ಮಗುವೂ, ಮನೆಯೂ ನಲಿಯುತ್ತಿತ್ತು.

■

ಒಂದು ಸಂಜೆ

ಅ.ನ.ಕೃ.

ಸಂಜೆ ಏಕೋ ಭಾರವಾಗಿತ್ತು. ಬರಬೇಕಾದ ಮಳೆ ಬಂದಿರಲಿಲ್ಲ. ಮುಗ್ಗುಲು ಶಕೆ. ಪ್ರಕೃತಿ ಜಡವಾಗಿತ್ತು. ಮನಸ್ಸು ಅವ್ಯಕ್ತ ನೋವಿನಲ್ಲಿ ಮುದುರಿಕೊಂಡಿತ್ತು.

ಹವಾಮಾನದ ಕಾರಣವಲ್ಲದೆ ದೇಶದ ಪರಿಸ್ಥಿತಿಯೂ ಈ ನೋವಿಗೆ ಕಾರಣವಾಗಿತ್ತು. ಅಲ್ಲಿ ಕೊಲೆ, ಇಲ್ಲಿ ಲೂಟಿ; ಅಲ್ಲಿ ಮನೆಗೆ ಬೆಂಕಿ ಇಟ್ಟರು, ಇಲ್ಲಿ ಸ್ತ್ರೀಯರ ಮೇಲೆ ಅತ್ಯಾಚಾರ ಮಾಡಿದರು! ದಿನಪತ್ರಿಕೆಯಲ್ಲಿ ಬರುತ್ತಿದ್ದ ಸುದ್ದಿ ಓದಿ ಓದಿ ಚೈತನ್ಯ ಉಡುಗಿಹೋದಂತಾಗಿತ್ತು. ದಿನಪತ್ರಿಕೆಯನ್ನು ಓದುವ ಹವ್ಯಾಸವನ್ನೇ ಬಿಟ್ಟುಬಿಡುವ ಎಂದು ಯೋಚಿಸಿದೆ. ಕೆಲವು ದಿನ ಬಂದ ಪತ್ರಿಕೆಯನ್ನು ಕಣ್ಣೆತ್ತಿ ನೋಡುತ್ತಿರಲಿಲ್ಲ. ಎಷ್ಟು ಹೊತ್ತು ನಿರ್ಧಾರ? ಅನಿರೀಕ್ಷಿತವಾಗಿ ಕೈ ಪತ್ರಿಕೆಯ ಕಡೆಗೆ ಹಾದುಹೋಗುತ್ತಿತ್ತು.

ಶಾಮು, ರಾಜ ಬಂದರೆ ಹೊರಗಾದರೂ ಹೋಗಿಬರುವ ಎಂದು ಯೋಚಿಸಿದೆ. ಹೊರಗೆ ಹೋಗುವುದಕ್ಕೂ ಭಯ! ಯಾರು ಬಂದು ಹಿಂದಿನಿಂದ ಬೆನ್ನಿಗೆ ಚೂರಿ ಹಾಕುವರೋ? ಮನುಷ್ಯನ ಬಾಳು ಕಸಕಡ್ಡಿಗಿಂತ ಕಡೆಯಾಗಿತ್ತು. ಮನೆಯಲ್ಲಿ ಚೇಳು ಸಿಕ್ಕಿದರೆ ಹೊಡೆಯಲು ಹೇಸುತ್ತಿದ್ದವರು ನರಮೇಧಕ್ಕೆ ನಿಂತಿದ್ದರು. ಮನುಷ್ಯ ರಾಕ್ಷಸನಾಗಿದ್ದ.

ಬಟ್ಟೆಬರೆ ಹಾಕಿಕೊಂಡು ಶಾಮು, ರಾಜು ದಾರಿ ನೋಡುತ್ತ ನಿಂತೆ. ಮನೆಯಲ್ಲಿರಲು ಮನಸ್ಸು ನಿಲ್ಲಲೊಲ್ಲದು. ಹೊರಗೆ ಹೋಗಲೇಬೇಕಾದ ಕಾರಣವಿರಲಿಲ್ಲ. ಲಾಲ್‌ಬಾಗಿಗೆ ಹೋಗಿ ಕುಳಿತರೆ ಮನಸ್ಸಿಗೆ ಸ್ವಲ್ಪ ನೆಮ್ಮದಿಯಾಗಬಹುದೆಂದು ಕುರುಡು ಆಸೆ. ಶಾಂತಿ, ಅಶಾಂತಿ, ತೃಪ್ತಿ, ಅತೃಪ್ತಿಗಳನ್ನು ತನ್ನಲ್ಲಿಯೇ ಅಡಗಿಸಿಕೊಂಡ ಮಾನವ ಅದನ್ನರಿಯದೆ ಹೊರಗೆ ತೃಪ್ತಿ ಶಾಂತಿಗಳನ್ನು ಹುಡುಕುತ್ತಾನೆ.

ಶಾಮು, ರಾಜ ಬಂದೇ ಬಂದರು. ನನ್ನ 'ಭೀಮಾರಿ'ಯನ್ನು ಉಸಿರೆತ್ತದೆ ಸ್ವೀಕರಿಸಿದರು. ಮೂವರೂ ಲಾಲ್‌ಬಾಗಿನ ಕಡೆ ಹೊರಟೆವು.

ಆ ವೇಳೆಗಾಗಲೇ ನಸುಗತ್ತಲಾಗುತ್ತ ಬಂದಿತ್ತು. ತೋಟದಲ್ಲಿಯೂ ಸಾಕಷ್ಟು ಗಾಳಿಯ ಓಡಾಟವಿಲ್ಲ. ಎಲೆಗಳ ಮರ್ಮರ ಕೂಡ ನಿಂತುಹೋಗಿತ್ತು. ಪ್ರಕೃತಿ ನೀರವ. ಶೆಖೆ ನಮ್ಮ ಕುತ್ತಿಗೆ ಹಿಸುಕುತ್ತಿತ್ತು.

ಹಸಿರು ಹಾಸಿನ ಮೇಲೆ ಕುಳಿತೆವು. ಮಳೆ ಬಂದು ಹುಲ್ಲು ಬೆಳೆದಾಗ ಅದು ಹಸಿರು ಹಾಸಾಗುತ್ತಿತ್ತು. ಅಲ್ಲಲ್ಲಿ ಕುಳಿತ ಜನ ಒಣಗಿದ ಹುಲ್ಲಿಗೆ ಕಡ್ಡಿ ಹೊತ್ತಿಸಿದ್ದರು.

ರಾಜು ಅಸಮಾಧಾನದಿಂದ

"ಜಿನ್ನಾ ಅವರು ತಮ್ಮ ಹಟವನ್ನೇ ಗೆದ್ದರು, ಪಾಕಿಸ್ತಾನ ಅವರಿಗೆ ಸಾಧಿಸಿತು."

"ಕಾಂಗ್ರೆಸ್ಸಿನವರು ಅವರಿಗೆ ಪಾಕಿಸ್ತಾನವನ್ನು ಕೈಯೆತ್ತಿ ಕೊಟ್ಟ ಹಾಗಾಯಿತು. ಕಾಂಗ್ರೆಸ್ಸಿನ ದೌರ್ಬಲ್ಯವೇ ಇದರ ಕಾರಣ."

"ಹೋಗಲಿ ಬಿಡಿ, ಜತೆಯಲ್ಲಿದ್ದು ನಿತ್ಯ ಜಗಳ ಕಾಯುವುದಕ್ಕಿಂತ ದೂರವಿದ್ದು ವಿಶ್ವಾಸ ಬೆಳೆಸುವುದು ಲೇಸು" ಎಂದು ನಾನು ಹೇಳಿದೆ.

"ವಿಶ್ವಾಸ ಎಲ್ಲಿಂದ ಬೆಳೆಯಬೇಕು? ಇನ್ನು ಪಾಕಿಸ್ತಾನಕ್ಕೂ ಹಿಂದೂಸ್ಥಾನಕ್ಕೂ ಹತ್ತಿದ ಜಗಳ ಹರಿಯುವುದಿಲ್ಲ."

"ಹಾಗಲ್ಲ ರಾಜು, ಲೀಗಿನವರು ಅಧಿಕಾರಸ್ಥಾನಕ್ಕೆ ಬಂದರೆ ತಮ್ಮ ಧೋರಣೆಯನ್ನು ತಾವೇ ಬದಲಾಯಿಸುತ್ತಾರೆ. ಜವಾಬ್ದಾರಿ ಹೆಗಲು ಹತ್ತಿದ ಮೇಲೆ ಆಟಾಟೋಪ ಪ್ರಯೋಜನಕ್ಕೆ ಬರುವುದಿಲ್ಲ."

"ಕೊನೆಗೂ ಬ್ರಿಟಿಷರು ಹಿಂದೂಸ್ಥಾನವನ್ನು ಹೋಳು ಹೋಳು ಮಾಡಿಯೇಬಿಟ್ಟರು" ಎಂದ ಶಾಮು.

"ಅವರನ್ನೇಕೆ ಆಕ್ಷೇಪಿಸಬೇಕು. ಹಿಂದೆ ಕರ್ಜನ್ ಬಂಗಾಳವನ್ನು ವಿಭಜಿಸಿದಾಗ ಅದನ್ನು ತಡೆಗಟ್ಟಲಿಲ್ಲವೇ? ನಮ್ಮ ಜನಕ್ಕೆ ವಿವೇಕವಿಲ್ಲದಿರುವಾಗ ಇತರರನ್ನು ಆಕ್ಷೇಪಿಸಿ ಏನು ಫಲ?"

"ಅದೂ ನಿಜವೇ. ಆದರೇ ಬ್ರಿಟಿಷರು ಹೆಚ್ಚು ಔದಾರ್ಯ ತೋರಿಸಬಹುದಾಗಿತ್ತು."

"ಅವರೇನು ನಮ್ಮ ಚಿಕ್ಕಪ್ಪನ ಮಕ್ಕಳೇ? ಹಿಂದೂಸ್ಥಾನ ಒಂದಾದರೆ ಅವರ ಬೇಳೆ ಎಲ್ಲಿ ಬೇಯಬೇಕು?"

"ಪಾಕಿಸ್ಥಾನದಲ್ಲಿ" ಎಂದು ರಾಜು ಸೇರಿಸಿದ.

ಇಷ್ಟು ಹೊತ್ತಿಗೆ ಸಾಕಷ್ಟು ಕತ್ತಲೆ ಕವಿದಿತ್ತು. ತೋಟದಲ್ಲಿ ಮಸಕುಮಸಕಾಗಿದ್ದ ಮಬ್ಬು ಬೆಳಕಿನಲ್ಲಿ ಬರುವವರ ಮುಖ ಸ್ಪಷ್ಟವಾಗಿ ಕಾಣುತ್ತಿರಲಿಲ್ಲ.

ಯಾರೋ 'ಹೆಲ್ಪ್-ಹೆಲ್ಪ್' ಎಂದು ಕೂಗಿದಂತಾಯಿತು. ಶಾಮು ಎದ್ದ. ರಾಜು ಅವನ ಕೋಟು ಹಿಡಿದೆಳೆದು 'ಅವಿವೇಕಿ ಕೂಡು' ಎಂದ.

"ಯಾರೋ ಹೆಲ್ಪ್ ಎಂದು ಕೂಗುತ್ತಿದ್ದಾರೆ, ನೋಡಿ ಬರುತ್ತೇನೆ."

"ಚೂರಿ ಹಾಕಿಸಿಕೊಳ್ಳುವುದಕ್ಕೆ ಅಷ್ಟು ಆಸೆಯೇ?" ಮತ್ತೆ 'ಬನ್ನಿ ಸಾರ್—ಬೇಗ ಬನ್ನಿ' ಎಂದು ಕೂಗಿದ ಹಾಗಾಯಿತು. ಶಾಮು ಕೋಟು ಬಿಡಿಸಿಕೊಂಡು ಅತ್ತ ಓಡಿದ. ನಾನೂ ರಾಜಾ ಅವನನ್ನು ಹಿಂಬಾಲಿಸಿದೆವು.

ನಾವು ಕೂತಿದ್ದೆಡೆಯ ಎದುರಿಗೆ ಲಾಲ್‌ಬಾಗ್ ಕೆರೆ. ಕೆರೆ ಏರಿಯ ಮೇಲೆ ಒಬ್ಬನನ್ನು ಬಲವಾಗಿ ಹಿಡಿದುಕೊಂಡು ಇಬ್ಬರು ಜಬರಿಸುತ್ತಿದ್ದರು. ಆತ ಗಡಗಡ ನಡುಗುತ್ತಿದ್ದ.

ಮುಖ ನೋಡಿದರೆ ಚೂರಿಹಾಕುವ ಪ್ರಾಣಿ ಹಾಗೆ ಕಾಣುತ್ತಿರಲಿಲ್ಲ. ಶುಭ್ರವಾದ ಷರಟು ಹಾಕಿದ್ದಾನೆ, ದಟ್ಟಿಪಂಚೆ ಉಟ್ಟಿದ್ದಾನೆ. ಮುಖದಲ್ಲಿ ಬೆವರು ಧಾರಾಕಾರವಾಗಿ ಇಳಿಯುತ್ತಿದೆ.

"ಏನ್ರೀ ಗಲಾಟೆ?"

"ನೋಡಿ ಸಾರ್... ಇವರು..." ಆತನ ಬಾಯಿಂದ ಮಾತು ಹೊರಡಲಿಲ್ಲ. ಉಳಿದ ಇಬ್ಬರನ್ನು ನೋಡಿ-

"ಏನ್ರೀ ಇದು?"

"ನೋಡಿ ಸಾರ್... ಈತ..."

"ಅವರ ಕೈ ಬಿಡಿ."

"ಕೇಳಿ ಸಾರ್... ನಾವು ಗೇಟಿನಲ್ಲಿ ಬರುವಾಗಲೇ ಈತ 'ಇಲ್ಲಿ ಬಾವಿ ಇದೆಯೇ?' ಎಂದು ಕೇಳಿದ. ನಾವು ಇಲ್ಲವೆಂದೆವು. 'ಕೆರೆ ಇದೆಯೇ?' ಎಂದು ಕೇಳಿದ. 'ಅಗೋ ಅಲ್ಲಿದೆ' ಎಂದು ತೋರಿಸಿದೆವು. ಈತ ದಡದಡ ಎಂದು ಕೆರೆಯ ಹತ್ತಿರ ಹೋದ. ನಾವು ಈತನನ್ನೇ ಹಿಂಬಾಲಿಸಿದೆವು."

"ನಾನು ಆತ್ಮಹತ್ಯೆ ಮಾಡಿಕೊಳ್ಳುವೆನೆಂದು ಇವರು ಭಾವಿಸಿದರು ಸಾರ್."

"ಅಲ್ಲದಿದ್ದರೆ ಕೆರೆ, ಭಾವಿ ಏಕೆ ಕೇಳಿದಿರಿ?"

"ನನ್ನ ಸಹಾಯಕ್ಕೆ ಬಂದುದಕ್ಕೆ ಇವರಿಗೆ ನಾನು ತುಂಬ ಕೃತಜ್ಞ, ಆದರೆ ಸುಮ್ಮನೆ ಗಲಾಟೆ ಎಬ್ಬಿಸಿ ನನ್ನ ಮಾನ ಕಳೆಯುತ್ತಿದ್ದಾರೆ. ಮೊದಲು ಇವರ ಕೈ ಬಿಡಿಸಿ ಸಾರ್."

ಇಬ್ಬರೂ ಆತನ ಕೈಬಿಟ್ಟರು.

"ನಾನು ಕಾಯಿಲೆ ಮನುಷ್ಯ ಸಾರ್. ಈ ಊರಿನವನಲ್ಲ. ನನ್ನೂರು ಸೇಲಂ. ಇಲ್ಲಿಗೆ ಚಿಕಿತ್ಸೆಗಾಗಿ ಬಂದೆ. ನರ ದೌರ್ಬಲ್ಯ."

"ಚಿಕಿತ್ಸೆಗೆ ಬಂದವರು ಕೆರೆ ಬಾವಿ ಏತಕ್ಕೆ ಹುಡುಕುತ್ತಿದ್ದಿರಿ?"

"ಕೇಳಿ ಸಾರ್, ಯಾರೋ ಮಂತ್ರಿಸಿ ಒಂದು ತೆಂಗಿನಕಾಯಿ, ನಿಂಬೆಹಣ್ಣು ಕೊಟ್ಟಿದ್ದಾರೆ. ಅದನ್ನು ಸಂಜೆಯಾದ ಮೇಲೆ ಕೆರೆಗೋ ಬಾವಿಗೋ ಹಾಕಬೇಕು ಎಂದು ಹೇಳಿದರು. ಅದಕ್ಕೋಸ್ಕರ ಇಲ್ಲಿಗೆ ಬಂದೆ. ಇವರು ದಾರಿಯಲ್ಲಿ ಸಿಕ್ಕಿದರು. ಇಲ್ಲಿ ಬಾವಿ-ಕೆರೆ ಇದೆಯೇ? ಎಂದು ಕೇಳಿದೆ"

ಎಂದು ಹೇಳುತ್ತಾ ತನ್ನ ಕೈಯಲ್ಲಿದ್ದ ಗಂಟನ್ನು ಬಿಚ್ಚಿ ತೆಂಗಿನಕಾಯಿ, ನಿಂಬೆಹಣ್ಣು ತೆಗೆದು ಕೆರೆಗೆಸೆದ.

ನನಗೆ ಹಿಡಿಸಲಾರದಷ್ಟು ನಗೆ ಬಂತು. ಆತನ ಸಹಾಯಕರು—

"ನಮ್ಮದು ತಪ್ಪಾಯಿತು ಸಾರ್, ಕ್ಷಮಿಸಿ" ಎಂದು ಹೇಳಿ ಹೊರಟರು.

ಆತನೂ ಹೊರಟ.

ಶಾಮು ರಾಜುವನ್ನು ನೋಡಿ

"ಯಾರೂ ಚೂರಿ ಹಾಕಲೇ ಇಲ್ಲವಲ್ಲಯ್ಯ" ಎಂದ.

"ನೀನು ಹೀಗೆ ನಗುತ್ತಿರು, ಚೂರಿ ಬೀಳತ್ತೋ ಇಲ್ಲವೋ ನೋಡುವೆಯಂತೆ" ಎಂದ.

ಮೂವರೂ ಮಾತನಾಡಿಕೊಂಡು ಮನೆಯ ಕಡೆ ಧಾವಿಸಿದೆವು. ಜೀವನದ ಕಾರ್ಮೋಡದ ಮೇಲೆ ಈ ದೃಶ್ಯ ಬೆಳ್ಳಿಯ ಬೆಳಕಿನಂತೆ ಮಿಂಚಿತು. ಮಾನವನ ಬದುಕಿಗೆ, ಬಾಳಿಗೆ ಬೆಲೆ ಕೊಡುವವರೂ ಇದ್ದಾರೆ ಎಂದುಕೊಂಡೆ.

ಮಮತೆ

ತೀ. ನಂ. ಶ್ರೀಕಂಠಯ್ಯ

ಆ ದಿನ ಅಪರಾಹ್ಣ ಎಲ್ಲೆಲ್ಲೂ ಮೌನ ತುಂಬಿತ್ತು. ಮಾರಾಟದ ಸರಕನ್ನು ಹೊತ್ತು ಬೀದಿ ಬೀದಿ ಸುತ್ತುವವರ ಕೂಗು ಕೂಡ ವಿಶ್ರಮಿಸಿಕೊಳ್ಳುತ್ತಿತ್ತು. ಮನೆಯನ್ನು ನನ್ನ ಕಾವಲಿಗೆ ಬಿಟ್ಟು, ತುಸ ದೂರದಲ್ಲಿದ್ದ ಪರಿಚಯಸ್ಥರ ಮನೆಗೆ ನನ್ನ ಮಡದಿ ಏತಕ್ಕಾಗಿಯೋ ಹೋಗಿದ್ದಳು. ಪಡಸಾಲೆಯಲ್ಲಿ ಆರಾಮ ಕುರ್ಚಿಯ ಮೇಲೆ ಹಾಯಾಗಿ ಒರಗಿಕೊಂಡು, ಯಾರ ಅಂಕೆಯೂ ಇಲ್ಲದೆ ಮೆಚ್ಚಿನ ಗ್ರಂಥವೊಂದನ್ನು ಓದುವುದರಲ್ಲಿ ನಾನು ಮುಳುಗಿ ಹೋಗಿದ್ದೆನು.

ಸ್ವಲ್ಪ ಹೊತ್ತಾಯಿತು. ಎಳೆಯ ಮಗುವೊಂದು ಎಲ್ಲೋ ಅಳುತ್ತಿರುವಂತೆ ಅವಧಾನದ ಸೆರಗಿಗೆ ಅರಿವಿನ ಎಳೆಯೊಂದು ಸೋಕಿ ಓರೆಯಾಯಿತು. ಗಾಢ ನಿದ್ರೆಯಲ್ಲಿರುವಾಗ ಒಂದು ಇರುವೆ ಕೈಯ ಮೇಲೆ ಹರಿದುಹೋದರೆ ಅರೆ ಎಚ್ಚರದಲ್ಲಿ ಅದನ್ನು ಕೊಡಹಿ ಮತ್ತೆ ಮೈಮರೆಯುವಂತೆ, ರಸಧಾರೆಯನ್ನು ಮತ್ತೆ ಕೂಡಿಸಿಕೊಂಡು ಮುಂದುವರಿದೆನು.

ಅಳು ನಿಂತಂತೆ ತೋರಲಿಲ್ಲ. ಅಲೆಯಲೆಯಾಗಿ ಬಂದು ನನ್ನ ಮನಸ್ಸಿಗೆ ಬಡಿಯತೊಡಗಿತು. "ಎಂಥ ರಗಳೆಯ ಮಗು!" ಎಂದು ಬೇಸರಗೊಂಡು, ಅವಧಾನದ ರಶ್ಮಿಗಳನ್ನು ಸೆಳೆದು ಬಿಗಿಹಿಡಿದು ಮತ್ತೆ ಪುಸ್ತಕಕ್ಕೆ ಕಣ್ಣನ್ನು ಜೋಡಿಸಿದೆನು.

ಇದ್ದಕ್ಕಿದ್ದಂತೆ ಮಗುವಿನ ದನಿಯ ಗುರುತು ಕತ್ತಲೆಯ ಮಿಂಚಿನಂತೆ ಅಂತರಂಗಕ್ಕೆ ಹೊಳೆಯಿತು: ಅಳುತ್ತಿರುವುದು ನಮ್ಮ ಮಗು! ತಾಯಿ ಹೊರ ಹೊರಟಾಗ ಅದು ತೊಟ್ಟಿಲಿನಲ್ಲಿ ನಿದ್ದೆ ಮಾಡುತ್ತಿತ್ತು. ಬೇಗ ಹಿಂದಿರುಗಬಹುದು ಎಂದುಕೊಂಡು ಆಕೆ ನನ್ನನ್ನು ಎಚ್ಚರಿಸಿ ಹೋಗಿರಲಿಲ್ಲ. ಅಥವಾ, ನನ್ನ ಓದಿನ ಮಬ್ಬಿನಲ್ಲಿ ಆಕೆಯ ಮಾತೇ ಕಿವಿಗೆ

ಮಮತೆ

ಬಿದ್ದಿರಲಿಲ್ಲವೋ! ಉಪೇಕ್ಷೆ, ಜುಗುಪ್ಸೆ—ಎಲ್ಲವೂ ಚೆದರಿಹೋಯಿತು. ಧಿಗ್ಗನೆದ್ದು, ಪುಸ್ತಕವನ್ನು ಒಂದು ಕಡೆಗೆ ಎಸೆದು, ಒಳಕೊಠಡಿಗೆ ನಾಲ್ಕೇ ದಾಪಿನಲ್ಲಿ ಚಿಮ್ಮಿಹೋಗಿ, ತೊಟ್ಟಿಲಿನಲ್ಲಿ ಎದ್ದು ಕುಳಿತು ಅಳುತ್ತಿದ್ದ ಮಗುವನ್ನು ಎತ್ತಿಕೊಂಡೆನು. ಅಪ್ಪಿ ಮುದ್ದಿಸಿ, ತಿಳಿದ ರೀತಿಯಲ್ಲಿ ಸಂತೈಸತೊಡಗಿದೆನು. ಮಗು ನನ್ನ ತೋಳಿನಲ್ಲಿ ಭದ್ರವಾಗಿ ನಿಂತಿದ್ದರೂ, ತೊಟ್ಟಿಲಿನಿಂದ ಮುಗುಚಿಕೊಂಡಿದ್ದರೆ ಏನು ಗತಿ ಎಂಬ ಆತಂಕದಿಂದ ನನ್ನ ಎದೆ ಡವಗುಟ್ಟುತ್ತಲೇ ಇತ್ತು. ಕ್ಷಣಾರ್ಧದ ಹಿಂದೆ ಮನಸ್ಸನ್ನು ಕವಿದಿದ್ದ ಕಾವ್ಯದ ನೆನಪು ಕೂಡ ಉಳಿಯಲಿಲ್ಲ!

ಆಹ ಮಮತೆಯೆ!

ನಾನು ನೋಡಿದ ಸಿನಿಮಾ

ಜಿ. ಪಿ. ರಾಜರತ್ನಂ

ನಾನು ಒಂದು ಸಿನಿಮಾ ನೋಡಿದೆ.

ಒಬ್ಬ ಮನುಷ್ಯ—ಸುಮಾರು ನಾಲ್ಕೂವರೆ ಅಡಿ ಎತ್ತರವಿರಬಹುದು—ಕನ್ನಡಿ ಎದುರಿಗೆ ನಿಂತು ತನ್ನನ್ನು ತಾನೇ ನೋಡಿಕೊಳ್ಳುತ್ತಿದ್ದ. ತಾನು ಎವರೆಸ್ಟಿನ ಅವಳಿ, ತಾನೇ ಮನ್ಮಥನ ಮೊಮ್ಮಗ ಅಂತ ಅವನು ತಿಳಿದುಕೊಂಡ ಹಾಗಿತ್ತು.

ದರ್ಶನ ಎಲ್ಲಾ ಮುಗಿದ ಮೇಲೆ, ಸಂತೃಪ್ತಿಯ ಠೀವಿಯಿಂದ ಹೊರಗೆ ಬಂದ. ಅಲ್ಲಿ ಅವನಿಗಿಂತ ಎತ್ತರವಾದವರೂ, ಅವನಿಗಿಂತ ಸ್ಫುರದ್ರೂಪಿಗಳೂ, ಅವನಿಗಿಂತ ಚೆನ್ನಾಗಿ ಅಲಂಕಾರ ಮಾಡಿಕೊಂಡವರೂ ಓಡಿಯಾಡುತ್ತಿದ್ದರು. ಹಿಂದೆ, ಅವನು ಒಂಟಿಯಾಗಿ ಓಡಿಯಾಡುತ್ತಿದ್ದಾಗ, ಅವನೇ ಮಹಾಮೈಲಿ ಎಂದು ಅವನಿಗೆ ಮರ್ಯಾದೆ ಮಾಡುತ್ತಿದ್ದವರ ಕಣ್ಣಿಗೆ ಅವನು ಅಂಗುಲಕ್ಕಿಂತ ಅಲ್ಪವಾಗಿಹೋದ.

ಆದರೆ ದೇವರು ಅವನಿಗೆ ಬುದ್ಧಿ ಕೊಟ್ಟಿದ್ದ. ತನ್ನ ಬೂಟ್ಸಿನ ಕೆಳಭಾಗಕ್ಕೆ ದಪ್ಪ ದಪ್ಪ ಅಟ್ಟೆ ಹಾಕಿಸಿ, ತಲೆಯ ಮೇಲೆ ಮೊಳದುದ್ದ ಟೋಪಿ ಸಿಕ್ಕಿಸಿ, ಎತ್ತರ ಏರಿಸಿಕೊಂಡ. ಬಣ್ಣ ಬಣ್ಣ ಬಳಿದುಕೊಂಡು, ರೂಪು ರಂಗಾಯಿಸಿಕೊಂಡ. ಎರವಲು ಬಟ್ಟೆ ತಂದು ಹೊಸ ಹೊಸ ಅಲಂಕಾರ ಮಾಡಿಕೊಂಡ. ಓ, ಮೆರವಣಿಗೆ ಮೆರೆದ!

ಆದರೇನು? ಮೆರವಣಿಗೆಯ ಮತಾಪು ಮೂರು ಗಳಿಗೆ ಮಾತ್ರ. ಅದುವರೆಗೆ ಅವನ ಎತ್ತರ ಕಾಣದಿದ್ದವರು ಮೊದಲು ಕಣ್ಣು ಬಾಯಿ ಬಿಟ್ಟರು. ಗಾಳಿ ಬಂತು, ಮಳೆ ಬಂತು, ಧೂಳು ಬಂತು; ಬಳಿದ ಬಣ್ಣ ಕೊಚ್ಚಿಹೋಯಿತು, ಉಳಿದ ಬಣ್ಣ ಕೊಚ್ಚೆಯಾಯಿತು. ಎರವಲು ಬಟ್ಟೆ ತಾನೇ ಎಷ್ಟು ದಿನ ಎಗರಾಡೀತು? ಕೆರೆಯ ನೀರು ಕೆರೆಗೇ ಕೊನೆಗೆ!

ಆದರೆ—ದೇವರು ಅವನಿಗೆ ಬುದ್ಧಿ ಕೊಟ್ಟಿದ್ದ. ನಾಲ್ಕು ಅಡಿಗಿಂತ ಕಡಿಮೆ ನಿಂತ ನಾಲ್ಕು ಜನರನ್ನು ಕರೆದ. 'ನನ್ನ ತಲೆ ನೋಡಿ' ಎಂದ. ನೋಡಲು ಮುಖ ಮೇಲೆ ಎತ್ತಿದವರ ಕಣ್ಣಿಗೆ ಮಣ್ಣು ಹಾಕಿದ. ಮೊಂಡು ಮೂಗರು ಮೂವರನ್ನು ಹಿಡಿದ. ತನ್ನ ಮಹಾಮೂಗು ತೋರಿಸಿದ. 'ನನ್ನ ಮೂಗು ನೇರಕ್ಕೆ ಬಂದರೆ ಮಾತ್ರ ನಿಮಗೆ ಮುಕ್ತಿ' ಎಂದ. 'ನಮಗೆ ಹಳೆಯ ಬಟ್ಟೆ ಬೇಡ, ನಮಗೆ ಹೊಸ ಬಟ್ಟೆ ಬೇಕು' ಎಂದು ಹೊಸ ಗೀತೆ ಹಾಡಿದ. 'ನನ್ನ ಬಟ್ಟೆ ನೀವು ಹಿಡಿಯಿರಿ' ಎಂದು ಅನುಗೀತೆ ಹಾಡಿದ. ತನ್ನ ಹರಕು ಹೊಲಸು ಬಟ್ಟೆಗಳನ್ನು ಅವರಿಗೆ ಹೊದಿಸಿದ.

ಸುತ್ತ ನೋಡಿದ. ಎಲ್ಲರೂ ತನಗಿಂತ ತಗ್ಗಿನವರೇ! ಎಲ್ಲರೂ ತನಗಿಂತ ಕುರೂಪಿಗಳೇ! ಎಲ್ಲರೂ ತನಗಿಂತ ದರಿದ್ರರೇ! ತನ್ನ ಔನ್ನತ್ಯಕ್ಕೆ, ತನ್ನ ಸೌಂದರ್ಯಕ್ಕೆ, ತನ್ನ ಪರಮಾಧ್ಯಕ್ಷಪದಕ್ಕೆ ತಾನೇ ಹಿರಿಹಿರಿ ಹಿಗ್ಗಿಹೋದ.

ಇದು ನಾನು ನೋಡಿದ ಸಿನಿಮಾ ಕಥಾಸಾರಾಂಶ.

ಮುಂದೆ—ಇದ್ದಕ್ಕಿದ್ದಂತೆ, ಕ್ರಮಕ್ರಮವಾಗಿ ಆ ಹಿರಿಹಿರಿ ಶಬ್ದ ವಟವಟವಾಯಿತು. ಬರುಬರುತ್ತ ಆ ವಟವಟಕ್ಕೆ ಒಂದು ಗುಂಯ್‌ಗುಂಯ್ ಗಾನ ಹಿಮ್ಮೇಳವಾಗಿ ಬೆಳೆದು ಸೇರಿತು. ಒಂದೆರಡು ಕ್ಷಣದಲ್ಲೆ ಆ ವಟವಟ ಗುಂಯ್‌ಗುಂಯ್ ಶಬ್ದದಾಂಪತ್ಯದ ಹಿಂದೆ ತಿದಿಯೊತ್ತಿದಂತೆ ಭುಸ್‌ಭುಸ್ ಪ್ರಾರಂಭವಾಯಿತು. ಆ ಶಬ್ದಬ್ರಹ್ಮದ ಗರ್ಭದಿಂದ ರಜತ ಪರದೆಯ ಮೇಲೆ ಒಂದು ಬಾಲ ಪ್ರಸವವಾಯಿತು. ಬಾಲ ಮೈಯಾಯಿತು. ನೀರಿಲ್ಲದ, ನೆರಳಿಲ್ಲದ ನೆಲೆಯಲ್ಲಿ ತಾನು ಗೂಳಿಯಂತೆ ಗುಟುರು ಹಾಕುವೆನೆಂದು ಭ್ರಮಿಸಿ, ವಟವಟಗುಡುತ್ತಿದ್ದ ಒಂದು ಊದಿದ ಕಪ್ಪೆ ಕಂಡುಬಂತು. ಅದರ ಸುತ್ತ ಕರಿಯ ಪ್ರಭಾವಲಯದಂತೆ ಸೊಳ್ಳೆಗಳ ಸಾಲುಮಾಲೆ 'ಜಯ ಹೇ ಭಾರತ ಭಾಗ್ಯವಿಧಾತಾ' ಹಾಡಿಕೊಂಡು ಸುತ್ತ ಸುತ್ತುತ್ತಿದ್ದುವು! ಅವೆಲ್ಲದರ ಹಿಂದೆ ಒಂದು ಮಹಾಘಟಸರ್ಪ ಹೆಡೆಯೆತ್ತಿ, ಬಿಚ್ಚಿ, ಬುಸುಗುಡುತ್ತಿತ್ತು.

ಸಿನಿಮಾ ಮುಗಿಯಿತು. ಜನ ಎದ್ದು ಹೊರಟರು.

■

ತುಂಬಿದ ಬೀದಿ

ಕೆ. ಎಸ್. ನರಸಿಂಹಸ್ವಾಮಿ

ಬೀದಿಯ ಕಡೆಯ ಮನೆ; ಬೀದಿ ದೀಪವೂ ಇಲ್ಲಿಗೆ ಬಲು ದೂರ. ಸಣ್ಣಗೆ ಇರಿಚಲು ಮಳೆ. ಅರೆತೆರೆದ ಬಾಗಿಲಿಂದ ಆಗಾಗ ಒಂದೆಸಳು ಮಿಂಚು ನನ್ನ ಕಡೆಗೆ ಕಣ್ಣು ಹಾಕುತ್ತಿದೆ. ಈ ರಾತ್ರಿಯ ಮಟ್ಟಿಗೆ ಈ ಮನೆಯಲ್ಲಿ ಒಂಟಿ ನಾನು. ಬೆಳಗಾಗ ಮನೆ ಬಿಟ್ಟು ಹೊರಡುವಾಗ ಅವರು ನನಗೆ ನೀಡಿದ ಅಭಯ: "ತುಂಬಿದ ಬೀದಿ, ಹೆದರಲು ಕಾರಣವಿಲ್ಲ. ಭದ್ರವಾಗಿ ಬಾಗಿಲು ಹಾಕಿ ಮಲಗಿಕೋ. ಕೋಣೆಯೊಳಗಿನ ಕಿರುದೀಪ ಮಾತ್ರ ಇರುಳೆಲ್ಲ ಉರಿಯುತ್ತಿರಲಿ. ಬೆಳಕು ಹರಿಯುವುದರೊಳಗೆ ಬಂದುಬಿಡುತ್ತೇನೆ."

ಬೆಳಗಾಗ ಅವರನ್ನು ಬೀಳ್ಕೊಡುವ ಸಮಯದಲ್ಲಿ ನನ್ನ ತನುಮನಗಳಲ್ಲಿ ಸುಳಿದದ್ದು ಭೀತಿಯೇ ವಿನಾ ಪ್ರೇಮ ಭರವಲ್ಲ. ಹಗಲನ್ನು ಹೇಗಾದರೂ ಕಳೆಯಬಹುದಿತ್ತು... ಆದರೆ ರಾತ್ರಿಯ ಕಗ್ಗತ್ತಲಿನ ನಾಲ್ಕಾರು ಗಂಟೆಗಳು!... ಯಾರಿಗೆ ಗೊತ್ತು? ತುಂಬಿದ ಬೀದಿಯಾದ ಮಾತ್ರಕ್ಕೆ... ಭಯ ಅಲ್ಲಿಂದಲೇ ಹುಟ್ಟಿ ಬಂದರೆ? ನನಗೆ ನನ್ನದೇ ಸಮಾಧಾನ: ಅಂಜಿಕೆ ಹುಟ್ಟುವುದು ಮನಸ್ಸಿನಲ್ಲಿ, ಬೀದಿಯಲ್ಲಲ್ಲ.

ಅಲ್ಲಿಂದೀಚೆಗೆ ಎಷ್ಟು ಬೇಗ ಸಂಜೆಯಾಯಿತು! ಸಂಜೆ ಸಂಶಯದ ಬಾಗಿಲನ್ನು ತೆರೆದು ಹೋಯಿತು. ಬೀದಿಯಲ್ಲಿ ಜನಸಂಚಾರ ವಿರಳವಾಗುತ್ತ ಬಂತು. ಹನಿ ಹನಿ ಮಳೆ ಬೇರೆ! ಎಳೆ ಎಳೆ ಮಿಂಚು. ಕಪ್ಪು ಹೊಗೆಯಂತೆ ಮೆಲ್ಲನೆ ರಾತ್ರಿ ಆವರಿಸಿತ್ತು. ಮುಗಿಲ ಹಿಂದೆ ಅರೆಬೆಳೆದ ಚಂದಿರನ ಹಿತ್ತಾಳೆ-ನಗೆ.

ಬಾಗಿಲನ್ನು ಭದ್ರವಾಗಿ ಹಾಕಿ ಒಳಗೆ ಬಂದೆ. ಆ ಕ್ಷಣವೇ ಬೀದಿದೀಪಗಳೊಂದಿಗೆ ಮನೆಯೊಳಗಿನ ಐದು ದೀಪಗಳೂ ಆರಿಹೋಗಬೇಕೆ? ಸಂಜೆಗೆ ಮುನ್ನ ದೇವರ ಮುಂದೆ

ಹಚ್ಚಿಟ್ಟ ಹಣತೆಯೊಂದೇ. ಮನೆಯೊಳಗೆಲ್ಲ ಒಂದೆ ಬೆಳಕು. ಬೀದಿ-ದೀಪಗಳ, ಮನೆ-ದೀಪಗಳ ಪ್ರೇರಣೆಗೂ ಅದಕ್ಕೂ ಯಾವ ಸಂಬಂಧವೂ ಇಲ್ಲದಿದ್ದುದರಿಂದ ಅದು ನಿರಾತಂಕವಾಗಿ, ನಿಚ್ಚಳವಾಗಿ ಉರಿಯುತ್ತಿತ್ತು. ಮಳೆಯನ್ನೂ ತಂಪನ್ನೂ ಎರೆದ ಪ್ರಕೃತಿಯೇ ಬೆಳಕನ್ನು ಕಿತ್ತುಕೊಂಡಿತ್ತು. ಮನೆಯೊಳಗಿನ ಈ ಕತ್ತಲೆಗೆ ಏಕೈಕ ವಿರೋಧಿಯಾಗಿ ಆ ಹಣತೆಯ ಕುಡಿ ಬೆಳಕು.

ಆ ಹಣತೆಯ ಬೆಳಕಿನ ಪ್ರತಿಬಿಂಬವಿತ್ತು ನನ್ನೆದುರಿಗಿದ್ದ ಕನ್ನಡಿಯಲ್ಲಿ. ನಾನದರ ಮುಂದೆ ಹೋಗಿ ನಿಂತೆ. ನನ್ನ ಮುಖ ನನಗೆ ಅಸ್ಪಷ್ಟವಾಗಿ ಕಂಡುಬಂದಿತು. ಹಿಂದೆ ತೂಗುತ್ತಿದ್ದ ಜಡೆಯನ್ನು ಬಲ ಹೆಗಲ ಮೇಲಿಂದ ತಂದು ಎದೆಯ ಮೇಲೆ ಇಳಿಸಿದೆ. ಅದು ಬೆನ್ನ ಮೇಲಿರುವ ತನಕ ಹಗುರವೆನಿಸಿತ್ತು. ಎದೆಯ ಮೇಲಿಟ್ಟುಕೊಂಡ ಕೂಡಲೇ ಭಾರೈಸಿತು. ಅದನ್ನು ಹಾಗೆಯೇ ಓರೆಗಣ್ಣಿನಿಂದ ನೋಡಿದೆ. ಅಲ್ಲೊಂದು ಇಲ್ಲೊಂದು ಬಾಡಿದ ಹೂವಿತ್ತು; ವೀಣೆಯ ಮೆಟ್ಟಿಲುಗಳಲ್ಲಿ ನಿಂತುಹೋದ ರಾಗದ ರೇಕುಗಳಂತೆ. ತುಂಬಿದೆದೆ ತುಳಕದಂತೆ ನೋಡಿಕೊಂಡಿತ್ತು ಆ ಜಡೆ. ಅದರ ಕೆಳಗೆ ಕಾಮನಬಿಲ್ಲಿನ ನೈಲಾನ್ ಸೆರಗು ಕಂಡ ಸತ್ಯವನ್ನೇ ಮರೆಮಾಡಹೊರಟು ವಿಫಲವಾಗಿತ್ತು.

ಗೋಡೆ ಗಡಿಯಾರದಲ್ಲಿ ಹತ್ತು ಗಂಟೆಯಾದುದೇ ತಡ, ಕನ್ನಡಿಯಲ್ಲಿ ಅಸ್ಪಷ್ಟವಾಗಿ ಮೂಡಿದ ನನ್ನ ಮುಖ ಕರಗಿ ಕದಲಿತು. ಹುಣ್ಣಿಮೆ ಸೋಕಿದ ಪರ್ವತಶೃಂಗಗಳ ನೀಲ ದಿಗಂತದಲ್ಲಿ ಚಿನ್ನ ಕರಗಿ ಹರಿದಂತೆ ಒಂದು ನದಿ ಗೋಚರಿಸಿತು. ಆ ನದಿ ನನ್ನ ಕಡೆಗೇ ನುಗ್ಗಿತು. ಕನ್ನಡಿಯ ಕಟ್ಟನ್ನು ಮುಟ್ಟಿ ನೋಡಿದೆ. ನದಿಯನ್ನು ಮುಟ್ಟಿದರೂ ಕೈ ನೀರಾಗಲಿಲ್ಲ. ಮನಸ್ಸಿನ ಒಳಬಾಗಿಲು ಥಟ್ಟನೆ ತೆರೆಯಿತು. ಮೆಟ್ಟಿಲಿಳಿದು ನಡೆದು ಹೋದೆ. ಎಲ್ಲೆಲ್ಲೂ ತೆಳ್ಳಗೆ ನೀಲಿ ಬೆಳಕು; "ಗೋಡೆಗಳನ್ನು ಮುಟ್ಟಬೇಡಿ", "ಸದ್ದು ಮಾಡಬೇಡಿ" ಎಂಬ ತೂಗು ಹಲಗೆಗಳು. ಇಷ್ಟು ಚಿಕ್ಕ ಕೋಣೆಯೊಳಗೆ ಇಷ್ಟೆಲ್ಲ ಎಚ್ಚರಿಕೆ ಏಕೆ?... ಮುನ್ನಡೆದಂತೆಲ್ಲ ಅದು ಚೌಕನೆಯ ಕೋಣೆಯಾಗಿರದೆ ದಳ ದಳ ಅರಳಿದ ಕಲ್ಲ ಹೂವಾಗಿತ್ತು; ಹೂವಿನ ಕೇಂದ್ರವೋ ಕಣ್ಣಿಗೆ ಹತ್ತಿರ, ಹೆಜ್ಜೆಗೆ ಅತಿ ದೂರ. ಆ ಗಂಭೀರ ಮೌನವನ್ನು ನನ್ನ ಹೆಜ್ಜೆದನಿಯೊಂದೇ ಅಳೆಯುತ್ತಿತ್ತು. ಬದುಕು ಕನಸು ಕೂಡಿ ಕರಗಿ ಆಸೆಯ ಎರಕದಲ್ಲಿ ನೂತನ ಪ್ರತಿಮೆಗಳು ಮೂಡಿ ಮಿಂಚಿ ಮಾಯವಾಗುತ್ತಿದ್ದವು. ಪಚ್ಚೆ ದುಂಬಿಯ ಮೊರೆತ; ಮಾಸಿದ ಮಗ್ಗದ ತಾಳ.

ಹತ್ತು ವರುಷಗಳಿಗೂ ಹಿಂದಿನ ನೆನಪು ಅಲ್ಲಿ ಸಜೀವವಾಗಿತ್ತು. ಆಗ ನಾನಿನ್ನೂ ಶಾಲೆಯ ಹುಡುಗಿ. ಮನೆಗೆ ಬರುವ ದಾರಿಯಲ್ಲಿ ಬೆಳೆದಿದ್ದ ಆ ದೊಡ್ಡ ಹುಣಿಸೆಯ ಮರ; ನಾನು ಅತ್ತಿತ್ತ ನೋಡಿ ಛಂಗನೆಗರಿ ಅದರ ಕಸುಗಾಯಿಗೆ ಬಾಯಿಹಾಕಿದ್ದೆ. ಅದರ ಹುಳಿಯ ಚಳುಕು ಇನ್ನೂ ನನ್ನ ಹಲ್ಲಿನಲ್ಲಿದೆ. ಅಲ್ಲಿಂದೀಚೆಗೆ ಎಷ್ಟು ಸಿಹಿಯುಣಿಸನ್ನು ತಿಂದಿದ್ದರೂ ಆ ಹುಳಿ ಏಕೆ ಹೋಗಲಿಲ್ಲ ಎಂದುಕೊಂಡೆ.

ಇನ್ನೊಂದು ಸಲ ತಂತಿಬೇಲಿಯಲ್ಲಿ ತೂರುವಾಗ ಕಾಲಿಗಾದ ಗಾಯ; ನೋವಾದರೂ ಯಾರಿಗೂ ಹೇಳದೆ ತಾಳಿಕೊಂಡ ಅನುಭವ; ನೇರ ದಾರಿಯಲ್ಲಿ ಬಂದಿದ್ದರೆ ಎಷ್ಟು ಚೆನ್ನಾಗಿತ್ತೆಂದು ಈಗ ವಿವೇಕ ಹೊಳೆದರೇನು ಫಲ! ಈಗಲೂ ಇನ್ನೂ ಮರೆಯಲ್ಲಿ ಆ ಗಾಯದ ಗೀಚು ಉಳಿದಿದೆ. ಎಷ್ಟೋ ದಿವಸದ ಮೇಲೆ ಅವರು ಕೇಳಿದರು, ಇದೇನೆಂದು. ನನಗೆ ಮರೆತುಹೋಗಿತ್ತು. ಈಗೇಕೆ ಅದು ನೆನಪಿಗೆ ಬಂತು?

ಆಮೇಲಾಮೇಲೆ... ಗಂಡು, ಗಂಡಿನವರು ಹೆಣ್ಣನ್ನು ನೋಡಲು ಬಂದರು. ಆ ನಾಟಕ ಈಗ ಮತ್ತೆ ನನ್ನ ಕಣ್ಣೆದುರಿಗೇ ನಡೆಯುತ್ತಿದೆ; ಅದನ್ನು ಈಗ ನಿಸ್ಸಂಕೋಚವಾಗಿ ನೋಡಬಹುದು! ನಾನೇನು ಕುರೂಪಿಯಲ್ಲ. ಆದರೂ ನನ್ನನ್ನು ಅಲಂಕಾರ ಮಾಡಿ ನಡುಮನೆಗೆ ಕರೆದುಕೊಂಡು ಬಂದಿದ್ದಾರೆ. ಇದೇನು ಹೆಣ್ಣಿನ ಮಾರಾಟವೇ? ಹತ್ತಿರಕ್ಕೆ ಬಂದು ಆ ಮುತ್ತೈದೆಯರು ನನ್ನನ್ನೇಕೆ ಹಾಗೆ ನೋಡಿದರು? ಒಂದು ಹಾಡು ಸಾಲದೆ? ಇನ್ನೊಂದು ಬೇಕಂತೆ! ನಾನು ಮೂಕಿಯಲ್ಲವಲ್ಲ! ಮೆಲ್ಲಗೆ ನಡೆದುಹೋಗಿ ಯಾರಿಗೋ ನಮಸ್ಕಾರ ಮಾಡಬೇಕಂತೆ! ನನ್ನನ್ನು ಕುಂಟಿ ಎಂದು ತಿಳಿದರೇನು! ಕಡೆಗೆ ಅವರಿಂದ ಬಂದ ಉತ್ತರ, ಹದಿನೈದು ದಿನಗಳ ಮೇಲೆ, "ದೈವಸಂಕಲ್ಪವಿಲ್ಲವೆಂದು ತೋರುತ್ತದೆ." ನಿಜ, ಹೇಗಿದ್ದೀತು! ನನ್ನನ್ನು ಕೇಳಿದ್ದರೆ ನಾನು ಆಗಲೇ ಅಲ್ಲಿಯೇ ಹೇಳಿಬಿಡುತ್ತಿದ್ದೆ; ಸರಿಯಾದ ಉತ್ತರವನ್ನೇ. ಒಂದೆರಡು ವರುಷಗಳ ಕಾಲ ನಮ್ಮ ಮನೆ ಒಂದು ಸತ್ಕಾರ ಸಮಿತಿಯಾಗಿತ್ತು. ತಂದೆಗೆ ಬೇಸರ, ತಾಯಿಗೆ ಆತಂಕ; ಸೋದರರಿಗೆ ಆಯಾಸ. ನನಗೆ ರೇಗಿಹೋಯಿತು. ಕಡೆಗೊಂದು ದಿನ ಆ ಮಹರಾಯರು ದಯಮಾಡಿಸಿದರು. ನೋಡಿದರು, ಒಪ್ಪಿದರು, ಮದುವೆ ಆಗಿಯೇ ಹೋಯಿತು. ನನ್ನನ್ನು ಒಪ್ಪಿಕೊಂಡಿದ್ದಕ್ಕೆ ಕಾರಣ, "ನಿನ್ನ ತುಟಿಯಂಚಿನ ಸಣ್ಣ ಸಿಡುಬಿನ ಕಲೆ" ಎಂದು ವರುಷದ ಮೇಲೆ ಹೇಳಿದರು. ಇವರ ವ್ಯವಹಾರಜ್ಞಾನ ನನ್ನನ್ನು ಬೆರಗುಗೊಳಿಸಿತು. ಹಿಂದೆ ಆಗಿದ್ದ ನನ್ನ ಏಳು ಸೋಲುಗಳಿಗೆ ಕಾರಣ ಇದೇ ಎಂದು ನನಗೆ ತಿಳಿದಾಗ ಆದ ಸಂತೋಷ ತುಂಬ ಬೆಲೆಯಾದದ್ದು. ಇವರಿಗೆ ನಾನು ಕೃತಜ್ಞಳು, ನಿಜ; ಆದರೆ ಈ ಮಾತನ್ನು ನಾನು ಇವರಿಗೆ ಎಂದಿಗೂ ಹೇಳುವುದಿಲ್ಲ. ಹಿಗ್ಗಿಹೋದಾರು!

ಈಗ ಆ ಮೂಲೆಯಿಂದ ನರುಗಂಪಿನ ಮುಗಿಲೊಂದು ಮೇಲೆದ್ದು ಇಡೀ ದೃಶ್ಯವನ್ನೇ ಆವರಿಸುತ್ತಿದೆ. ಆ ಹೊಗೆ ನಿಂತು ನೀಲಿಯ ತೆರೆಯಾಗಿದೆ. ಅದರ ಮೇಲೆ ಒಂಟಿ ನಕ್ಷತ್ರದಂತೆ ಆ ನೆನಪು. ಒಸಗೆಯ ಕೋಣೆಯಲ್ಲಿ ಆ ರಾತ್ರಿ ಅವರು ಮುಡಿಸಿದ ದುಂಡು ಮಲ್ಲಿಗೆಯ ದಂಡೆ, ಸಾಮಾನ್ಯ ಅನುಭವಕ್ಕೆ ತೊಡಿಸಿದ ಜ್ವಲಂತ ವೈಭವ. ಆ ರಾತ್ರಿ ನನ್ನ ಇಡೀ ಜೀವಮಾನದ ಆಶಾಸೌಧದ ರತ್ನದೀಪದಂತಿದೆ.

ಅದರೀಚೆಗೆ ಮೆಟ್ಟಿಲು ಮೆಟ್ಟಿಲಾಗಿ ಏರಿದ, ಇಳಿದ ಕೆಲವು ವರುಷಗಳು. ಅವರು ನನ್ನವರಾಗಿದ್ದಾರೆ. ಕಷ್ಟ ಸುಖಗಳಲ್ಲಿ ಎಷ್ಟು ದೂರ ಬಂದಿದ್ದೇವೆ! ಕನಸಿನ ಹೂಬೇಲಿಗಳನ್ನು ದಾಟಿ ನಿಷ್ಠುರ ಜಗತ್ತಿನಲ್ಲಿ ಸಾಗುತ್ತಿದ್ದೇವೆ.

ನೋಡುತ್ತಿದ್ದ ಹಾಗೆಯೇ ಕಣ್ಣದುರಿತು; ಕಪ್ಪು ತೆರೆ ಹೊರಳಿತು. ಆ ಮಗು, ಅವರ ಪಡಿಯಚ್ಚಿನಂತಿದ್ದ ನನ್ನ ಮಗು, ಆರೇ ತಿಂಗಳು ಬೆಳೆದು ತೀರಿಕೊಂಡಿತು. ಆಗ ನನಗಾದ ದುಃಖಕ್ಕಿಂತ, ಇವಳು ಅದನ್ನೇ ಮನಸ್ಸಿನಲ್ಲಿಟ್ಟುಕೊಂಡು ಕೊರಗಿ ಕೃಶವಾದಾಳು ಎಂದು ಯೋಚಿಸಿ ನನಗೆ ನಲಿವನ್ನು ತರಲು ಅವರು ಪಟ್ಟ ಶ್ರಮ ದೊಡ್ಡದು. ಅವರ ಗಾಢಸ್ನೇಹದ ಫಲವೂ ನನಗೆ ಲಭಿಸಿತು. ನನಗೆ ಈಗ ಅನ್ನಿಸಿದೆ, ಜೀವನದ ಅನುಭವಗಳೆಲ್ಲವನ್ನೂ ಮನಸ್ಸಿನಲ್ಲಿ ತುಂಬಿಕೊಳ್ಳುವುದಕ್ಕೆ ಸ್ಥಳ ಸಾಲದು. ಕೆಲವು ಉಳಿದರೂ ಹಲವಾರು ಸೋರಿಹೋಗುತ್ತವೆ. ನಮಗೆ ಆದ ನಷ್ಟದಿಂದಲೂ ನನ್ನ-ಅವರ ಪ್ರೀತಿ ಕಳೆಗೊಂಡಿತು ಎಂದು ನನ್ನ ನಂಬಿಕೆ...

ಬೆಳಗಿನ ಜಾವದ ಗಾಳಿ ತಣ್ಣಗೆ ಬೀಸಿತು. ರಾತ್ರಿಯುದ್ದಕ್ಕೂ ಆರಿಹೋಗಿದ್ದ ದೀಪಗಳು ಥಟ್ಟನೆ ಹೊತ್ತಿಕೊಂಡವು. ನನಗೆ ಎಚ್ಚರವಾಯಿತು. ಮನಸ್ಸಿನ ಹಲವಾರು ಕೋಣೆಗಳ ಕದ ಮುಚ್ಚಿದ ಸದ್ದು. ಯಾರೋ ಬಾಗಿಲನ್ನು ತಟ್ಟಿದರು. ಪತ್ರಿಕೆಯ ಹುಡುಗನೋ ಹಾಲಿನವಳೋ ಇರಬೇಕೆಂದು ನಾನು ಎದ್ದು ಹೋಗಿ ಬಾಗಿಲನ್ನು ತೆರೆದೆ. ನನ್ನೆಣಿಕೆ ತಪ್ಪಾಗಿತ್ತು; ಮಾತಿಗೆ ತಪ್ಪದಂತೆ ಬಾಗಿಲಲ್ಲಿ ನಿಂತಿದ್ದರು ಅವರು, ತುಂಬಿದ ಬೀದಿಯಲ್ಲಿ.

ಚಾಕೊಲೆಟ್ ಮಾಮ

ಚದುರಂಗ

ಸಂಜೆ ಆಯಿತೆಂದರೆ ನನ್ನ ಮೂರು ವರ್ಷದ ಮಗಳು ಮೇರಿಯನ್, 'ಪಾರ್ಕ್ ಪಾರ್ಕ್' ಎಂದು ದುಂಬಾಲು ಬೀಳ್ತಾ ಇದ್ದಳು. ಒಬ್ಬಳೇ ಮಗಳಾದ ಅವಳನ್ನು ಖುಷಿಪಡಿಸಲು ನಾನು ಮತ್ತು ನನ್ನ ಹೆಂಡತಿ ಆ್ಯಂಜೆಲಾ ಆ ಪಾರ್ಕಿಗೆ ತಪ್ಪದೇ ಹೋಗುತ್ತಿದ್ದೆವು. ಊರಿನ ಪ್ರಮುಖ ಪಾರ್ಕು ಅದು. ನಮ್ಮ ಮನೆಗೂ ಸಮೀಪ. ಒಂದು ಸಂಜೆ ಎಂದಿನಂತೆ ಆ ಪಾರ್ಕಿನಲ್ಲಿ ಸುತ್ತಾಡಿ ಕಲ್ಲು ಬೆಂಚೊಂದರ ಮೇಲೆ ಕುಳಿತಿದ್ದೆವು.

ಕಾಲೇಜಿನಲ್ಲಿ Statistics ಅಧ್ಯಾಪಕನಾದ ನಾನು ನನ್ನ ಹೆಂಡತಿಯ ಸಂಗಡ, ಕಾಲೇಜಿನಲ್ಲಿ ನಡೆಯುತ್ತಿರುವ ವಿದ್ಯಮಾನಗಳ ಬಗ್ಗೆ ಮಾತಾಡ್ತಾ ಇದ್ದೆ. ಮಾತಾಡುವ ವಿಷಯ ಮುಗಿದು, ಅತ್ತ ಇತ್ತ ದೃಷ್ಟಿ ಹರಿಸಿದಾಗ, ನಮ್ಮ ಪಕ್ಕಕ್ಕೆ ಅನತಿದೂರದಲ್ಲೇ ಇದ್ದ ಇನ್ನೊಂದು ಕಲ್ಲುಬೆಂಚಿನ ಮೇಲೆ ಕುಳಿತಿದ್ದ ವ್ಯಕ್ತಿ ನನ್ನ ಗಮನ ಸೆಳೆಯಿತು.... ತೆಳ್ಳಗಿನ ದೇಹ, ನೀಳ ನಿಲುವು, ಗಡ್ಡ ಮೀಸೆಯ ಬಿಳಿಚಿಕೊಂಡ ಪ್ರಶಾಂತ ಮುಖದಲ್ಲಿ ಯಾವುದೋ ಯಾತನೆಯ ಕತೆ ಹೇಳುವ, ಎಲ್ಲೋ ನೋಡುವ, ಏನನ್ನೋ ಅರಸುತ್ತ ಇರುವಂತೆ ಕಾಣುವ ಕಣ್ಣುಗಳು!.... ಆ ವ್ಯಕ್ತಿಯನ್ನು ನೋಡ್ತಾ ಇದ್ದದ್ದು ಇದೇ ಮೊದಲ ಸಲ ಏನಲ್ಲ. ಈಗ್ಗೆ ಮೂರು ನಾಲ್ಕು ತಿಂಗಳಿನಿಂದಲೂ ಪಾರ್ಕಿನಲ್ಲಿ ಅಷ್ಟು ಜನರಿದ್ದರೂ ಇವನು ಯಾರೊಡನೆಯೂ ಬೆರೆಯುತ್ತಿರಲಿಲ್ಲ. ಬೆರೆಯುವುದಿರಲಿ, ಜನರನ್ನು ಕಣ್ಣೆತ್ತಿ ಸಹ ನೋಡ್ತಾ ಇರಲಿಲ್ಲ. ಒಬ್ಬನೇ ಏಕಾಂಗಿಯಾಗಿ ಸುತ್ತಾಡ್ತಾ ಇರ್ತಿದ್ದ. ಎಲ್ಲಿ ನಿಂತರೆ ಅಲ್ಲೇ ನಿಂತುಬಿಡುವನು. ಪಾರ್ಕಿನ ನಡುವೆ ಇದ್ದ ಚಿಲುಮೆಯ ಸಮೀಪ ನಿಂತು ಏನನ್ನೋ ಯೋಚಿಸುತ್ತ, ಆ ಚಿಲುಮೆಯಿಂದ ಹಾರುವ ನೀರಿನಿಂದ ಜುಬ್ಬ, ಪೈಜಾಮ ಒದ್ದೆಯಾದದ್ದರ ಪರಿವೆಯೇ ಇಲ್ಲದೆ ನಿಂತಿರುವುದನ್ನು

ನೋಡಿದ ಹಲವರು ನನ್ನಂತೆ ವಿಸ್ಮಯ ಪಡುತ್ತಿದ್ದುದು ಸ್ಪಷ್ಟವಾಗಿತ್ತು. ಆಕಾಶದ ನೀಲಿಮೆಯಲ್ಲಿ ನೆಟ್ಟ ಕಣ್ಣನ್ನು ಅಲ್ಲಿಂದ ಕೀಳಬೇಕಾದರೆ ಎಷ್ಟೋ ಸಮಯ ಹಿಡಿಯುತ್ತಿತ್ತು. ಇವನನ್ನು ಸೂಕ್ಷ್ಮವಾಗಿ ಗಮನಿಸುತ್ತಿದ್ದ ನನಗೆ, ಈತ ಯಾರು? ಯಾಕೆ ಹೀಗೆ ಏಕಾಂಗಿಯಾಗಿದ್ದಾನೆ? ಎಂಬ ಭಾವನೆ ಕಾಡಿತ್ತು.... ಇವನಿಗೆ ಹೆಂಡತಿ ಮಕ್ಕಳು ಇಲ್ಲವೆ? ಅಥವಾ ಮದುವೆಯೇ ಆಗಿಲ್ಲವೋ! ಅಥವಾ ಮದುವೆಯಾಗಿದ್ದು ಹೆಂಡತಿ ಬೇರೊಬ್ಬನೊಡನೆ ಓಡಿಹೋಗಿರಬಹುದೆ?.... ಇದು ನನ್ನ ಹೆಂಡತಿ ಆ್ಯಂಜೆಲಾ ಯೋಚಿಸಿದ ರೀತಿ!....

ಆದರೆ ಇವನ ದೃಷ್ಟಿ ಅಕಸ್ಮಾತ್ತಾಗಿ ಮಗಳು ಮೇರಿಯನ್ ಕಡೆ ತಿರುಗಿದಾಗ, ಹಟಾತ್ತನೆ ಅವನ ಚರ್ಯೆಯಲ್ಲಿ ಒಂದು ಪರಿವರ್ತನೆ ಕಾಣಿಸಿಕೊಂಡಿತು. ಅವನು ಮಗುವನ್ನು ಪದೇ ಪದೇ ನೋಡಲು, ಆದಷ್ಟು ಹತ್ತಿರದಿಂದ ನೋಡಲು, ಪ್ರಯತ್ನಪಡುತ್ತಿದ್ದ... ಇಷ್ಟು ಕಾಲ ಪಾರ್ಕಿನಲ್ಲಿ ಅಡ್ಡಾಡುತ್ತಿದ್ದ ಯಾರಲ್ಲಿಯೂ ತೋರದಿದ್ದ ಆಸ್ಥೆಯನ್ನು ನಮ್ಮ ಮಗುವಿನ ಮೇಲೆ ತೋರಿದ್ದು ನನಗೂ ನನ್ನ ಹೆಂಡತಿಗೂ ಅಚ್ಚರಿಯ ಜತೆಗೆ ಕಳವಳವನ್ನೂ ತಂದಿತು!.... ನಮ್ಮ ಮಗುವಿನ ಮೇಲೆ ಅವನಿಗೆ ಯಾಕಿಷ್ಟು ಕಾಳಜಿ?.... ಎಂಬ ಚಿಂತೆ ಕಾಡಿತು.

ನಾನು, ನನ್ನ ಹೆಂಡತಿ ಹೀಗೆ ಯೋಚಿಸ್ತಾ ಇರುವಾಗ, ನಮ್ಮ ಮುಂದೆ ಇನ್ನೊಂದು ಮಗುವಿನ ಜೊತೆ ಆಡ್ತಾ ಇದ್ದ ಮೇರಿಯನ್ ಬಿದ್ದು, ಮಂಡಿ ತರಚಿ, ದೊಡ್ಡ ದನಿಯಲ್ಲಿ ಅಳತೊಡಗಿತು. ನಾವಿಬ್ಬರೂ ಎಷ್ಟು ರಮಿಸಿದರೂ ಪ್ರಯೋಜನಕ್ಕೆ ಬರಲಿಲ್ಲ. ಆಗ ಹತ್ತಿರದ ಬೆಂಚಿನ ಮೇಲೆ ಕುಳಿತಿದ್ದ ಆ ವ್ಯಕ್ತಿ ತಟ್ಟನೆದ್ದು ತನ್ನ ಜೇಬಿನಿಂದ ಒಂದು ಚಾಕೊಲೇಟ್ ತೆಗೆದುಕೊಟ್ಟ. ಮಗು ತಕ್ಷಣ ಅಳು ನಿಲ್ಲಿಸಿತು!

ಮುಂದಿನ ದಿನಗಳಲ್ಲಿ ಆತನನ್ನು ಪಾರ್ಕಿನಲ್ಲಿ ಕಂಡಾಗಲೆಲ್ಲ, 'ಚಾಕುಲೆತ್ ಮಾಮ, ಚಾಕುಲೆತ್' ಎಂದು ದುಂಬಾಲು ಬಿದ್ದು ವಸೂಲು ಮಾಡ್ತಾ ಇದ್ದಳು. ನಾವು ಅಡ್ಡಿ ಮಾಡಲು ಯತ್ನಿಸಿದರೆ, "ಪಾಪ ಮಗುವಿಗೆ ಆಸೆ, ಯಾಕೆ ಅಡ್ಡಿ ಮಾಡ್ತೀರಿ?" ಮಗುವಿಗೆ ನಮಗಿಂತ ಅವನೇ ಆಪ್ತ ಎನ್ನುವ ಹಾಗೆ, ಪರ ವಹಿಸಿ, ನಮ್ಮ ಬಾಯಿ ಮುಚ್ಚಿಸ್ತಾ ಇದ್ದ... ಅವನ ಈ ವರ್ತನೆಯಿಂದ ನಮಗೆ ಇನ್ನೂ ದಿಗಿಲಾಯಿತು..... ಇವನು ಯಾರೋ ಧೂರ್ತ ಇರಬೇಕು. ಮಗುವನ್ನು ಅಪಹರಿಸಿ ಕೊಲ್ಲಿ ರಾಷ್ಟ್ರಗಳಿಗೆ ಮಾರುವ ಹವಣಿಕೆಯಲ್ಲಿ ಇರುವನೋ ಏನೋ ಎಂದು ತರ್ಕಿಸಿ, ಪಾರ್ಕಿಗೆ ಹೋಗುವುದನ್ನೇ ನಿಲ್ಲಿಸಿಬಿಟ್ಟೆವು.... ಆದರೆ ನಮ್ಮ ಮೇರಿಯನ್‌ಗೆ ಅವಳ "ಚಾಕುಲೆತ್ ಮಾಮ"ನದೇ ಧ್ಯಾನ. ಪಾರ್ಕಿಗೆ ಹೋಗಬೇಕು, ಅವಳ "ಚಾಕುಲೆತ್ ಮಾಮ"ನಿಂದ ಚಾಕೊಲೇಟ್ ಪಡೀಬೇಕು!.... ಅವಳ ಕನಸಿನಲ್ಲೂ ಆತ ಬರ್ತಾ ಇದ್ದ ಅಂತ ಕಾಣುತ್ತೆ. ಒಂದು ರಾತ್ರಿ ನಮ್ಮಿಬ್ಬರ ನಡುವೆ ಮಲಗಿದ್ದವಳು 'ಚಾಕುಲೆತ್ ಮಾಮ, ಚಾಕುಲೆತ್ ಮಾಮ—ನಂಗೆ ಚಾಕುಲೆತ್' ಎಂದು ಬಡಬಡಿಸುತ್ತಿದ್ದಳು. ಅವಳು ಕೆಲವು ತಿಂಗಳು ಆತನನ್ನು ಮರೆಯಲು ಆಗಲೇ ಇಲ್ಲ. ನಾವು ಎಷ್ಟು ಚಾಕೊಲೇಟ್

ತಂದರೂ, ಆ ಮಾಮನ ಚಾಕುಲೆತ್ತೇ ಆಗಬೇಕು. ಮಗುವಿನ ಮೇಲೆ ಅಂಥ ಪ್ರಭಾವ ಬೀರಿದ್ದ ಆತ!...

ಕೆಲವು ತಿಂಗಳು ಹೀಗೆ ಕಳೆದಿದ್ದವು. ಒಂದು ದಿನ, ಒಬ್ಬಾತ ನಮ್ಮ ಮನೆಗೆ ಬಂದು ತಾನು ಆ ಅಪರಿಚಿತನ ಅಣ್ಣನೆಂದೂ, ಚಿತ್ರಕಲಾವಿದನಾದ ತನ್ನ ತಮ್ಮ ಮೊನ್ನೆ ರಕ್ತದ ಕ್ಯಾನ್ಸರ್‌ನಿಂದ ತೀರಿಕೊಂಡನೆಂದೂ, ತೀರಿಕೊಳ್ಳುವ ಮುನ್ನ ತಾನು ರಚಿಸಿದ್ದ ನಿಮ್ಮ ಮಗಳ ಈ Portrait ಚಿತ್ರವನ್ನು ನಿಮಗೆ ಕೊಡಬೇಕೆಂದು ತಿಳಿಸಿದನೆಂದೂ ಹೇಳಿದ. ಗುಂಗುರು ಕೂದಲಿನ, ಗುಳಿ ಬೀಳುವ ತುಂಬುಗೆನ್ನೆಗಳ, ತುಂಡು ಮೂಗಿನ, ತುಂಟ ಕಣ್ಣಿನ ಮೇರಿಯನ್ನಳ ಚಿತ್ರ ಯಥಾವತ್ತಾಗಿ ಮೂಡಿಬಂದಿತ್ತು. ಅದರ ಅಡಿಯಲ್ಲಿ, 'ಚಾಕುಲೆತ್ ಮಾಮ' ಎಂಬ ರುಜು ಇತ್ತು. ನಮ್ಮ ಕಣ್ಣುಗಳಿಂದ ಪಶ್ಚಾತ್ತಾಪದ ಕಂಬನಿ ಧಾರೆಧಾರೆಯಾಗಿ ಹರಿಯಿತು. ಆತ ಮಾತು ಮುಂದುವರಿಸುತ್ತ... ಅವನಿಗೂ ಇದೇ ವಯಸ್ಸಿನ ಒಬ್ಬಳು ಮಗಳಿದ್ದಳು. ಹುಟ್ಟುವಾಗಲೇ ತಾಯಿಯನ್ನು ಕಳೆದುಕೊಂಡಿದ್ದ ಮಗು, ಎರಡು ವರ್ಷದ ಹಿಂದೆ Dyphtheria ಆಗಿ ಅವಳನ್ನು ಅಗಲಿದ್ದು ಅವನ ಮನಸ್ಸಿಗೆ ದೊಡ್ಡ ಆಘಾತವನ್ನೇ ಮಾಡಿತು. ಅವನು ಹುಟ್ಟಿದ ಊರನ್ನೂ ಬಿಟ್ಟ. ಈ ಊರಿಗೆ ಬಂದು ಯಾರಿಗೂ ಕಾಣದಂತೆ ಬದುಕಿದ್ದ. ಜನರಿಂದ ದೂರವಾದ. ಚಿತ್ರ ರಚಿಸುವುದರಲ್ಲಿ ತನ್ನ ನೋವನ್ನು ಮರೆಯುತ್ತಿದ್ದ ಅಷ್ಟೆ! ಎಂದು ಮಾತು ಮುಗಿಸಿದ.

ಮೇರಿಯನ್ ತನ್ನ ಚಿತ್ರ ನೋಡಿ ಹಿಗ್ಗುತ್ತ, ಚಪ್ಪಾಳೆ ತಟ್ಟಿ ನಗುತ್ತಿತ್ತು.

■

ನೃತ್ಯಾಂಗನೆ

ಹ. ಪೀ. ಜೋಶಿ

ಚಿತ್ರ ಬರೆಯುವದೊಂದೇ ಆತನ ವ್ಯವಸಾಯ. ಆತನ ಕೀರ್ತಿಯು ಈವರೆಗಂತೂ ರಾಜಸಭೆಯ ಮೆಟ್ಟಲನ್ನು ಕೂಡ ದಾಟಿರಲಿಲ್ಲ. ಹಬ್ಬ ಹುಣ್ಣಿಮೆಯ ದಿನ ಏನೋ ನಾಲ್ಕು ದೇವದೇವತೆಗಳ ಚಿತ್ರಗಳನ್ನು ಬರೆದು ಮಾರಿದರೇ ಆತನ ಉಪಜೀವಿಕೆ ಸಾಗುವಂತಿತ್ತು.

ಚಿತ್ರಶಾಲೆಯಲ್ಲಿ ಈ ದಿನ ಒಂದು ಚಿತ್ರವನ್ನು ಬರೆಯುತ್ತ ಕುಳಿತಿದ್ದನು. ಚಿತ್ರವು ಮುಗಿಯುತ್ತ ಬಂದಿತ್ತು. ಬರೆಬರೆಯುತ್ತ ಮನಸ್ಸಿನಲ್ಲೇನೋ ಒಂದು ವಿಚಿತ್ರ ಕಲ್ಪನೆಯು ಬಂದು ಆತನು ತ್ರಸ್ತನಾದನು. ಆಯಿತು. ಈವೊತ್ತಂತೂ ಕೆಲಸ ಮುಂದೆ ಸಾಗುವ ಹಂಚಿಕೆ ತೋರಲಿಲ್ಲ. ಆತನು ಚಟ್ಟನೇ ಎದ್ದು ಗವಾಕ್ಷದ ಹತ್ತಿರ ಹೋಗಿ ಹೊರಗೆ ಕಾಣುತ್ತಿರುವ ರಾಜಬೀದಿಯ ಕಡೆಗೆ ಶೂನ್ಯದೃಷ್ಟಿಯಿಂದ ನೋಡಹತ್ತಿದನು. ಬೀದಿಯಲ್ಲಿ ಓಡಾಡುತ್ತಿರುವ ಅಸಂಖ್ಯ ಜನಸಂಮರ್ದವು ಆತನ ಮನಸ್ಸಿನಲ್ಲಿ ಹುಟ್ಟಿದ ಶಂಕೆ ಕುಶಂಕೆಗಳಿಗೆ ಸಮಾಧಾನ ವೆನಿಸುವಂತೆ ಉತ್ತರ ಕೊಡಲಿಲ್ಲ. ಆತನು ಪುನಃ ಚಿತ್ರದ ವಿಚಾರದಲ್ಲಿ ತೊಡಗಿದನು. ಕುಂಚವನ್ನು ಬಣ್ಣದಲ್ಲದ್ದಿದ್ದಾಯಿತು. ಬಣ್ಣವು ಕುಂಚದ ಮೇಲೆ ಒಣಗಿತು.

ಕ್ಷಣ ಹೊತ್ತಿನಲ್ಲಿ ಮೃದುವಾಗಿ ಪದಶಬ್ದವು ಕೇಳಬಂದಿತು. ಆತನು ಹೆಚ್ಚಿಗೆ ತ್ರಸ್ತನಾಗಿ, "ನಡೆ, ಈಗ ನನ್ನನ್ನು ಕಾಡಬೇಡ" ಎಂದು ನುಡಿದನು. ಈಗ ಬಂದವಳು ಒಬ್ಬ ಹದಿನಾಲ್ಕು ಹದಿನಾರು ವರ್ಷದ ಬಾಲಿಕೆ. ಅವಳು ಆತನೆದುರಿಗೆ ಬಂದು "ಯಾಕೆ! ನನಗಿಂತ ಈ ನಿನ್ನ ನಿರ್ಜೀವ ಚಿತ್ರದ ಸಹವಾಸವೇ ಬೇಕಾಯಿತಲ್ಲವೆ?" ಎಂದು ನುಡಿದು ನಕ್ಕಳು. ಆತನ ಮನಸ್ಸು ಕರಗಲಿಲ್ಲ. ಕೇವಲ ಯಂತ್ರಯೋಜನೆಯಂತೆ ಆತನು ಅವಳನ್ನು ಕೈ ಹಿಡಿದು ಹತ್ತಿರೆಳೆದನು. ಬಾಲಿಕೆಗಷ್ಟೇ ಸಮಾಧಾನವಾಗಿ ಅವಳು ಆತನ ಕೈಯಲ್ಲಿದ್ದ ಕುಂಚವನ್ನು ಲೀಲೆಯಿಂದ ಕಸಿದೊಗೆದು ಅದೇ ಕೈಯನ್ನು ತನ್ನ ತಲೆಯ ಮೇಲಿಟ್ಟುಕೊಂಡಳು. ಆತನ

ಮನಸ್ಸು ಸ್ವಲ್ಪ ಸ್ಥಿರವಾದದ್ದನ್ನು ಕಂಡು ನಸುನಕ್ಕು ತಾನು ಬಂದ ಕಾರಣವನ್ನು ಹೇಳತೊಡಗಿದಳು. "ಅಂತೂ ನನಗೆ ರಾಜಸಭೆಗೆ ಹೋಗುವ ಸುಸಂಧಿಯೊದಗಿ ಬಂದಿತು. ನಾಳೆ ಯುವರಾಜರ ವೃದ್ಧಿಮಂಗಲವಂತೆ. ನಾಳೆ ಸಾಯಂಕಾಲಕ್ಕೆ ಮಹಾರಾಜರ ಅಂತರಂಗದ ಸ್ನೇಹಿತರ ಆಗ್ರಹಕ್ಕಾಗಿ ನಾನವರೆದುರಿಗೆ ನನ್ನ ನೃತ್ಯ ಕೌಶಲ್ಯವನ್ನು ತೋರಿಸುವವಳಿದ್ದೇನೆ."

ಈ ಸುದ್ದಿಯಿಂದ ಆತನ ಮನಸ್ಸು ಸ್ವಲ್ಪ ಶಾಂತವಾದದ್ದೇನೋ ನಿಜ. ಆದರೆ ಅವಳ ವಿಷಯವಾಗಿ ಏನೋ ಸಂಶಯವುಂಟಾಗಿ ತಿರಸ್ಕಾರದಿಂದ ನೋಡಹತ್ತಿದನು. ಅವಳಾದರೂ ತಾನು ಈ ಸುದ್ದಿಯನ್ನು ಹೇಳಬಾರದಾಗಿತ್ತೆಂಬ ಮುದ್ರೆಯಿಂದ ತಲೆತಗ್ಗಿಸಿ ಮಾತಾಡದೆ ಕುಳಿತುಕೊಂಡಳು.

* * *

ಆತನು ದರಿದ್ರ. ಅವಳಾದರೂ ದರಿದ್ರಳೇ. ಏನೋ ಕಲೆಯ ಪ್ರೀತಿ—ಸುಲಭವಾದ ಪರಿಚಯ. ಕಾಲಾಂತರದಿಂದ ಈ ಪರಿಚಯಕ್ಕೆ ಮನೋವಿಕಾರದ ಸುಂಕವಂಟಿಕೊಂಡು ಸಂಬಂಧವು ಹೆಚ್ಚು ನಿಕಟವಾಗಿತ್ತು. ಭವಿಷ್ಯತ್ಕಾಲದ ಬಗ್ಗೆ ಇಬ್ಬರದೂ ಅಷ್ಟೇ ಅನಿಶ್ಚಿತ. ಒಬ್ಬರಿಗೊಬ್ಬರು ಧೈರ್ಯಕೊಡುತ್ತ ಮಾರ್ಗಸ್ತರಾಗಿದ್ದರು.

* * *

ಮರುದಿನ ಮೊದಲು ಗೊತ್ತುಪಡಿಸಿದಂತೆ ಅವಳ ನೃತ್ಯವಾಯಿತು. ಕೂಡಿದ ಜನರು ತುಂಬಾ ಸಂತುಷ್ಟರಾದರು. ಮಹಾರಾಜರಂತೂ ಬೆಲೆಯುಳ್ಳ ಪಾರಿತೋಷಕಗಳನ್ನು ಕೊಟ್ಟು ಅವಳನ್ನು ಸನ್ಮಾನಿಸಿದರು. ಮಾರನೆಯ ದಿನ ಅವಳು ಮೊದಲಿನಂತೆ ಚಿತ್ರಶಾಲೆಗೆ ಬಂದಳು. ಆದರೆ ಅವಳ ಮುಖದಿಂದ ತಪ್ಪಿ ಸಹ ರಾಜಸಭೆಯ ಸುದ್ದಿ ಹೊರಡಲಿಲ್ಲ, ಆತನಾದರೂ ಕೇಳಲಿಲ್ಲ.

ಆ ಮುಂದೆ ಅವಳು ಚಿತ್ರಶಾಲೆಗೆ ಮೊದಲಿನಂತೆ ಬರುವುದನ್ನೇನೂ ಬಿಡಲಿಲ್ಲ, ಅವಳ ಮುಖದ ಮೇಲೆ ಉದಾಸೀನತೆ ಮಾತ್ರ ಒಡೆದು ಕಾಣಹತ್ತಿತು. ಮಾತಿನಲ್ಲಿ ಮೊದಲಣ ಸರಲಭಾವವಿರಲಿಲ್ಲ. ಸ್ವಲ್ಪ ದಿನಗಳಲ್ಲಿ ಅವಳು ಯುವರಾಜರ ವಿಲಾಸದಾಸಿಯಾಗಿ ಅವರ ವಿಶಾಲ ಅಂತಃಪುರವನ್ನು ಸೇರಿದಳೆಂದು ಕೇಳಬಂದಿತು. ಬೀದಿಯಲ್ಲಿಯ ಮಣಿಯು ದೊಡ್ಡವರ ಕೋಶಾಗಾರದಲ್ಲಿ ಸಂಗ್ರಹಿತವಾಯಿತು.

* * *

ಆತನ ಭವಿಷ್ಯವಿನ್ನೂ ಸ್ಥಿರವಾಗಿರಲಿಲ್ಲ. ಒಂದು ದಿನ ಆತನಿಗೆ ಅರಮನೆಯಿಂದ ಆಮಂತ್ರಣ ಬಂದಿತು. ಅರಮನೆಯ ಕೆಲವೊಂದು ಭಾಗವನ್ನು ಚಿತ್ರಿಸುವ ಕೆಲಸವಂತೆ. ಈ ಮಹತ್ವದ ಕೆಲಸದ ಭಾರವನ್ನು ವಹಿಸಲಿಕ್ಕೆ ಈ ಮೊದಲು ರಾಜರ ಕೃಪೆಗೆ ಪಾತ್ರರಾದ ಅನೇಕ ಚಿತ್ರಕಾರರು ಅಯೋಗ್ಯರೆಂದು ನಿರ್ಣಯಿಸಲ್ಪಟ್ಟರಂತೆ. ಆತನಿಗೆ ಈ ಕೆಲಸವನ್ನು ಒಪ್ಪಿಸಿದ್ದಾಯಿತು. ಕೀರ್ತಿದೇವಿಗಿಷ್ಟೊಂದು ಬೇಕಿತ್ತು!

* * *

ಹತ್ತು ವರ್ಷದ ಕಾಲಾವಧಿಯಲ್ಲೇನಾಗಲಾರದು! ಮೊದಲಣ ಚಿತ್ರಶಾಲೆ ಹೋಗಿ ಅಲ್ಲಿ ಈಗೊಂದು ಚಿತ್ರಭವನ ಕಂಡು ಬಂದರಾಶ್ಚರ್ಯವೇ! ಆತನದೇ ಈ ಪ್ರಾಸಾದತುಲ್ಯವಾದ ಮಂದಿರ.

ಒಂದು ಸಾಯಂಕಾಲ ಅರಮನೆಯಿಂದ ಹೊರಟ ಒಂದು ಪಲ್ಲಕ್ಕಿಯು ಈ ಚಿತ್ರಭವನದೆದುರಿಗಿಳಿಯಿತು. ಪಲ್ಲಕ್ಕಿಯಿಂದೋರ್ವ ಸೌಂದರ್ಯಶಾಲಿನಿಯು ಹೊರಬಿದ್ದಳು. ಆತನು ಮನೆಯಲ್ಲಿರಲಿಲ್ಲ. ಸೇವಕರು ಅವಳ ಪರಿವಾರವೈಭವವನ್ನು ನೋಡಿ ಸನ್ಮಾನದಿಂದವಳನ್ನು ಮನೆಯೊಳಗೆ ಕರೆದೊಯ್ದರು. ಒಳಗೆ ಹೋದಕೂಡಲೆ ಅವಳು ತಾನು ಹೊದ್ದುಕೊಂಡ ಜವನಿಕೆಯನ್ನು ದಾಸಿಯ ಕಡೆಗೆ ಕೊಟ್ಟು ಚಿತ್ರಶಾಲೆಯೆಂಬ ವಿಭಾಗದ ಕಡೆಗೆ ನಡೆದಳು.

ಅಲ್ಲಿಯ ವೈಭವವನ್ನು ನೋಡಿ ಅವಳಿಗೆ ಸಂತೋಷವಾಯಿತು. ಚಿತ್ರಶಾಲೆಯಲ್ಲಿಯ ಆ ಚಿತ್ರಸಂಗ್ರಹವನ್ನು ನೋಡಿ ಅವಳ ರಸಿಕತೆಯು ತಲೆದೂಗಹತ್ತಿತು. ಎಷ್ಟೋ ಚಿತ್ರಗಳು ಇನ್ನೂ ಅಪೂರ್ಣಾವಸ್ಥೆಯಲ್ಲಿಯೇ ಇದ್ದವು. ಅವುಗಳಲ್ಲಿ ಕೂಡ ಆತನ ಕೌಶಲ್ಯವು ತಲೆದೋರದಿರಲಿಲ್ಲ. ಮೂಲೆಯಲ್ಲಿ ಕೃಷ್ಣವಸ್ತ್ರದಿಂದ ಹೊಚ್ಚಿಟ್ಟದ್ದೊಂದು ಚಿತ್ರವಿತ್ತು. ಕುತೂಹಲದಿಂದ ಅವಳದರ ಹತ್ತಿರ ಹೋಗಿ ಆ ಹೊದಿಕೆಯನ್ನು ದೂರ ಮಾಡಿದಳು. ಅಹುದು. ಅದು ಅವಳದೇ ಭಾವಚಿತ್ರ. ಹತ್ತು ವರ್ಷಗಳಾಚೆ ಈ ಚಿತ್ರವಿನ್ನೂ ಅಪೂರ್ಣಾವಸ್ಥೆಯಲ್ಲಿದ್ದಾಗ ನೋಡಿದ್ದು. ಈವೊತ್ತದು ಪೂರ್ಣವಾಗಿತ್ತು. ಈ ಹತ್ತು ವರ್ಷಗಳಲ್ಲಿ ಅವಳಲ್ಲಿ ಒಡೆದು ಕಾಣುವಂತೆ ಯಾವ ಪ್ರಕಾರದ ಬದಲೂ ಕಂಡುಬರುತ್ತಿರಲಿಲ್ಲ. ಆಗಿದ್ದರೆ ದೇಹವು ಸ್ವಲ್ಪ ಸ್ಥೂಲವಾಗಿರಬಹುದು—ಗತಿಯು ಮದಾಲಸ್ಯದಿಂದ ಮಂದವಾಗಿರಬಹುದು—ದೃಷ್ಟಿಯು ವಿಲಾಸದಿಂದ ಜಡವಾಗಿರಬಹುದು.

ಚಿತ್ರದಲ್ಲೋರ್ವ ನರ್ತಕಿಯು ನರ್ತನದ ಒಂದು ವಿಶಿಷ್ಟವಾದ ನ್ಯಾಸವನ್ನು ತೋರುತ್ತಿದ್ದಳು. ಅಹುದು. ಅದೇ ಸೌಂದರ್ಯ! ಅದೇ ಪ್ರಮಾಣಬದ್ಧತೆ! ಅದೇ ತಾರುಣ್ಯದ ಉನ್ಮಾದ! ಅವಳು ಭಾವವಶಳಾಗಿ ಕೌತುಕದಿಂದ ಆ ಚಿತ್ರದ ಕಡೆಗೆ ನೋಡಹತ್ತಿದಳು. ನೋಡುತ್ತ ನೋಡುತ್ತ ಅವಳ ಎದೆಯು ಧಡಧಡ ಹಾರಹತ್ತಿತು. ಚಿತ್ರಗತಳಾದ ನರ್ತಕಿಯ ಕಣ್ಣುಗಳಲ್ಲಿ ಅತೃಪ್ತ ಕಾಮವಿಕಾರದ ತಾಂಡವ ನೃತ್ಯವೇ ಚಿತ್ರಿತವಾಗಿತ್ತು! ಆ ಭಯಾನಕ ದೃಶ್ಯವನ್ನು ನೋಡಿ ಅವಳು ತಟ್ಟನೆ ಚಿತ್ರಶಾಲೆಯ ಹೊರಗೆ ಬಿದ್ದು ದಾಸಿಯಿಂದ ತನ್ನ ಜವನಿಕೆಯನ್ನು ಸಹ ತೆಗೆದುಕೊಳ್ಳದೆ ದ್ರುವಗತಿಯಿಂದ ಬಂದು ಪಲ್ಲಕ್ಕಿಯಲ್ಲಿ ಕುಳಿತುಕೊಂಡಳು. ವಾಹಕರು ಪಲ್ಲಕ್ಕಿಯನ್ನು ತೆಗೆದುಕೊಂಡು ಪ್ರಾಸಾದದ ದಾರಿ ಹಿಡಿದರು.

ಆಮೇಲವಳೆಂದೂ ಪ್ರಾಸಾದದ ಹೊರಗೆ ಬೀಳಲಿಲ್ಲ.

■

ರಾಮರಾಜ್ಯ

ಎ. ಜಿ. ಭಟ್ಟ

ಶ್ರೀರಾಮಚಂದ್ರ ದೇವರು ವನವಾಸವನ್ನು ಮುಗಿಸಿ ಅಯೋಧ್ಯೆಗೆ ಬಂದು ಸಿಂಹಾಸನಾರೂಢನಾಗಿ ರಾಜ್ಯವಾಳುವುದಕ್ಕೆ ಸುರುಮಾಡಿದನು.

ಅಧಿಕಾರ ಸೂತ್ರವು ತನ್ನ ಕೈಗೆ ಬಂದೊಡನೆಯೇ ಸೀತಾಪತಿಯು ತನ್ನೊಡನೆ ಅರಣ್ಯದಲ್ಲಿ ದುರ್ದಿನಗಳನ್ನು ಕಳೆದು, ಲಂಕೆಯನ್ನು ಸುಟ್ಟು ತನ್ನ ಧರ್ಮಪತ್ನಿಯನ್ನು ಬಿಡಿಸಿಕೊಂಡು ಬಂದ ಕಪಿಕುಲವನ್ನು ಕರೆದು ಒಂದೊಂದು ಹುದ್ದೆಯ ಮೇಲೆ ನೇಮಿಸಿದನು. ಭಕ್ತ ಶಿಖಾಮಣಿಯಾದ ಹನುಮಂತನಂತೂ ಗಿಡದ ತುತ್ತ ತುದಿಗೆ ಕುಳಿತು ಟುರ್ ಎಂದು ಹುಕುಂ ಬಜಾಯಿಸಹತ್ತಿದನು. ಅವನಿಗೆ 'ಸರ್ವಭಾಷಾ ಕೋವಿದ' ಎಂದು ಬಿರುದು ಸಿಕ್ಕಿತು.

ಅಯೋಧ್ಯೆಯ ಸಭ್ಯ ಪ್ರಜೆಗಳು ಯಾವುದಾದರೊಂದು ಕೆಲಸಕ್ಕೆ ಅರ್ಜಿ ಮಾಡಿದರೆ ಶ್ರೀ ರಘುಕುಲತಿಲಕನೇ ಮುಂದೆ ಬಂದು "ನೀವು ನನ್ನೊಡನೆ ವನವಾಸ ಎಷ್ಟು ದಿನ ಮಾಡಿದ್ದಿರಿ? ಲಂಕೆಯ ಎಷ್ಟು ಮನೆಗಳನ್ನು ಸುಟ್ಟ ವೀರರು ನೀವು?" ಎಂದು ಪ್ರಶ್ನಿಸುತ್ತಿದ್ದನು. ಈಗಿನ ಕಾಲದಂತೆ ಜಾತಿ ವಯಸ್ಸು ಮುಂತಾದುವುಗಳನ್ನು ಕೇಳುವ ಪದ್ಧತಿ ಆಗ ಚಾಲೂ ಇದ್ದಿಲ್ಲ.

ಇದನ್ನೆಲ್ಲ ಕಂಡು ಲಕ್ಷ್ಮಣನು ಒಂದು ದಿನ ಅಣ್ಣನಲ್ಲಿ ಸವಿನಯ ವಿಜ್ಞಾಪನೆ ಮಾಡಿದನು: "ರಾಜ್ಯವಾಳುವುದಕ್ಕೂ ನಮ್ಮೊಡನೆ ವನವಾಸ ಲಂಕಾದಹನಗಳನ್ನು ಮಾಡಿದ್ದಕ್ಕೂ ಏನೂ ಸಂಬಂಧವಿಲ್ಲ, ಲಂಕಾದಹನಕ್ಕೆ ರಾಜ್ಯದ ಕಾರಭಾರ ನಡೆಸುವ ಜಾಣ್ಮೆ ಬೇಕಾಗಿದ್ದಿಲ್ಲ."

ಅದಕ್ಕೆ ಪತಿತಪಾವನನು "ತಮ್ಮಾ ನೀನಂದದ್ದು ನಿಜ. ಆದರೆ ನಮ್ಮೊಡನೆ

ಅಡವಿಯಲ್ಲಿ ಬಳಲಿ, ಲಂಕಾದಹನದಂಥ ಶೌರ್ಯ ಕಾರ್ಯವೆಸಗಿದ ಈ ಕಪಿಗಳಿಗೆ ದೊಡ್ಡ ದೊಡ್ಡ ಅಧಿಕಾರ ಕೊಡುವುದು ನಮ್ಮ ಕರ್ತವ್ಯವಲ್ಲವೆ?" ಎಂದನು.

ಲಕ್ಷ್ಮಣನು ಕೂಡಲೇ "ಅಣ್ಣಾ, ನಮ್ಮೊಡನೆ ಕಾಡಿನಲ್ಲಿ ಬಳಲಿ, ಲಂಕೆಯನ್ನು ಸುಟ್ಟು ಹೈರಾಣಾದ ಭಕ್ತಶಿಖಾಮಣಿಗಳನ್ನು ದೊಡ್ಡ ದೊಡ್ಡ ಅಧಿಕಾರಗಳಲ್ಲಿಟ್ಟು ದುಡಿಸುವುದು ನ್ಯಾಯವಲ್ಲ. ಹಿಂದೆ ಮಾಡಿದ ಸಾಹಸ ತ್ಯಾಗಗಳಿಗಾಗಿ ಇವರನ್ನು ಒಂದು ಉಪವನದಲ್ಲಿ ಸುಖವಾಗಿ ಇಡುವುದು ನಮಗೆ ಒಪ್ಪುವ ವಿಷಯ. ದಣಿದು ಸುಣ್ಣಾದ ಇವರನ್ನು ಮತ್ತೆ ದುಡಿಸಹತ್ತುವುದು ತರವೇ?" ಅಂದನು.

ಜಾನಕೀಜೀವನನ ತಲೆಯಲ್ಲಿ ಹೊಸ ಬೆಳಕು ಬಿದ್ದಿತು. ಮರುದಿನವೇ ಅವನು ಕಪಿಗಳನ್ನೆಲ್ಲ ಕರೆದು ಅವರಿಗಾಗಿ ತಯಾರಿಸಿದ ಒಂದು 'ಸ್ಪೆಶಲ್' ಉಪವನದಲ್ಲಿ ಅವರಿಗೆ 'ಪೆನ್ಶನ್' ಅನುಗ್ರಹಿಸಿದನು.

ಅಂದಿನಿಂದ ದೊಡ್ಡ ಸಣ್ಣ ಕೆಲಸಗಳಿಗೆಲ್ಲ ಅಯೋಧ್ಯೆಯ ಪ್ರಜೆಗಳೇ ಬಂದರು. ಈ ರಾಜ್ಯವು ರಾಮರಾಜ್ಯವೆಂದು ಪ್ರಸಿದ್ಧಿ ಪಡೆಯಿತು.

■

ದ್ವೈತ

ವ್ಯಾಸರಾಯ ಬಲ್ಲಾಳ

ನಾನು ಶಪಿತ.

'ನಿನಗೇನು ವರ ಬೇಕು?' ಎಂದು ಕೇಳಿದ ಪ್ರಶ್ನೆಗೆ 'ವರವೆಂದರೇನು?' ಎಂದು ನಾನು ಉತ್ತರಿಸುವುದರೊಳಗೆ ಆತ ಗಹಗಹಿಸಿ ನಗತೊಡಗಿದ. 'ಶಾಪವೆಂದರೇನೆಂದಾದರೂ ತಿಳಿದಿದೆಯೇ?' ಎಂದು ಬಂತು ಮರು ಪ್ರಶ್ನೆ. ನಾನು 'ಇಲ್ಲ' ಎಂದಾಗ ಆತ ನಗಲಿಲ್ಲ. 'ಹಾಗಾದರೆ ನೀನು ಯಾವುದು ಬೇಕು, ಯಾವುದು ಬೇಡ ಎಂಬ ತಾರತಮ್ಯ ಜ್ಞಾನವೇ ಇರದ ಮೂರ್ಖ. ಆ ಕಾರಣ ನೀನು ಸದಾ ಶಪಿತ. ನಿನ್ನ ಆಯ್ಕೆಯನ್ನು ನೀನೇ ಮಾಡಿಕೊಂಡಿದ್ದೀಯ' ಎಂದ. ಹಾಗೆ ಹೇಳಿದವನೇ ಆತ ಇಲ್ಲದಾದ.

ಆತ ಯಾರು ಎಂಬ ಜಿಜ್ಞಾಸೆ ನನಗೆ ಆರಂಭವಾದದ್ದು ಆಗಲೇ. ಆತ ಎಲ್ಲಿದ್ದರೂ ಆತನನ್ನು ಹುಡುಕಲೇಬೇಕು. ಶಾಪವೆಂದರೇನೆಂದು ತಿಳಿಸದೆ 'ನೀನು ಸದಾ ಶಪಿತ' ಎನ್ನುವ ಅಧಿಕಾರ ನಿನಗೆ ಹೇಗೆ ಬಂತು ಎಂದು ಕೇಳಬೇಕು ಎಂದು ಯೋಚಿಸುವುದರೊಳಗೆ, ಇಲ್ಲವಾದವನನ್ನು ಹುಡುಕುವುದು ಹೇಗೆ ಎಂಬ ಚಿಂತೆಯುತ್ಪನ್ನವಾಗಿ, ಆತ ಹೇಗಿದ್ದ ಎಂಬುದನ್ನು ನೆನಪಿಸಿಕೊಳ್ಳಲು ಪ್ರಯತ್ನಿಸಿದೆ. ನೆನಪಿಸಿಕೊಳ್ಳಲು ಪ್ರಯತ್ನಿಸಿದಷ್ಟು ಮರೆವು ಹೆಚ್ಚುತ್ತಿರುವುದು ಅನುಭವಕ್ಕೆ ಬಂದಾಗ ನನಗೆ ಭಯವಾಯಿತು. ಆತ ಈಗ ಸಿಗದೆ ಹೋದರೆ ಮುಂದೆಂದೂ ಗುರುತಿಸಲು ಸಾಧ್ಯವಾಗುವುದಿಲ್ಲವೆಂಬ ಭಯ ಮೊಳೆತು, ನಾನು ಕೇಳಬೇಕಾದ ಪ್ರಶ್ನೆ ಕೇಳದೆಯೇ ಹೋಗಿ, ಪ್ರಶ್ನೆಯನ್ನೂ ನಾನು ಮರೆಯುವಂತಾದರೆ, ಎಲ್ಲವನ್ನು ಮರೆಯುವ ನಾನೂ ನನ್ನ ನೆನಪಿನ ಗುರುತಾಗಿ ಉಳಿಯುವುದಿಲ್ಲವೆಂಬ ಹೆದರಿಕೆಯಿಂದ ಕಿರಿಚಿಕೊಂಡೆ.

ಆಶ್ಚರ್ಯ! ನನ್ನ ಕಿರಿಚುವಿಕೆಗೆ ಮರುದನಿ ಬಂತು. ಮತ್ತೊಮ್ಮೆ ಕಿರಿಚಿದೆ. ಅದಕ್ಕೂ ಮರುದನಿ ಬಂತು. ಮರುದನಿ ಕೊಟ್ಟದ್ದು ನನ್ನ ಕಿರಿಚುವಿಕೆಯೇ ಎಂದು ಖಂಡಿತವಾಗಿ ತಿಳಿಯಬೇಕೆಂದು ಪುನಃ ಕಿರಿಚಿಕೊಂಡಾಗಲೂ ಅದೇ ರೀತಿಯ ಕಿರಿಚುವಿಕೆಯ ಉತ್ತರ ಬಂತು. ಆಗ ನಾನು ಜೋರಾಗಿ ನಗತೊಡಗಿದೆ. ನನ್ನ ನಗುವೂ ಪ್ರತಿಧ್ವನಿಸಿದಾಗ ನನಗೆ ಧೈರ್ಯ ಬಂತು. ನಿಂತು ನಿಂತು, ನನ್ನ ಕಿರಿಚುವಿಕೆಯನ್ನೂ, ಕಾರಣವಿರದ ನಗುವನ್ನೂ ಅವುಗಳ ಜೀವಂತತೆಯ ಸಾಕ್ಷಿ ಅನುಭವಕ್ಕೆ ಬರಬೇಕೆಂದು ಮತ್ತೆ ಮತ್ತೆ ಜೋರಾಗಿ ಪ್ರಕಟಿಸತೊಡಗಿದಾಗ, ತುಂಬ ಆಯಾಸವಾಗಿ, ಎಷ್ಟು ಹೊತ್ತಿನಿಂದ ಈ ಕೆಲಸ ಮಾಡುತ್ತಿದ್ದೇನೆ ಎಂದೆನಿಸಿ ಕಳವಳವಾಯಿತು.

ಆಗ, ಅಷ್ಟರ ತನಕ ನನ್ನ ಮುಂದೆಯೇ ಇದೆಯೇನೋ ಎಂದು ಭಾಸವಾಗಿದ್ದ ಮರುದನಿಯೂ ನಿಂತಿತು.

ಈಗ ಮತ್ತೆ ಭಯ. ಮತ್ತೆ ಮತ್ತೆ ಕೂಗಿದೆ. ಮತ್ತೆ ಮತ್ತೆ ನಕ್ಕೆ. ನನ್ನ ಕೂಗಿನ ಮತ್ತು ನಗುವಿನ ಗುರುತು ಸಿಗುವಂತಿತ್ತು. ಆದರೆ ಮರುದನಿ ಹೊರಡಲೇ ಇಲ್ಲ. 'ನೀನು ಶಪಿತ' ಎಂದು, ಯಾವುದೋ ಅಧಿಕಾರದ ವರ್ಚಸ್ಸು ತನಗಿದೆಯೆಂಬಂತೆ, ಶಾಪವೆಂದರೇನೆಂದೂ ತಿಳಿಸದೆಯೇ ಓಡಿಹೋದ ಆತನಂತೆಯೇ ಈಗ ಮರುದನಿಯೂ ಮಾಯವಾಯಿತೇಕೆ ಎಂದು ಯೋಚಿಸುತ್ತಲೇ ಅದನ್ನೂ ಹುಡುಕಲು ಹೊರಟೆ.

ಹೆಜ್ಜೆ ಹಾಕುತ್ತಿದ್ದಂತೆ ಎಷ್ಟು ಹೊತ್ತು ಹೀಗೆ ನಡೆಯುತ್ತಲೇ ಇದ್ದೇನೆ ಎಂಬ ಯೋಚನೆ ಮೊಳೆತು ಕಳವಳವಾಯಿತು. ಇನ್ನು ನನ್ನನ್ನು ಪ್ರಶ್ನಿಸಿ ಹೋದಾತನಂತೆ, ಮರುದನಿ ಮಾಯವಾದಂತೆ, ನನ್ನ ಹೆಜ್ಜೆಯ ನೆನಪೂ ಮಾಯವಾದರೆ, ಎಲ್ಲಿದ್ದೇನೆ, ಎಲ್ಲಿಗೆ ಹೋಗುತ್ತಿದ್ದೇನೆ ಎಂದು ತಿಳಿಯುವುದೇ ಕಷ್ಟವಾದೀತೆಂದೆನಿಸಿ, ನಿಧಾನವಾಗಿ ಹೆಜ್ಜೆಯನ್ನು ನೆನೆಸಿಕೊಂಡೆ, ಹೆಜ್ಜೆಯ ಸಪ್ಪಳವನ್ನು ನೆನೆಸಿಕೊಂಡೆ ಮೆಲ್ಲ ಮೆಲ್ಲ ಮುಂದುವರಿಯುತ್ತಿದ್ದೆ.

ಆಗ ಕೇಳಿ ಬಂತೊಂದು ಇಂಪಾದ ದನಿ. ನಾನು ಈ ತನಕ ಕೇಳಿರದ, ಆದರೆ ಮರುದನಿ ಹೊರಡಿಸಿದ ನನ್ನ ಕಿರಿಚುವಿಕೆಯನ್ನು ನೆನಪಿಸಲು ಸಹಾಯ ಮಾಡುವಂತಿದ್ದ ಈ ನಾದ ಎಲ್ಲಿಂದ ಹೊರಡುತ್ತಿದೆಯೆಂದು ಯೋಚಿಸತೊಡಗಿದೆ. ನನ್ನ ಕಿರಿಚುವಿಕೆ ನೆನಪಾಗುತ್ತಿದೆಯಾದರೂ ಅದಕ್ಕೂ ಈ ನಾದಕ್ಕೂ ಸಂಬಂಧವೇ ಇಲ್ಲ. ಇದು ಮರುದನಿ ಹೊರಡಿಸುತ್ತಿಲ್ಲ. ಈ ನಾದವನ್ನು ಆಲಿಸುತ್ತಿರುವಾಗ ಮರುದನಿ ಕೇಳುತ್ತಿಲ್ಲವೆಂಬ ಕಳವಳವೂ ಇಲ್ಲ. ಕೇಳುತ್ತಲೇ ಇರಬೇಕು ಎಂದು ತೋರುವ ಈ ನಾದದ ಮೂಲ ಎಲ್ಲಿದೆಯೆಂಬ ಆಶ್ಚರ್ಯ ಹೆಚ್ಚುತ್ತಲೇ ಹೋಗುತ್ತಿತ್ತು. ನನ್ನ ಹೆಜ್ಜೆಯ ಪರಿಚಯ ಮಾಡಿಕೊಳ್ಳುತ್ತ ಮುಂದುವರಿಯುತ್ತಿದ್ದಂತೆ, ಈ ನಾದದ ಮೂಲವನ್ನು ಹೇಗಾದರೂ ಹುಡುಕಿ ತೆಗೆಯಲೇ ಬೇಕು ಎಂಬ ಕುತೂಹಲವನ್ನೂ ಹೆಚ್ಚಿಸಿಕೊಳ್ಳುತ್ತಿದ್ದೆ. 'ನೀನು ಶಪಿತ' ಎಂದು ಮಾಯವಾದ ಆತನನ್ನು ಹುಡುಕುವುದರ ಜತೆಗೇ ಈ ಇಂಪಾದ ದನಿಯ ಮೂಲವನ್ನೂ ಹುಡುಕುವುದು ಅಗತ್ಯವೆಂದು ಬಗೆದು ಅವಸರವಸರವಾಗಿ ಹೆಜ್ಜೆ ಹಾಕತೊಡಗಿದೆ.

ನಾನು ಹೆಜ್ಜೆ ಹಾಕುತ್ತಿರುವುದು ದಟ್ಟವಾದ ಕಾಡಿನಲ್ಲಿ ಎಂಬ ಅನುಭವ ಬಂದುದು, ಕಲ್ಲು ಮುಳ್ಳುಗಳನ್ನೂ ಮರಗಿಡಗಳನ್ನೂ ದಾಟಿ, ದಾರಿ ಮಾಡಿಕೊಂಡು ಹೋಗುವಾಗ ಮೈ ಮೇಲೆಲ್ಲ ಆದ ಗೀರುಗಳಿಂದ. ಕತ್ತಲಲ್ಲಿ ಹೆಜ್ಜೆ ತುಳಿದು ಎಷ್ಟು ದೂರ ಇಂಥ ಕಷ್ಟದಲ್ಲಿ ನಡೆಯಬೇಕು ಎಂದು ನನ್ನನ್ನೆ ನಾನು ಕೇಳಿಕೊಂಡಾಗ, ಯಾವ ದಿಕ್ಕಿನಿಂದ ಬರುತ್ತಿದೆಯೆಂದು ತಿಳಿಯಲು ಸಾಧ್ಯವಾಗದಂಥ ಆ ಇಂಪಾದ ದನಿ, ಎಷ್ಟು ದೂರವಾದರೂ ಬಾ ಎಂದು ಕರೆಯುವಂತಿತ್ತು. ಆದರೆ ಸುತ್ತ ಹರಡಿದಂತಿದ್ದ ಈ ನಾದದ ಮೂಲವೆಲ್ಲಿದೆಯೆಂಬ ಚಿಂತೆ ಹೆಚ್ಚುತ್ತಿದ್ದಂತೆಯೇ ಇಂಪಾದ ಆ ದನಿ ಒಮ್ಮಿಂದೊಮ್ಮೆಗೆ ನಿಂತಿತು. ದನಿ ನಿಂತಿತೆಂಬ ಕಳವಳದ ಬೆನ್ನಲ್ಲಿ ನನಗೆ ಕೇಳಿಸತೊಡಗಿದುದು ಎಲೆಗಳ ಮರ್ಮರ, ಹಕ್ಕಿಗಳ ಚಿಲಿಪಿಲಿ, ಅಲ್ಲಿ ಎಲ್ಲೆಲ್ಲೋ ಅಡಗಿದ್ದಿರಬಹುದಾದ ಪ್ರಾಣಿಗಳ ಕೂಗು, ಆಮೇಲೆ, ಢಂ ಢಡಾರ್ ಎಂಬಂತೆ ಸ್ಫೋಟಗೊಂಡ ಗುಡುಗಿನ ಸದ್ದಿನ ಬೆನ್ನಿಗೆ ರೊಂಯ್ ಎಂದು ಸುರಿಯತೊಡಗಿದ ಧಾರಾಕಾರದ ಮಳೆ. ಕಾಡಿನ ದಟ್ಟವಾದ ಮರಗಳ ಹಾಸಿನಿಂದಾಗಿ ಮಳೆ ಎಲ್ಲಿ ಬೀಳುತ್ತಿದೆಯೆಂದು ತಿಳಿಯುವಂತಿರಲಿಲ್ಲ. ಎಲ್ಲೋ ದೂರದಲ್ಲಿ ಮಳೆ ನೀರು ನೆಲಕ್ಕೆ ಬಿದ್ದು ಹರಿಯುವ ಜುಳು ಜುಳು ಸದ್ದಷ್ಟೇ ಕೇಳಿಸುತ್ತಿತ್ತು. ಆದರೆ ಆ ಇಂಪಾದ ದನಿಯೆಲ್ಲಿ?

ಅದು ಎಲ್ಲಿದ್ದರೂ ನನ್ನ ಹುಡುಕಾಟಕ್ಕಾಗಿ ಕಾದಿದೆಯೆಂಬ ನನ್ನ ನಂಬಿಕೆ ಬಲವಾಗುತ್ತಲೇ ಇತ್ತು. 'ನೀನು ಶಪಿತ' ಎಂದು ಹೇಳಿ ಓಡಿಹೋದ ಆತನಂತೆಯೇ ಈ ನಾದವೂ ನನ್ನನ್ನು ಅಣಕಿಸುತ್ತಿದೆಯೆಂದು ನನ್ನ ಹುಡುಕಾಟವನ್ನು ಮುಂದುವರಿಸುವ ಹಟ ತೊಟ್ಟು ಮತ್ತೆ ಹೆಜ್ಜೆ ಹಾಕತೊಡಗಿದೆ. ನೆನಪು ನನ್ನ ಬೆನ್ನ ಹಿಂದಿದೆಯೆಂಬ ಎಚ್ಚರದಿಂದಲೇ ನಾನು ಮುಂದುವರಿಯುತ್ತಿದ್ದಾಗ—

ಒಮ್ಮೆಗೇ ಬೆಳಕು ಮೂಡಿ ನಾನು ಕಂಡದ್ದು ನೀಲ ಆಕಾಶ. ಕಾಡಿನ ಕತ್ತಲಿನಿಂದ ಹೊರಬಿದ್ದಿದ್ದ ನನಗೆ ಈ ಬೆಳಕು ತೆರೆದ ವೈಶಾಲ್ಯ ಉಂಟುಮಾಡಿದ್ದು ಮತ್ತೆ ಹೆಜ್ಜೆ ತಪ್ಪುವ ಭಯವನ್ನೆ. ಈಗ ನನ್ನನ್ನು ಜಿಜ್ಞಾಸೆಗೊಳಪಡಿಸಿದ್ದ ಆಕೃತಿಯನ್ನೂ, ಮರಳುಗೊಳಿಸಿದ್ದ ನಾದದ ಮೂಲವನ್ನೂ ಹುಡುಕುವುದು ದುಸ್ತರವೇ ಎಂಬ ಸಂದೇಹ ಬೆಳೆಯುತ್ತಿದ್ದಂತೆ ಬೆಳಕು ಬಿಸಿಯಾಗಿ ಬಿಸಿಯಾಗಿ ಬೆಂಕಿಯಾಗಿ ಮೈಯಲ್ಲೆಲ್ಲ ಹಿತವಾದ ಕಚಕುಳಿಯಿಡುತ್ತಿದೆಯೆಂದು ಭಾಸವಾದಾಗ ನಾನು ಭಯ ಮರೆತ ಆನಂದದಿಂದ, ಅರ್ಥವಾಗದ ಉನ್ಮಾದದಿಂದ ಆಕಾಶದೆಡೆ ನೋಡುತ್ತಿದ್ದೆ. ಅಲ್ಲಿ ನಾನು ಕಂಡದ್ದು ಎಂಥವೆಲ್ಲ ಬಣ್ಣಗಳ ಒಂದು ಸುಂದರವಾದ ಬಿಲ್ಲಿನಂಥ ಕಮಾನು. ಅದೇ ಗುರಿಯೆಂಬಂತೆ ರೆಕ್ಕೆ ಬಿಡಿಸಿ ಹಾರುತ್ತಿದ್ದ ಒಂದು ದೊಡ್ಡ ಹಕ್ಕಿ. ನನ್ನ ಮೈಗೆ ಕಚಕುಳಿಯಿಡುತ್ತಿದ್ದ ಬೆಂಕಿ ಬಣ್ಣ ಬಣ್ಣವಾಗಿ ಆಕಾಶದ ತುಂಬ ಬಿಲ್ಲಿನಂತೆ ಹರಡಿದೆಯೆಂಬ ತಿಳಿವಳಿಕೆ ಮೂಡಿದಾಗ ಆ ಬಣ್ಣಗಳನ್ನೆಲ್ಲ ತಂದು ತನ್ನ ಬಳಿ ಇರಿಸಿಕೊಳ್ಳಬೇಕು ಎಂಬ ಆಸೆಯಾಗಿ ಆ ದಿಕ್ಕಿನಲ್ಲಿ ಹಾರುತ್ತಿದ್ದ ಹಕ್ಕಿಯನ್ನೇ ನೋಡತೊಡಗಿದೆ. ಹಕ್ಕಿಯ ಹಾರಾಟ ನೋಡಿ ನನ್ನ ಹೆಜ್ಜೆಯ ಗತಿಯನ್ನು ನೆನಪಿಸಿ ಕಳವಳವಾಯಿತು. ನನಗಿಂತ ಮೊದಲೇ ಆ ಹಕ್ಕಿ ಆಕಾಶದ ತುಂಬ ಹರಡಿರುವ

ಬಣ್ಣಗಳನ್ನೆಲ್ಲ ಸವರಿ ದೂರ ಸಾಗಬಹುದು. ತನ್ನ ಹಾರಾಟದ ದಾರಿಯಲ್ಲಿ ನಾನು ಹುಡುಕುತ್ತಿರುವ ಆಕೃತಿಯನ್ನೂ ನನ್ನನ್ನು ಮರಳು ಮಾಡಿದ್ದ ನಾದದ ಮೂಲವನ್ನೂ ಗುರುತಿಸಬಹುದು ಎಂಬ ಚಿಂತೆ ಬೆಳೆಯುತ್ತಿದ್ದಂತೆ ಆ ಇಂಪಾದ ದನಿ ನಾನು ಕಾಣುತ್ತಿದ್ದ ಬಣ್ಣಗಳ ಹಿಂದಿದೆಯೆಂದು ಭಾಸವಾಗುವಂತೆ ಅಲ್ಲಿಂದಲೇ ಪುನಃ ಕೇಳಿಸತೊಡಗಬೇಕೆ!

ಈಗ ನನ್ನ ಹುಡುಕಾಟ ವ್ಯರ್ಥವಲ್ಲವೆಂಬ ಧೈರ್ಯ ಮರಳಿ ನಾನು ಆನಂದದಿಂದ ಪುನಃ ಹೆಜ್ಜೆ ಹಾಕತೊಡಗಿದೆ. ಹಾರುವ ಹಕ್ಕಿಗೆ ನಾನೇನು ಕಡಿಮೆ ಎಂಬ ಉತ್ಸಾಹ, ಗುರಿ ತಲಪುವ ಭರವಸೆ ಮೂಡಿಸಿತ್ತು. ಹೆಜ್ಜೆಹೆಜ್ಜೆಗೂ ನನ್ನ ಗತಿಗೆ ಅವರ್ಣನೀಯ ಉತ್ಸಾಹ ರೆಕ್ಕೆ ಮೂಡಿಸುತ್ತಿದೆಯೆಂಬ ತಿಳಿವಳಿಕೆಯಿಂದ ನಾನು ಮುಂದುವರಿಯುತ್ತಿದ್ದಂತೆ—

ಓಡಿಯೋಡಿ ಬರುತ್ತಿದ್ದ ಒಂದು ಮೃಗವನ್ನು ನಾನು ಕಂಡೆ. ಎಂಥ ಸುಂದರವಾದ ಮೃಗ ಅದು. ಅದು ನನ್ನೆಡೆಗೇ ಬರುತ್ತಿದೆಯೆಂಬ ಆನಂದದಿಂದ ಕಿರಿಚಿಕೊಂಡೆ. ಅದರ ಕೊಂಬಿನ ವಿನ್ಯಾಸ, ಚರ್ಮದ ಬಣ್ಣದ ಹೊಳಪು, ಮೈಯಲ್ಲೆಲ್ಲ ನಕ್ಷತ್ರಗಳನ್ನು ನಾಚಿಸುವಂಥ ಬಣ್ಣ ಬಣ್ಣದ ಚಿಕ್ಕೆಗಳು, ಸುಂದರ ಕಣ್ಣುಗಳಲ್ಲಿ ಪ್ರಕಟವಾಗುವಂತಿದ್ದ ಮುಗ್ಧ ಕುತೂಹಲವನ್ನೆಲ್ಲ ಕಂಡಾಗ, ಈ ಮೃಗ ನಾನು ಬಿಟ್ಟು ಬಂದ ಕಾಡಿನಿಂದ ಬಂತೇ, ಹತ್ತಿರದ ಕ್ಷಿತಿಜದಲ್ಲಿ ಕಾಣುವ ಬಣ್ಣಗಳ ಕಮಾನಿನ ಹಿಂದಿನಿಂದ ಬಂತೇ ಎಂದು ನಾನು ಯೋಚಿಸುತ್ತಿದ್ದಂತೆಯೇ ಅದು ಹಿಂದಿರುಗಿ ಓಡತೊಡಗಿತು, ಆ ಬಣ್ಣಗಳಿದ್ದಲ್ಲಿಗೇ. ಆಗ ಹಕ್ಕಿಯಂತೆ ನನಗೂ ಹಾರಲು ಸಾಧ್ಯ ಎಂದು ನಾನು ನನ್ನ ಹೆಜ್ಜೆಗಳನ್ನೆ ಮರೆತು ಓಡತೊಡಗಿದೆ. ನಾನು ಓಡುತ್ತಿರುವುದನ್ನು ಗಮನಿಸಿದ ಆ ಮೃಗ ನನ್ನ ಆಯಾಸವನ್ನು ಗಮನಿಸಿದೆಯೆಂಬಂತೆ ನಿಂತಾಗ, ಮತ್ತಷ್ಟು ಉತ್ಸಾಹದಿಂದ ಓಡತೊಡಗಿದೆ.

ಎಷ್ಟು ದೂರ ಓಡಿದರೂ, ನಿಂತು ಓಡಿ, ನಿಂತು ಓಡಿ, ನಾನು ಹತ್ತಿರ ಬಂದಂತೆ ಮತ್ತೆ ಮಾಯವಾಗುವ ಈ ಮೃಗ ಸಿಗುವಂತಿಲ್ಲವೆಂಬ ಕಳವಳ ಹೆಚ್ಚಿದಾಗ, ಬಣ್ಣ ಬಣ್ಣಗಳ ಬಾನಿನ ಬಿಲ್ಲು ನನ್ನಿಂದ ದೂರ ಸರಿಯುತ್ತಲೇ ಇದೆ, ನನ್ನ ಹುಡುಕಾಟ ಮುಗಿಯುವುದೇ ಇಲ್ಲ ಎಂಬ ಚಿಂತೆ ಕಾಡತೊಡಗಿ ನಾನು ಅಲ್ಲೇ ನಿಂತು ಸದ್ದಿಲ್ಲದೆ ಅಳತೊಡಗಿದೆ.

ನನ್ನ ಕಣ್ಣೀರು ಇಳಿಯುತ್ತಿದ್ದಂತೆ, ಆ ಇಳಿದು ಬರುತ್ತಿದ್ದ ನೀರಿನ ಪರೆ ಒಂದು ಪ್ರಭಾವಳಿಯನ್ನೆ ನಿರ್ಮಿಸುತ್ತಿದೆಯೆಂದು ಭಾಸವಾದಾಗ, ಆ ಪ್ರಭಾವಳಿಯಲ್ಲಿ ನಾನು ಹುಡುಕುತ್ತಿದ್ದ ಮಾಯಾಮೃಗ ನನ್ನ ಬಳಿಯೆ ನಿಂತು ಬೆದರಿದ ಕಣ್ಣುಗಳಿಂದ ನನ್ನನ್ನು ನೋಡುತ್ತಿದೆಯೆಂದೆನಿಸಿದಾಗ, ಆನಂದದಿಂದ 'ಸಿಕ್ಕಿತು' ಎಂದು ಆ ಮೃಗವನ್ನು ತಬ್ಬಿಕೊಂಡೆ.

ಆದರೆ ಅದು ಮತ್ತೆ ಮಾಯವಾಗಿತ್ತು. ನನ್ನ ಕಳವಳ ಹೇಳತೀರದು. ಹೀಗೇಕೆ ಈ ಮೃಗ ನನ್ನನ್ನು ಕಾಡುತ್ತಿದೆಯೆಂದು ಯೋಚಿಸುತ್ತಿದ್ದಾಗ, ಆಕಾಶದಲ್ಲಿ ಹರಡಿದ ಬಣ್ಣಗಳ ಹಿಂದಿನಿಂದ ಬರುತ್ತಿದೆಯೆಂದು ಭಾಸವಾದ ಮಂಜುಳನಾದ ನನ್ನ ಸುತ್ತ ಎಲ್ಲ ಕಡೆ ಹರಡುತ್ತಿತ್ತು. ಆಗ, ಆ ಮೋಹಕ ದನಿಯ ತರಂಗಿತತೆಯ ಮೋಡಿಯಿಂದೆಂಬಂತೆ ಆಕಾಶದಲ್ಲಿ ನಾನು ಕಾಣುತ್ತಿದ್ದ ಬಣ್ಣಗಳೆಲ್ಲ ಹತ್ತಿರ ಬಂದು ಬೆರೆತು ಯಾವುದೋ ಒಂದು

ಆಕೃತಿಯನ್ನು ನಿರ್ಮಿಸತೊಡಗಿದಾಗ ನಾನು ಕುತೂಹಲದಿಂದ ನೋಡುತ್ತಿದ್ದಂತೆ, ಆ ಆಕೃತಿ ಸ್ಪಷ್ಟವಾಗಿ ನನಗೆ ಗುರುತಿಸಲು ಸಾಧ್ಯವಾಯಿತು. ಏನಾಶ್ಚರ್ಯ! ನಾನು ಹುಡುಕುತ್ತಿದ್ದ, 'ನೀನು ಶಪಿತ' ಎಂದಾತನೇ ಮತ್ತೆ ನನ್ನ ಬಳಿಗೆ ಬಂದಿದ್ದ. ಈಗ, 'ಯಾಕೆ ಹಾಗೆ ಹೇಳಿದೆ?' ಎಂದು ಕೇಳಲೇಬೇಕು ಎಂದು ಯೋಚಿಸುತ್ತಿದ್ದಂತೆ ನನ್ನ ಮಾತನ್ನೆ ನಾನು ಮರೆಯುತ್ತಿರುವೆನೇ ಎಂಬ ಸಂದೇಹ ಬರತೊಡಗಿ ಭಯವಾಯಿತು. ಆತ ಮತ್ತೊಮ್ಮೆ 'ನೀನು ಶಪಿತ' ಎಂದು ಉಚ್ಚರಿಸಿದಾಗ ನಾನು ಭಯದಿಂದಲೂ, ಆಶ್ಚರ್ಯದಿಂದಲೂ ಗುರುತಿಸಿದ್ದು ನನ್ನದೇ ದನಿ. ಇದೇಕೆ ಹೀಗೆ ಎಂದು ನಾನು ಯೋಚಿಸುತ್ತಿರುವಷ್ಟರಲ್ಲಿ ನನ್ನನ್ನು ಮರುಳು ಮಾಡಿದ್ದ ಮೋಹಕ ದನಿ ದ್ರುತಗತಿಯಲ್ಲಿ ಗಾನದ ಅಲೆಗಳನ್ನು ನನ್ನ ಸುತ್ತ ತೀರ ಹತ್ತಿರದಲ್ಲಿ ಹರಡುತ್ತಿರುವಂತೆ, ನಾನು ಓಡಿ ಓಡಿ ಹಿಡಿಯಲು ಸಾಧ್ಯವಾಗದೆ ಮಾಯವಾಗುತ್ತಿದ್ದ ಮೃಗ ತಂದಿರಬಹುದೇ ಎಂಬ ಸಂದೇಹ ಬರುವಂಥ ಕಸ್ತೂರಿಯ ಸುಗಂಧ ನನ್ನ ಸುತ್ತ ಪಸರಿಸುತ್ತಿರುವಂತೆ, ಆಕಾಶದಲ್ಲಿ ಬಿಲ್ಲಿನಂತೆ ಮೂಡಿದ್ದ ಬಣ್ಣಗಳೆಲ್ಲ ಒಂದಕ್ಕೊಂದು ಹೊಂದಿಕೊಂಡು ಚದರಿ, ನರ್ತಿಸುತ್ತಿರುವಂತೆ ಭಾಸವಾದಾಗ, ನಾನು ಧೈರ್ಯ ತಂದುಕೊಂಡು ನನ್ನ ಮುಂದಿದ್ದ ಆಕೃತಿಯನ್ನೆ ದಿಟ್ಟಿಸಿ ನೋಡಿ 'ನೀನು ಯಾರು?' ಎಂದು ಕೇಳಿದೆ.

'ನಾನೂ ಶಪಿತೆ' ಎಂದು ಉತ್ತರ ಬಂತು.

■

ಆಲಾಪ

ರಾಮಚಂದ್ರ ಶರ್ಮ

ಮೇಜಿನ ಒಂದು ಕಡೆಗೆ ಅವನು, ಇನ್ನೊಂದು ಕಡೆಗೆ ಅವಳು; ಅವನ ಮುಖವನ್ನು ನೋಡುವುದೂ ಅವಳಿಗೆ ಸಾಧ್ಯವಾಗದಂತೆ ಅವನು ಅಂದಿನ ವರ್ತಮಾನ ಪತ್ರಿಕೆಯನ್ನು ಹಿಡಿದುಕೊಂಡಿದ್ದ.

ಅವಳ ಎದೆಯಲ್ಲಿ ಏನೋ ಅಶಾಂತಿ, ಅತೃಪ್ತಿ....

ಅವನ ಕಣ್ಣು ನುಡಿಯಬಹುದಾದ ಮಮತೆಗಾಗಿ, ಮಾತು ಮಿಡಿಯಬಹುದಾದ ಸಾಂತ್ವನಕ್ಕಾಗಿ ಹಂಬಲ. ದುಃಖದ ಕಾರಣ ಕೇಳಿದರೆ? ಏನು ತಾನೇ ಹೇಳುವುದು? ಏನಿದೆ ಹೇಳುವುದಕ್ಕೆ...?

ಆದರೂ, ಎದೆಯ ನೋವಿನಷ್ಟೇ ಸತ್ಯ ಅವನು ನೀಡಬಹುದಾದ ಸಮಾಧಾನಕ್ಕಾಗಿ ತನ್ನ ಹಂಬಲ. ಒಮ್ಮೆ ಅವನು ತನ್ನ ಕಡೆ ತಿರುಗಬಾರದೆ? ಕಣ್ಣು ಕಣ್ಣನ್ನು ಕೂಡಬಾರದೆ? ಗಳಿಗೆಯ ಒಂದು ನೋಟದಲ್ಲಿ ಎಷ್ಟೊಂದನ್ನು ನುಡಿಯಬಹುದು! ಮಾತು ಮುಗ್ಗರಿಸಬಹುದು. ಕಣ್ಣಿನ ದೈನ್ಯದ ಮಾತು ಸ್ಪಷ್ಟ. ಗುರಿ ನೇರ. ಆದರೆ...

ಅವನು ತಮ್ಮಿಬ್ಬರ ನಡುವಣ ಪತ್ರಿಕೆಯನ್ನು ಇಳಿಸಲಿಲ್ಲ.

ಎದ್ದವಳೇ ಕಿಟಕಿಯ ಹೊರಕ್ಕೆ ಮುಖಮಾಡಿ ನಿಂತಳು.

ಎದುರುಗಡೆಯ ಬೀದಿಯ ಅಂಚಿಗೆ ಸಣ್ಣದೊಂದು ಮರಗೆಲಸದ ಅಂಗಡಿ. ಸಣ್ಣ ವಯಸ್ಸಿನ ಇಬ್ಬರು ಗಂಡಸರು. ಮಗ್ಗುಲಿಗೆ ಮರದ ಚೂರುಗಳು. ಅಲಗು ಸುಲಿದ ಚರ್ಮ. ಮರದ ದಿಮ್ಮಿಗಳು. ಜನ್ಮಕ್ಕೆ, ವಿಶಿಷ್ಟ ರೂಪಕ್ಕೆ ಕಾದುನಿಂತ ಮರದ ತುಂಡು.

ಮಸಿ ಕಟ್ಟಿದ ಲಾಂದ್ರ: ಬೆಳಕಿಗೆ ಹೊಗೆಕಪ್ಪೇ ಹೆಚ್ಚು ಬೀದಿಯನ್ನು ದಾಟಿ ಬರುತ್ತಿತ್ತು. ಅವರಿಬ್ಬರೂ ಮಾತಿಲ್ಲದೆ ಸೇದುತ್ತಿದ್ದ ಬೀಡಿ ವಾಸನೆ, ಹಸಿ ಮರದ ಹಸಿ ವಾಸನೆ....

ಅಲ್ಲಿಗೆ ಹೋಗಿ ಅವರೊಡನೆ ತಾನು ಬೆರೆತು ಮಾತನಾಡಬಹುದಾಗಿದ್ದರೆ ತನ್ನ ದುಃಖ ಮಾಯವಾಗುತ್ತಿತ್ತು. ಹಾಗೆ ಮಾಡುವುದು ಸಾಧ್ಯವೆ?

ಗಂಡನ ಕಡೆ ನೋಡಿದಳು. ಹೇಗಾದರೂ ಮಾಡಿ ಅವನ ಗಮನ ಸೆಳೆಯುವ ಆಸೆ. ರೇಡಿಯೋ ಹಾಕಿದಳು...

ಪಿಟೀಲು ಮಾಯಾಮಾಳವಗೌಳದ ಆಲಾಪನೆ ಮಾಡುತ್ತಿತ್ತು. ಬೀದಿಯುದ್ದ ಮಲಗಿದ ತೆಳು ಬೆಳದಿಂಗಳಿನ ಜೊತೆಗೆ ಹದವರಿತು ಬೆರೆಯಿತು ನಾದದ ಮಾಧುರ್ಯ.

ಅವಳ ಗಂಡ ಮೊದಲಿನ ಹಾಗೆ ಕುಳಿತಿದ್ದ....

'ಸ್ವಲ್ಪ ಸುತ್ತಾಡಿಕೊಂಡು ಬರೋಣವೆ?' ಅವಳು ಹೇಳಿದಳು.

'ಅಗತ್ಯವಾಗಿ!' ಅವನೆದ್ದು ನಿಂತ...

ಬೀದಿಯಲ್ಲಿ ತಾವಿಬ್ಬರೂ ಹೋಗುವಾಗ ಅನಿವಾರ್ಯವಾಗಿಯೇ ತನ್ನ ದೇಹದ ಹತ್ತಿರ ಅವನ ದೇಹ. ಅವನ ಗಂಡುತನದ ಸಾಮೀಪ್ಯದಲ್ಲಿ ತನ್ನ ಈ ಅಕಾರಣ ವ್ಯಥೆ ಕರಗಬಹುದು. ಊರಿಗಿದ್ದದ್ದು ಒಂದು ಬೀದಿ. ಆ ಬೀದಿ ಈ ಆರು ವರ್ಷಗಳಲ್ಲಿ ಉದ್ದವಾಗಿತ್ತು, ಬೆಳೆದಿತ್ತು. ಆಚೆ, ಈಚೆ ಕಡೆಗೆ ಸಣ್ಣ ಸಣ್ಣ ಗುಡಿಸಲುಗಳನ್ನು ಕಟ್ಟಿಕೊಂಡು ವಾಸಮಾಡಲು ಹೊಸಹೊಸದಾಗಿ ಬರುತ್ತಿದ್ದ ನಿರಾಶ್ರಿತರು...

ಈ ಬೀದಿಯುದ್ದ ನಡೆದು ಹೋಗುವುದು ಅವಳಿಗೆ ಪ್ರಿಯ. ಅದರ ಜೀವನವನ್ನು ನೋಡುವಾಗ ಅವಳಿಗೆ ತನ್ನದೆನ್ನುವದೆಲ್ಲ ಮರೆತು ಹೋಗುತ್ತಿತ್ತು. ದಾರಿಯುದ್ದ ನಡೆದು ಹೋದರೆ ದೂರಕ್ಕೆ ಬೆಟ್ಟ. ಎರಡೂ ಕಡೆಯಿಂದ ವಂಕಿ ವಂಕಿಯಾಗಿ ಮೆಟ್ಟಲು ಮೆಟ್ಟಲಾಗಿ ಎತ್ತರವಾಗುತ್ತ ಬಂದು ಕೊನೆಗೆ ಚಪ್ಪಟೆ ಮೇಜಾಗಿ ನಿಂತ ಬೆಟ್ಟ. ಜನರಹಿತವಾದ ಆ ಸ್ಥಳದವರೆಗೆ ಹೋಗಿ ತನ್ನ ಭಾರವನ್ನು ನೀಗಬೇಕು—ಪಾಪಕ್ಕೆ ಹುಟ್ಟಿದ ಮಗುವನ್ನು ಗುರುತು ಕಾಣದ ಜಾಗದಲ್ಲಿ ಬಿಟ್ಟು ಸಂಭಾವಿತಳಾಗಿ ಸಮಾಜಕ್ಕೆ ಹಿಂದಿರುಗುವ ಹೆಣ್ಣಿನ ಹಾಗೆ ಹಿಂದಿರುಗಬೇಕು....

* * *

ಅವರಿಬ್ಬರಲ್ಲಿ ಯಾರೂ ಮಾತಾಡುವ ಪ್ರಯತ್ನ ಮಾಡದೆ ಬೀದಿಯುದ್ದ ನಡೆದಿದ್ದರು.

ಅವಳ ನೆಚ್ಚಿಕೆ ತಪ್ಪಾಗಿತ್ತು. ಅವನು ತನ್ನ ಮೈಯಿಗೆ ಅಷ್ಟೊಂದು ಹತ್ತಿರವಿದ್ದರೂ ಸಮಾಧಾನವೆನಿಸಿರಲಿಲ್ಲ. ಊರಿನ ಬೀದಿ, ಬೀದಿಯ ಜನ, ಮನೆಗಳಲ್ಲಿನ ಮಂದಪ್ರಕಾಶದ ದೀಪಗಳು....

ಎದೆ ಬಿರಿಯುವಷ್ಟು ತುಂಬಿಬಂತು. ಮಾತಾದರೂ ಆಡಿದರೆ?

ಅವಳು ಕತ್ತೆತ್ತಿದಳು. ಹುಣ್ಣಿಮೆಯಾದ ಮೇಲಿನ ಬಿದಿಗೆಯ ಚಂದ್ರನ ಮುಖ ವಿಕಾರವೆನಿಸಿತು. ಹತ್ತಿಕ್ಕಲಾರದ ನೋವಿನಿಂದ ಸುಟ್ಟು ಸೊಟ್ಟಾದ ಹೆಣ್ಣಿನ ಮುಖ. ಸುರಿಯುತ್ತಿದ್ದುದು ಬೆಳದಿಂಗಳಲ್ಲ.

'ಅಯ್ಯೋ, ದೇವರೆ!'

'ಯಾಕೆ? ಏನಾಯ್ತೇ!' ಧ್ವನಿಯಲ್ಲಿ ಗಾಬರಿ.

'ಚಂದ್ರನ ಮುಖ ನೋಡಿದಿರ?'

ನೋಡಿದ. ಅವನಿಗೇನು ವೈಚಿತ್ರ್ಯವೂ ಕಾಣಿಸಲಿಲ್ಲ. ಮಾತನಾಡದೆ ಹೆಜ್ಜೆಯಿಡ ತೊಡಗಿದ.

ಅವಳಿಗೆ ನಾಚಿಕೆಯಾಯಿತು. ಬೇರೆ ಮಾತು ತೆಗೆದಳು.

'ಸೇತುವೆ ಕಟ್ಟುವ ಕೆಲಸ ಎಲ್ಲಿಯವರೆಗೆ ಬಂತು? ಇನ್ನೂ ಎಷ್ಟು ವರ್ಷ?'

ಅವನು ಎಂಜನಿಯರ್. ಹೇಳತೊಡಗಿದ. ಅವಳಿಗೆ ಪ್ರಶ್ನೆ ಕೇಳಿದಾಗ ಇದ್ದ ಆಸಕ್ತಿ ಅವನು ಹೇಳುವ ಪ್ರಯತ್ನದಲ್ಲಿದ್ದಾಗಲೇ ನಂದಿಹೋಗಿತ್ತು. ನಡುವಿಗೆ ಆಗೊಮ್ಮೆ, ಈಗೊಮ್ಮೆ ಹೂಂಗುಟ್ಟುತ್ತ ನಡೆದಳು.

'ಮನೆಗೆ ಹೊಗೋಣವೆ?' ಒಮ್ಮೆಗೇ ಕೇಳಿದಳು.

ಅವನಿಗೆ ಸಿಟ್ಟು ಬಂದಿರಬೇಕು. ಮನೆಯ ಕಡೆಗೆ ತಿರುಗಿದ.

ದಾರಿಯ ಎರಡೂ ಮಗ್ಗುಲ ವಿದ್ಯಮಾನಗಳಲ್ಲಿ ಕುತೂಹಲವಿಡುವ ನಿರ್ಧಾರಮಾಡಿ ನಡೆದಳು...

ಮರದ ಹೊಟೇಲು, ತೆಳು ಹಸಿರು ಬಣ್ಣ. ನಿಯಾನ್ ದೀಪದ ಅಸಹಜ ಪ್ರಕಾಶ. ಬತ್ತಲೆ ನಿಂತ ಮನುಷ್ಯನಂತೆ ವಿಕಾರ. ಅತಿಸ್ಪಷ್ಟ ನಗ್ನತೆ. ಎಂದಿನ ಜನ ಇಂದು ಕೂಡ. ಮಿಲ್ ಕೂಲಿಗಳು, ಸೋಮಾರಿಗಳು, ತಲೆಹಿಡುಕರು... ಹೊಳಪಿರದ ಸೀಸೆಗಳಲ್ಲಿ ಅಗ್ಗದ ಬಣ್ಣಗಳ ಅಗ್ಗದ ಪಾನೀಯ... ಬಾಗಿಲು ಮುಚ್ಚಿದ ಅಂಗಡಿಯೊಂದರ ಮುಂದೆ ತಾಯಿ, ಒಂಬತ್ತು-ಹತ್ತರ ಒಂದು ಹುಡುಗ, ಒಂದು ಮೊಲೆಗೂಸು. ಚಿಕರಿಯೊಂದರಲ್ಲಿ ಅನ್ನ, ಬೂದು ಸಾರು. ತಿನ್ನಾಟವಲ್ಲ, ಆತುರದ ತುರುಕಿಕೊಳ್ಳಾಟ... ಅಂಗಡಿಸಾಲು, ಮನೆಗಳು. 'ಮನೆ ಮಾರಾಟಕ್ಕಿದೆ'—ತೂಗು ಹಲಗೆ. ಮನೆಯೊಂದೇ ಏನು ಮಾರಾಟಕ್ಕಿರುವುದು? ಬುದ್ಧಿ, ಮೈ ಎಲ್ಲವೂ ಮಾರಾಟಕ್ಕೆ! ಒಂದು ತರಹದ ವ್ಯಾಪಾರ ಮಾನ್ಯ.... ಇನ್ನೊಂದು ತರಹದ ವ್ಯಾಪಾರ?

ಇನ್ನೊಂದು ಹಲಗೆ: 'EFFICIENT WELDING.' ಅವಳಿಗೆ ನಗು ಬಂತು.

ಓ... ಎಲ್ಲಾದರೂ ಹೋಗಿಬಿಡಬೇಕು. ಹಿಂದಿರುಗದಂತೆ ಹೋಗಿಬಿಡಬೇಕು. ಎಲ್ಲಿಗೆ...?

ಬಣ್ಣ ಬಣ್ಣದ ಸೀರೆಗಳ ಹೆಣ್ಣುಮಕ್ಕಳು. ಮುಖಕ್ಕೆ ಧಾರಾಳವಾಗಿ ಲೇಪಿತವಾದ ರೂಜ್. ಮುಖದ ಮೇಲೆ ವಯಸ್ಸಿಗೆ ಮೀರಿದ ಅನುಭವ.... ಹೊರಚಾಚಿದ ಮೊಲೆಗಳು. ಸೂಚನೆಯಲ್ಲಲ್ಲವೇ ಸೌಂದರ್ಯ? ಅಲ್ಲವೊ?

The most glorious thing in life, Sex! The most nauseating thing in life—ಅದೇ—Sex!

ಏನು ಬಂದಿದೆ ತನಗೆ! ಇದೆಂಥ ಮಂಕು ಆವರಿಸಿದೆ?

* * *

ಹೊಸ್ತಿಲನ್ನು ದಾಟುವಾಗ ಅವಳು ಇತ್ಯರ್ಥ ಮಾಡಿದಳು.

'ನನಗೇಕೋ ತಲೆನೋವು. ನಾನು ಮಲಗಿಕೊಳ್ಳುತ್ತೇನೆ.'

'ಊಟ?'

'ನೀವೇಳಿ, ಬಡಿಸುತ್ತೇನೆ. ನನಗೇಕೊ ಹಸಿವಿಲ್ಲ.'

'ನೀನು ಮಲಕ್ಕೋ. ಕಾವೇರಮ್ಮ ನನಗೆ ಬಡಿಸುತ್ತಾರೆ...' ಅವನು ಸಿಗರೇಟು ಹೊತ್ತಿಸಿದ.

ಅವಳು ಕೊಠಡಿಗೆ ಹೋದಳು. ಮತ್ತೆ ಅವಳ ನೆಚ್ಚಿಗೆ ತಪ್ಪಾಗಿತ್ತು.

ಅವನ ಸಾಮೀಪ್ಯ..... ಅವನೊಡನೆ ಮಾತುಕತೆ... ಈಗ? ತನಗೆ ತಲೆ ನೋವೆಂದಾಗ ಅವನೆದ್ದು ಬಂದು ತನ್ನನ್ನು ತಬ್ಬಿ ನಿಲ್ಲುತ್ತಾನೆ. ಮೂಳೆ ಪುಡಿಪುಡಿಯಾಗುವಂತಹ ಬಿಗಿತ, ಹಿಡಿತ. ಅವನ ಶರ್ಟಿನ ಮೇಲೆ ತನ್ನ ಹಣೆಯ ಉಜ್ಜಾಟ. ಬಟ್ಟೆಯ ಒಳಗೆ ಎದೆಗೂದಲ ಕರಕರ—ಮಡಿಕೆ ಕಾಗದವನ್ನು ಬಿಚ್ಚಿದಂತೆ.

ಅವಳ ನೆಚ್ಚಿಕೆ ತಪ್ಪಾಯಿತು.

ಉಟ್ಟ ಸೀರೆಯನ್ನೂ ಬಿಚ್ಚದೆ, ಬೇರೆ ಸೀರೆಯನ್ನೂ ಉಡದೆ ಮಂಚದ ಮೇಲೆ ಬೋರಲಾಗಿ ಬಿದ್ದುಕೊಂಡಳು.

■

ದೊಣ್ಣೆಗುದ್ದಪ್ಪನವರ ಅಕಾಲ ನಿಧನ

ಬಾಗಲೋಡಿ ದೇವರಾಯ

ಕತ್ತಲು ರಾತ್ರಿಯ ಹೊತ್ತಿನಲ್ಲಿ ದೊಣ್ಣೆಗುದ್ದಪ್ಪನು ಗ್ರಾಮದ ಹಾದಿಯಲ್ಲಿ ನಡೆಯುತ್ತಿದ್ದಂತೆ ಯಾರೋ ಅಪರಿಚಿತ ವ್ಯಕ್ತಿಯೊಂದು ಅವನನ್ನು ಕಂಡು ವಿನಯದಿಂದ "ನಮಸ್ಕಾರ" ಎಂದಿತು. ಗ್ರಾಮದ ಜನರೆಲ್ಲರಿಗೂ ಗುದ್ದಪ್ಪನೆಂದರೆ ಭಯ, ಭೀತಿ ಇದ್ದುದರಿಂದ ಈ ತರದ ವಿನಮ್ರತೆ ಸಹಜವೇ. ಗುದ್ದಪ್ಪ "ಹುಂ" ಎಂದಷ್ಟೇ ಗರ್ವದಿಂದ ಉತ್ತರಿಸಿದ.

ಅಪರಿಚಿತ ವ್ಯಕ್ತಿಯು ಮೌನವಾಗಿ ನಡೆಯುತ್ತಿದ್ದ. ಸ್ವಲ್ಪ ಸಮಯದ ನಂತರ ಗುದ್ದಪ್ಪನಿಗೆ ಕುತೂಹಲವಾಯಿತು. "ನೀವು ಪರವೂರಿನವರೋ?" ಎಂದು ವಿಚಾರಿಸಿದ. ಅಪರಿಚಿತ "ನನಗೆ ಊರೂ ಇಲ್ಲ, ಪರವೂರೂ ಇಲ್ಲ" ಎಂದುತ್ತರಿಸಿದ. "ನೀವು ಯಾರು? ನಿಮ್ಮ ಹೆಸರೇನು?" ಎಂದು ಕೇಳಿದ್ದಕ್ಕೆ ಉತ್ತರ ಬಂತು: "ನಾನು ಒಂದು ದೆವ್ವ."

ಗುದ್ದಪ್ಪ ಹೊಟ್ಟೆಬಿರಿದು ನಕ್ಕ. "ಬಹಳ ಸಂತೋಷವಾಯಿತು. ನಾನೂ ಒಂದು ತರದ ದೆವ್ವವೇ. ಈ ಗ್ರಾಮದ ಬಡಪಾಯಿಗಳನ್ನು ಕೇಳಿರಿ. ದೆವ್ವದ ಕಾಟ ರಾತ್ರಿಗೆ ಮಾತ್ರ. ನಾನೋ, ಹಗಲೂ-ರಾತ್ರಿಯೂ ಈ ಪ್ರಾಣಿಗಳನ್ನು ನಡುಗಿಸಬಲ್ಲೆ. ನನ್ನ ಸ್ವರ ಕೇಳಿದೊಡನೆ ಅವಕ್ಕೆ ಜೀವವರ್ಧ ಹಾರಿಹೋಗುತ್ತೆ."

"ಹೌದೇ? ಅಂದರೆ ತಾವು ಯಾರು?"

"ಹಹ್ಹ! ನೀವು ನಿಜಕ್ಕೂ ಪರವೂರಿನವರು. ನಿಮಗೆ ನನ್ನ ಪರಾಕ್ರಮ ತಿಳಿಯದು. ನಾನು ಈ ಊರಿನ ಕೊತವಾಲ—ಅಧಿಕಾರಿ. ಈ ಜನರನ್ನು ಏನೋ ನೆಪಮಾಡಿ ಸೆರೆಮನೆಗೆ ಕಳಿಸುವುದು ನನಗೆ ಲೀಲಾಜಾಲ. ಹೆದರಿಸಿ ಬೆದರಿಸಿ ಹಣಕಾಸು ಸೆಳೆಯುತ್ತೇನೆ.

ನನ್ನ ಅಪ್ಪಣೆಗೆ ಬಗ್ಗದೇ ಇದ್ದರೆ ಸುಳ್ಳು ಆರೋಪ ಹೊರಿಸಿ ಠಾಣೆಗೆ ಕರೆಸಿ ಎಲುಬು ಮುರಿಸುತ್ತೇನೆ. ಕಣ್ಣು ಕೀಳಿಸುತ್ತೇನೆ. ನನ್ನ ಆಜ್ಞೆಯನ್ನು ಉಲ್ಲಂಘಿಸಿದವನ ಶವ ಹಾಳುಬಾವಿಯಲ್ಲಿ ಕಾಣುವುದು. ನಾನೂ ನೀವೂ ಒಂದೇ ತರಹದ ವ್ಯಕ್ತಿಗಳು. ನಾವಿಬ್ಬರೂ ನರಭಕ್ಷಕರು.... ಹಹ್ಹಹ್ಹ! ಏನಂತೀರಿ?"

ದೆವ್ವವೆಂದಿತು: "ಸ್ವಾಮೀ, ತಾವು ತಪ್ಪು ತಿಳಿದೀರಿ. ನಾವು ದೆವ್ವಗಳಿಗೆ ಹಾಗೆ ಅತ್ಯಾಚಾರಮಾಡಲು ಸರ್ವಥಾ ಅಧಿಕಾರವಿಲ್ಲ. ಎಂದೂ ನಾವು ಪರಧನವನ್ನು ಅಪಹರಿಸಲಾರೆವು. ಅದು ಅಸಾಧ್ಯ. ಯಾರಾದರೂ ಹೃತ್ಪೂರ್ವಕವಾಗಿ ತಾವಾಗಿಯೇ ನಮಗೆ ಕೊಟ್ಟಿದ್ದನ್ನು ಮಾತ್ರ ಸಂತೋಷದಿಂದ ಸ್ವೀಕರಿಸುವೆವು."

"ಹೆ! ಇದೊಂದು ಚೋದ್ಯ. ಯಾರಾದರೂ ತಾವಾಗಿಯೇ ಹೃತ್ಪೂರ್ವಕವಾಗಿ ಏನನ್ನಾದರೂ ದೆವ್ವಕ್ಕೆ ಕೊಡುವುದು ಉಂಟೇ? ಏನು ನೀವು ಪರಿಹಾಸ್ಯ ಮಾಡುತ್ತೀರೋ?"

"ಇಲ್ಲ, ನಿಜಕ್ಕೂ ಇದು ನಮ್ಮ ನೀತಿ. ನಮ್ಮ ವೃತ್ತಿಯಲ್ಲಿ ಆದಾಯ ಕಡಿಮೆ. ನಿಮ್ಮ ವೃತ್ತಿಯ ಹಾಗಲ್ಲ. ಆದರೂ ಉದರಪೋಷಣೆ ತಕ್ಕಮಟ್ಟಿಗೆ ಆಗುತ್ತಿದೆ. ಪಾಲಿಗೆ ಬಂದದ್ದೇ ಪಂಚಾಮೃತವೆಂದುಕೊಂಡು ತೃಪ್ತರಾಗಿ ಇರುತ್ತೇವೆ."

"ಹಾಗಿದ್ದರೆ ನಿಮ್ಮ ಅವಸ್ಥೆ ಬಹಳ ಕಠಿನ. ಉಪವಾಸವೇ ಇರಬೇಕು?"

"ಹಾಗಿಲ್ಲ, ಯಾರಾದರೂ ಪುಣ್ಯಾತ್ಮರು ಹೃತ್ಪೂರ್ವಕವಾಗಿ ಏನಾದರೂ ಕೊಟ್ಟೇ ಕೊಡುತ್ತಾರೆ. ಹೇಗೂ ಜೀವನ ಸಾಗುತ್ತದೆ. ದಿನಕ್ಕೆ ಒಂದು ಗ್ರಾಸ ಹೊಟ್ಟೆಗೆ ಬಿದ್ದೇ ಬೀಳುತ್ತೆ." ಹೀಗೆಯೇ ಮಾತು ನಡೆಯುತ್ತಿರುವಂತೆಯೇ ಒಂದು ಜೋಡೆತ್ತಿನ ಗಾಡಿ ಕಾಣಿಸಿತು. ಅಕ್ಕಿ ತುಂಬಿ ಭಾರವಾದ ಗಾಡಿಗೆ ಬೆಟ್ಟದ ಏರುದಾರಿ ಬಹುಕಠಿನವಾಗಿತ್ತು. ಎತ್ತುಗಳನ್ನು ಎಷ್ಟೆಷ್ಟು ಬಾರಿ ಹುರಪಿಸಿದರೂ ಹೊಡೆದರೂ ಅವು ಮೇಲೆ ಎಳೆಯಲಾಗದೆ ತಟಸ್ಥವಾಗಿ ನಿಂತುಬಿಟ್ಟಿದ್ದುವು. ಗಾಡಿಯಾಳು—"ದರಿದ್ರದ ನಿರುಪಯೋಗಿ ಎತ್ತುಗಳಿವು! ಸೋಮಾರಿ ಜಂತುಗಳು! ಕತ್ತಲೆಯಾಯಿತು. ಬೇಗನೆ ಹೋಗುವ ಬದಲು ಕಾಲುಬಿಟ್ಟು ನಿಂತುಬಿಟ್ಟಿವೆ! ಹುಲ್ಲು ಹುರುಳಿ ತಿನಿಸಿದ್ದು ವ್ಯರ್ಥ. ದೆವ್ವ ಹಿಡಿಯಲಿ" ಎಂದು ಆರ್ಭಟಿಸಿದನು.

ಗುದ್ದಪ್ಪ ದೆವ್ವದ ಬೆನ್ನುತಟ್ಟಿ "ಹಾಹ್ಹಾ! ನಿಮಗೆ ಆಹುತಿ ಸಿಕ್ಕಿತು. ಬಹಳ ಸುಲಭವಾಗಿಯೇ ಸಿಕ್ಕಿತು. ಎರಡು ಕೊಬ್ಬಿದ ಎತ್ತುಗಳು. ಈಗ ತಿಳಿಯಿತು ನಿಮ್ಮ ವೃತ್ತಿ ಹೇಗೆ ನಡೆಯುವುದು ಎಂದು. ಹಿಡಿಯಿರಿ ಎತ್ತುಗಳನ್ನು."

"ನಿಲ್ಲಿ, ತಾಳಿರಿ. ಅವಸರ ಮಾಡಬಾರದು. ಪ್ರಮಾದವಾದೀತು. ತಣ್ಣೀರನ್ನಾದರೂ ತಣಿಸಿ ಕುಡಿಯಬೇಕು. ಸ್ವಲ್ಪ ತಾಳಿ."

ಅಷ್ಟರಲ್ಲೇ ಪೆಟ್ಟು ತಿಂದು ತಿಂದು, ಬೈಗಳು ಸವಿದು, ಕೊನೆಗೆ ಹೇಗೋ ಎತ್ತುಗಳು ಬೆಟ್ಟದ ಏರುದಾರಿಯನ್ನು ದಾಟಿಸಿದವು. ಗಾಡಿಯಾಳು "ನನ್ನ ಚಿನ್ನದಂಥಾ ಎತ್ತುಗಳು!

ಬಂಗಾರದಂಥಾ ಎತ್ತುಗಳು! ಹುಲ್ಲು ತಿನ್ನಿರಿ. ಮನೆಗೆ ಮುಟ್ಟಿದೊಡನೇ ಹಸುರುಹುಲ್ಲು ಹುರುಳಿ ಧಾರಾಳವಾಗಿ ಕೊಡುತ್ತೇನೆ" ಎನ್ನುತ್ತಾ ಎತ್ತುಗಳನ್ನು ಪ್ರೀತಿಯಿಂದ ಮೈ ಸವರತೊಡಗಿದನು.

ದೆವ್ವ ಗುದ್ದಪ್ಪನೆಡೆ ತಿರುಗಿ "ನೋಡಿದಿರಾ? ನಾನು ನಿಮ್ಮ ಮಾತನ್ನು ಆಲಿಸಿ ಅವಸರಮಾಡಿದ್ದರೆ ಏನು ಅಪರಾಧ ಘಟಿಸಿಹೋಗುತ್ತಿತ್ತು? ಆ ಗಾಡಿಯಾಳು ಹೃತ್ಪೂರ್ವಕವಾಗಿ ನನಗೆ ಎತ್ತುಗಳನ್ನು ಕೊಟ್ಟಿರಲಿಲ್ಲ. ಬರೇ ಸಿಟ್ಟಿನ ಆವೇಶದಲ್ಲಿ ಹುಚ್ಚುಚ್ಚಾಗಿ ಬಡಬಡಿಸಿದ್ದಷ್ಟೆ."

ಹಾಗೆಯೇ ಮುಂದೆ ನಡೆದರು. ಒಂದು ಸಣ್ಣ ಮನೆ ಕಂಡಿತು. ಒಂದು ಸಣ್ಣ ಮಗು ಜೋರಾಗಿ ಹಠಕಟ್ಟಿ ಚೀತ್ಕಾರಮಾಡುತ್ತಾ ಇತ್ತು. ಮನೆಯ ಪಾತ್ರೆಗಳನ್ನು, ಆಟದ ಸಾಮಾನುಗಳನ್ನು ಚೆಲ್ಲಾಪಿಲ್ಲಿ ಬಿಸಾಡುತ್ತಿತ್ತು. ತಾಯಿಯನ್ನು ಕಚ್ಚಲು ಹೋಗುತ್ತಿತ್ತು. ತಾಯಿ "ಏ ಶನಿ! ಏನು ನಿನ್ನ ಕಾಟ! ಇಡೀ ದಿನ ನಿನ್ನ ಉಪದ್ರವ ಸಹಿಸಿ ಸಹಿಸಿ ಸಾಕಾಯಿತು. ಒಂದು ಕ್ಷಣ ವಿರಾಮ ಇಲ್ಲ. ನಿನ್ನನ್ನು ದೆವ್ವ ಹಿಡಿಯಬಾರದೇ?" ಎಂದು ಅರಚಿದಳು. ಮತ್ತು ಬೆನ್ನಿಗೆ ಒಂದು ಪೆಟ್ಟು ಕೊಟ್ಟಳು.

ಗುದ್ದಪ್ಪ "ನೋಡಿ ನೋಡಿ, ನಿಮಗೊಂದು ಗ್ರಾಸ ಸಿಕ್ಕಿತು. ಹಿಡಿಯಿರಿ" ಎಂದ.

ದೆವ್ವ "ಸ್ವಾಮಿ, ಅವಸರ ಮಾಡುವುದು ನಮ್ಮ ವೃತ್ತಿಯಲ್ಲಿ ನಿಷಿದ್ಧ. ಸ್ವಲ್ಪ ತಾಳಿ ನೋಡೋಣ" ಎಂದಿತು.

ಅಷ್ಟರೊಳಗೇ ಮಗು ಪೆಟ್ಟುತಿಂದು ಬಿಕ್ಕಿಬಿಕ್ಕಿ ಕಣ್ಣೀರು ಸುರಿಸಿ ಅಳತೊಡಗಿತು. ತಾಯಿ ತಕ್ಷಣವೇ ಮಗುವನ್ನು ಎದೆಗೆ ಅಪ್ಪಿಹಿಡಿದು, ಮುತ್ತುಕೊಟ್ಟು, "ನನ್ನ ಮುದ್ದು ಕಂದಾ. ನೋವಾಯಿತೇನಮ್ಮಾ? ಕಲ್ಲುಸಕ್ಕರೆ ಕೊಡುತ್ತೇನೆ. ಮಗು ಮಾಣಿಕ್ಯಾ, ನಿನಗೆ ಒಳ್ಳೆ ಬುದ್ಧಿ ಬರಲೀ ಎಂದು ಒಂದು ಪೆಟ್ಟು ಕೊಟ್ಟೆ. ಸಿಟ್ಟು ಮಾಡಬೇಡಾ" ಎಂದು ವಿಧವಿಧವಾಗಿ ಮಗುವನ್ನು ಮುದ್ದಾಡಿಸತೊಡಗಿದಳು.

ದೆವ್ವ "ಗುದ್ದಪ್ಪನವರೆ, ಕಂಡಿರಾ? ನನ್ನ ವೃತ್ತಿ ಸುಲಭವಲ್ಲ. ಬಹಳ ಸಾವಧಾನದಿಂದ ಪ್ರಸಂಗವನ್ನು ಪರೀಕ್ಷಿಸಬೇಕಾಗುತ್ತದೆ. ಆ ತಾಯಿ ಸರ್ವಥಾ ಹೃತ್ಪೂರ್ವಕವಾಗಿ ನನಗೆ ಮಗುವನ್ನು ಕೊಡಲಿಲ್ಲ. ಬರೇ ಸಿಟ್ಟಿನ ಕ್ಷಣದಲ್ಲಿ ಏನೋ ಉಚ್ಚರಿಸಿದಳು ಅಷ್ಟೆ" ಎಂದಿತು.

ಮುಂದೆ ಸಾಗಿ ಒಂದು ಬಡ ಗುಡಿಸಿಲಿಗೆ ಬಂದರು. ಗುದ್ದಪ್ಪ ಮೀಸೆ ಹುರಿಮಾಡುತ್ತಾ "ಈಗ ನೋಡಿ, ನನ್ನ ವೃತ್ತಿಯ ವೈಭವ. ಈ ಮನೆಯಲ್ಲಿ ಒಬ್ಬಳು ವಿಧವೆ ಮತ್ತವಳ ಮಗಳು ಇದ್ದಾರೆ. ಅವರನ್ನು ಪೀಡಿಸಿ ಹೇಗೆ ನಡುಗಿಸುತ್ತೇನೆ, ಹೇಗೆ ಸರ್ವಸ್ವವನ್ನೂ ಸೆಳೆಯುತ್ತೇನೆ ನೋಡಿ" ಎಂದು ಬಾಯಿಚಪ್ಪರಿಸಿದ.

"ಏ ಹಾಳುಮುದುಕಿ? ನಾನು ಹೇಳಿದ ದಂಡ ಏಕೆ ಇನ್ನೂ ತೆರಲಿಲ್ಲ? ಸೆರೆಮನೆಗೆ ನಿಮ್ಮಿಬ್ಬರನ್ನು ದಬ್ಬಬೇಕೆ?" ಎಂದಬ್ಬರಿಸಿದ.

"ಅಯ್ಯೋ ಒಡೆಯರೇ, ಧನಿಗಳೇ, ನಿಮ್ಮ ಕಾಲಿಗೆ ಬೀಳುತ್ತೇನೆ. ನನ್ನಲ್ಲಿ ದಂಡ ಕೊಡಲು ಹಣವೆಲ್ಲಿದೆ? ನಾನು ಏನು ಅಪರಾಧ ಮಾಡಿದ್ದೇನೆ?"

"ಸುಳ್ಳು ಬೊಗಳಬೇಡ, ಹಾಳುಮುದುಕಿ! ನಿನ್ನ ಮನೆಯಲ್ಲಿ ನಗನಾಣ್ಯ ಅಡಗಿಸಿಟ್ಟಿದ್ದೀ ಗಡಿಗೆಯಲ್ಲಿ. ಮನೆಯ ಹಿಂದೆ ಮದ್ಯ ಹೂತಿಟ್ಟಿದ್ದೀ. ನಿನ್ನ ಮನೆಯಲ್ಲಿ ಜೂಜಾಟ ನಿತ್ಯ ನಡೆಯುತ್ತಿದೆ. ನಿನ್ನ ಮಗಳು ವೇಶ್ಯೆ. ನೀನೂ ವೇಶ್ಯೆ. ನಡಿ ಸೆರೆಮನೆಗೆ."

"ಅಯ್ಯೋ ಪಾಪಿ! ಏಕೆ ಬಡವರನ್ನು ಪೀಡಿಸುತ್ತೀಯೇ? ರಾಕ್ಷಸಾ! ನಿನ್ನನ್ನು ದೆವ್ವ ಹಿಡಿಯಬಾರದೇ?" ಎಂದು ಮುದುಕಿ ರೋದಿಸಿದಳು.

ದೆವ್ವ ವಿನಯದಿಂದ ಮುಂದೆ ಬಂದು ಕೈಜೋಡಿಸಿ, "ಅಮ್ಮ, ತಾವು ಈಗ ಹೇಳಿದುದು ಹೃತ್ಪೂರ್ವಕವಾಗಿಯೇ? ಸರಿಯಾಗಿ ವಿಚಾರಿಸಿ ಹೇಳಿ" ಎಂದಿತು.

ಮುದುಕಿ "ಅಯ್ಯೋ! ಈ ರಾಕ್ಷಸ ಗುದ್ದಪ್ಪ ಪ್ರತಿನಿತ್ಯ ನಮ್ಮನ್ನು ಹಿಂಸಿಸುತ್ತಾನೆ. ಮನೆಯಲ್ಲಿದ್ದ ಪಾತ್ರೆ–ಪದಾರ್ಥಗಳನ್ನೆಲ್ಲಾ ಸೆಳೆದು, ಹೊಡೆದು ಬಡೆದು ಪೀಡಿಸುತ್ತಾನೆ. ಪಿಶಾಚಿ, ನನ್ನ ಮಗಳನ್ನು ಕಾಡುತ್ತಿದ್ದಾನೆ. ಅವನಿಂದ ನಮ್ಮ ಪ್ರಾಣಕ್ಕೆ ಸಂಚಕಾರವಾಗಿದೆ. ಈ ಪಾಪಿಯನ್ನು ದೆವ್ವ ಹಿಡಿಯಲಿ" ಎಂದು ಬಿಕ್ಕಿ ಬಿಕ್ಕಿ ಅತ್ತಳು.

ದೆವ್ವ ಪುನಃ ಕೈ ಜೋಡಿಸಿ, ವಿನಮ್ರವಾಗಿ "ಆಗಲಿ ಅಮ್ಮ. ನಿಮ್ಮ ಅಪ್ಪಣೆ ಪ್ರಕಾರ" ಎಂದಿತು. ಅನಂತರ ಗುದ್ದಪ್ಪನೆಡೆಗೆ ತಿರುಗಿ, ಅವನ ಕತ್ತಿನ ಮೇಲೆ ಕೈಹಾಕಿ ಹಿಸುಕಿ "ಬನ್ನಿ ಗುದ್ದಪ್ಪನವರೆ, ನನ್ನ ಹೊಟ್ಟೆ ಹಸಿದಿದೆ" ಎಂದಿತು.

ಊರಿನ ಪ್ರಚಂಡ ಅಧಿಕಾರಿ ದೊಣ್ಣೆ ಗುದ್ದಪ್ಪನವರಿಗೆ ಅಕಾಲನಿಧನ ಸಂಭವಿಸಿತು.

(ಲೋಕವಿಖ್ಯಾತ ಆಂಗ್ಲಸಾಹಿತಿ ಛಾಸರ್ [೧೩೪೦–೧೪೦೦] ನ ಪ್ರಸಿದ್ಧ ಕತೆಯ ಭಾವಾನುವಾದ.)

■

ಬೊಮ್ಮಿಯ ಹುಲ್ಲು ಹೊರೆ

ಯಶವಂತ ಚಿತ್ತಾಲ

"ಓ ಹುಲ್ಲು ಚೂಳೀ.. ಹುಲ್ಲು ಚೂಳೀ ಕೊಡೂದೇ?"

"ಐದಾಣೆಗೆ ಆಗೂದಾದರೆ ತರ್ತೆನೋಡೀ"

"ಇಲ್ಲಿ ತಾರೆ, ನೋಡ್ವಾ."

"... ... ..."

"ಓ ನೀನು! ಸಣ್ತಂಗೀ ಮಗು ಅಲ್ಲವೇನೇ? ಗುರುತೇ ಇಲ್ಲದ ಹಾಗೆ ಹೋಗ್ತೀಯಲ್ಲವೇ... ಯಪ್ಪಾ ಯಪ್ಪಾ ಯಪ್ಪಾ! ಹುಲ್ಲು ಹ್ಯಾಗೆ ತುಂಬೀಯೇ!! ನಿಮಗೆ ದೇವರು ಗನಾಕೆ ಮಾಡೂನಲ್ಲವೇ? ಸಮಾ ತುಂಬಿದ್ರೆ ಅರ್ಧಾ ಚೂಳಿನೂ ಇಲ್ಲ ಮಗುವೆ... ಒಂದಾಣೆಗೆ ಹಾಕು—ಒಂದಾಣೆಗೂ ಬೇಡಾ ಅದು, ಆದರೂ..."

"ಹೌದ್ರಾ ಅಮ್ಮಾ. ಅದಕ್ಕೇ ನಾ ಬರೋದೇ ಇಲ್ಲಾ ಇಲ್ಲಿ. ನೋಡ್ರಾ, ಅಡ್ಡಿ ನೋಡ್ರಾ. ಹುಲ್ಲಾದರೂ ನೋಡಿ ಮಾತಾಡಬೇಕರಾ. ಎಂಥಾ ಎಳೀ ಪಕಳೀ ಹುಲ್ಲು—ಆಣೆಗೆ ಯಾರಾದರೂ ಹಾಕೂರುರಾ?"

"... ... ..."

"ಓ ಸಣ್ತಂಗೀ ಮಗುವೇ, ಓ ಬೊಮ್ಮಿ...... ಇಲ್ಲಿ ಬಾರೆ. ನಿಮ್ಮವ್ವಿ ಹೀಗಿರಲಿಲ್ಲವ್ವೆ. ಹಾಗೇನು ಹರ್ಕೊಂಡು ಹೋಗ್ತೀಯೆ? ನಿಮ್ಮವ್ವಿ ಬಂದರೆ ಯಾವಾಗಲೂ ನಮ್ಮಲ್ಲೇ ಕೊಟ್ಟು ಹೋಗ್ತಿದ್ಲು... ಹೌದೇ, ನಿಮ್ಮವ್ವಿಗೆ ಹ್ಯಾಗೆ ಅದೆಯೆ ಈಗ?"

"ಹಾಗೇ ಅದೆರಾ....."

"ಮದ್ದು ಯಾರ್ದು ಮಾಡೀರಿ?"

"ಮದ್ದು ಏನ್ಮಾಡ್ತದ್ರಾ? ಸಾಯಲಿಕ್ಕೆ ಆ ಕುಂಟನ್ಮನೆ ಬೀರಾ ದೆವ್ವಾ ಮಾಡಿ ಹಾಕಿನ್ಕಂಡಾ. ನಿನ್ನೆ ಮುರ್ಕುಂಡೀ ದೇವ್ರ ಹೇಳ್ಕೆಯಾಯ್ತು."

"ಹೌದೋ? ನಿಮ್ಮವ್ವಿ ಗನಾ ಮನ್ಸಿ—ಯಾವಾಗ್ಲೂ ನಾವಂದ್ರೆ ಆಗಿತ್ತು. ಒಂದು ಹೇಳಿದ್ರೆ ಅಲ್ಲಾ ಅನ್ತಿದ್ದಿಲ್ಲ. ದೇವರು ಬಿಡಲಿಕ್ಕಿಲ್ಲವೇ ಆ ಬೀರನಿಗೆ."

"ಅಮ್ಮಾ, ಹೊಗ್ತೇನ್ರಾ—ಹೊತ್ತು ಬಂತು"

"ಅಯ್ಯ, ತಡಿಯೇ—ಹಾಗೇನು ಮಾಡ್ತಿಯೇ? ಹೌದೆ, ನಿಮ್ಮಣ್ಣನಿಗೆ ಕಡೆಗೆ ಮದ್ವೀ ಆಯ್ತೇ?"

"ಇಲ್ಲರಾ—ಅವ್ವಿ ಒಬ್ಬಳಿಗೆ ಹಾಗೆ..."

"ನಿನಗಾದರೂ ಸರೀಮಾಡಿ ನೋಡ್ತ್ನಲ್ಲವೇ ಈಗ ನಿನ್ನ ಗಂಡ?"

"... ... ..."

"ನಾಚಿಕೊಳ್ತೀಯಲ್ಲವೇ. ಅಲ್ಲವೇ ಆ ದಿವಸ ನಿನ್ನಪ್ಪ ಬಂದಾಗ ಹೇಳ್ತಿದ್ದ: ಹುಡುಗ ಗುಣದಿಂದ ಬಹಳ ಚಲೋಂವ; ಕೇರಿಯ ಮೇಲಿನವರು ಚಾಡಿ ಹೇಳಿ ತಲೆ ಕೆಡ್ಸಿದ್ದರು; ಈಗ ಚಲೋ ಬುದ್ಧಿ ಬಂದಿದೆ ಎಂದು. ನಂಗೆಲ್ಲಾ ಗೊತ್ತು ಮಗುವೆ—ನಮ್ಮ ನಿಮ್ಮ ಗುರುತು ಈಗಿನದಲ್ಲವೇ. ನಿಮ್ಮಜ್ಜಾ ಈ ಮನೆಯಲ್ಲೇ ಕೆಲಸಕ್ಕಿದ್ದ ನನ್ನ ತಂದಾಗ. ಉಂಬೋದು, ಮಲ್ಗೂದು ಎಲ್ಲಾ ಇಲ್ಲೇ. ನಿನ್ನಪ್ಪ ಆ ಶಂಕರರಾಯರ ಒಕ್ಕಲು ಆದಂದಿನಿಂದ ನೀವೆಲ್ಲಾ ನಮಗೆ ದೂರಾದ್ರಿ. ನಿಮ್ಮಣ್ಣಾ ಚಲೋವ್ನೆ. ಆಗಲಿ, ಚಲೋ ರೊಕ್ಕಾ ಮಾಡೀನ್ಕಂಡಾ ಅಲ್ಲವೇ? ಆ ಶಂಕರರಾಯರು ನಿಮ್ಮಪ್ಪನ್ನ ಘಸಾಯಿಸಿದರೂ ದೇವರು ನಿಮ್ಮ ಕೈ ಬಿಡಲಿಲ್ಲ. ಜನ ಎಲ್ಲಾ ಸುಳ್ಳಾದರೂ ಅವನೊಬ್ಬ ಇದ್ದಾನಲ್ಲ ಸತ್ಯವಂತ! ... ಅಯ್ಯೋ, ಹೊತ್ತಾಯ್ತು...... ಹೌದೇ, ನನ್ನ ಮಾತು ಕೇಳು ಮಗುವೇ, ಒಂದು ದಮಡಿ ಹೆಚ್ಚು ಮಾಡ್ತೇ—ಇಲ್ಲೇ ಹಾಕಿಹೋಗು. ಸುಮ್ಮನೆ ಅಲ್ಲಿ ಇಲ್ಲಿ ತಿರ್ಗಾಡಬೇಡ ಬಿಸಿಲೊಳಗೆ."

"... ... ..."

"ಏನು ಮಾಡ್ತೀ?... ನಾನೇನು ನಿನ್ನ ಘಸಾಯಿಸಲಿಕ್ಕೆ ಹೇಳ್ತೇನೇ... ನೋಡು? ಹಾಕೂದಾದರೆ ಓ ಅಲ್ಲಿ ಜಗಲಿಯ ಮೇಲೆ ಹಾಕಿ ಹೋಗು."

"ಸಾಯ್ಲಾ—ನೀವ ಅಷ್ಟು ಮಾಡಿ ಹೇಳಿದ್ಮೇಲೆ ಮಾತು ಮುರೀಲಿಕ್ಕೆ ಮನಸ್ಸಾಗೂದಿಲ್ಲ. ಎಲ್ಲಿ ಹಾಕ ಹೇಳಿದಿರೀ?"

"ಇಲ್ಲಿ ಬಾ,... ಓ ಅಲ್ಲಿ ಹಾಕಿಬಿಡು. ಏ ಏ ಏ ಮೇಲೆ ಅರಿವೆಗೆ ಮುಟ್ಟಿದ್ದೀ—ಸ್ವಲ್ಪ ಬಗ್ಗಿ ಹೋಗು...ಹುಂ, ಅಲ್ಲೇ ಹಾಕಿಬಿಡು."

* * *

"ಈಗ ಎಲ್ಲಿ ಹೋಗ್ತೀಯೇ?"

"ಇಲ್ಲೇ ಪೇಂಟೀ ಕಡೆ ಹೋಗ್ತೆನರಾ."

"ಏನಾದರೂ ಹಸೀದು ಬಂದಿತ್ಕಂಡ್ವೆ?"

"ಇಲ್ಲರಾ. ನಿನ್ನೆ ಬಹಳ ಬಂದೀತ್ಕಂಡಾ. ನನಗೆ ಹೋಗಲಿಕ್ಕೆ ಆಗಲೇ ಇಲ್ಲಾ. ಇಂದೇನಾದರೂ ಒಣಗಿದ್ದು ತಗೊಂಡು ಹೋಗ್ತೆ."

"ಅಲ್ಲವೇ ಇಷ್ಟು ಅಕ್ಕಿ ಬೀಸಿಕೊಡ್ತಿಯೋ ಏನು ಅಂತ ಕೇಳಬೇಕೆಂದು ಮಾಡಿದ್ದೆ. ಗನಾಕಿಷ್ಟು ಅನ್ನಾ, ನಿನ್ನೆಯ ಹಸೀ ಬಂಗಡೇ 'ಆಸೆ' ಉಂಟು. ಬೀಸಿ ಕೊಟ್ಟು ಊಟಮಾಡಿಕೊಂಡು ಹೋಗೀಯಂತೆ."

"ಈಗ ಹೊತ್ತು ಬಂತ್ರಾ. ನಾಳೆ ಬಂದು ಬೇಕಾದರೆ ಬೀಸಿಕೊಡ್ತಿದ್ದೆ..."

"ನಾಳೆಗಾದರೆ ಆ ಪರಮೇಶ್ವರಿ ಬೀಸಿಕೊಡ್ತೇ ಹೇಳ್ಯದೆ."

"ಎಷ್ಟದೆರಾ ಅಕ್ಕಿ?"

"ಒಂದು ಕೊಳಗ—ಕೊಳಗಾನೂ ಪೂರ ಇಲ್ಲ."

"ರೊಕ್ಕಾ ಏನು ಕೊಡ್ತೀರಿ?"

"ಮತ್ತೇನು ರೊಕ್ಕವೆ?—ಅನ್ನಾ ಏನು ಪುಕ್ಸಾಟೆ ಬರ್ತದೆಯೇ? ಗನಾss ಇಷ್ಟು ಇದೆ. ಚಲೋ ಉಪ್ಪಿನಕಾಯಿ ಕೊಡ್ತೆ."

"ಒಂದಾಣೆ ಆದರೂ ಹೆಚ್ಚಿನದು ಕೊಡಿ. ಕೊಳಗಕ್ಕೆ ನಾಲ್ಕಾಣೆ ಆಗ್ತದೆ. ಸುಮ್ಮನೇ ಚೌಕಶಿ ಮಾಡಬೇಡಿ."

"ಇಲ್ಲಾ ನೋಡು, ಆ ಪರಮೇಶ್ವರಿಗೆ ಕೊಡ್ತೇ ಹೇಳಿದ್ದೆ. ಯಾಕೆ ಮತ್ತೆ ಅದಕ್ಕೆ ಕೊಡೋದು, ಅಪರೂಪ ಬಾಗಿಲಿಗೆ ಬಂದಿದ್ದೀ, ಉಂಡುಕೊಂಡು ಹೋಗಲಿ ಅಂತ ಹೇಳಿದೆ. 'ಆಸೆ' ಚಲೋ ಆಗಿದೆ—ಇಂದು ಇವರು ಯಾರಿಗೂ ಕೊಡಬೇಡ ಎಂತ ಹೇಳಿದ್ದರು. ಆದರೂ ಬರಿಯೇ ಒಣ ಅನ್ನ ಹೇಗೆ ಉಣ್ತೆ ಎಂದು 'ಆಸೆ' ಕೊಡ್ತೆ ಹೇಳಿದೆ."

"ಹುಂ, ಕೊಡ್ರಾ—ನಿಮ್ಮ ಮಾತು ಮುರೀಲಿಕ್ಕೆ ಬರೋದಿಲ್ಲ."

"ಬೀಸ್ಕೊಟ್ಟೇ ಊಟಮಾಡು—ನೀವು ಒಕ್ಕಲ ಜಾತಿ ಉಂಡ ಮೇಲೆ ಆಳಸಿ. ಹೌದೇ, ಅದು ದೇವರ ಕೆಲಸಕ್ಕೆ. ನಿನ್ನ ಎಂಜಲ ಗಿಂಜಲ ಸಿಡಿಸಬೇಡ... ಮತ್ತೆ ಇದ್ನೋಡು,—ಹೇಳ್ತೇ ಅಂತ ಸಿಟ್ಟಾಗಬೇಡ. ನಿನಗೆ ಬೇಕಾದರೆ ನುಚ್ಚು ಗಿಚ್ಚು ಕೊಡೋಣ. ಆದರೆ ಅದ್ರಾಗಿಂದ ಮಾತ್ರ ಮಡಲಿಗೆ ಹಾಕ್ಕೋಬೇಡ. ನೀನು ಕದೀತಿ ಅಂತ ಅಲ್ಲವೆ—ಆದರೂ ಮನುಷ್ಯರಿಗೆ ಆಶೆ ಅಂದರೆ ದೊಡ್ಡದು—ನಾವಾಗ್ಲೀ ನೀವಾಗ್ಲಿ, ಹೀಗೇ ಆದರೆ ಏನೂ ಹೇಳ್ತಿದ್ದಿಲ್ಲ. ದೇವರ ಕಾರ್ಯಕ್ಕೆಂದು—ಮೇಲಾಗಿ ನಿನ್ನಪ್ಪಿಗೆ ಬೇರೆ ದೆವ್ವಾ....."

"ಇಲ್ಲರಾ ಅಮ್ಮಾ, ಅಂಥಾ ಕೆಲಸ ನನ್ನ ಕಡೆಯಿಂದ ಸಾಧ್ಯ ಇಲ್ಲರಾ. ಬೇಡ್ಕೊಂಡು ತಿಂದೇನ್ರಾ ಆದರೆ ಇಂಥಾ ಸುಳ್ಳುತನ ಕಳ್ಳತನ ನನ್ನ ಕಡೆಯಿಂದ ಆಗೋದಿಲ್ಲರಾ."

"ಅದು ನನಗೆ ಗೊತ್ತಿಲ್ಲವೇ? ನಿನ್ನಪ್ಪೀನೂ ಹಾಗೇ. ಮತ್ತು ಸುಳ್ಳು ಹೇಳಿ ಕದ್ದು ಎಷ್ಟುದಿನ ಸಂಸಾರ ಮಾಡಬಹುದೇ?"

* * *

"ಓ ಪಾರ್ವತಮ್ಮನವರೂ......"

"ಯಾರೇ, ದೇವಿ—?"

"ದೇವೀ ಅಲ್ಲರಾ ನಾನು—ಪರಮೇಶ್ವರಿ"

"ಏನೇ, ಅಕ್ಕಿ ಬೀಸಲಿಕ್ಕೆ ಬಂದಿದ್ದೆಯೇ?"

"ಇಲ್ಲರಾ ಅಮ್ಮಾ, ಇಂದಾಗೂದಿಲ್ಲರಾ. ರಟ್ಟೆಯೆಲ್ಲಾ ನೋಯ್ತದೆರಾ—ನಿನ್ನೆ ಅವರ ಮನೇಲಿ ಮೆಣಸಿನ ಹುಡಿ ಮಾಡಿದ್ದೆ. ಸಣ್ಣ ಜ್ವರ ಬಂದಾಂಗ ಆಗಿದೆ."

"ಮತ್ತು ಅಕ್ಕಿನೂ ಇಲ್ಲ ಬಿಸೂದು. ಆ ಬೊಮ್ಮಿ ಬಂದಿತ್ತು. ಇದೇ ಈಗ ಬೀಸಿಕೊಟ್ಟು ಹೋಯ್ತು. ನನಗೆ ಮೊದಲೇ ಗೊತ್ತಿತ್ತು. ನಿನ್ನ ಕಡೆಯಿಂದ ಈ ಹೊತ್ತು ಆಗ್ಲಿಕ್ಕಿಲ್ಲ... ಆಗಬೇಕು ಹೇಗೆ? ಸಣ್ಣ ಸಣ್ಣ ಮಕ್ಕಳ ತಾಯಿ ನೀನು. ನಿನ್ನೆ ಆ ಮೆಣಸು ಕುಟ್ಟುವಾಗಲೇ ಗೊತ್ತು, ನೀ ಶೀಕು ಬೀಳ್ತೀಯೆಂದು. ಮತ್ತು ಅವರಾದರೂ ಎಂಥವರೇ! ಸರಿಯಾಗಿ ಒಣಗಿಸಬೇಡಾ ಆ ಮೆಣಸನ್ನು?"

"ಎಲ್ಲಾ ಒಬ್ಬಳೇ ಬೀಸ್ತು? ಎಷ್ಟು ಒಂದೂವರೆ ಕೊಳಗಾ ಇತ್ತರಲ್ಲರಾ? ಏನು ಕೊಟ್ಟಿರೀ?"

"ಎರಡಾಣೆ ಕೊಟ್ಟೆ. ಮೇಲೆ ಅನ್ನ, 'ಆಸೆ' ಇತ್ತು ಎಂದು ಹೇಳಿದ್ದೆನಲ್ಲ? ಎಲ್ಲ ಅದಕ್ಕೆ ಬಡಿಸಿದೆ. ತುಂಬ್ ಆಯ್ತು. ಪಾಪ ಬಡವಳು. ತಿಂದು ಹೋಗಲಿ ಎಂದು... ನಿನಗೆ ಕೊಡ್ತೆ ಅಂತ ಹೇಳಿದ್ದೆ—"

"ಇರಲಿರಾ ಬೊಮ್ಮಿ ಚಲೋವ್ವ. ಕಳವು ಗಿಳವು ಮಾಡುವಾಕೀ ಅಲ್ಲ."

"ಮತ್ತೆ ನಾ ಆದರೂ ಸುಮ್ಮನೆ ಬಿಡಲಿಲ್ಲ. ದೇವರ ಕೆಲಸಕ್ಕೆ ಎಂದು ಮೊದಲೇ ಸೂಚ್ನೆ ಕೊಟ್ಟೆ. ದೇವರು ಅಂದರೆ ಬಹಳ ಹೆದರ್ತಾತೆ ಆ ಜಾತಿ. ಮತ್ತೆ ಇದು ನೋಡು. ಬೆಳಿಗ್ಗೆ ನಿನಗೆ ಹೇಳಲಿಕ್ಕೆ ಹೇಳ್ದೆ: ನಿನ್ನೆದು ಅನ್ನ, 'ಆಸೆ' ಇದೆ, ತಗೊಂಡು ಹೋಗು ಎಂದು. ಆದರೆ ನನ್ನ ಮನಸ್ಸಿಗೇ ಸರಿ ಬರಲಿಲ್ಲ. ನಿನ್ನೆ ಏನಾಯ್ತು ಗೊತ್ತದೆ? ಇವರು ಊಟ ಮಾಡಿ ಹೋದರೋ ಇಲ್ಲವೋ—ಇವರ ಬಟ್ಟಲಲ್ಲೇ ಬಡಿಸಿ ಊಟಕ್ಕೆ ಕೂಡ್ರುವವಳು. ಅಷ್ಟರಲ್ಲಿ ನಾಣಿಗೆ ಒಲೆಯಲ್ಲಿ ಬೆಲ್ಲಗೆಂಡೆ ಸುಡಲಿಕ್ಕೆ ಹಾಕಿದ್ದು ನೆನಪಾಯ್ತು. ಊಟ ಮಾಡಿ ಏಳುವ ತನಕ ಪೂರಾ ಸುಟ್ಟೇ ಹೋದಾವು ಎಂದು ಹಾಗೇ ತಗೊಂಡೇ ಬರೋಣ ಅಂತ ಹೋದೆ. ಸಾಯಲಿಕ್ಕೆ ಆ ಸಾಡೇ ಸಾತಿ ನಾಯಿ ಎಲ್ಲಿ ನೋಡ್ತಾ ಇತ್ತೋ ಏನೋ. ಬರುವುದರೊಳಗೆ ಬಟ್ಟಲಲ್ಲಿ ಬಾಯಿ ಹಾಕೇಬಿಟ್ಟಿತು. ಕಣ್ಣಾರೆ ನೋಡಿದ ಮೇಲೆ ಉಣ್ಣಲಿಕ್ಕೆ ಬರ್ತದೆಯೆ? ಹೊಸತಾಗಿ ಅನ್ನ ಮಾಡಿ ಊಟಮಾಡಿದೆ. ಚಲೋ ಅನ್ನ! ದನಕ್ಕೆ ಹಾಕಲಿಕ್ಕೂ ಮನಸ್ಸಾಗಲಿಲ್ಲ. ಹಾಗೆಯೇ ಮುಚ್ಚಿಟ್ಟುಬಿಟ್ಟೆ. ಆಗ ನಿನಗೆ ಹೇಳಲಿಕ್ಕೆ ಹೇಳ್ದೆ, ಅನ್ನ 'ಆಸೆ' ಇದೆ, ತಗೊಂಡು ಹೋಗು ಎಂದು. ಆದರೆ ನನಗೆ ಮನಸ್ಸಾಗಲಿಲ್ಲ. ಏನೆಂದರೂ ಬೊಮ್ಮಿ ಒಕ್ಕಲು ಜಾತಿಯವಳು. ಹೆಚ್ಚು ಕಡಿಮೆನೇ ಇಲ್ಲ. ನಾನೇ ನಾಯಿ ಬಾಯಿಹಾಕಿದ್ದು ಎಂದರೂ ಬೇಡ ಅಂತಿದ್ದಿಲ್ಲ. ಆದರೂ ಹೇಳಿ ಯಾಕೆ ಇದ್ಮಾಡೋದು ಎಂದು... ನೀವು ಹಾಗಲ್ಲ. ದಿನಾ ಇಲ್ಲೇ ಇರ್ತೀರಿ; ಮೇಲಾಗಿ ಮಾಸ್ತೀ ಪೂಜೆ ಮಾಡ್ತೀರಿ. ನೋಡಿ ನೋಡಿ ಹ್ಯಾಗೆ ಕೊಡಲೀ ಎಂದು...... ಅಯ್ಯೋ ಅಂಗಡಿಯಿಂದ ಇವರು ಬಂದರು. ಹೊತ್ತಾಯ್ತು, ಸಂಜೆಗೆ ಬಾ......"

ನನಗೂ ಏನೊ ಹೇಳಲಿಕ್ಕಿತ್ತು

ವೆಂಕಟರಾಜ ಪಾನಸೆ

ನಾನು ಅವನತಮುಖಿಯಾಗಿ ನಡೆದಿದ್ದೆ.

ಸಣ್ಣ ತಲೆಯಲ್ಲಿ ಭಾರಿ ಬಂಡೆಗಲ್ಲೊಂದು ತೂಗುತ್ತಿರುವಂತೆ ತಲೆ ಭಾರವಾಗಿತ್ತು. ಅಕ್ಕಪಕ್ಕದಲ್ಲಿ, ಹಿಂದೆ, ಮುಂದೆ ಸಂಚರಿಸುತ್ತಿದ್ದ ಜನಜಂಗುಳಿ ಸಾಗರದಲೆಗಳ ಹಾಗೆ ಬಂದು ನನ್ನನ್ನೇ ಹೊಡೆಯುತ್ತಿರುವಂತೆ ಭಾಸವಾಗುತ್ತಿತ್ತು. ಸಿನಿಮಾ, ಹೊಟೇಲು, ಬಸ್ಸು ಎಲ್ಲೆಲ್ಲೂ ಜನಸಮ್ಮರ್ದ. ಲೋಕ ಎಷ್ಟೊಂದು ನಿಶ್ಚಿಂತವಾಗಿ ಸೋಮಾರಿಯಂತೆ ಸುತ್ತು ಹಾಕುತ್ತಿದೆಯೆನಿಸಿತು.

ಮನಸ್ಸು, ಮೆದುಳು, ಹೃದಯ ಎಲ್ಲ ಎಲ್ಲವೂ ಏನನ್ನೊ ಕಕ್ಕಬೇಕೆನ್ನುವಂತೆ ಉದ್ವೇಗದಿಂದ ತುಯ್ಯುತ್ತಿದ್ದವು.

ಕನ್ನಡ ಚಳುವಳಿ ಹೀಗಾಗಬಾರದಿತ್ತು

"ಹಲೋ, ಏನು ಮಹರಾಯ ಹೇಗಿದ್ದೀ?"

ತಲೆಯೆತ್ತಿ ನೋಡಿದೆ. ಮಾತನಾಡಿದವನು ತಿರುನಾರಾಯಣ.

"ಏನು ತುಂಬಾ ಅಪರೂಪವಾದಿಯಲ್ಲ." ತಿರುನಾರಾಯಣ ಮಾತನಾಡುತ್ತಲೇ ನನ್ನ ಜೊತೆ ಹೆಜ್ಜೆ ಹಾಕಿದ.

"ನೋಡಿದ್ಯಾ ಪತ್ರಿಕೆಗಳಲ್ಲಿ ವರದಿ? ಎರಡು ಕಡೆಗೆ ಕನ್ನಡ ರಾಜ್ಯೋತ್ಸವ. ಒಂದು ಅರೆಸರ್ಕಾರಿ ತರಹೆ, ಇನ್ನೊಂದು ಜನರದ್ದೆ; ನನ್ನ ಓಟು ಸುಭಾಷ್ ನಗರದಲ್ಲಿ ನಡೆದುದಕ್ಕೇ.

ಕನ್ನಡ ಅತಿ ಸಣ್ಣಕತೆಗಳು / ೪೪

ನೀಯೇನಂತಿ? ಆ ಕಡೆಗೆ ಮಂತ್ರಿಗಳು ಬಂದು ಭಾಗವಹಿಸಿದರು. ಅವರ ಮಂತ್ರಿಮಂಡಲವೇ ನಾಮಕರಣದ ಬಗ್ಗೆ ಒಂದು ನಿರ್ಣಯ ಯಾಕೆ ಕೈಕೊಳ್ಳಬಾರದು? ಸರ್ಕಾರವೇ ಯಾಕೆ ರಜಾ ಘೋಷಿಸಿ ಅಧಿಕೃತವಾಗಿ ಹಬ್ಬ ಆಚರಿಸಬಾರದು? ಅಲ್ಲ, ಈ ಜನರಾದರೂ ಯಾಕೆ ಅವರನ್ನು ಕಟ್ಟಿಕೊಳ್ಳಬೇಕು? ಎಲ್ಲ ಸೋಗಲಾಡಿಗಳು. ಸುಭಾಷ ನಗರದಲ್ಲಿ ನಡೆದದ್ದು ಹ್ಯಾಗಿತ್ತು ಗೊತ್ತ? ಹಾಗೆ ಇರಬೇಕು ನೋಡು. ಜನ ಸಂಘಟನೆ, ಒತ್ತಾಯ, ಅಂದರೆ ಸರ್ಕಾರ ಮಣಿದು ದಾರಿಗೆ ಬರುತ್ತದೆ. ಆದರೆ ಕನ್ನಡ ಚಳವಳಿಯಲ್ಲಿ ಹೀಗೆ ಒಡಕು ಹುಟ್ಟಬಾರದಿತ್ತು. ಏನೆನ್ನುತ್ತೀಯಾ? ನೀನು ಯಾವ ಕಡೆಗೆ? ನಾನು ಹೋಗುವುದು ಈ ಕಡೆಗೆ" ಎಂದವನೇ ತಿರುನಾರಾಯಣ ರಸ್ತೆಯ ಎಡಗಡೆಗೆ ತಿರುಗಿಕೊಂಡ.

ನಾನು ಏನೋ ಮಾತನಾಡಬೇಕೆಂದಿದ್ದೆ. "ಬರ್ತೀನಯ್ಯ" ಎಂದು ಆತ ಹೇಳಿದುದು ಕೇಳಿಸುವಷ್ಟರೊಳಗೇ ಅಷ್ಟು ದೂರ ಹೋಗಿದ್ದ.

ಅದೂ ಒಳ್ಳೆಯದೇ ಆಯಿತೆಂದುಕೊಂಡು ಮುಂದೆ ಹೆಜ್ಜೆ ಹಾಕಿದೆ.

ಕಾರ್ಪೊರೇಷನ್ ಏನೂ ಪ್ರಯೋಜನವಿಲ್ಲ!

ಇದೇ ರಸ್ತೆಯಲ್ಲಿ, ಇದೇ ದಿಸೆಯಲ್ಲಿ ಸಾಗಬೇಕೆಂದೇನು ನಾನು ನಿರ್ಧರಿಸದಿದ್ದರೂ ಹಾಗೇ ನಡೆಯುತ್ತಿದ್ದೆ.

"ಸಾರಿ, ಕ್ಷಮಿಸಿ, ಓಹೊ ನೀನೊ? ನಾನು ಯಾರೊ ಅಂದುಕೊಂಡಿದ್ದೆ."

ಧಗ್ಗನೆ ನನ್ನನ್ನು ಹಾಯ್ದ ಆ ವ್ಯಕ್ತಿ ಹಾಗೇ ನಿಂತ. ಆತ ಶೇಷನಾರಾಯಣನೆಂದು ತಿಳಿಯಲು ನನಗೇನು ಬಹಳ ಹೊತ್ತು ಹಿಡಿಯಲಿಲ್ಲ. ಕಣ್ಣಿಗೆ ಹಾಕಿದ್ದ ಅಂಗೈ ದಪ್ಪದ ಗಾಜಿನ ಕನ್ನಡಕವೇ ಹೇಳುತ್ತಿತ್ತು.

"ದಾರೀಲಿ ಒಂದು ಸಮಾಚಾರವಾಯಿತು ಕಣೊ" ಎಂದ ಶೇಷನಾರಾಯಣ.

"ಹೀಗೇ ಬರುತ್ತಿದ್ದೆ. ನನ್ನ ಮುಂದುಗಡೆ ಮಧ್ಯ ವಯಸ್ಸಿನ ಹೆಂಗಸೊಬ್ಬಾಕೆ ಮತ್ತು ಇನ್ನೂ ಲಂಗ ತೊಟ್ಟಿದ್ದ, ಆದರೆ ಬೆಳೆದ, ನರ್ತನಭಂಗಿಯ ನಿತಂಬಗಳುಳ್ಳ ಹುಡುಗಿಯೊಬ್ಬಾಕೆ ಹೋಗುತ್ತಿದ್ದರು. ಅವರು ಸ್ವಚ್ಛವರ್ಗಕ್ಕೆ ಸೇರಿದವರಲ್ಲ—ಆದರೂ ಅಷ್ಟು ಗಲೀಜು ಜನರಾಗಿರಲಿಲ್ಲ—ಎಂಬುದು ಸ್ಪಷ್ಟವಾಗೇ ಕಾಣುತ್ತಿತ್ತು. ಹಿಂದಿನಿಂದ ಬರುತ್ತಿದ್ದ ಯಾರಿಗೂ ಆ ಹುಡುಗೆಯ ಮುಖವನ್ನೊಮ್ಮೆ ನೋಡಬೇಕು ಎಂಬ ಆಶೆ ಸ್ವಾಭಾವಿಕವಾಗೇ ಆಗುವಂತಿತ್ತು. ನಾನು ವೇಗವಾಗಿ ನಡೆದು ಬಂದೆ. ಅವರನ್ನು ಕ್ರಾಸು ಮಾಡಿ, ಮೂರು ಹೆಜ್ಜೆ ಮುಂದೆ ಬಂದು, ಒಂದು ಬಾರಿ ಹಿಂದೆ ನೋಡಿ, ಹೆಜ್ಜೆ ಹಾಕುವಷ್ಟರಲ್ಲೇ ಎಡವಿದೆ. ಹಾಗೇ ಸುಧಾರಿಸಿಕೊಂಡು ಮುಂದೆ ನಡೆಯಲೆತ್ನಿಸಿದಾಗ ಹಿಂದೆ ಘೊಳ್ಳ ಎಂದು ನಕ್ಕದ್ದು ಕೇಳಿಸಿತು. ನನಗೆ ರೇಗಿತು. "ಹೆಣ್ಣನ್ನು ನೋಡಿ ಹೀಗಾಗಲಿಲ್ಲ, ಮಣ್ಣಿನ ಗುಟ್ಟೆಯಿಂದಾಗಿ.

ಓಹೋ ಅಂಥ ಹಲ್ಕ ಮನುಷ್ಯ ಎಂದು ತಿಳಿದಿದೀಯಾ?" ಎಂದು ಛೀಮಾರಿ ಹಾಕಿಬಂದೆ. ಈ ದರಿದ್ರ ಕಾರ್ಪೊರೇಶನ್ನಿನವರಿಗೆ ರಸ್ತೆಗಳನ್ನು ರಿಪೇರಿ ಮಾಡಿಸೋದು ಕೂಡ ತಿಳೀದೇನೋ! ಎರಡೂ ಫುಟ್‌ಪಾತ್‌ಗಳನ್ನು ರಿಪೇರಿಗೆ ತೆಗೆದುಕೊಂಡು, ಜಲ್ಲಿ, ಮಣ್ಣಿನ ರಾಸಿಗಳನ್ನು ಹಾಕಿದರೆ ಹೇಗೆ ಮತ್ತೆ? "ವಾಚಕರ ವಾಣಿ"ಗೆ ನಾಳೆಯೆ ಒಂದು ಬರೀತೀನಿ ನೋಡು. ಅದಿರಲಿ, ಸಿನಿಮಾಕ್ಕೆ ಬರ್‍ತೀಯಾ ಹೇಳು."

"ಅಯ್ಯಾ ಮಿತ್ರಾ...."

"ನೋಡು. ಈ ಅಯ್ಯಾಗಿಯ್ಯಾ ಪೀಠಿಕೆ ಬೇಡ. ನೀನು ಬರುವಿಯೊ ಇಲ್ಲವೊ ಹೇಳು, ಹೊತ್ತಾಗುತ್ತೆ...."

"ಸದ್ಯ ಇವನೇ ಹೋಗಲಿ" ಎನಿಸಿ "ನಾನು ಬರಲ್ಲಪ್ಪ" ಎಂದೆ.

ನಾನು ಮಾತನ್ನು ಮುಂದುವರಿಸುವ ಮೊದಲೇ ಆತ ಮೂರು ಮಾರು ಸಾಗಿದ್ದ. ನಾನು ಏನೋ ಹೇಳೋಣ ಎಂದುಕೊಂಡಿದ್ದೆ.

ಹಾಗೇ ಮುಂದೆ ನಡೆದೆ.

ತೆರಷ್ಕೋವ: ಅರ್ಥ ಮತ್ತು ಸಂಕೇತ

"ಓಹೋ ಏನು ಮಹರಾಯ, ಪಥಭ್ರಾಂತನಂತೆ ಕಾಣುತ್ತಿರುವಿ. ಈ ಕಡೆಗೆ ನೀನು ಬರೋದೆ ಅಪರೂಪ."

ಮಾತನಾಡಿದವನು ಅಶ್ವತ್ಥನಾರಾಯಣ.

ಉತ್ತರ ಏನು ಕೊಡಬೇಕೊ ತಿಳಿಯಲಿಲ್ಲ. ಕೊಡಬೇಕೂ ಎನಿಸಿರಲಿಲ್ಲ. ಕೃತ್ರಿಮ ನಗೆಯನ್ನು ಬೀರಿ "ಏನು, ನೀನೂ ಈ ಕಡೆಗೆ ಬಂದಿದ್ದೀಯಾ?" ಎಂದೆ.

"ನಮಗೆ ಎಲ್ಲಿ ಏನು? ನೀನು ನಂಬುವಿಯೊ ಇಲ್ಲವೊ. ಆದರೂ ನಿಜಸಂಗತಿ ನೋಡು. ಜಗತ್ತಿನ ಪ್ರಥಮ ಸ್ತ್ರೀ ಅಂತರಿಕ್ಷ ಯಾತ್ರಿಯಾದ ತೆರಷ್ಕೋವ ಮೊನ್ನೆ ಇಲ್ಲಿಗೆ ಬಂದಿದ್ದಾಗ ವೆಸ್ಟ್‌ಎಂಡ್ ಹೋಟೆಲಿನಲ್ಲಿ ನಡೆದ ಪತ್ರಿಕಾಗೋಷ್ಠಿಗೆ ನಾನೂ ಹೋಗಿದ್ದೆ. ನಾನೆಂದು ಪತ್ರಿಕಾ ಪ್ರತಿನಿಧಿಯಾದೆನೆಂದು ಕೇಳಿಯಾ ಮತ್ತೆ. ಅಲ್ಲಿ ಹಾಗೆಂದೇ ಹೇಳಿದೆ. ಬಿಟ್ಟೇ ಬಿಟ್ಟರು ನೋಡು!"

"ಹೌದಾ?" ನಾನು ಒಂದಿಷ್ಟು ವಿಸ್ಮಿತನಾಗಿಯೆ ಮಾತನಾಡಿದೆ. ತೆರಷ್ಕೋವ ಅಂದು ಇಡೀ ನಗರದ ಮಾತಾಗಿದ್ದಳು. ಆಸಕ್ತಿ ಇನ್ನೂ ಕಳೆದಿರಲಿಲ್ಲ.

"ಅಂಥ ಸಂದರ್ಭ ಹ್ಯಾಗೆ ಸಿಕ್ಕೀತು ಹೇಳು ಮತ್ತೆ. ಅಂತರಿಕ್ಷ ಯಾತ್ರಿಕಳನ್ನು ಕಣ್ಣು ತುಂಬಾ ಕಂಡೆ. ನಿಜವಾಗಿಯೂ ಮಹಿಳೆ ಒಬ್ಬಾಕೆ ಆಳ, ಅಂತ್ಯಗಳಿಲ್ಲದ ಆ ವಿಸ್ತಾರಕ್ಕೆ ಹೋಗಿ ಬಂದದ್ದು ಮಾನವ ಚರಿತ್ರೆಯಲ್ಲೇ ಒಂದು ಅಘಟಿತ ಘಟನೆ. ಅವಳು ಹೋಗಲೇಯಿಲ್ಲ, ಯಾರೊ ಸ್ತ್ರೀ ವೇಷಧಾರಿಗಳಿರಬೇಕು ಎಂದು ಅಮೆರಿಕದವರು

ಸುಳ್ಳು ಪ್ರಚಾರ ಮಾಡಿದರೆ ನಮ್ಮ ದೇಶದಲ್ಲೂ ಅದಕ್ಕೆ ದನಿಗೂಡಿಸದವರು ಇಲ್ಲದೆ ಇಲ್ಲ. ತೆರಷ್ಕೋವ ಸಾಹಸ ನಮಗೆ ನಂಬಿಕೆಗೆ ದೂರವಾದ ಸಂಗತಿಯಾದರೂ ಅದರಲ್ಲಿ ಆಶ್ಚರ್ಯವೇನಿಲ್ಲ."

ಹಾಗೇ ಹೆಜ್ಜೆ ಹಾಕುತ್ತಿದ್ದೆವು.

"........ಯಾಕೆಂದರೆ ರೈಲು ಬಂಡಿಗಳನ್ನೋಡಿಸುವ ಮಹಿಳಾ ಡ್ರೈವರುಗಳು ನಮ್ಮಲ್ಲಿ ಎಷ್ಟು ಜನ? ಪ್ಯಾರಾಚೂಟ್‌ಗಳಲ್ಲಿ ಹಾರಿ ಇಳಿಯಬಲ್ಲ ಹೆಂಗಸರೆಷ್ಟು ಜನ? ಎಂಜಿನಿಯರುಗಳೆಲ್ಲಿ? ವಿಜ್ಞಾನಿಗಳೆಲ್ಲಿ? ನಮ್ಮ ರಾಷ್ಟ್ರೀಯ ಜೀವನ, ಸಾಮಾಜಿಕ ಪದ್ಧತಿಗಳು ಹಾಗಿವೆ. ಗಗಾರಿನ್‌ಗೂ, ತೆರಷ್ಕೋವಾಗೂ ಒಂದೇ ಬಗೆಯ ವಿಕಸನದ ಅವಕಾಶ ಆ ದೇಶದಲ್ಲಿದೆಯೆಂಬುದನ್ನು ಇದು ತೋರಿಸಿಕೊಡುತ್ತದೆ. ಹೆಣ್ಣು ಮೊದಲು ಬಂಧಿಯಾದುದು ಗಂಡಿನ ಮೆದುಳಿನಲ್ಲಿ. ಅವಳ ಬಿಡುಗಡೆ ಅಲ್ಲಿಂದಲೇ ಆರಂಭವಾಗಬೇಕು, ಅವಳ ಗುಲಾಮಗಿರಿಯೂ ಅಲ್ಲೇ ಕೊನೆಗೊಳ್ಳಬೇಕು. ತೆರಷ್ಕೋವಾ, ಅಸ್ತಿತ್ವಕ್ಕೆ ಬಂದಿರುವ ಇಂಥ ನೂತನ ಯುಗವೊಂದರ ಅರ್ಥವೂ ಹೌದು, ಸಂಕೇತವೂ ಹೌದು. ನಮ್ಮಲ್ಲಿ ಇಂಥ ಪರಿಸರ ಎಲ್ಲಿದೆ? ತೆರಷ್ಕೋವ ವಿಶೇಷ ರೀತಿಯ ಸ್ತ್ರೀ ಏನಲ್ಲ, ಆಕೆಯೂ ಸರ್ವೇಸಾಮಾನ್ಯ ಸ್ತ್ರೀಯೆ. ಆ ವಯಸ್ಸಿನಲ್ಲಿ ಯುವಕರು ಕಾಣುವ ಕನಸುಗಳನ್ನೇ ಯುವತಿಯರೂ ಕಾಣುತ್ತಾರೆ. ಅದೇ ಸಾಹಸೀ ಮನೋಭಾವವಿರುತ್ತದೆ. ಆದರೆ ಮದುವೆಯಾಯಿತೋ ಮುಗಿಯಿತು ಕತೆ. ಹೆಂಗಸು ಮಕ್ಕಳನ್ನು ಹೆರುತ್ತ ಹೋಗುವುದು ಮಾತ್ರ ಗಂಡಸಿಗೆ ಪ್ರಿಯವಾಗುವುದಿಲ್ಲ. ಹೀಗಿದೆ ನಮ್ಮಲ್ಲಿ ಸ್ಥಿತಿ."

ಅಶ್ವತ್ಥನಾರಾಯಣ ಕೊಂಚ ಜಾಸ್ತಿ ಮಾತನಾಡುವುದು ಎಂದು ನನಗೆ ಗೊತ್ತು.

"ನೀನು ಯಾವ ಕಡೆಗೆ? ನನಗೆ ಕೊಂಚ ಈ ಕಡೆಗೆ ಹೋಗಬೇಕು" ಎಂದೆ. "ಇಲ್ಲಪ್ಪ ನಿನ್ನ ದಾರೀಲಿ ನಾನು ಅಡ್ಡಬರೋಲ್ಲ. ಇಲ್ಲೇ ಸ್ನೇಹಿತರೊಬ್ಬರ ಮನೆಗೆ ಹೋಗಬೇಕಾಗಿದೆ. ನಂತರ ನರ್ಸಿಂಗ್ ಹೋಂಗೆ ಹೋಗಬೇಕು. ಮೂರನೆಯ ಹೆರಿಗೆ, ಹೆಣ್ಣು. ಆಗಲೇ ಎಂಟು ದಿನಗಳಾಯಿತು" ಎಂದವನೇ ಹೊರಟೇಬಿಟ್ಟ.

ನನ್ನ ನಾಲಗೆ ಚಡಪಡಿಸಿತು—ಏನೋ ಮಾತನಾಡಲು. ಸಧ್ಯ ಅಶ್ವತ್ಥನಾರಾಯಣ ಮಾತು ಮುಗಿಸಿ ಹೊರಟನಲ್ಲ, ಸಾಕು ಎಂದು ಸಮಾಧಾನಪಟ್ಟುಕೊಂಡು ಈ ದೊಡ್ಡ ಮಾರ್ಗದಲ್ಲಿ ಹೋಗುವುದು ಬೇಡ ಎಂದುಕೊಂಡು ಕ್ರಾಸ್‌ರೋಡಿನಲ್ಲಿ ಸಾಗಿದೆ.

ಮಾಲೀಕರು-ಕಾರ್ಮಿಕರು

ನೂರಡಿ ಹೋಗಿರಲಿಲ್ಲ, ಎದುರಿಗೆ ಬಂದೇಬಿಟ್ಟ ಸೂರ್ಯನಾರಾಯಣ.

"ಹಲೋ ಸರ್, ನಮಸ್ಕಾರ" ಎಂದ.

"ನಮಸ್ಕಾರ, ಚೆನ್ನಾಗಿದ್ದೀರಾ?"

"ಬನ್ನಿ ಬನ್ನಿ ಅದನ್ನೇ ಹೇಳಬೇಕಾಗಿದೆ. ಕಾಫೀ ಕುಡಿತೀರಾ? ಆ ಹೊಟೇಲಿಗೆ ಹೋಗುವ" ಎಂದು ಸೂರ್ಯನಾರಾಯಣ ಎಳೆದುಕೊಂಡು ಹೊರಟೇಬಿಟ್ಟ.

"ನೀವು ಏನಾದರೂ ತೆಗೆದುಕೊಳ್ಳಿ. ನನ್ನ ತಿಂಡಿ ಕಾಫಿ ಎಲ್ಲ ಆಯಿತು. ತರಕಾರಿ ಬೋಂಡ, ಉದ್ದಿನವಡೆ ಇದೆ ಅಂತೆ, ಬೇಕಾದರೆ ಮಸಾಲೆ ದೋಸೆನ ತೆಗೆದುಕೊಳ್ಳಿ. ನನಗೆ ಮಾತ್ರ ಬೇಡ. ಕಾಫೀ ಬೈಟೂ ಮಾಡೋಣ."

ಹೊಟ್ಟೆಯೇನೋ ಹಸಿದಿತ್ತು. ಆದರೆ ಅದು ಗಂಟಲಲ್ಲಿ ಸಮಾಧಾನದಿಂದ ಇಳಿಯುವುದಿಲ್ಲವೆಂದುಕೊಂಡು ಕಾಫೀನೆ ಸಾಕು ಎಂದೆ. ಸೂರ್ಯನಾರಾಯಣ ಬಲವಂತದಿಂದ ಒಂದು ಬೋಂಡ ತರಿಸಿದ.

"ನಿಮ್ಮ ಮುಂದೆ ಆ ವಿಷಯವನ್ನು ಈಗ ಹೇಳಲೇಬೇಕು. ಇಂದು ಕಛೇರಿಗೆ ಹೋದಾಗ ಜಿತೇಂದ್ರನಾಥಗುಪ್ತರು (ಮುದ್ರಕರು, ಪ್ರಕಾಶರು ಮತ್ತು ಮಾರಾಟಗಾರರು) "ಇನ್ನು ನೀವು ಆಫೀಸಿಗೆ ಬರಬೇಕಾದ್ದಿಲ್ಲ" ಎಂದು ಒಂದೇ ಮಾತಿನಲ್ಲಿ ಹೇಳಿ ಮುಗಿಸಿಯೇಬಿಟ್ಟರು. ನೋಟೀಸ್ ಕೊಡದೆ ನಾನು ಹೊರಡೋದಿಲ್ಲ ಎಂದು ಜಗಳ ಕಾದೆ. ಆ ಕಳ್ಳಬಡ್ಡೀ ಮಗ ತಾನು ಇನ್ನೂ ಎರಡು ಮೂರು ದಶಕಗಳ ಹಿಂದಿನ ಕಾಲದಲ್ಲೇ ಇದ್ದೇನೆಂದು ತಿಳಿದುಕೊಂಡಿದ್ದಾನೆ. ಕೆಲಸಗಾರರಿಗೆ ಬರೀ ಅವರ ಜವಾಬ್ದಾರಿಯನ್ನೇ ಬೋಧಿಸುವ ಕಾಲ ಕಳೆದುಹೋಯಿತು. ಈ ಇಪ್ಪತ್ತೈದು ಮೂವತ್ತು ವರುಷಗಳ ಕಾಲದಲ್ಲಿ ಜಿತೇಂದ್ರನಾಥಗುಪ್ತರು ಮಾಡಿಕೊಂಡು ಬಂದದ್ದೇ ಹೀಗೆ. ಬೆಳಗ್ಗೆ ಕಪ್ಪು-ಸಾಸರ್ ತೊಳಿಸಿಕೊಂಡು ಸಂಜೆ "ಇನ್ನು ಹೊರಡಿ" ಎನ್ನೋದಕ್ಕೆ ಹೊಟೇಲ್ ಮಾಣಿಗಳೆಂದು ಆತ ಭಾವಿಸಿದಂತಿದೆ. ಹೊಟೇಲ್ ಮಾಣಿಗಳನ್ನು ಕೂಡ ಇಂದು ಅಷ್ಟು ಸುಲಭವಾಗಿ ಹೊರಹಾಕುವಂತಿಲ್ಲ ಎಂಬುದು ಅವರಿಗೆ ಗೊತ್ತಿದ್ದಂತಿಲ್ಲ. ನೋಡಿ ಅವರನ್ನು ಕೋರ್ಟಿಗೆ ಎಳೆಯುತ್ತೇನೆ. ಅವರ ಜನ್ಮದಲ್ಲಿ ಒಮ್ಮೆಯಾದರೂ ಅವರನ್ನು ಕಟಕಟೆಯಲ್ಲಿ ನಿಲ್ಲಿಸಬೇಕು. ಏನಂತೀರಾ?"

"ನನಗೂ ಗೊತ್ತಪ್ಪ. ಅವರಿಗಾಗಬೇಕು ಒಮ್ಮೆ ಶಾಸ್ತಿ."

"ನಾನು ಬಿಡೋದೆ ಇಲ್ಲ ನೋಡಿ. ಇದಕ್ಕಾಗಿ ಕನ್ಸಲ್ಟೇಷನ್ನಿಗೆ ಟ್ರೇಡ್ ಯೂನಿಯನ್ ಮುಖಂಡರ ಬಳಿ ಹೋಗುತ್ತೇನೆ ಎಂದುಕೊಂಡಿದ್ದೀರಾ? ಇಲ್ಲ. ಈ ಊರಿನಲ್ಲಿ ಬದ್ಮಾಷರೇ ಹೆಚ್ಚು. ಕಾರ್ಮಿಕರಿಗೆ ಮಾಲಿಕರಿಗಿಂತಲೂ ಕೆಲ ಮುಖಂಡರ ಮೇಲೆ ಜಾಸ್ತಿ ರೊಚ್ಚು ಇದೆಯೆಂಬುದೂ ನನಗೆ ಗೊತ್ತು. ಏಕಾಂಗಿಯಾಗಿ ಹೋರಾಡುತ್ತೇನೆ. ಅದಕ್ಕೆ ಮೊದಲು ನಿಮ್ಮಂತಹವರ ಸಲಹೆ ಕೇಳಬೇಕು, ಅಷ್ಟೆ. ಎಲ್ಲಾ ಬೋಗಸ್ ಸಮಾಜವಾದ. ಯಾರಿಗೂ ಭದ್ರತೆ ಇಲ್ಲ ಇವರೆ, ಜೀವನಮಟ್ಟ ಇಳೀತಾನೆ ಬರ್ತಿದೆ" ಎಂದವನೆ ಸೂರ್ಯನಾರಾಯಣ ಸಿಗರೇಟನ್ನು ಮುಂದೆ ಮಾಡಿದ.

"ಯಾಕೋ ಮನಸ್ಸಿಗೆ ನೆಮ್ಮದಿಯಿಲ್ಲ ಇವರೆ. ಮನೆಗೆ ಹೊರಡುತ್ತೇನೆ. ಸುಮ್ಮನೆ ಬಿದ್ದುಕೊಳ್ಳುತ್ತೇನೆ" ಎಂದವನೇ ಸೂರ್ಯನಾರಾಯಣ ಮೇಲೆದ್ದ.

ನನಗೆ ಏನನ್ನೂ ಹೇಳಲಿಕ್ಕಾಗಲಿಲ್ಲ. ನನ್ನ ದಾರಿ ಹಿಡಿದೆ. ನನಗಾಗಿ ಒಂದು ದಾರಿಯೇನಿರಲಿಲ್ಲ.

ತುಂಬಾ ಸುಸ್ತಾಗಿತ್ತು. ಏನೋ ಒಂದು ವಿಧದ ಬಳಲಿಕೆ—ಮಾನಸಿಕವಾಗಿ, ಶಾರೀರಿಕವಾಗಿ. ಮನಸ್ಸು ಮಳೆ ತುಂಬಿದ ಮೋಡದಂತೆ ಎಲ್ಲೋ ಒಮ್ಮೆ ಇಳಿದು ಸುರಿಯಬೇಕೆನ್ನುವಂತೆ ಭಾರವಾಗಿತ್ತು.

ಕೆಂಪೇಗೌಡ ವೃತ್ತದ ಬಳಿ ಬಂದಾಗ ಮುಗಿಲಿನ ಸಂಜೆಗೆಂಪು ಕಳೆದು ಕತ್ತಲು ಆವರಿಸುತ್ತಿತ್ತು.

"ಮನಶ್ಶಾಂತಿಗೆ ಗುಂಡು"

"ಗುಡ್ ಈವನಿಂಗ್ ಸರ್!"

ಇನ್ನಾರೋ ಬಂದರೆಂದುಕೊಂಡು ಸುಮ್ಮನೆ ಆ ಕಡೆಗೆ ಮುಖ ತಿರುಗಿಸಿ ನಿಂತೆ—ಕೇಳಿಸಿಯೂ ಕೇಳಿಸದವರ ಹಾಗೆ.

"ಯಾಕೆ ಸಾರ್, ಅಷ್ಟೊಂದು ಕೋಪ ನಮ್ಮ ಮೇಲೆ? ತುಂಬಾ ಚಿಂತಾಕ್ರಾಂತ ರಾದವರಂತೆ ಕಾಣುತ್ತೀರಿ?"

ತುಟಿಯ ಮೇಲೆ ಕಪ್ಪು ರೇಖೆಯನ್ನೆಳೆದಂತೆ ಕಲಾತ್ಮಕವಾಗಿ ಕತ್ತರಿಸಿದ ಮೀಸೆ, ಸರಳವಾಗಿರದೆ ಕೊಂಚ ಡೊಂಕಾಗಿದ್ದ ಕೊಕ್ಕರೆ ಮೂಗು, ಬೀಡಿ ಸೇದಿ ಸೇದಿ ಕಪ್ಪಗಾಗಿದ್ದ ತುಟಿಗಳು. (ಬೇಕೆಂದರೆ ಆತ ಕೊಡುವುದು ಮಾತ್ರ ಗೋಲ್ಡ್‌ಫ್ಲೇಕ್ ಸಿಗರೇಟು.) ಪೈಜಾಮ, ಕೈಯಲ್ಲೊಂದು ಚರ್ಮದ ಚೀಲ.

ನಯವಾದ ಮಾತು. ಸತ್ಯನಾರಾಯಣ ಎದುರಿಗೇ ಬಂದು ಮಾತನಾಡಿಸಿದಾಗ ಸುಮ್ಮನಿರಲಾಗಲಿಲ್ಲ. ಅವನ ಉದ್ಯೋಗವೇನು, ಕಸಬೇನು ಎಂಬುದು ಮಾತ್ರ ಯಾರಿಗೂ ತಿಳಿಯದು. ಮ್ಯಾನುಫ್ಯಾಕ್ಚರರ್ಸ್ ರೆಪ್ರೆಸೆಂಟೆಟಿವ್ ಎಂದು ಹೇಳುತ್ತಾನೆ. ಪತ್ರಿಕಾವರ್ತುಲ ಗಳಲ್ಲಿರುತ್ತಾನೆ. ಸಂಜೆಯಾಗುತ್ತಲೆ ಬ್ರಿಗೇಡ್ ರೋಡಿನಲ್ಲಿ ಕೆಲವು "ಪ್ರತಿಷ್ಠಿತ" ವ್ಯಕ್ತಿಗಳ ಜೊತೆ ಕಾಣಿಸಿಕೊಳ್ಳುತ್ತಾನೆ. (ಅದೆಷ್ಟೋ ಬಾರಿ ರಾತ್ರಿ ಹನ್ನೊಂದು ಗಂಟೆ ಮೇಲೆ ಧೋಬಿ ಅಂಗಡಿಯಲ್ಲಿ ಬಟ್ಟೆಗಳನ್ನು ಇಸ್ತ್ರೀ ಮಾಡುತ್ತಿರುವುದನ್ನೂ ಕಂಡಿದ್ದೇನೆ.)

"ಯಾಕೆ ಸಾರ್ ಹೀಗಿದ್ದೀರಿ? ಮಾತನಾಡಿ. ಬೇಸರಾಗಿದ್ದರೆ ಬನ್ನಿ ಗುಂಡು ಹಾಕಿಸುತ್ತೇನೆ. ಆದರೆ ಇಂದು ಜಾಸ್ತಿ ಇಲ್ಲ. ಅಷ್ಟೇ ಒಂದೆರಡು ಬಾಟ್ಲು ಬೀರು."

ಹಾಗೇ ಬಸ್‌ಸ್ಟಾಪಿನಲ್ಲಿ ನಿಂತೆವು. ವಿಪರೀತ ಜನ. ನೂಕು ನುಗ್ಗಲಾಟ. ನಮಗಿಂತ ಮೊದಲೇ ಹಸುಗಳು ತಮ್ಮ ಸ್ಥಳ ಕಾದಿಟ್ಟುಕೊಂಡಿದ್ದವು.

....

"ಅರ್ಧ ಗಂಟೆಯಿಂದ ಕಾದಿದ್ದೇನೆ......."

"ಮುಕ್ಕಾಲು ಗಂಟೆ ಆಯಿತು ನೋಡಿ...."

"ರೂಟ್ ನಂ...... ಬರಲೇಯಿಲ್ಲ ನೋಡಿ ಮಹರಾಯ್ರೆ"

"ಅದರ ರೂಟ್ ಬದಲಾಯಿಸಿದ್ದಾರೆ ಈಗ."

....

"ಏನ್ ಸಾರ್ ಬರ್ತೀರೋ ಹೇಗೆ ಹೇಳಿ ಮತ್ತೆ" ಎಂದ ಸತ್ಯನಾರಾಯಣ.

"ಬೇಡಿ ಸತ್ಯನಾರಾಯಣ. ಅದಕ್ಕೂ ಒಂದು ಮೂಡ್ ಇರಬೇಕು ನೋಡಿ" ಎಂದೆ.

"ಆಗಲಿ ಸಾರ್, ತಮ್ಮಿಷ್ಟ" ಎಂದವನೆ ಸತ್ಯನಾರಾಯಣ ಗಾಡೀ ಬಿಟ್ಟೇಬಿಟ್ಟ. ಗಂಟಲಿನವರೆಗೆ ಏರಿ ಬಂದಿದ್ದ ಭಾವನೆಗಳು ಶಬ್ದಗಳಾಗುವ ಮೊದಲೇ ಕರಗಿ ಹೋದುವು.

—ಮೂರು ತಿಂಗಳಿಂದ ಮನೆ ಬಾಡಿಗೆ ಕೊಟ್ಟಿಲ್ಲವೆಂದು ಇನ್ನೆರಡು ದಿನಗಳಲ್ಲೇ ಮನೆ ಬಿಡಬೇಕೆಂದು ಮಾಲೀಕರ ಒತ್ತಾಯ, ತಾಯಿಗೆ ಇಂದು ಒಂದು ಇಂಜೆಕ್ಷನ್ ಕೊಡಿಸಲೇ ಬೇಕಿತ್ತು. ಅಸ್ಥಮಾ ಬಲು ಕೆಟ್ಟ ರೋಗ. ಕೆಮ್ಮಿ ಕೆಮ್ಮಿ ಇಡುತ್ತಾಳೆ. ರೋಗ ವಾಸಿಯಾಗುವದಕ್ಕಿಂತ ಅವಳೇ ಸಾಯುವುದು ಮೇಲೆನಿಸುತ್ತದೆ. ಇಂಜೆಕ್ಷನ್ ಕೊಡಿಸಿದ್ದರೆ ಇಂದಾದರೂ ರಾತ್ರಿ ನಾವೆಲ್ಲ ನಿದ್ರೆ ಮಾಡಬಹುದಿತ್ತೇನೋ. "ಸಾಕು ಮಹರಾಯ ಬೆಂಗಳೂರು ವಾಸ" ಎಂದು ತಂದೆ ಹಳ್ಳಿಗೇ ಹೋಗುವುದಾಗಿ ಹಠ ಮಾಡುತ್ತಾರೆ. ರಿಟರ್ನ್ ಟಿಕೆಟ್ ಬೇಡ, ಹೋಗಲು, ಎಂಟೇ ರೂಪಾಯಿ ಸಾಕು ಎನ್ನುತ್ತಾರೆ. ಮಗುವಿಗೆ ಹಾಲಿನ ಡಬ್ಬ ಕೊಂಡೊಯ್ಯಬೇಕಿತ್ತು, ಎರಡು ದಿನಗಳಿಂದ ಹಾಲೇ ಇಲ್ಲ ಪಾಪ... ಸಂಬಳ ಬಂದ ಬಳಿಕ ಈ ತಿಂಗಳಾದರೂ ಒಂದು ಸೀರೆ ತನ್ನಿ ಎನ್ನುತ್ತಾಳೆ..... ಖರ್ಚಿಗೆ ಎಂಟು ಹತ್ತಾಣೆ ಕೂಡ ಜೇಬಿನಲ್ಲಿಲ್ಲ.....

ಹೊಟ್ಟೆಯಲ್ಲಿ ಮೃತಭ್ರೂಣವು ಕೊಡುವ ಯಾತನೆ....

ಒಟ್ಟಿಗೇ ನಾಲ್ಕೈದು ಬಸ್ಸುಗಳು ಬಂದುವು. ಜನಸಮೂಹ ಚೆಲ್ಲಾಪಿಲ್ಲಿಯಾಗಿ ಚದುರಿತು. ಗುಂಪುಗುಂಪಾಗಿ ಜನ ಬೇರೆ ಬೇರೆ ಬಸ್ಸುಗಳ ಕಡೆಗೆ ಧಾವಿಸಿತು. ಮುಂದೆ ಓಡಿದವರು, ಗಟ್ಟಿಗರು ಸಾಹಸ ಮಾಡಿ ಬಸ್ಸುಗಳಲ್ಲಿ ನುಗ್ಗಿಯೇ ನುಗ್ಗಿದರು. ಕತ್ತಲಲ್ಲಿ ಬಸ್ ನಂಬರು ಸರಿಯಾಗಿ ಕಾಣಿಸುತ್ತಿರಲಿಲ್ಲ. ಆದರೂ ಹುಡುಕಿ ನೋಡಿದೆ....

ಭರ್ರ್ss....

ಒಂದೊಂದೇ ಚಲಿಸಿದುವು.

ನಾನು ಹೋಗಬೇಕಾಗಿದ್ದ ರೂಟಿನಲ್ಲಿ ಒಂದು ಬಸ್ಸೂ ಇರಲಿಲ್ಲ.

ಹಾಗೇ ನಿಂತೆ.

■

ಹೆಸರು

ಎ. ಕೆ. ರಾಮಾನುಜನ್

ಪುರಸವಾಕ್ಕಂನಲ್ಲಿ ನಾವಿಳಿದುಕೊಂಡಿದ್ದು ನಮ್ಮ ದೊಡ್ಡಪ್ಪನ ಮಗಳ ಮನೆಯಲ್ಲಿ. ಅಮೃತ ಅಂತ ಹೆಸರು. ಅವಳಿಗೆ ತಂಗಿ ಒಬ್ಬಳು. ವಸುಂಧರಾ ಅಂತ—ಆಗಿನ ಕಾಲದ ತುಂಬುಮೈಯ ಸಿನಿಮಾ ತಾರೆ ಒಬ್ಬಳ ಹೆಸರು ಕೂಡ ಅದಾಗಿತ್ತು. ಆದರೆ ಈ ವಸುಂಧರ, ಈಗ ವಸುಮಾಮಿ; ಚಿಕ್ಕಂದಿನಲ್ಲೇ ವಿಧವೆಯಾಗಿ ಕುಂಕುಮವಿಲ್ಲದೆ ಅಕ್ಕನೊಂದಿಗೇ ಇದ್ದುಬಿಟ್ಟಿದ್ದಳು. ಅಮೃತನ ಬಣ್ಣ ಸ್ವಲ್ಪ ಬಿಳುಪು, ವಸುಮಾಮಿ ಕಪ್ಪು. ವಿಧವೆಯಾಗಿ ಕುಂಕುಮ ತಾಲಿ ಇತ್ಯಾದಿ ಶುಭಲಕ್ಷಣ ಇಲ್ಲದಿದ್ದರೂ, ಐದಡಿಗಿಂತ ಕಡಮೆಯಿದ್ದ ಈಕೆಯದು ಬಹಳ ಕಳೆಯಾದ ಮುಖ, ಅಮೃತನಿಗೆ ಆರೇಳು ವಯಸ್ಸಿನ ಇಬ್ಬರು ಹೆಣ್ಣು ಮಕ್ಕಳು. ಅವಕ್ಕೆ ಕೂಡ, ಒಂದಕ್ಕೆ ಅಮ್ಮನ ಹಾಗೆ ಮುಖ ಸ್ವಲ್ಪ ಬಿಳುಪು, ಮತ್ತೊಂದಕ್ಕೆ ಚಿಕ್ಕಮ್ಮನ ಹಾಗೆ ಕಪ್ಪು, ಕಳೆ. ಏನೋ ಹೀಗೆ ವಿನ್ಯಾಸ, ಸಮತೋಲ, ಸಿಮೆಟ್ರಿ ಮನೆತನಗಳಲ್ಲಿ. ಅವರ ದೊಡ್ಡ ಮಗ ನನಗಿಂತ ಸಣ್ಣವನು, ೧೫ ವಯಸ್ಸಿರಬೇಕು. ಅವನಿಗೆ ನನ್ನದೇ ಹೆಸರು, ರಾಮಾನುಜ ಅಂತ. ಮದರಾಸಿನಲ್ಲಿ, ನಮ್ಮ ಜನದಲ್ಲಿ, ನನ್ನ ಹೆಸರು ಸಾಧಾರಣ ಇರಬೇಕು. ಅವನನ್ನೂ ರಾಮು ಅಂತಲೇ ಕರೆಯುತ್ತ ಇದ್ದರು. ಅವನನ್ನು ನೋಡಿದಾಗ, ಹೆಸರು ಕೂಗಿದ್ದು ಕೇಳಿದಾಗ, ನನಗೆ ಹೇಗೆ ಹೇಗೋ ಅನಿಸುತ್ತಿತ್ತು. ಕೂಗಿದಾಗೆಲ್ಲ ನಾನೂ 'ಬಂದೆ' ಅಂತ ಎದ್ದು ಹೋದದ್ದರಿಂದ, ಬಹುಬೇಗ ನನಗೆ ಮೈಸೂರು ರಾಮು ಅಂತ ಹೆಸರಾಯಿತು. ಅವನು, ತೆಳ್ಳಗೆ ಎತ್ತರಕ್ಕೆ ಕಪ್ಪಗೆ ಎಲುಬೆಲುಬಾಗಿದ್ದು, ಅಯ್ಯಂಗಾರಿ ನಾಮ ಮೂರನ್ನೂ ಹಾಕಿಕೊಳ್ಳುತ್ತಿದ್ದ. ನಾನು ಒಂದು ಕೂಡ ಹಾಕಿಕೊಂಡವನಲ್ಲ. ಎಲ್ಲೋ ಹುಟ್ಟಿ ಬೆಳೆದು, ಬೇರೆ ಜೀವ ಭಾಗ್ಯ ಅಕ್ಕ ತಂಗಿ ಪಡೆದುಬಂದವನು,

ಹೆಸರು

ಅವನ ಹೆಸರು ಮಾತ್ರ ನನ್ನದು. ಮೂರು ನಾಕು ವರ್ಷದ ಹಿಂದೆ, ಮತ್ತೊಬ್ಬ ನೆಂಟಸ್ತರ ಮನೆಯಲ್ಲಿ, ರಾಮಾನುಜ ಅನ್ನುವ ಮತ್ತೊಬ್ಬ ಹುಡುಗ ಇದ್ದದ್ದು ನೋಡಿದ್ದೆ. ನಮ್ಮ ತಾಯಿ ಕಡೆ ಸಂಬಂಧ. ಅವರಪ್ಪ ಛೀಫ್ ಎಂಜಿನಿಯರು. ಅವನೊಂದಿಗೆ ನಾನು, ಅವರ ಮಾಂಬಲಂ ಮನೆ ಪಕ್ಕದ ಸಂದಿಯಲ್ಲಿ, ಕ್ರಿಕೆಟ್ ಆಡಿದ್ದೆ. ಅವನಕ್ಕ ಕಾಮುವನ್ನು ನಮ್ಮಣ್ಣನಿಗೆ ತರಬೇಕೆಂದು ಮಾತಿತ್ತು. ನಮ್ಮಮ್ಮನಿಗೂ ಆಸೆಯಿತ್ತು. ನಮ್ಮಣ್ಣ ಒಪ್ಪಿಕೊಂಡಿದ್ದ. ಆದರೆ ನಮ್ಮಪ್ಪ, ನಮ್ಮ ಚಿಕ್ಕತ್ತೆಯನ್ನು ಸಲಹೆ ಕೇಳಿದರು. ಆಕೆ ಎರಡು ದೊಡ್ಡ ಪಟ್ಟಿ ಬರೆದು ಕೊಟ್ಟರಂತೆ: ಕಿವಿಗೆ ಬೆಂಡೋಲೆ, ಮೂಗಿಗೆ ಐದುಕಲ್ಲಿನ ಬೇಸರಿ, ಒಂದು ಸೇರು ಬಂಗಾರದ ಉಡ್ಯಾಣ, ತೋಳಬಂದಿ, ಎಂಟು ಬಳೆ, ಕೆಂಪುಬಿಳಿ ವಜ್ರದ ಉಂಗುರದ ಜತೆ, ಗಂಡಿಗೆ ಹೆಣ್ಣಿಗೆ, ಅಂತೆಲ್ಲ ವಿವರವಾಗಿ ಸೇರು-ತೊಲ-ಬೆಲೆ-ಯಾವ ಚೆಟ್ಟಿಯಾರ್ ಅಂಗಡಿಯಲ್ಲಿ ಕೊಳ್ಳಬೇಕು—ಅಂತೆಲ್ಲ ವಿವರಿಸಿದ ಪಟ್ಟಿ. ಮತ್ತೊಂದು ಪಟ್ಟಿ, ಬೆಳ್ಳಿಕೊಡ-ಪಂಚಪಾತ್ರೆ-ತಟ್ಟೆಗಳು ಇತ್ಯಾದಿ ಉಡುಗೊರೆ. ಎರಡನ್ನೂ ನಮ್ಮಪ್ಪನಿಗೆ ಕೊಟ್ಟು, "ಅವರಂತಸ್ತಿಗೆ ನಿನ್ನಂತಸ್ತಿಗೆ ತಕ್ಕ ಹಾಗೆ ಇಷ್ಟನ್ನೂ ಮಾಡಿಸಿಕೊಟ್ಟರೆ ಮದುವೆಗೆ ಒಪ್ಪಿಕೋ" ಅಂದರಂತೆ. ನಮ್ಮಪ್ಪನಿಗೆ ಇದೆಲ್ಲ ಆಸೆ ತನಗೇ ಇಲ್ಲದಿದ್ದರೂ, ಮತ್ತೊಬ್ಬರು ಬಾಯಿ ಚಪ್ಪರಿಸಿದರೆ ಆಸೆ ಬಾಯಲ್ಲೂರುವ ಸ್ವಭಾವ (ಅಂತ ಅಮ್ಮ ಹೇಳುತ್ತಿದ್ದರು). ನಾಚಿಕೆ ಇಲ್ಲದೆ, ಎಂಜಿನಿಯರ ಹತ್ತಿರ ಪಟ್ಟಿ ಕೊಟ್ಟೇಕೊಟ್ಟರು. ಅವರ ಮುಖ, ಮದುವೆಯ ಮಾತು, ಮುರುಟಿಕೊಂಡಿತು. ಈ ಕಾಮು, ಗುಂಡಗೆ ಬೆಳ್ಳಗೆ ಚೆನ್ನಾಗಿದ್ದಳು. ನಮ್ಮಮ್ಮನಿಗೆ ಇಷ್ಟ. ಈ ಮದುವೆ ಮಾತು ಕೇಳಿಸಿಕೊಂಡು, ಏನೋ ಗಂಭೀರ ಅವಳದು. ೧೫ರ ನನಗೆ, ಅವಳ ನಗು ತೋರಿಸದ ಮುಖ, ಸೆರಗಿನ ಕೆಳಗಿದ್ದ ಸಣ್ಣ ಗಜನಿಂಬೆ, ಬಿಳಿ ಕುಪ್ಪಸದ ಕೆಳಗೆ ಕಾಣಿಸಿದ ಬಾಡಿಸ್ ಛಾಯೆ, ದಪ್ಪ ಜಡೆ, ಹಿಡಿಸಿತ್ತು. ಅವರು ಯಾರನ್ನೂ ನಾವು ಮತ್ತೆ ನೋಡಲಿಲ್ಲ.

ಆದರೆ ಆ ಮನೆಯ ರಾಮಾನುಜ ಇದ್ದನಲ್ಲ—ಹತ್ತು ವರುಷ ಕಳೆದ ಮೇಲೆ, ಒಂದು ದಿನ ಹಿಂದೂ ಪತ್ರಿಕೆಯಲ್ಲಿ, ಕೋಳಿನೋಸ್ ಟೂತ್‌ಪೇಸ್ಟಿನ ಜಾಹೀರಾತಿನಲ್ಲಿ ಅವನ ಸುಂದರ ಮುಖ, ಅವನ ಯೌವನದ ನಗುಮುಖ, ತಿಕ್ಕಿ ಹೊಳೆಸಿದ ಸೊಗಸಾದ ಮುತ್ತು-ಹಲ್ಲಿನ ಪಂಕ್ತಿ. ಅವನು ಮದರಾಸಿನಲ್ಲೀಗ ತನ್ನ ಅಪ್ಪನ ಹಾಗೆ ಎಂಜಿನಿಯರಾಗಿ, ಮದರಾಸಿನ ಯುವಕ ಶ್ರೀಮಂತರ ನಡುವೆ ನಗುನಗುತ್ತ ಬೆಳೆದು ಈ ಜಾಹೀರಾತಿಗೆ ಹೆಸರುವಾಸಿಯಾಗಿದ್ದ. ಮತ್ತೆ ಎರಡು ವರ್ಷದಲ್ಲಿ, ೧೯೬೫ರಲ್ಲಿ, ನಾನು ನಮ್ಮ ದೇಶಕ್ಕೆ ಬಂದಿದ್ದಾಗ, ನಮ್ಮ ಶ್ರೀರಂಗದ ಮಾವ ಹೇಳಿದರು: "ಏನಾಯಿತು ಗೊತ್ತೆ, ಮಾಂಬಲದ ರಾಮಾಂಜನಿಗೆ? ಮದುವೆ ಮಾಡಿದರು. ದೊಡ್ಡ ಫಾರ್ಮಸಟಿಕಲ್ ಮಾಲಿಕರ ಮಗಳು. ನಾನೂ ಹೋಗಿದ್ದೆ ಮದುವೆಗೆ. ಅವನು ಅದೇ ತಿಂಗಳು ಜರ್ಮನಿಗೆ ಕಾನ್ಫರೆನ್ಸಿಗೆ ಹೋದ. ಹೆಂಡತಿ ದೆಹಲಿಯಲ್ಲಿ ಏರ್‌ಪೋರ್ಟಿನಲ್ಲಿ ಬೈಬೈ ಹೇಳಿದಳು. ಆ ವಿಮಾನ ಆಲ್ಫ್ಸ್ ಪರ್ವತದ ಮೇಲೆ ಮಂಜಿನ ಬಿರುಗಾಳಿಯ ಹೊಡೆತಕ್ಕೆ ಸಿಕ್ಕಿ, ಪರ್ವತಕ್ಕೆ ಢಿಕ್ಕಿ ಹೊಡೆದು,

ಪಾತಾಳಕ್ಕೆ ಬಿತ್ತು. ೭೧ ಜನ ಸತ್ತುಹೋದರು. ಒಬ್ಬರೂ ಉಳಿಯಲಿಲ್ಲ. ಸ್ಯಾಂಪಲ್‌ಗೆ ಒಂದು ದೇಹ ಕೂಡ ಸಿಕ್ಕಲಿಲ್ಲ. ನಿನ್ನ ಹೆಸರೇ ಅವನಿಗೂ ನೋಡು, ರಾಮಾಂಜ" ಅಂದರು ಮಾವ. ನನ್ನ ಬದಲು ಅವನು ಹೋದನೇ? ಅನ್ನುವ ಪ್ರಶ್ನೆ, ಅವರ ಮನಸ್ಸಿನಲ್ಲೂ ಇದ್ದ ಹಾಗೆ.

* * *

ನಮ್ಮಣ್ಣ ೧೯೬೦ರಲ್ಲಿ ಮದುವೆಯಾದ ಹುಡುಗಿ ಹೆಸರು ಕೂಡ ಕಾಮು ಅಂತಲೇ, ಏನೋ ಪುನರಾವರ್ತನೆ. ಯಾವುದೋ ಹಳೆಯ ಆಸೆಯ ನೆನಪೋ ನಮ್ಮಣ್ಣನಿಗೆ, ಅದೇ ಹೆಸರಿನ ಹುಡುಗಿಯನ್ನು ಅವನ ಒಳಮನಸ್ಸು ಹುಡುಕಿತೋ, ಕಾಣೆ. ಒಂದೇ ಹೆಸರಿದ್ದವರೆಲ್ಲ ಒಂದು ಜಾತಿಯೇ? ಹೆಸರಲ್ಲದೆ ಬೇರೇನೂ ಸಾಮಾನ್ಯ ಅಂಶ ಇಲ್ಲದ ಈ ಆಕಸ್ಮಿಕ ಗುಂಪಿನ ಸದಸ್ಯರುಗಳಿಗೆ, ಹೆಸರಿನ ಮಂತ್ರದಿಂದ ಒಗ್ಗಟ್ಟು ಬಂದು, ಸಹಕಂಪ ಉಂಟಾಯಿತೆ?

(*'ಮತ್ತೊಬ್ಬನ ಆತ್ಮಚರಿತ್ರೆ'ಯಿಂದ*)

■

ಒಂದು ಲಗು ಕಥೆ

ಶಾಂತಿನಾಥ ದೇಸಾಯಿ

ನಾನು ನನ್ನ ಎಂದಿನ ಖುರ್ಚಿಯಲ್ಲಿ ಕೂತಿದ್ದೆ. ಯಾರನ್ನೂ ಕಾಯುತ್ತಿರಲಿಲ್ಲ. ಎದ್ದು ಏನಾದರೂ ಮಾಡಬೇಕು ಎಂದೆನಿಸುತ್ತಿತ್ತು. ಗಾಳಿಗೆ ಧಡ್ಡನೆ ಬಾಗಿಲು ತೆರೆಯಿತು. ಹಾಕಿದ ಬೋಲ್ಟು ಗಾಳಿಯ ಜೋರಿಗೆ ಸರಿದು ತನ್ನ ದುರ್ಬಲತೆಯನ್ನು ಸಾರಿತ್ತು. ಬಾಗಿಲು ಹಾಕಿ ಉಪಯೋಗವಿಲ್ಲ ಎಂದು ಹಾಗೇ ಕೂತೆ. ಗೋಡೆಯ ಮೇಲೆ ಒಂದು ಹಲ್ಲಿ ಏನೋ ವಿಚಿತ್ರ ಚಿರುಕ್ ಚಿರುಕ್ಕೆಂದು ಸಪ್ಪಳ ಮಾಡಿತು. ನಾನು ಅತ್ತ ದಿಟ್ಟಿಸಿದೆ. ಅದರ ಕಣ್ಣು, ಬಾಲ, ಮೈ ಎಲ್ಲದರಲ್ಲೂ ಒಂದು ಆಸಕ್ತಿ. ಇದ್ದರೆ ಹೀಗಿರಬೇಕು. ಮೂಗಿನಲ್ಲಿ ಏನೋ ಗುಳು ಗುಳು ಅನಿಸಿತು. ಬೆರಳು ಹಾಕಿ ಹೊರಳೆಯನ್ನು ಸ್ವಚ್ಛ ಮಾಡಿದೆ. ಬೆರಳನ್ನು ಖುರ್ಚಿಗೆ ಒರೆಸಿದೆ. ಅಷ್ಟರಲ್ಲಿ ಯಾರೋ ಬಂದಂತೆನಿಸಿತು. ತೆರೆದ ಬಾಗಿಲಿನತ್ತ ನೋಡಿದೆ. ಯಾರೋ ವಿದ್ಯಾರ್ಥಿ ಇರಬೇಕು. ವ್ಯಕ್ತಿ ಒಳಗೆ ಬಂದು ಸೀದಾ ಸೋಫಾದ ಮೇಲೆ ಕುಳಿತ. ಅವನ ಕಣ್ಣಿನಲ್ಲಿ, ಮೈಯಲ್ಲಿ ಆಸಕ್ತಿ ಇತ್ತು. ಕೈಗಳು ಒಂದಕ್ಕೊಂದು ಹೆಣೆದುಕೊಂಡಿದ್ದವು. ನಾನು ಹಲೊ ಎಂದೆ. ಆತ ನಕ್ಕ. ಅವನ ಮೈ ಉಬ್ಬಿದಂತೆನಿಸಿತು. ಏನು ಬೇಕು ಎಂದೆ. ಏನಿಲ್ಲ ಸರ್, ನನಗೆ ಎಂ.ಎ.ಗೆ ಅಡ್ಮಿಶನ್ ಬೇಕು ಎಂದ. ಅಪ್ಲಾಯ್ ಮಾಡಿರಿ ಎಂದೆ. ನೀವು ಎಲ್ಲಿಯವರು, ಮಾರ್ಕ್ಸ್ ಎಷ್ಟು, ಇಲ್ಲಿ ಯಾಕೆ ಬರ್ತೀರಿ ಎಂದೆಲ್ಲ ಕೇಳಿದೆ. ನಿಮಗೆ ಇಲ್ಲಿ ಅಡ್ಮಿಶನ್ ಸಿಗೋದಿಲ್ಲ ಅಂದೆ. ಯಾರದಾದರೂ ವಶೀಲಿ ಹಚ್ಚಬೇಕೇ ಎಂದ. ಉಪಯೋಗವಾಗುವುದಿಲ್ಲ ಎಂದೆ. ಆತ ಸುಮ್ಮನೆ ಕೂತ. ಒಂದೆರಡು ನಿಮಿಷ ಹಾಗೇ ಕೂತ. ತನ್ನ ಕೈಯನ್ನು ತಾನೇ ನಿಟ್ಟಿಸಿ ನೋಡಿದ. ಎದ್ದು ನಿಂತ. ನನಗೆ ಹಾಯೆನಿಸಿತು. ನಾನು ರೆಸ್ಲಿಂಗ್ ಚಾಂಪಿಯನ್ ಸರ್ ಎಂದ. ನಾನೂ ನಕ್ಕೆ. ಅವನತ್ತ ನಿಟ್ಟಿಸಿ ನೋಡಿದೆ.

ಅವನ ಶರ್ಟು, ಪೈಜಾಮಗಳ ಕೆಳಗೆ ಅವನ ದೇಹ ಇನ್ನಿಷ್ಟು ಹುರಿಗೊಂಡು ನಿಂತಂತೆನಿಸಿತು. ಕುಸ್ತಿಯ ಅಖಾಡಾದಲ್ಲಿ ಅದು ಚೆನ್ನಾಗಿ ಕಂಗೊಳಿಸೀತು ಎಂದೆನಿಸಿತು. ನನಗೆ ಕನ್ಸೆಶನ್ ಕೊಡಬೇಕು ಸರ್ ಎಂದ. ಅರ್ಧ್ಯಾಗೆ ಅಂದೆ. ಪಾಪ ಅಂತೆನಿಸಿತು. ನಾನು ಇಡಿಯ ವಿಶ್ವವಿದ್ಯಾಲಯಕ್ಕೆ ಚಾಂಪಿಯನ್ನಾಗಿ ತೋರಿಸ್ತೇನೆ ಸರ್ ಅಂದ. ನಾನು ಇನ್ನಷ್ಟು ಪ್ರೀತಿಯಿಂದ ಆತನತ್ತ ನಿರುಕಿಸಿ ನೋಡಿದೆ. ಅಡ್ಮಿಶನ್ ಸಿಕ್ಕೀತು ಅಂತ ಅವನಿಗನಿಸಿತೇನೋ, ನಾಳೆ ಬಂದು ಫೀ ತುಂಬಲೇ ಅಂತ ಕೇಳಿದ. ನಾ ಗಾಬರಿಯಾದೆ. ಇಂಗ್ಲಿಷಿಗೂ ಕುಸ್ತಿಗೂ ಏನೂ ಸಂಬಂಧವಿಲ್ಲ ಎಂದೆ. ಇಂಗ್ಲಿಷಿನ ಕೂಡ ಕುಸ್ತಿ ಹಿಡಿದು ತೋರಿಸ್ತೇನೆ ಸರ್ ಎಂದ. ಅವನ ಕಣ್ಣುಗಳಲ್ಲಿ ಆಸಕ್ತಿ ಹೊಳೆಯುತ್ತಿತ್ತು. ಬಾ ನಾಳೆ ನೋಡೋಣ ಎಂದೆ ಅತ್ಯಂತ ಕ್ಷೀಣನಾಗಿ. ಥ್ಯಾಂಕ್ಸ್ ಸರ್ ಎಂದು ನಮಸ್ಕಾರ ಮಾಡಿ ಗೆದ್ದ ಹೋರಿಯಂತೆ ಆತ ಹೊರಗೆ ಹೋದ. ನಾನು ಇನ್ನಿಷ್ಟು ಮುದುಕನಾದೆ. ಖುರ್ಚಿಯಲ್ಲಿ ಕುಸಿದು ಕೂತೆ.

■

ಮಗು ಮಲಗಿತ್ತು

ಕೆ. ಸದಾಶಿವ

ನಿರೀಕ್ಷೆಯಿಂದ ಬೆವತಿದ್ದಳು. ಹಾಸಿಗೆ ಮೇಲೆ ಕುಳಿತು ಮಹಡಿ ಕಿಟಕಿಯಿಂದ ಕೆಳಗೆ ರಸ್ತೆಯ ಕಡೆ ನೋಡುತ್ತಿದ್ದಳು.

ಮಗು ಮಲಗಿ ನಿದ್ರಿಸುತ್ತಿತ್ತು.

ಹಜಾರದ ಗಂಟೆ ಹನ್ನೊಂದು ಹೊಡೆಯಿತು. ಹಿಂದಕ್ಕೆ ತಿರುಗಿ ಗಡಿಯಾರ ನೋಡಿದಳು.

ಮತ್ತೇನೋ ನೆನಪಾಗಿ ಎದ್ದು ಹಜಾರದ ಮೂಲೆಯಲ್ಲಿದ್ದ ಏಣಿಯಿಂದ ಕೆಳಗಿಳಿದು, ಚೊಂಬು ನೀರು ತಂದು ಮಂಚದ ಪಕ್ಕದಲ್ಲಿದ್ದ ಟೇಬಲಿನ ಮೇಲಿಟ್ಟು ಲೋಟ ಮುಚ್ಚಿಟ್ಟಳು.

ಮತ್ತೆ ಕಿಟಕಿಯಲ್ಲಿ ಇಣಕಿದಳು. ಹಜಾರದ ದೀಪದ ಬೆಳಕು ಸರಳು ತೂರಿ ಹುಲಿ ಪಟ್ಟೆಯಾಗಿ ಎದುರು ಸಾಲಿನ ಎದುರು ಮನೆಯ ಮೇಲೆ ವಕ್ರಗತಿಯಲ್ಲಿ ಬಿದ್ದಿತ್ತು.

ಎಕ್ಕಡದ ಸದ್ದಿಂದ ಸರಳಿಗೆ ಮುಖ ತೂರಿ ಕಣ್ಣು ತಿರುಗಿಸಿ ಕೆಳಗೆ ನೋಡಿದಳು. ಬೀಡಿ ಸೇದುತ್ತ ಹೋಗುತ್ತಿದ್ದವನೊಬ್ಬನನ್ನು ನೋಡಿದಳು. ತನ್ನ ಮನೆಯ ಮುಂದೆಯೇ ಅವನು ಹಾದು ಹೋದಾಗ ಅವನ ಕೆರದ ಸಪ್ಪಳದಂತೆಯೇ ಏನೋ ಸಪ್ಪಳ ಎದೆಯಲ್ಲಿ ಆಯಿತು.

ಗಾಳಿ ಬೀಸಿ ಸೆಖೆಯಲ್ಲಿ ಹಾಯ್ ಎನಿಸಿತು. ಕುಪ್ಪಸ ಇಲ್ಲದ ಎದೆಗೆ ತಣ್ಣಗಾಯಿತು.

(ಬಂದಾನೋ ಬಾರನೋ.)

ಎದುರು ಮನೆ ಮುಖದ ಮೇಲೆ ಹುಲಿಪಟ್ಟೆ ನೋಡಿದಳು.

ಕೆಳಗಿನ ಹಜಾರದ ಬಾಗಿಲು ಚಿಲಕ ಸದ್ದಾಯಿತು. ಬಾಗಿಲು ತೆರೆಯಿತು, ಮತ್ತೆ ಮುಚ್ಚಿತು.

ಉಪ್ಪರಿಗೆ ಮೆಟ್ಟಿಲು ಮೇಲೆ ಹೆಜ್ಜೆಯ ಸಪ್ಪಳ.

(ಒಂದು, ಎರಡು, ಮೂರು....)

ಕೈ ನಡುಗಿತು, ಮೈ ಬೆವರಿತು, ಬೆಂಡಾಯಿತು.

ಪೇಟ, ಹಣೆ, ಮೀಸೆ, ಮುಖ....

(ಕಪ್ಪು ಕಡಲಿನಾಳದಿಂದ ಮೂರ್ತಿಯ ಉದ್ಭವ)

ಬಾಗಿಲು ಸಂದಿಯಿಂದ ಚಿನ್ನದ ಗೆರೆ ವಕ್ರವಕ್ರವಾಗಿ ಅವನ ಮೈಮೇಲೆ ಬಿತ್ತು.

ಒಂದು ಗಳಿಗೆ ಮೌನ.

(ಕಪ್ಪು ಕಡಲು; ಹೆಬ್ಬಂಡೆ ಮೌನ)

ಮಲಗಿದ್ದ ಮಗುವನ್ನು ಎಡವುದರಲ್ಲಿದ್ದ ಅವನು.

(ಜೋಕೆ; ಮಗು ಮಲಗಿದೆ.)

ಅವನು ಹಿಡಿದಿದ್ದ ಮೂರನೆಯ ಕಾಲಿನ ಹಿಡಿಯಲ್ಲಿ ಹೊಳಪಿತ್ತು.

ಟಕ್... ಟಕ್...

(ಮಗು ಮಲಗಿದೆ; ಎಬ್ಬಿಸಬೇಡ)

"ಮಗು"

ಅವನು ಒಮ್ಮೆ ನೋಡಿದ. ಮತ್ತೆ ಸುತ್ತ ನೋಡಿದ:

ಅವಳೂ ನೋಡಿದಳು.

ಅವನು ನಕ್ಕು ಮಂಚದ ಬಳಿ ಬಂದ.

ಅವಳು ಕಿಟಕಿ ಬಾಗಿಲು ಓರೆ ಮಾಡಿದಳು.

ಬೀಸುವ ಗಾಳಿಗೆ ರೋಷ ಹೆಚ್ಚಿ ಸಿಳ್ಳೆ ಹಾಕಿತು.

ಒಳಗೆ ಮೈ ಕುದಿಯಿತು.

ಅವನು ಮಂಚದ ಮೇಲೆ ಕುಳಿತಾಗ ಸಡಿಲ ಕಾಲಿನ ಮಂಚ ನರಳಿತು.

(ಮಗು ಎದ್ದು ಕಿಟ್ಟನೆ ಕಿರುಚಿದ ಹಾಗೆ ಆಯಿತು.)

ಅವಳು ಮಗುವನ್ನು ನೋಡಿದಳು.

ಮಗು ಮಲಗಿತ್ತು.

(ಮಲಗಿರಲಿ, ದೇವರೇ, ಮಲಗಿರಲಿ.)

"ನಾನು ಬರೋಲ್ಲಾಂತ ತಿಳಿದಿಯಾ?"

ಮೂರನೇ ಕಾಲನ್ನು ಮಂಚದ ನಾಲ್ಕನೆಯ ಕಾಲಿಗೆ ಒರಗಿಸುತ್ತಾ ಕೇಳಿದ.

('ಮರಳಿ ಮರಳಿ ಮಂಚಕ್ಕೆ ಕಾಲೆಷ್ಟು? ಮೂರು ಮತ್ತೊಂದವ್ವ')

ಅವಳು ಏನೂ ಹೇಳಲಿಲ್ಲ.

"ಅಂಗಡೀಲಿ ಸ್ವಲ್ಪ ಕೆಲಸ ಇತ್ತು."

ಭೀಮಾಕಾರದ ಮೈ. ಮಾತಿಗೆ ಮಾತ್ರ ಕ್ಷಯ.

ಮಗು ಮಲಗಿತ್ತು. ನಿದ್ರೆ ಮಾಡಿತ್ತು.

"ಊಟ ಮಾಡಿಕೊಂಡು ಬಂದ್ರ?"

"ಹೂಂ."

"ನಿಮ್ಮನೇಲಿ ಕಾಯ್ತಿರ್ತಾರೆ ಅಲ್ಲವಾ?"

(ಮಗು ಮಲಗಿತ್ತು...)

"ಹೊತ್ತಾಗುತ್ತೆ ಅಂತ ಹೇಳಿ ಬಂದಿದೀನಿ."

(ಕಾರಣ ಏನು ಕೊಟ್ಟಿದ್ದೀರಿ?)

ಇಬ್ಬರೂ ಸುಮ್ಮನಾದರು.

ಮಗು ಮಲಗಿತ್ತು. ಅದನ್ನು ಅವನು ನೋಡಿದ.

"ಮಗು ಮಲಗಿಬಿಟ್ಟಿದೆ."

"ಹೂಂ."

"ತುಂಬಾ ಹೊತ್ತಿಂದ ಕಾದಿದ್ದೆಯಾ?"

"ಹನ್ನೊಂದಕ್ಕೆ ಬರ್ತೀನಿ ಅಂತ ಚೀಟೀಲಿ ಬರ್ದಿದ್ರಿ."

ಅವಳ ಕೈ ಹಾಸಿಗೆಯನ್ನು ಊರಿತ್ತು. ಅವನ ದಪ್ಪ ಕೈ ಅದನ್ನು ಸವರಿತು.

"ಎಷ್ಟು ದಿನದಿಂದ ನಾನು ಇದಕ್ಕಾಗಿ ಕಾದಿದ್ದೆ ಗೊತ್ತಾ?"

ಅವಳು ಸುಮ್ಮನಾದಳು.

"ನೀನು ಬಹಳ ಬುದ್ಧಿವಂತೆ."

"ಯಾಕೆ?"

"ಸಾಮಾನಿನ ಚೀಟೀಂತ ಆ ಹುಡುಗನ ಕೈಲಿ ಕಳಿಸಿದ್ದೆಯಲ್ಲ."

"ಇನ್ನೇನು ಮಾಡಲಿ?"

"ನೀ ಮಾಡಿದ್ದು ಸರಿ."

ಸುಮ್ಮನಿದ್ದಳು.

"ಅವನು ಇನ್ಯಾರ ಕೈಲಾದ್ರು ಕೊಟ್ಟಿದ್ರೆ?"

"ಅವನಿಗೆ ಹೇಳಿದ್ದೆ ನೀವಿದ್ರೆ ಮಾತ್ರ ಕೊಡು ಅಂತ."

"ಅದೇನು ಇವತ್ತು ನಿನ್ನ ಗಂಡ ಬೆಂಗ್ಳೂರಿಗೆ ಹೋಗಿದ್ದು?"

"ಯಾವುದೋ ಆಫೀಸಿನ ಕೆಲಸದ ಮೇಲೆ."

"ಇವತ್ತೇ ಬಂದುಬಿಟ್ರೆ?"

"ಎರಡು ದಿನ ಆಗುತ್ತೇಂತ ಹೇಳಿ ಹೋದ್ರು."

"ಆವತ್ತು ನೀನು ನಿನ್ನ ಗಂಡನೊಟ್ಟಿಗೆ ನಮ್ಮ ಅಂಗಡಿಗೆ ಬಂದಿದ್ದೆಯಲ್ಲ, ಆವತ್ತಿಂದ ನಂಗೆ...."

"ಷ್.... ಮಗು ಮಲಗಿದೆ."

(ತುಂಬಾ ಕಷ್ಟಪಟ್ಟು ಮಲಗಿಸಿದ್ದೇನೆ ಎದ್ದರೆ....)

ತಲೆಯಿಂದ ಪೇಟ ಎತ್ತಿ ಕೇಳಿದ—

"ಎಲ್ಲಿ ಇಡ್ಲಿ?"

"ಇಲ್ಲಿ ಕೊಡಿ."

ಅದನ್ನು ಟೇಬಲಿನ ಮೇಲಿಟ್ಟಳು.

ಕೋಟು ಕಳಚಿ ಅವಳ ಕೈಗೆ ಕೊಟ್ಟ.

"ಬಾ ಕುಳಿತುಕೋ."

ಅವಳು ಹಾಸಿಗೆ ಮೇಲೆ ಕುಳಿತಳು.

ಮಂಚ ನರಳಿತು.

ಅವಳ ಗಲ್ಲ ಎತ್ತಿ ಹಿಡಿದ. ಅವಳು ಕಣ್ಣು ಕೆಳಗೆ ಮಾಡಿದಳು.

ಅವಳ ಕೈಯನ್ನು ತನ್ನ ತೊಡೆಯ ಮೇಲಿಟ್ಟು ಸವರಿದ.

ಹೊರಗೆ ಗಲಾಟೆ ಕೇಳಿಸಿತು.

ಅವಳು ಕಿಟಕಿ ಬಾಗಿಲು ತೆಗೆದು ಇಣಕಿ ನೋಡಿದಳು. ಅವನು ಏನು ಎಂದು ಕೇಳಿದ. ಒಂದು ಗಳಿಗೆ ಅವನ ಮೈ ನಡುಗಿತು. ಅವಳ ತಲೆ ಮೇಲಿಂದ ಇಣಕಿದ.

ಹುಲಿಪಟ್ಟೆ ಬೆಳಕು ಮನೆ ಬಾಗಿಲು ದಡದಡ ಸದ್ದು ಮಾಡಿತು.

ಯಾರೋ ಯಾರಿಗೋ ಒದ್ದರು.

ಅಯ್ಯೋ ಎಂದು ಹೆಂಗಸೊಬ್ಬಳು ಕೂಗಿದಳು.

"ಥೂ, ದಿನಾ ಬೆಳಿಗ್ಗೆ ಸಾಯಂಕಾಲ ಆದರೆ ಗಲಾಟೆ"

ಎಂದಳು ಅವಳು ಮೆಲ್ಲನೆ.

"ಏನದು?" ಎಂದ.

"ಮೊನ್ನೆ ರಾತ್ರಿ ಕೂಡ ಹ್ಯಾಗೆ ಗಲಾಟೆ ಆಯ್ತೂಂತೀರಿ."

"ಯಾರಿದ್ದಾರೆ ಆ ಮನೆಯಲ್ಲಿ?"

"ಯಾವಳೋ ಸೂಳೆ."

"ಇಂಥ ಕಡೆ ಅಂಥವರು ಇರ್ಬಾರ್ದು."

ದಬ ದಬ ಸದ್ದು.

ಅವಾಚ್ಯ ಬೈಗುಳ.

ಮಗು ಮಲಗಿತ್ತು

ಒಳಗೆ ಒಬ್ಬರಿಗೊಬ್ಬರು ಎಳೆದಾಡುತ್ತಿದ್ದರು.

ಕಿಟಕಿಯಿಂದ ಇಬ್ಬರೂ ನೋಡುತ್ತಿದ್ದರು.

ಕೊನೆಗೆ ಹೆಂಗಸೊಬ್ಬಳು ಒಬ್ಬನನ್ನು ಹೊರಗೆ ನೂಕಿ ಬಾಗಿಲು ಜಡಿದಳು.

ಅವನು ವಾಲಾಡುತ್ತಾ ಮುಗ್ಗರಿಸಿ, 'ಕಳ ಸೂಳೇ ಮುಂಡೇರು' ಎನ್ನುತ್ತಾ ಎದ್ದ.

ಎದ್ದಾಗ ಪಂಚೆ ಜಾರಿತು.

"ಥೂ ನಾಚಿಕೆ ಇಲ್ಲದವರು" ಎಂದು ಕಿಟಕಿ ಬಾಗಿಲನ್ನು ಮುಚ್ಚಿದಳು.

"ನನಗ್ಯಾಕೋ ಹೆದರಿಕೆ."

ಮಗುವನ್ನು ನೋಡುತ್ತಾ ಹೇಳಿದಳು.

"ನಾನಿದೀನಿ"—ಎಂದ.

ಕಿಟಕಿ ಹಿಂಭಾಗದಲ್ಲಿದ್ದ ಸ್ವಿಚ್ಚನ್ನು ಅಮುಕಿದ.

ಕತ್ತಲಾಯಿತು.

ಮಂಚಕ್ಕೊರಗಿದ್ದ ಮೂರನೇ ಕಾಲು ಕೆಳಗೆ ಬಿತ್ತು.

ಮಗು ಮಲಗಿತ್ತು.

ನನ್ನ ಗೆಳತಿ ಲಿಸಾ

ಪಿ. ಲಂಕೇಶ್

ಅವಳು ನನ್ನ ಚಿಕ್ಕಪ್ಪನ ಮಗಳು. ಚಿಕ್ಕಪ್ಪ ಮತ್ತು ಚಿಕ್ಕಮ್ಮ ತಮ್ಮ ಮಾತೃಭಾಷೆಯನ್ನು ಉಳಿಸುವುದಕ್ಕಾಗಿ ಪ್ರತಿಭಟಿಸಿ ಆತ್ಮಹತ್ಯೆ ಮಾಡಿಕೊಂಡ ಮೇಲೆ ಅವಳನ್ನು ನನ್ನ ತಂದೆ ತಾಯಿ ಸಾಕಿದರು.

ತುಂಬ ಒಳ್ಳೆಯವಳು. ನಮ್ಮ ಇಡೀ ಪ್ರಾಂತದಲ್ಲಿ ಅವಳಷ್ಟು ಚುರುಕಾಗಿದ್ದವರು, ಪ್ರತಿಭಟನೆಗೆ ಕಾತರರಾಗಿದ್ದವರು, ಯಾವುದೇ ಬಗೆಯ ಅನ್ಯಾಯದ ವಿರುದ್ಧ ಧರಣಿ ಸತ್ಯಾಗ್ರಹ ನಡೆಸುತ್ತಿದ್ದವರು ಇನ್ನೊಬ್ಬರಿರಲಿಲ್ಲ. ಒಂದು ಹಳೇ ಪ್ಯಾಂಟ್ ಧರಿಸಿ ತನ್ನ ಗುಂಪಿನ ಸಮವಸ್ತ್ರವನ್ನು ಶರ್ಟಾಗಿ ಹಾಕಿಕೊಂಡು ಗದ್ದೆಗಳ ಮಧ್ಯೆ, ಪಟ್ಟಣದ ಗಲ್ಲಿಗಳಲ್ಲಿ, ನಗರದ ಪಾರ್ಕುಗಳಲ್ಲಿ ಕ್ರಾಂತಿಯ ಕಿಡಿಯಾಗಿ ಮಿಂಚುತ್ತಿದ್ದಳು ಆಕೆ.

ಆಕೆಯ ಹೆಸರು ಲಿಸಾ.

ಲಿಸಾಳನ್ನು ನೋಡಿ ನನಗೆ ಬೇಸರವಾಗುತ್ತಿತ್ತು. ಅವಳ ಮುಗ್ಧ ನಂಬಿಕೆಗಳನ್ನು ಕಂಡು ಆತಂಕವಾಗುತ್ತಿತ್ತು. ನಾನು ಯಾವುದನ್ನೂ ನಂಬದವಳು, ಪೂರ್ತಿ ಹಿಂಜರಿಕೆಯವಳು. ಭಿತ್ತಿಪತ್ರ ಹಿಡಿದು ಕೂಗಾಡುವವರೆಂದರೆ ನನಗಾಗದು. ಶೂರರಂತೆ ಘೋಷಣೆ ಕೂಗುವ ಗಂಡು ಅಥವಾ ಹೆಣ್ಣು ಪೊಳ್ಳಾಗಿ ನನಗೆ ಕಾಣುತ್ತಾರೆ. ಹೆಂಗಸು ಕಡಿಮೆ ಹೆಂಗಸಾಗಿ ಕಾಣಿಸುತ್ತಾಳೆ. ದೇಶವನ್ನು ಪ್ರೀತಿಸುವವರು, ಭಾಷೆಯನ್ನು ಪ್ರೀತಿಸುವವರು ನನ್ನನ್ನು ತಪ್ಪಾಗಿ ತಿಳಿಯಬಾರದು. ಪ್ರೀತಿಸಲು ಜನ ಸಿಕ್ಕದವರು ಹೀಗೆ ದೇಶ ಪ್ರೀತಿಸುತ್ತಾರೆ, ಭಾಷೆಯನ್ನು ಕಾಪಾಡಲು ಹೋರಾಡುತ್ತಾರೆ. ನಾನು ಅನೇಕ ಸೋಗಲಾಡಿಗಳನ್ನು, ಅಪ್ರಾಮಾಣಿಕರನ್ನು, ವೇದಿಕೆಯಿಂದ ಒಂದು ಹೇಳಿ ಮನೆಯಲ್ಲಿ ಇನ್ನೊಂದು ಮಾಡುವವರನ್ನು, ಮಾತುಗಳನ್ನು

ಮುಖವಾಡವಾಗಿ ಬಳಸುವವರನ್ನು ಬಲ್ಲೆ. ವ್ಯಕ್ತಿಪೂಜೆ ಬೇಡ ಅನ್ನುತ್ತಾರೆ. ತಮಗೆ ಮಾಡಿದ ಸನ್ಮಾನವನ್ನು ಅಭಿನಂದನೆ ಎಂದುಕೊಳ್ಳುತ್ತಾರೆ. ಪ್ರಾಮಾಣಿಕತೆಯ ಬಗ್ಗೆ ಮಾತನಾಡುತ್ತಾರೆ. ಬರೀ ಸುಳ್ಳು ಇವರ ಜೀವನದ ಏಕಮಾತ್ರ ಮಂತ್ರವಾಗಿರುತ್ತದೆ.

ನನಗೆ ಇದೆಲ್ಲ ನೋಡಿ ಬದುಕಿನ ಬಗ್ಗೆ ಉತ್ಸಾಹವೇ ಹೊರಟುಹೋಗಿದೆ. ಲಿಸಾ ತರಹದವರು ಈ ದೇಶಕ್ಕೆ ನೆಮ್ಮದಿ ತರಬಲ್ಲರು ಎಂಬ ವಿಶ್ವಾಸ ಇಲ್ಲವಾಗಿದೆ. ಇದರಿಂದಾಗಿ ನನ್ನನ್ನು ತಿಕ್ಕಲು ಹೆಂಗಸು ಅಂದವರಿದ್ದಾರೆ; ವಿಕೃತ ಪ್ರಾಣಿ ಅಂದವರಿದ್ದಾರೆ.

ನಾನು ಯಾರನ್ನೂ ನೋಡುವುದಿಲ್ಲ. ಅದಕ್ಕೇ ಊರಿನಿಂದ ಹೊರಗೆ ನನ್ನ ತೋಟದ ನಡುವೆ ಮನೆ ಮಾಡಿದ್ದೇನೆ. ನನ್ನನ್ನು ನೋಡಬೇಕೆಂದವರು ನಾಲ್ಕು ಮೈಲಿ ಕೆಸರಲ್ಲಿ ಕಲ್ಲುಮುಳ್ಳಲ್ಲಿ ನಡೆದು ಬರಬೇಕು. ಅವರಿಗೆ ಕೊಡಲು ಕಾಫಿ ಕೂಡ ನನ್ನಲ್ಲಿಲ್ಲ. ಅವರನ್ನು ರಂಜಿಸಲು ನನ್ನಲ್ಲಿ ಮಾತುಗಳಿಲ್ಲ.

ಆದರೂ ಕೆಲವರು ಬರುತ್ತಾರೆ. ವಿಶೇಷ ಹಬ್ಬಕ್ಕೆ ವಂತಿಗೆ ಎತ್ತುವವರು, ದೇಶಸೇವೆಗಾಗಿ ಯಾತ್ರೆ ಕೈಗೊಳ್ಳುವವರು, ತೀರ್ಥಯಾತ್ರೆ ಹೋಗಬೇಕೆನ್ನುವವರು, ಪ್ರಕೃತಿಯನ್ನು ಕಾಪಾಡಲು ಹೋರಾಟ ನಡೆಸುತ್ತಿರುವವರು, ಅತ್ಯಾಚಾರದ ವಿರುದ್ಧ ಸಂಘಟಿಸುತ್ತಿರುವವರು, ಕಣ್ಣಿಗೆ ಕಂಡ ಕಂಬಮರಗಳನ್ನೆಲ್ಲ ತಮ್ಮ ಧ್ಯಾನಕ್ಕೆ ಬಳಸುವವರು, ಒಬ್ಬರಲ್ಲ, ಇಬ್ಬರಲ್ಲ. ಇಂಥವರ ಮಾತನ್ನೆಲ್ಲ ಕೇಳಿ ನಾನು ಎರಡು ರೂಪಾಯಿ ಕೊಡುತ್ತೇನೆ, 'ಸಮಾರಂಭಕ್ಕೆ ಬನ್ನಿ' ಅಂದರೆ 'ಖಂಡಿತ' ಎಂದು ಮುಗುಳ್ನಗುತ್ತೇನೆ. ಅವರಿಗೆ ಗೊತ್ತು. ನಾನು ಬರುವುದಿಲ್ಲ. ನನಗೆ ಯಾವುದರಲ್ಲೂ ಉತ್ಸಾಹವೇ ಇಲ್ಲ....

ಲಿಸಾ ನನ್ನ ಹಾಗಲ್ಲ, ಸದಾ ಬಡವರ ಪರ, ಪ್ರಕೃತಿಯ ಪರ, ನಗರದ ಮುಗ್ಧತೆ ಮತ್ತು ಸೌಂದರ್ಯದ ಪರ, ಈ ದೇಶದ ಸೌಂದರ್ಯವನ್ನು ಕಿತ್ತುಹಾಕುತ್ತಿರುವ ಆಧುನಿಕತೆಯ ವಿರುದ್ಧ, ಸ್ವಂತ ಆಸ್ತಿಗಾಗಿ ಎಲ್ಲವನ್ನೂ ಧ್ವಂಸಮಾಡಬಲ್ಲವರ ವಿರುದ್ಧ.

ಲಿಸಾ ಎಷ್ಟು ಮುಗ್ಧೆ! ಕುಂಟರು, ಕುರುಡರ ಪರವಾಗಿ ಚಳವಳಿಯನ್ನೇ ಮಾಡಿದ ಲಿಸಾ ಅವರ ಆಶ್ರಮ ಶುರುಮಾಡಿದಳು. ಅವರಿಗೆ ಸ್ಕೂಲು ನಡೆಸಿದಳು. ತನ್ನ ಭಾಷೆಯ ಸೂಕ್ಷ್ಮಗಳನ್ನು ಸರಿಯಾಗಿ ಕಲಿಸಲು, ಸಂಸ್ಕೃತಿಯನ್ನು ಪೊರೆದು ಮುಂದುವರಿಸಲು ಅನುಕೂಲವಾಗುವಂತೆ ಸರಿಯಾದ ಅಧ್ಯಾಪಕರನ್ನು ತಂದಳು. ಭಾಷೆ, ಸಾಹಿತ್ಯ, ಸಂಸ್ಕೃತಿ— ಎಲ್ಲವನ್ನೂ ಪೊರೆಯಬೇಕು. ಎಲ್ಲರೂ ಅದಕ್ಕಾಗಿ ಹೋರಾಡಬೇಕು. ಹಾಗೇ ಪರಿಸರ.

ಅರವತ್ತು ವರ್ಷ ಸ್ವಂತದ ಯೋಚನೆಯನ್ನೇ ಮಾಡದೆ ಪೂರ್ತಿ ಹೋರಾಡಿದಳು, ಎಲ್ಲದರ ಬಗ್ಗೆ ತೀವ್ರವಾಗಿ ಸ್ಪಂದಿಸಿದಳು. ಈ ದೇಶದ ಅಂಗವಿಕಲರು, ಬಡವರು, ಅಸಹಾಯಕ ಹಿಂದುಳಿದವರು, ನಿರ್ಗತಿಕರಾದ ಎಲ್ಲರೂ ಆಕೆಯ ಸಮವಸ್ತ್ರ, ಭಿತ್ತಿಪತ್ರ, ಘೋಷಣೆ ಸದಾ ಸಿದ್ಧವಿರುತ್ತಿದ್ದವು.

ಎಂಭತ್ತು ವರ್ಷದ ಲಿಸಾ ಮನೆ ಕೂಡ ಅವಳ ಎರಡು ಎಕರೆ ಗದ್ದೆಯ ನಡುವೆ. ಈ ಮುದುಕಿಯ ಗಂಟಲು ಮಂದವಾದಂತೆ, ದೇಹ ನಿಧಾನವಾದಂತೆ ನಗರದ ಬಕಾಸುರರ

ಕಣ್ಣು ಅವಳ ಎರಡೆಕರೆಯ ಮೇಲೆ ಬಿತ್ತು. 'ಸಹಸ್ರಾರು ಜನ ನಿಲ್ಲಲು ನೆಲೆಯಿಲ್ಲದೆ, ತಲೆಯ ಮೇಲೊಂದು ಸೂರು ಇಲ್ಲದೆ ಇರುವಾಗ ಈ ಮುದುಕಿಗೆ ಎರಡೆಕರೆ ಏಕೆ?' ಎಂದರು.

ಅವರು ಭಿತ್ತಿಪತ್ರ ಹಿಡಿದು ಘೋಷಣೆ ಕೂಗುತ್ತಿದ್ದರು.

'ಏನಿದು ಲಿಸಾ?' ಅಂದೆ.

'ಗೊತ್ತಿಲ್ಲ, ನಾನೀಗ ಏನು ಮಾಡುವುದೆಂದು ತಿಳಿಯುತ್ತಿಲ್ಲ.'

'ನಿನ್ನ ಪ್ರತಿಭಟನೆ ಎಲ್ಲಿಹೋಯಿತು?' ಅಂದೆ. ಅದು ವ್ಯಂಗ್ಯವಾಗಿ ಅವಳಿಗೆ ಕೇಳಿಸಿರಬೇಕು. ರೇಗಿದಳು: 'ನಿನಗೆ ಯಾವುದರ ಬಗ್ಗೆಯೂ ಪ್ರೀತಿ ಇಲ್ಲವೆ? ಯಾವ ಕಾಳಜಿಯೂ ಇಲ್ಲವೆ? ನಿನಗೆ ಹೆಣ್ಣು ಹೃದಯವೇ ಇಲ್ಲವೆ?'

'ಇಲ್ಲ, ನನಗೆ ಯಾವುದರ ಬಗ್ಗೆಯೂ ಉತ್ಸಾಹವಿಲ್ಲ, ಎಲ್ಲ ಡಾಂಭಿಕತೆ ಅನ್ನಿಸುತ್ತೆ.'

ಅವಳು ಮೌನವಾದಳು. ಆಮೇಲೆ ಅಂದಳು, 'ಬಹುಶಃ ನೀನು ಹೇಳುವುದು ಸರಿ.'

ಅವತ್ತು ನಾನು ನನ್ನ ಲಿಸಾ ಪರವಾಗಿ ಭಿತ್ತಿಪತ್ರ ಹಿಡಿದು ಘೋಷಣೆ ಕೂಗಿದೆ. ಅದು ನನ್ನ ಮೊದಲನೆಯ, ಕೊನೆಯ ಪ್ರತಿಭಟನೆ. ನನಗಾಗ ಎಪ್ಪತ್ತಾರು ವರ್ಷ.

ಲಿಸಾ ಸಾಯುವವರೆಗೆ ಅವಳು ಎರಡೆಕರೆಯ ತಂಟೆಗೆ ಯಾರೂ ಬರಲಿಲ್ಲ. ಅವಳು ಸತ್ತ ಮರುದಿನ ಅವಳ ಮನೆಗೆ ಒಂದು ಚೀಟಿ ಅಂಟಿಸಿದ್ದರು. ಅದನ್ನು ನಾನು ಓದಲಿಲ್ಲ. ನನಗೆ ಉತ್ಸಾಹವೇ ಇರಲಿಲ್ಲ. ನನಗೆ ಲಿಸಾಳಷ್ಟು ಭಾಷೆಯ ಬಗ್ಗೆ ಕಾಳಜಿಯಿಲ್ಲ...

(ಮೇವ್ ಕೆಲ್ಲಿ ಎಂಬ ಐರಿಶ್ ಕತೆಗಾರ್ತಿ ಬರೆದ ಕತೆಯ ಸಂಗ್ರಹ)

ಪಮ್ಮಿ

ಸುಮತೀಂದ್ರ ನಾಡಿಗ

"ನರ್ತಕಿ" ಸಿನಿಮಾದ ಮೊದಲನೆ ದಿನ. ಬೆಂಗಳೂರಿನ ಸುಧಾ ಥಿಯೇಟರಿನ ಪ್ರಾರಂಭೋತ್ಸವ... ಮದ್ರಾಸಿನಿಂದ ಸುಪ್ರಸಿದ್ಧ ಕನ್ನಡ ತಾರೆ ಅನುಪಮ ಸುಂದರಿ ಪಮ್ಮಿ ಬರುತ್ತಾಳೆ ಅಂತ ಅಪೂರ್ವ ಸುದ್ದಿ. ಗುಜುಗುಜು. ಪಮ್ಮಿ ಶರ್ಮಿಳಾ ಟಾಗೋರ್‌ಗಿಂತ ಚೆನ್ನಾಗಿದ್ದಾಳೆ ಅಂದರೆ, ಜಯಾಭಾದುರೀಂತ ಅಂತ. ಅವಳು ಸುರೈಯಾಗಿಂತ ಚೆನ್ನಾಗಿ ಹಾಡ್ತಾಳೆ ಅಂದರೆ ಅವಳು ಲತಾ ಮಂಗೇಶ್ಕರ್ ಮಗಳು, ಲತಾಗಿಂತ ಚೆನ್ನಾಗಿ ಹಾಡ್ತಾಳೆ ಅಂತ. ಅವಳಿಗೆ ಮದುವೆಯಾಗಿದೆ, ಇಲ್ಲಾಂತ. ಅವಳು ಚಿಕ್ಕಮಗಳೂರು ಡಿಸ್ಟ್ರಿಕ್ಟ್ ಕಳಸದ ಮಾಲೇರ ಹುಡುಗಿ ಅಂತ ಒಬ್ಬನೆಂದರೆ ಇನ್ನೊಬ್ಬ ಅಯ್ಯಂಗಾರರ ಹುಡುಗೀಂತ. ಕೆಳದಿ ಮಹಾರಾಜರ ಮಗಳೂಂತ. ಅವಳು ಬಂದ ಕೂಡಲೆ ಸುಧಾ ಥಿಯೇಟರ್ ಮುಂದೆ ಹಾಕಿದ ಪ್ಲಾಟ್‌ಫಾರಂ ಮೇಲೆ ನಿಂತು ಭಾಷಣ ಮಾಡ್ತಾಳೆ ಅಂತ. ಸಂಜೆ ೬ ಗಂಟೆಗೆ ಪ್ರಾರಂಭೋತ್ಸವ ಅಂದರೆ, ಐದು ಗಂಟೆಗಾಗಲೇ ಕೆಂಪೇಗೌಡ ರಸ್ತೆಯಲ್ಲಿ ಬಸ್ ಸಂಚಾರ ನಿಂತುಹೋಗಿತ್ತು. ಪೋಲಿಸಿನವರು ಜನರನ್ನು ಅಡ್ಡಗಟ್ಟಲಿಕ್ಕೆ ಮಾಡಿದ ಪ್ರಯತ್ನವೆಲ್ಲ ವಿಫಲವಾಗಿತ್ತು. ಇಂಥ ಕಿಕ್ಕಿರಿದ ಜನಸಂದಣಿಯಲ್ಲಿ ಹೇಗೆ ಹೇಗೋ ಒದ್ದಾಡಿಕೊಂಡು ಮೈಸೂರು ಬ್ಯಾಂಕಿನಿಂದ ಸುಧಾ ಥಿಯೇಟರ್ ಹತ್ರ ಬರ್ಬೇಕಾದ್ರೆ ಕುಳ್ಳಪ್ಪ ಮಾಸ್ತರಿಗೆ ಸಾಕಾಗಿ ಹೋಗಿತ್ತು. ತನ್ನ ಹತ್ತು ವರ್ಷಗಳ ಆಸೆ ಇವತ್ತು ತುಂಬುತ್ತದೆಂದು ಕುಳ್ಳಪ್ಪನ ಪ್ರತಿಯೊಂದು ನಾಡಿಯೂ ಸಾರಿ ಹೇಳುತ್ತಿತ್ತು.

"ಚಿತ್ರರಂಗ" ಮಾಸಪತ್ರಿಕೆಯಲ್ಲಿ ಮೊದಲ ಬಾರಿಗೆ ಪಮ್ಮಿಯ ಚಿತ್ರವನ್ನು ನೋಡಿದಾಗಿನಿಂದ ತನ್ನ ಬಾಲ್ಯದ ದಿನಗಳೆಲ್ಲ ನೆನಪಾಗುತ್ತಿದ್ದವು. ಪಕ್ಕದ ಬೀದಿಯಲ್ಲಿನ

ವೆಂಕಪ್ಪನ ವಠಾರದಲ್ಲಿ ಗಂಡು ಹೆಣ್ಣು ಹುಡುಗರೆಲ್ಲ ಕೈಕೈ ಹಿಡಿದುಕೊಂಡು ಹಿಂದೆ ಮುಂದೆ ಜೋಲುತ್ತ "ಗಂಡ ಹೆಣ್ತಿ ಮದುವೆ" "ಅತ್ತೆ ಮಾವ ಮದುವೆ" "ಅಜ್ಜ ಅಜ್ಜಿ ಮದುವೆ" "ಗಂಡ" "ಹೆಣ್ತಿ" ಅಂತ ಕೂಗಾಡುತ್ತಿದ್ದಾಗ ದೊಡ್ಡ ಕಣ್ಣಿನ ಹುಡುಗಿಯಿದ್ದಳಲ್ಲ ಅವಳೇ ಪಮ್ಮಿ. ತನಗಾಗ ಆರು ವರ್ಷ; ಪಮ್ಮಿಗೆ ನಾಲ್ಕಿತ್ತು ಅಂತ ಕಾಣುತ್ತೆ. ಹಾಗಾದರೆ ಪಮ್ಮಿಗೀಗ ೩೨ ವರ್ಷ. ಆದರೆ ೨೦ ವರ್ಷದವಳ ಹಾಗೆ ಕಾಣುತ್ತಾಳೆ. ಚಿಗರಿ ಹಾಗೆ ಓಡಾಡುತ್ತಾಳೆ. ಅವಳು ನಕ್ಕರೆ, ಅದರಲ್ಲಿ ವ್ಯಕ್ತವಾಗುವ ಸಂತೋಷವನ್ನು ತುಂಬಿಕೊಳ್ಳಲಿಕ್ಕೆ ಒಂದು ಹೃದಯ ಸಾಕಾಗುವುಗಿಲ್ಲ; ಕನಸಿನಲ್ಲಿ ಅವಳು ಬಂದರೂ ಕುಳ್ಳಪ್ಪ ಕರಗಿ ಹೋಗುತ್ತಿದ್ದ. ತನಗೆ ಪಮ್ಮಿಯ ಬಗ್ಗೆ ಇನ್ನೇನಾದರೂ ನೆನಪಾಗಬಹುದೆ ಎಂದು ಕುಳ್ಳಪ್ಪ ಟೋಪಿಯನ್ನು ತೆಗೆದು ಕೈಲಿಟ್ಟುಕೊಂಡು ಯೋಚಿಸಿದ.

ಟೋಪಿ ಬೂಟ್ಸು ಎಲ್ಲ ಧರಿಸಿದರೂ ಕುಳ್ಳಪ್ಪ ನಾಲ್ಕು ಅಡಿ ಮುಟ್ಟುತ್ತಿರಲಿಲ್ಲ. ಆದ್ದರಿಂದ ಬೀದಿಯಲ್ಲಿ ತೆಗೆದ ಟೋಪಿಯನ್ನು ಮತ್ತೆ ಹಾಕಿಕೊಂಡ. ಇವತ್ತು ಸಿಕ್ಕಾಗ ಪಮ್ಮಿಯನ್ನು ಮನೆಗೆ ಕರೆಯುತ್ತೇನೆ ಎಂದು ಯೋಚಿಸಿದ. ಪಮ್ಮಿ ಆ ಕೊಳಕು ಕಿಷ್ಕಿಂದೆಗೆ, ಆ ವಠಾರಗಳ ವಾಸನೆಗೆ, ಆ ಅನಾಗರಿಕರ ಕೊಂಪೆಗೆ ಬರಬಹುದೆ? ಯಾಕೆ ಬರಬಾರದು, ಅವಳು ಹುಟ್ಟಿ ಬೆಳೆದದ್ದು ಅಲ್ಲೆ ಅಲ್ಲವೆ? ಅವಳನ್ನು ಕೇಳಿಬಿಡುತ್ತೇನೆ, "ಪ್ರೀತಿ ವಿಶ್ವಾಸ ಹೆಚ್ಚೋ ಅಥವಾ ದುಡ್ಡು ಕೀರ್ತಿ ಹೆಚ್ಚೋ" ಅಂತ. ಅವಳು ಸಿಕ್ಕ ಕೂಡಲೆ ಅವಳನ್ನು ನಗಿಸುವುದಕ್ಕೆ ಏನಾದರೂ ಮಾಡಬೇಕಲ್ಲ, ಒಂದೆರಡು ಚುಟುಕಗಳನ್ನು ಹೇಳಿದರೆ ಹೇಗೆ ಎಂದು ಯೋಚಿಸಿದ.

ಪಮ್ಮಿ
ನೀಡೆನಗೆ
ರಮ್ಮಿ
ಕಮ್ಮಿ
ಥೂ ಅದು ಸರಿಯಾಗಿಲ್ಲ.
ಪಮ್ಮಿ, ನೀನು ನಮ್ಮ ಮಮ್ಮಿ
ಥೂ ಅವಳು ನನ್ನ ಪ್ರೇಯಸಿಯೇ ಹೊರತು ತಾಯಿಯಲ್ಲ.
ಪಮ್ಮಿ ನೀನು ನನ್ನ ಎಮ್ಮಿ.

ಅದಕ್ಕಿಂತ, ಪಮ್ಮಿ ನೀನು ನನ್ನ ಹೆಮ್ಮಿ, ಕರ್ನಾಟಕದ ಹೆಮ್ಮಿ ಅಂದರೆ ಚೆನ್ನಾಗಿರುತ್ತೆ ಅಂತ ಯೋಚಿಸುತ್ತಿದ್ದ ಹಾಗೆ ತಾನು ಎಲ್ಲಿದ್ದೇನೆಂದು ಹಿಂದು ಮುಂದೆ ನೋಡಿದ. ಜನರ ನೂಕು ನುಗ್ಗಲಿನಲ್ಲಿ ಕುಳ್ಳಪ್ಪನ ಸ್ವಪ್ರಯತ್ನಕ್ಕೆ ಈಗ ಹೆಚ್ಚು ಅವಕಾಶವಿದ್ದ ಹಾಗೆ ಕಾಣಿಸಲಿಲ್ಲ. ಕುಳ್ಳಪ್ಪನನ್ನು ತಳ್ಳಿಕೊಂಡು ನುಗ್ಗುತ್ತಿದ್ದ ಜನಪ್ರವಾಹದಲ್ಲಿ, ಜೀವಸಮೇತ ಹೊರಬರುವುದೂ ಆಶ್ಚರ್ಯವೆ. ಅದರಲ್ಲೂ ಕುಳ್ಳಪ್ಪ ದೈತ್ಯರ ಜಾತ್ರೆಯಲ್ಲಿ ಸಿಕ್ಕಿಕೊಂಡ ಮಾನವ ಬಾಲಕನಂತೆ ಅವನಿಗೆ ಅನ್ನಿಸಿತು. ಬೆವರೊರಸಿಕೊಂಡಿದ್ದಂತೂ ಲೆಕ್ಕವೇ ಇಲ್ಲ. ಗಲಿವರ ತನ್ನ ಪ್ರವಾಸದಲ್ಲಿ

ಬ್ರಾಬ್ಡಿ ನ್ಯಾಗರ ರಾಜ್ಯ ಹೊಕ್ಕ ಹಾಗೆ ಎಂದುಕೊಂಡ. ಕುಳ್ಳಪ್ಪನನ್ನು ಅವರಿವರು ತಳ್ಳುವುದಕ್ಕೆ ಆರಂಭವಾದಾಗಿನಿಂದ ಆಗ ಈಗ ಉಳಿದವರನ್ನು ನೂಕಲಿಕ್ಕೆ ಎತ್ತಿದ ಕೈಗೆ ಏನೋ ಮೆತ್ತಗೆ ತಾಕಿದ್ದಕ್ಕೆ ಹಾಹಾ ಎನ್ನಿಸಿ, ಇದಕ್ಕೇ ಜನ ಮದುವೆಯಾಗುತ್ತಾರೆ ಅನ್ನಿಸಿ, ಪ್ರಪಂಚದಲ್ಲಿ ಇಷ್ಟೊಂದು ಜನರು ಗಂಡಸರು ಹೊರಬರುವುದಕ್ಕಿಂತ ಹೆಂಗಸರೇ ನೂಕು ನುಗ್ಗಲಾಗಿ ಬಂದಿದ್ದರೆ, ಒಂದು ವೇಳೆ ಮೈಮೇಲೆ ಬಿದ್ದಿದ್ದರೂ ಹಿತವಾಗಿರುತ್ತಿತ್ತು ಎಂದು ಅವನ ಮುಖದ ಮೇಲೆ ಒಂದು ಮಂದಹಾಸ ಮಿಂಚಿತು. ಕುಳ್ಳಪ್ಪ ಮಾಸ್ತರೇ ಎಂದು ಯಾರೋ ಕೂಗಿದ ಹಾಗಾಗಿ ಹಿಂತಿರುಗಿದಾಗ ಅವರಿವರ ಶರಟು ಕೋಟುಗಳು ಕಂಡವೇ ಹೊರತು, ಯಾವ ಮುಖವೂ ಕಾಣಿಸಲಿಲ್ಲ. ಈ ನೂಕುನುಗ್ಗಲಿನಲ್ಲಿ ಪಮ್ಮಿ ಹೇಗೆ ಬರುತ್ತಾಳೆ? ಅವಳನ್ನು ಈ ಜನ ಕಿತ್ತು ತಿನ್ನಬಹುದು, ಇವರ ಕಾಮಾಗ್ನಿಯಲ್ಲಿ ಅವಳು ಬೆಂದು ಹೋಗಬಹುದು, ಅವಳು ಬರದಿದ್ದರೇ ಒಳ್ಳೆಯದು; ದೇವರೇ ಪಮ್ಮಿಯನ್ನು ಸುರಕ್ಷಿತವಾಗಿ ಕರೆದುಕೊಂಡು ಬಾ ಎಂದು ಪ್ರಾರ್ಥಿಸಿದ.

"ಪಮ್ಮಿ" "ಪಮ್ಮಿ" ಅಂತ ನೂಕುನುಗ್ಗಾಟ ಜಾಸ್ತಿಯಾಯಿತು. ಕುಳ್ಳಪ್ಪನ ಆಸೆ ಅಲ್ಲಿದ್ದ ಜನರನ್ನೆಲ್ಲ ಸರಿಸಿ ದಾರಿಮಾಡಿತು. ಟೆನ್ ಕಮಾಂಡ್‌ಮೆಂಟ್ಸ್ ಸಿನಿಮಾದಲ್ಲಿ ಮೋಸಸ್‌ಗೆ ಸಮುದ್ರ ದಾರಿಬಿಟ್ಟ ಹಾಗೆ ಜನರು ಪಮ್ಮಿಗೆ ದಾರಿಬಿಟ್ಟರು. ಪಮ್ಮಿ ಹತ್ತಿದ್ದ ರಥವನ್ನು ಕುಳ್ಳಪ್ಪನೇ ನಡೆಸುತ್ತಿದ್ದ. ಆದರೆ ಇದ್ದಕ್ಕಿದ್ದ ಹಾಗೆ ರಥ ತಾನಾಗಿಯೇ ಕುಳ್ಳಪ್ಪನನ್ನು ಬಿಟ್ಟು ಮುಂದೆ ಹೋಗುತ್ತದೆ. ತನಗೆ ನಿದ್ದೆ ಬಂದಿತ್ತೆ ಎಂದು ಕುಳ್ಳಪ್ಪನಿಗೆ ಆಶ್ಚರ್ಯವಾಯಿತು. ಕುಳ್ಳಪ್ಪನಿಗೂ ಥಿಯೇಟರ್‌ಗೂ ಇನ್ನೂ ಹೆಚ್ಚು ದೂರ ಉಳಿದಿರಲಿಲ್ಲ. ಎಡಗಡೆ ಫುಟ್‌ಪಾತ್ ಮೇಲೆ ಕುಳ್ಳಪ್ಪ, ಬಲಗಡೆ ಫುಟ್‌ಪಾತ್ ಆಚೆಗೆ ಥಿಯೇಟರ್ ಇತ್ತು. ಇವತ್ತಿನ ಸಿನಿಮಾಕ್ಕೆ ತಾನೇಕೆ ಮುಂಚೆಯೇ ಟಿಕೆಟ್ ಕೊಳ್ಳಬಾರದಿತ್ತು. ನೂರು ರೂಪಾಯಿ ಟಿಕೆಟ್ ಕೊಂಡಿದ್ದರೆ ಬಹುಶಃ ಪಮ್ಮಿ ಕುಳಿತುಕೊಳ್ಳುವ ಕಡೆಯೇ ಸೀಟು ಸಿಗುತ್ತಿತ್ತೋ ಏನೊ. ಆವಾಗ ಪಮ್ಮಿಯ ಹತ್ತಿರ ಮಾತಾಡಲಿಕ್ಕೂ ಸರಿಹೋಗುತ್ತಿತ್ತು. ಅವತ್ತು ತಮ್ಮ ಮನೇಲಿ ಎಲ್ಲಮ್ಮನ ಪಡ್ಲಿಗೆ ನೀಡ್ಲಿದ ದಿವ್ಸ ತಾನು ಮತ್ತು ಪಮ್ಮಿ (ಆಗಿನ್ನೂ ಚಿಕ್ಕ ಹುಡುಗರು) ಕೋಣೇಲಿ ಭತ್ತದ ಮೂಟೆಗಳ ಮೇಲೆ ಕುಳಿತು "ನಿನ್ನನ್ನು ಬಿಟ್ಟರೆ ಬೇರೆ ಯಾರ್ನೂ ಮದ್ವೆ ಆಗೋಲ್ಲ" ಅಂತ ಭಾಷೆ ಕೊಟ್ಟದ್ದನ್ನು ಅವಳಿಗೆ ನೆನಪು ಮಾಡಬಹುದಿತ್ತು. ಅವಳು ಅವನ ಬಲಗೈ ತೆಗೆದುಕೊಂಡು ಅವಳ ಹೊಟ್ಟೆ ಮೇಲೆ ಇಟ್ಟುಕೊಂಡದ್ದು, ಅಷ್ಟು ಹೊತ್ತಿಗೆ ಕೋಣೆಗೆ ಯಾರೋ ಬಂದದ್ದು ಕುಳ್ಳಪ್ಪನಿಗೆ ಕಣ್ಣಿಗೆ ಕಟ್ಟಿದ ಹಾಗಾಯಿತು. ಮತ್ತೊಮ್ಮೆ ಜನಸಮುದ್ರ ಹೊಯ್ದಾಡಿತು. "ಅಲ್ಲಿ, ಅಲ್ಲಿ ಬಂದ್ಳು", "ಏನ್ ಚಂದಾಗಿದಾಳೆ," "ಒಳ್ಳೇ ದೇವ್ತೆ ಇದ್ದಾಗಿದಾಳೆ", "ಗಜನಿಂಬೆ ಹಣ್ಣು", "ಚಂದನದ ಬೊಂಬೆ", "ಮಾಲಕ್ಷ್ಮಿ ಥರ ಇದಾಳೆ", "ಬರೀ ಸುಮ್ನೆ ನಿಂತಿದಾಳಲ್ಲೋ ಮಾತಾಡೋಲ್ವ?"—ಅಂತ ಅದೂ ಇದೂ ಗುಜುಗುಜು, ಮಾತುಕತೆ, ಹರಟೆ, ಅಭಿಪ್ರಾಯದ ಸದ್ದುಗಳೆಲ್ಲ ಸೇರಿ ಸಮುದ್ರ ಭೋರ್ಗರೆದ ಹಾಗೆ ಆಯಿತು. ಒಂದು ಕ್ಷಣ ನಿಶ್ಶಬ್ದ. ಇನ್ನೇನು ವೇದಿಕೆಯಿಂದ ಇಳಿದುಬಿಡ್ತಾಳೆ ಎಂದು

ಜನರು ಕಡೆಯ ನಿಮಿಷದ ದರ್ಶನಕ್ಕೆ ಇನ್ನಷ್ಟು ಹತ್ತಿರ ಹೋಗಲಿಕ್ಕೆ ನುಗ್ಗಿದಾಗ, ಕುಳ್ಳಪ್ಪ ಥಿಯೇಟರ್ ಕಡೆಯ ಫುಟ್‌ಪಾತ್ ಮುಟ್ಟಿದ. ಅದೃಷ್ಟ ಹೀಗೇ ನೂಕಿದರೆ ಪಮ್ಮಿಯ ತೋಳಿನಲ್ಲೇ ಹೋಗಿ ಬೀಳಬಹುದು ಅನ್ನಿಸಿತು.

ಆದರೆ ಜನ ದಟ್ಟವಾಗಿ ಗೋಡೆಯ ಹಾಗೆ ನಿಂತಿತ್ತು. ಈ ರಾಕ್ಷಸ ಜನರ ಕೋಟೆಯನ್ನು ಭೇದಿಸಿ, ಆ ಕಡೆ ಸೆರೆಯಲ್ಲಿರುವ ರಾಜಕುಮಾರಿಯನ್ನು ಬಿಡಿಸುವ ರಾಜಕುಮಾರನಾಗುತ್ತೇನೆಂದು ಕುಳ್ಳಪ್ಪ ಅಕ್ಕಪಕ್ಕದವರನ್ನು ದಬ್ಬಲಿಕ್ಕೆ ಪ್ರಯತ್ನಿಸಿದ. ತುದಿಗಾಲ ಮೇಲೆ ನಿಂತು ಒಂದು ಚೂರು ಪಮ್ಮಿಯ ಮುಖ ಕಂಡರೆ ಸಾಕೆಂದು ವಿಶ್ವ ಪ್ರಯತ್ನ ಮಾಡಿದ. ಮುಂದಿದ್ದವರ ಹೆಗಲ ಮೇಲೆ ಕೈಯಿಟ್ಟು ನಿಗಚಲಿಕ್ಕೆ ನೋಡಿದ. ಏನು ಮಾಡಿದರೂ ಪಮ್ಮಿ ಇನ್ನು ಸಿಗುವುದಿಲ್ಲ ಅನ್ನಿಸಿತು. ಸಿಗೋಲ್ಲ. ಅಷ್ಟರಲ್ಲಿ "ಹೊರಟು ಬಿಟ್ಳು", "ಈಗ ಒಳಗೆ ಹೋಗ್ತಾಳೆ", "ಇಳಿದು ಬಿಟ್ಳು", "ಇನ್ನು ನೋಡ್ಲಿಕ್ಕೆ ಸಿಗೋಲ್ಲ" ಅಂತ ಏನೇನೋ ಮಾತು ಕಿವಿ ಮೇಲೆ ಬೀಳುತ್ತಲೇ ಕುಳ್ಳಪ್ಪ ಒಮ್ಮೆಲೆ "ಪಮ್ಮೀೀ" ಅಂತ ಬ್ರಹ್ಮಾಂಡ ಬಿರಿಯುವಂತೆ ಕಿರುಚಿ ಇದ್ದಲ್ಲಿಂದ ಮೇಲೆ ಹಾರಿ ಬಿದ್ದುಬಿಟ್ಟ. ಕುಳ್ಳಪ್ಪನ ಹಿಡಿ ಜೀವದಲ್ಲಿ ಹಿಡಿದಿಟ್ಟ ಆಸೆ ಆಕಾಂಕ್ಷೆಗಳ ಅಪಾರವಾದ ಶಕ್ತಿ ಕುಳ್ಳಪ್ಪನ ಕೂಗಿನಿಂದ ಬಿಡುಗಡೆಗೊಂಡು ಸುತ್ತಮುತ್ತ ಇದ್ದ ನೂರಾರು ಜನರ ಎದೆಗಳನ್ನು ನಡುಗಿಸಿತು. ಆ ಕೂಗು ಪಮ್ಮಿಗೂ ಕೇಳಿಸಿತು. ಒಂದು ಕ್ಷಣ ಈ ಮಾನವೀಯ ಕೂಗಿನ ಅರ್ಥವೇನೆಂದು ಪಮ್ಮಿಗೆ ದಿಗ್ಭ್ರಮೆಯಾಯಿತು. ಆದರೆ ಮರುಕ್ಷಣದಲ್ಲೇ ಥಿಯೇಟರ್ ಮಾಲೀಕರು, ಸಿನಿಮಾ ಹಂಚಿಕೆದಾರರು, ದಿಗ್ದರ್ಶಕರು, ಕೋಟ್ಯಾಧೀಶ್ವರ ಸರಸಲ್ಲಾಪದ ಪ್ರಪಂಚದಲ್ಲಿ ಮರೆಯಾದಳು.

ಮಾರನೆ ದಿನ ಪತ್ರಿಕೆಯಲ್ಲಿ ಪಮ್ಮಿ ಸುಧಾ ಥಿಯೇಟರ್ ಉದ್ಘಾಟಿಸಿದ ಸಂಭ್ರಮದ ಸುದ್ದಿ ಪ್ರಕಟವಾಗಿತ್ತು. ಅದರ ಕಡೆ ಕಣ್ಣಾಡಿಸಿದಾಗ ಕೊನೆಯಲ್ಲಿ ಭಗ್ನಪ್ರೇಮಿ ಎನ್ನುವ ಶೀರ್ಷಿಕೆ ಕೆಳಗಿನ ಸುದ್ದಿಯನ್ನು ಅವಳು ಪೂರ್ತಿಯಾಗಿ ಓದಿದಳು: "*ಒಬ್ಬ ಕುಳ್ಳ ಸುಪ್ರಸಿದ್ಧ ಸಿನಿಮಾ ತಾರೆ ಪಮ್ಮಿಯನ್ನು ನೋಡಲಿಕ್ಕೆ ಹಾರಿಹಾರಿ ವಿಫಲವಾಗಿ, ಪಮ್ಮೀ ಎಂದು ಜೋರಾಗಿ ಕಿರುಚಿ, ಎದೆಯೊಡೆದು ಪ್ರಾಣಬಿಟ್ಟನಂತೆ. ಅವನ ಜೇಬಿನಲ್ಲಿ 'ಪಮ್ಮಿ ನಿನ್ನನ್ನು ಪ್ರೀತಿಸುತ್ತೇನೆ' ಎಂದು ಬರೆದ ಪ್ರೇಮಪತ್ರವಿತ್ತೆಂದು ತಿಳಿದುಬರುತ್ತದೆ.*"

■

ಏರಿಸಿ ಹೇರಿಸಿ ಮಯ್‌ಸೂರಿನ ಬೇವುಟ!

ಕಾಮರೂಪಿ

ನಮಸ್ಕಾರ. ಏನು ಸಮಾಚಾರ? ಎಂದು ಬರೋಣಾಯಿತು? ಓಹೋ ವಾರವಾಯಿತೇನು? ಮತ್ತೆ ಏನು ಎಲ್ಲೂ ಕಾಣಲಿಲ್ಲ? ಸರಿ, ಇದ್ದೇ ಇದೆ, ಸಂಸಾರ ತಾಪತ್ರಯ. ಮತ್ತೆ ಮಗ ಹೇಗಿದ್ದಾನೆ? ಪರೀಕ್ಷೆ ಮುಗಿಯಿತಲ್ಲವೇ? ಕೆಲಸ ಸಿಕ್ಕಿತೇನು ಆಗಲೇ? ಪರವಾ ಇಲ್ಲ. ಎಲ್ಲಿ ಪಂಜಾಬಿನಲ್ಲೇ! ಹೋ! ಹ್ಹೋ!! ಬಹಳ ಧೂರ. ನಿಮಗೇನು ಬಹಳ ಯೋಚನೆಯೇನು? ಏಕೆ ಸ್ವಾಮಿ ಸುಮ್ಮನೆ ಯೋಚನೆ ಮಾಡುತ್ತೀರಿ, ಪಂಜಾಬೇನು, ಕಾಶ್ಮೀರವೇನು, ಎಲ್ಲಿದ್ದರೂ ನಮ್ಮ ದೇಶ ತಾನೇ! ಮತ್ತೆ ಅಷ್ಟು ಜರೂರತ್ ಇದ್ದರೆ ಪ್ಲೇನ್ ಹತ್ತಿ ಚಟ್ಟನೆ ಬರಬಹುದಲ್ಲಾ. ಏನೂ ಯೋಚನೆ ಮಾಡಬೇಡಿ. ನೀವೇನು ಈ ಕಡೆ ದಯಮಾಡಿಸಿದ್ದು? ಪಂಜಾಬಿನ ವಿಷಯವಾಗಿ ಏನಾದರೂ ತಿಳಿಯಬೇಕೇ? ಅದಕ್ಕೇನು, ಕೂಡಿ. ಲೇ! ಸ್ವಲ್ಪ ಕಾಫಿ ಮಾಡು. ರಾಯರು ಬಂದಿದ್ದಾರೆ. ಅವರ ಮಗನಿಗೆ ಪಂಜಾಬಿನಲ್ಲಿ ಕೆಲಸವಾಗಿದೆಯಂತೆ. ಹಾಗೇ, ಸ್ವಲ್ಪ ಚಕ್ಕುಲಿ ಇತ್ತಲ್ಲಾ ಅದನ್ನ ಇತ್ತ ಕಳಿಸು. ಹ್ಲಾ, ನಾನು ಪಂಜಾಬು ನೋಡಿ ಈಗ ಸುಮಾರು ಹದಿನೈದು ವರುಷ ಆಗಿರಬೇಕು. ಆದರೇನು, ಭೂಮಿ ಬದಲಾಗುತ್ತದೆಯೇ? ನಿಮಗೆ ಗೊತ್ತೇನು, ನಾನು ಈ ನಮ್ಮ ಇಂಡಿಯಾ ದೇಶವೆಲ್ಲಾ ಸುತ್ತಿದ್ದಿನಿ. ಹೌದೂಂದ್ರೇ, ನಾನು ನೋಡದೇ ಇರುವ ಒಂದು ಶಹರಿಲ್ಲ, ಒಂದು ಮುಖ್ಯವಾದ ಸ್ಥಳವಿಲ್ಲ, ಈ ಪೂರ್ಣ ಹಿಂದೂಸ್ತಾನದಲ್ಲಿ. ಅದೇಕೆ, ಈಗ ಪಾಕಿಸ್ತಾನ ಆಗಿದೆಯಲ್ಲಾ, ಅದನ್ನೂ ಸುತ್ತಿದ್ದೇನು, ನನ್ನ ಕಾಲದಲ್ಲಿ. ನನ್ನ ಲೈನು ತಮಗೆ ಗೊತ್ತುಂಟೋ? ಇಲ್ಲ! ಛೇ, ಛೇ, ನಾವು ಇನ್ನೂ ಹೆಚ್ಚಿಗೆ ಒಬ್ಬರನ್ನೊಬ್ಬರು ಕಾಣಬೇಕು ರಾಯರೆ! ಈ ಪಾರ್ಟಿಷನ್‌ಗೆ ಮುಂಚೆ ಒಂದು ಇನ್‌ಷೂರೆನ್ಸ್ ಕಂಪನಿ ಇತ್ತು.

ಹೆಸರು? ಅಯ್ಯೋ, ಹೆಸರ್‍ಯಾಕೆ ಕೇಳ್ತೀರಿ, ಅದು ಈಗ ನಿರ್ನಾಮವಾಗಿದೆ. ಆ ಇನ್‌ಷೂರೆನ್ಸ್ ಕಂಪನೀಲೆ ನನಗೆ ಒಂದು ಕೆಲಸ. ಮ್ಯಾನೇಜರಲ್ಲ, ಸ್ವಲ್ಪ ಕಮ್ಮಿ ಅದಕ್ಕಿಂತ. ಸಂಬಳ ಕೈ ತುಂಬ. ಸರಿ, ನಾನು ಮೊದಲು ಕೆಲಸಕ್ಕೆ ಸೇರಿದಾಗ ಸ್ವಲ್ಪ ತಾಪತ್ರಯ ಹೆಚ್ಚಿದ್ದರೂ, ಹಾಗೇ ಬರುಬರುತ್ತಾ, ಈ ಸೀನಿಯಾರಿಟಿ ಅಂತಾರಲ್ಲಾ, ಅದು ಹೀಗೇ ಹೆಚ್ಚಾಗಿ, ಹೆಚ್ಚಾಗಿ, ಬೆಳೆದು ಬೆಳೆದು ಹೀಗೇ ಒಂದು ದಿನ ನಾನೂ ಇದ್ದಕ್ಕಿದ್ದಾ‌ಗೆ ದೊಡ್ಡ ಆಫೀಸರ್ ಆಗ್ತೋದೆ. ಹ್ಞೂ, ಅಂದ್ರೇ, ನನಗೆ ಆಶ್ಚರ್ಯ. ಎಲಾ, ನಾನು, ಈ ನಮ್ಮ ಅಚ್ಚ ಮೈಸೂರಿನವ, ಪಕ್ಕ ಹೊಳೇನರಸೀಪುರದ ಹೊಯ್ಸಳ ಕರ್ನಾಟಕ, ನಾನು, ಆ ಬೊಂಬಾಯಿನಂಥಾ ಶಹರಲ್ಲಿ, ಆ ಮರಾಠಿ, ಗುಜರಾತಿ ಮಾತಾಡೋ ಜನ ತುಂಬಿದ್ದ ಆಫೀಸಿನಲ್ಲಿ, ನಾನು ಆಫೀಸರು. ಅದೇ ನನಗೂ ನಂಬಲಿಕ್ಕಾಗದಿದ್ದಂಥಾ ಪರಿಸ್ಥಿತಿ. ಅದು ಆಗಿದ್ದು ಯಾವಾಗ? ಹ್ಞಾ, ಇಲ್ಲಿ, ಇತ್ತಲಾಗೆ ತಾ. ಇದೋ, ನೋಡಿ ರಾಯರೇ, ನಾನು ಇಷ್ಟು ದೇಶ ಸುತ್ತಿದ್ದೀನಿ, ಇಷ್ಟು ಮಂದೀನ ನೋಡಿದ್ದೀನಿ, ಆದರೂ ನಮ್ಮ ಮನೆ ಕಾಫಿ ಸಮಾನ ಕಾಫಿ ಇನ್ನೊಂದು ಕಡೆ ಕುಡಿದಿಲ್ಲ ಸ್ವಾಮಿ. ಇದೇ ರೀತಿ ತೆಳ್ಳನೆ ಹಿತ್ತಾಳೆ ಬಟ್ಟಲು, ಲೋಟದಲ್ಲಿ ಬಿಸಿಬಿಸೀ ಕಾಫೀನ ನಾವೇ, ನಮಗೆ ಬೇಕಾಗುವಷ್ಟು ಆರಿಸಿಕೊಂಡು, ಆ ಲೋಟದಲ್ಲಿ ಒಂತೊಟ್ಟು ನಿಧಾನವಾಗಿ ಕಣ್ಣು ಮುಚ್ಚಿಕೊಂಡು ಕುಡಿದು ಚಪ್ಪರಿಸುತ್ತಾ, ಮಧ್ಯೆ ಹೀಗೇ ಒಂದು ಚಕ್ಕುಲಿಯೋ, ಒಂದು ಕೋಡುಬಳೆಯೋ ಕುರುಂ ಕುರುಂ ಅಂತಾ ಲಕ್ಷಣವಾಗಿ ವರಾಂಡದಲ್ಲಿ ಚಾಪೆ ಮೇಲೆ ಕಾಲು ಚಾಚಿ ಕುಳಿತರೆ ಅದೇನು ಸುಖ ಸ್ವಾಮೀ. ವಯಸ್ಸಾದ ಮೇಲೆ ರಿಟೈರ್ಡ್ ಲೈಫ್ ಅಂದರೆ ಹೀಗಿರಬೇಕು, ನೋಡೀ. ನನಗೇನೋ ಈಗಿನ ಕಾಲದ ಟೀಪಾಯಿಗಳು, ಸೋಫಾ ಸೆಟ್ಟುಗಳು, ಅದೇನೋ ರೇಡಿಯೋಗಳು, ಗ್ರಾಮಾಫೋನುಗಳು, ಗುಡ್‌ಬೈ, ಟಾಟಾ, ಮಮ್ಮೀ, ಡ್ಯಾಡೀ, ಆಂಟೀ, ಈ ಒಂದು ಸರಕೂ ನನಗೆ ಮನಸ್ಸಿಗೆ ಹಿಡಿಸೋಲ್ಲ. ಅದೇನೂ ಅಂದ್ರೆ, ಲಕ್ಷಣವಾಗಿ ಅಪ್ಪ, ಅಮ್ಮ ಅನ್ನೋದು ಬಿಟ್ಟು ಡ್ಯಾಡೀ, ಮಮ್ಮೀ ಅಂತೆ. ನಾನು ಹೋಗಿಬಿಟ್ಟು ಬರುತ್ತೇನೆ ಅಂದರೆ ಫ್ಯಾಶನ್‌ಗೆ ಕಮ್ಮಿ. ಮಮ್ಮೀ, ಟಾಟಾ ಅಂದರೆ ಈ ಮಮ್ಮಿ ಮತ್ತೆ ಈ ಡ್ಯಾಡೀ, ತಮ್ಮ ಸುಕುಮಾರ ಹೋಗೋದನ್ನ ನೋಡಿ, ಅವನ ಕರ್ಣಾನಂದಕರವಾದ ಸವಿಮಾತು ಕೇಳಿ ಸಂತೋಷ ಪಡೋದು. ನೀವೇನಂತೀರಿ, ಹೇಳಿ. ಛೇ, ಅದ್ಹೇಗೆ ಹೇಳ್ತೀರಿ ಸ್ವಾಮೀ, ಅದೂ ಒಂದೆ, ಇದೂ ಒಂದೇ ಅಂತಾ. ಮಸಲಾ, ತೆಗೊಳ್ಳಿ, ಮಾತಿಗೆ. ನೀವು ನಿಮ್ಮ ಕುಟುಂಬಾನ ಕರೀಬೇಕಾದರೆ ಏನಂತ ಕರೀತೀರಿ? ನಮ್ಮ ಹಳೇಕಾಲದವರು ಕರೀತಿದ್ದಂತೆ ಲಕ್ಷಣವಾಗಿ ಲೇ! ಅಂತ ಕರೀತೀರೋ, ಅಥವಾ ಈಗಿನ ಫ್ಯಾಷನ್ ಸರಕುಗಳಂತೆ ಡಿಯರ್, ಡಾರ್ಲಿಂಗ್ ವರಸೇನೋ? ಏನೂ, ಕರೆಯೋದೇ ಇಲ್ಲವಾ? ಬೇಕಾದಾಗ ನೀವೇ ಆಕೆ ಇದ್ದಲ್ಲಿಗೆ ಹೋಗ್ತೀರಾ? ಅದಿರ್‍ಲಿ, ಸ್ವಾಮಿ, ಮಸಲ, ಕರೀಲೇಬೇಕಾಯ್ತು ಅನ್ನಿ, ಆವಾಗ? ಹೆಸರ್‍ಹಿಡಿದು ಕರೀತೀರಾ? ಹ್ಞೂ, ಆದರೂ, ನಾನು ಮಾತ್ರ–ಮತ್ತೆ ನನ್ನದೇನು ಪ್ರೀತಿ, ವಿಶ್ವಾಸ ಕಮ್ಮಿ ಇಲ್ಲ ಅಂತ ತಿಳಿಕೋಬೇಡಿ–ಲೇ! ಅಂತಾಲೇ ಕೂಗ್ತೀನಿ. ಮತ್ತೆ ಆಕೀನೋ ನನ್ನ 'ಅಂದ್ರೇ!' ಅಂತಾನೇ ಕರೀತಾಳೆ.

ನಾನು ಇಷ್ಟು ಸ್ಥಳ ತಿರುಗಿ ಬಂದರೂ ಈ ಒಂದು ಅಭ್ಯಾಸ ಮಾತ್ರ ನಾವು ಬಿಟ್ಟಿಲ್ಲ; ಬಿಡೋಲ್ಲ. ಈ ಡಿಯರ್ ಡಾರ್ಲಿಂಗ್ ಜೇನುತುಪ್ಪದ ಸರಕು ನನ್ನ ಹತ್ತಿರ ಗಿಟ್ಟೋಲ್ಲ. ಅದಿರ್ಲಿ, ಏನು ಹೇಳ್ತಿದ್ದೆ? ಕಾಫಿ ತೆಗೊಳ್ಳಿ, ಆರಿಹೋಗುತ್ತೆ, ಬಿಸಿ ಬಿಸೀ ಕುಡೀಬೇಕು. ಇನ್ನೂ ಈ ತಂಬಿಗೆ ತುಂಬಾ ಇದೆ. ಚಕ್ಕುಲಿ ತೆಗೊಳ್ಳಿ. ಮನೇ ತುಪ್ಪದಲ್ಲಿ ಕರಿದಿದ್ದು. ಹ್ಞಾ ಅದೇ ನೋಡಿ, ನಾನು ಆಫೀಸರು ಆಗಿದ್ದು ಸಾವಿರದೊಂಭೈನೂರಾ ಮೂವತ್ತರಲ್ಲಿ. ಆದ ಒಂದೂವರೆ ವರುಷ ಬೊಂಬಾಯಿನಲ್ಲಿದ್ದೆ. ಆಮೇಲೆ ನೋಡಿ, ಶುರು, ಎತ್ತಂಗಡಿ ಕೆಲಸ. ಎರಡೂ, ಎರಡೂವರೆ ವರುಷ, ಮತ್ತೆ ವರ್ಗ. ಸರಿ ಸಾಮಾನು ಪ್ಯಾಕುಮಾಡು, ಲಾರೀಲಿ ಹಾಕು, ಹೊಸ ಊರಿಗೆ ಹೊರಡು. ಅಲ್ಲಿ ಮತ್ತಿನ್ನೆರಡು ವರುಷ, ವರುಷವರೆ, ಮತ್ತೆ ಎತ್ತಂಗಡಿ. ಈ ರೀತಿ ಇಪ್ಪತ್ತು ವರುಷ ಕಳೆದೆ, ರಾಯರೇ, ಈ ಇಂಡಿಯಾ ದೇಶವೆಲ್ಲಾ ಸುತ್ತಿಬಿಟ್ಟೆ. ನಾನು ಕಾಣದ ಶಹರಿಲ್ಲ, ವಾಸವಾಗಿಲ್ಲದ ಪ್ರಾಂತ್ಯವಿಲ್ಲ. ಯಾವ ಊರಿನ ವಿಷ್ಯ ಬೇಕಾದರೂ ಹೇಳ್ತೀನಿ. ಅಲ್ಲಿನ ಜನ ಎಂಥವರು, ಪರಿಸ್ಥಿತಿ ಹೇಗೆ, ಒಟ್ಟಿನಲ್ಲಿ ಅವರ ವಿಷ್ಯವಾಗಿ ಏನು ಹೇಳಬಹುದು, ಅಂತ ಈ ಆಟೋಬಯಾಗ್ರಫಿ ಅಂತಾರಲ್ಲ, ಅದೇ, ನನ್ನ ಓಡಾಟ ಎಲ್ಲಾ. ಕೇರಳ, ರಾಜಸ್ಥಾನ, ಪಂಜಾಬು, ಕಾಶ್ಮೀರ, ಬಂಗಾಳ, ಒರಿಸ್ಸಾ, ಎಲ್ಲಾ ಕಂಡೀರೋನು ನಾನು. ಒಮ್ಮೆ ನಾನು ಕೇರಳದಲ್ಲಿದ್ದಾಗ, ಹಯ್ಯೋ, ನಿಮಗೆ ಕೇರಳ ಯಾಕೆ, ಪಂಜಾಬ್ ಬೇಕಲ್ಲವೇ! ಅಂದ್ಹಾಗೇ, ನಿಮ್ಮ ಚಿರಂಜೀವಿಗೆ ಎಲ್ಲಿ ಕೆಲಸ, ಪಂಜಾಬಿನಲ್ಲಿ? ಜಲಂಧರವೇ? ಓಹೋ, ಗೊತ್ತುಂಟು, ಗೊತ್ತುಂಟು. ಅಮೃತಸರಕ್ಕೆ ಹೋಗುವ ಲೈನಿನಲ್ಲಿ ಸಿಗುತ್ತೆ. ಎರಡು ಸರ್ತಿ ಆ ಲೈನಿನಲ್ಲಿ ಹೋಗಿದ್ದೇನೆ. ದೊಡ್ಡೂರು. ಮಿಲಿಟರಿ ಕಂಟೋನ್‌ಮೆಂಟ್ ಇದೆ. ಸೆಖೆ ಜಾಸ್ತಿ. ಚಳಿಗಾಲದಲ್ಲಿ ಚಳಿ ಜಾಸ್ತಿ. ಆದರೇನು, ಸ್ವಾಮೀ, ನಾವು ಮೈಸೂರಿನವರು, ಎಲ್ಲಿ ಹೋದರೂ ನಿಭಾಯಿಸಿಕೊಂಡು ಬರಬೇಕು. ಆದ್ರೆ ಒಂದು ವಿಷ್ಯ ನೋಡಿ, ಹುಷಾರಾಗಿರಬೇಕು. ಪಂಜಾಬಿಗಳು ಅಂದ್ರೆ ಧೂರದಲ್ಲಿರೋದೇ ಒಳ್ಳೇದು. ಸ್ನಾನವೇ ಮಾಡೋಲ್ಲ ರಾಯರೇ! ಹ್ಞೂ, ಮತ್ತೆ ಮಹಾ ಜಗಳಗಂಟರು. ಅಯ್ಯೋ, ಅದೇನು ತಿಂತಾರೇ ಸ್ವಾಮೀ! ಅಷ್ಟು ತಿಂದರೆ ಮಸ್ತಿ ಜಾಸ್ತಿ ಆಗದೆ ಇರುತ್ತದೆಯೇ? ಮನುಷ್ಯನ ಕೈಲಿ ಅಷ್ಟು ತಿನ್ನಲು ಅಸಾಧ್ಯ ಸ್ವಾಮೀ. ಮತ್ತೆ, ಸ್ವಲ್ಪವೂ ಮ್ಯಾನರ್ಸ್ ಇಲ್ಲ ಸ್ವಾಮೀ! ಅವರಲ್ಲಿ. ಒಂದ್ಸರ್ತಿ ಏನಾಯ್ತು ಅಂತೀರಾ, ಹೀಗೇ ನಾನು ಮತ್ತು ಸಂಸಾರ ಗೋರಖ್‌ಪುರಕ್ಕೆ ಹೊರಟಿದ್ವಿ, ಲಕ್ನೋದಿಂದ. ಗೊತ್ತೋ ಗೋರಖ್‌ಪುರ ಎಲ್ಲಿದೆ ಅಂತ? ಲೇ! ಲ್ಹೇ!! ಆ ಕಲ್ಯಾಣ-ಕಲ್ಪತರು ತಾರೇ! ಉತ್ತರದಲ್ಲಿದೆ ಸ್ವಾಮೀ. ಕಲಕತ್ತೆಗೂ ಡೆಲ್ಲಿಗೂ ಮಧ್ಯೆ. ಸಣ್ಣ ರೈಲು. ಹ್ಞಾ, ಈ ಕಲ್ಯಾಣ ಕಲ್ಪತರು ಇದೆಯಲ್ಲಾ, ಇದೆಲ್ಲಾ ಗೋರಖ್‌ಪುರದಿಂದ ಬರೋದು. ಮಹಾ ಭಕ್ತಿಯ ಜನ, ದೇವರು, ದಿಂಡರು ಅಂದರೆ. ಮಹಾ ಪೆದ್ದರೂ ಸಹಾ. ಅಲ್ಲೇ ಗೀತಾ ಪ್ರೆಸ್ ಇರೋದು. ನಾನೇನೂ ನೋಡಿಲ್ಲ. ಆದರೂ ಇದೇ ಅಂತ ಗೊತ್ತು. ಹ್ಞಾ, ಮತ್ತೆ, ಈ ಪಂಜಾಬಿಗಳ ವಿಷ್ಯಕ್ಕೆ ಹೇಳ್ತೀನಿ. ನಾನು, ಸಂಸಾರ, ಫರ್‌ಸ್ಟ್‌ಕ್ಲಾಸ್ ಡಬ್ಬೀಲಿ ಕೂತಿದ್ವಿ. ಎಷ್ಟು ಚೆನ್ನಾಗಿರುತ್ತೇ ಗೊತ್ತಾ ಫರ್‌ಸ್ಟ್‌ಕ್ಲಾಸು! ಅದೂ ಒಂದು ಕಾಲ. ಇರಲಿ. ಅನಿಷ್ಟ ಜೊತೇಲಿ ಒಬ್ಬ ಪಂಜಾಬಿ.

ಅವನ ಗಡ್ಡವೋ, ಅವನ ಮೂತಿಯೋ, ಆಹಾ, ಏನಂತೀರಿ, ಸಾಕ್ಷಾತ್ ಅಗ್ನಿಮಿತ್ರನ ಪುತ್ರನೇ! ಜಾನಕೀರಮಣನ ಭಂಟ. ಅದೇನು ತಿನ್ನೋ ಆಟ ಸ್ವಾಮೀ, ಬಹಳ ಒರಟು ಜನ. ಏನೋ ಅವನು ಇದ್ದಷ್ಟು ಹೊತ್ತು ನನಗೂ ಒಂದು ರೀತಿ ಭಯ ಇತ್ತೂ ಕಣ್ರೀ. ಏನೋಪ್ಪ, ಗುರುತು, ಪರಿಚಯ ಇಲ್ಲದ ಪ್ರಾಂತ್ಯ. ಸಾಲದಕ್ಕೆ ರೈಲುಗಾಡಿ ಬೇರೆ. ನೀನ್ಯಾರು ಅಂತ ಕೇಳೋ ದಿಕ್ಕೂ ಇಲ್ಲ. ಏನ್ ಮಾಡ್ತಿದ್ನೋ, ಒರಟು ಮುಂಡೇಗಂಡರ ಸಮಾಚಾರ ಹೇಳೋದಕ್ಕಾಗೊಲ್ಲ. ಆದರೆ ಏನು ಭಯ, ಅನುಮಾನ ಇದ್ದರೂ ಮೇಲೆ ಮಾತ್ರ ತೋರಿಸಿಕೊಳ್ಳಬಾರದು. ನಾವೇನು ಕಮ್ಮೀನೇ ಸ್ವಾಮಿ! ಒಂದ್ಸಾರಿ ಗತ್ತಿನಲ್ಲಿ ರೋಫ್ ಹಾಕಿಬಿಟ್ಟರೆ ಎಲ್ಲಾ ಸರಿಹೋಗುತ್ತದೆ. ಮುಖ್ಯ, ಅವರಿಗೆ ಸಲುಗೆ ಕೊಡಬಾರದು ನೋಡಿ. ಮತ್ತೆ ಅವರ ಕೂಡೆ ಇದ್ದೀವಿ ಅಂತ ನಮ್ಮ ಆಚಾರ ವ್ಯವಹಾರ, ಹವ್ಯಾಸಗಳು, ಇವು ಯಾವುದೂ ಬಿಡಬಾರದು. ಪಂಜಾಬಿಗ್ಹೋಗಲಿ, ಕೇರಳಕ್ಹೋಗಲಿ, ಮೈಸೂರಿನವರು ಮೈಸೂರಿನವರೇ. ನೋಡಿ, ಒಂದ್ಸಲ ನಾನು ಈಗ ಪೂರ್ವ ಪಾಕಿಸ್ತಾನ ಇದೆಯಲ್ಲಾ, ಅಲ್ಲಿ ಒಂದು ಊರು. ಯಾವುದು? ಖುಲ್ನವೋ, ಬರಿಸಾಲ್‌ಓ, ಯಾವುದೋ ಮರೆತಿದ್ದೀನಿ. ಯಾವುದಾದರೂ ಆಗಲಿ, ಅಲ್ಲಿ ಹೀಗೆ ಒಮ್ಮೆ ಇನ್‌ಸ್ಪೆಕ್ಷನ್‌ಗೆ ಹೋಗಬೇಕಾಯಿತು. ಡಾಕ್‌ಬಂಗಲೇಲಿ ಇರಬೇಕು. ಮಹಾ ಹೊಲಸು ಊರು. ಜೊತೇಲಿ ಸಂಸಾರವೂ ಇತ್ತು. ನಮ್ಮಾಕಿ ಇಲ್ಲದೆ, ಸರ್ಕಿಟು ಪಾತ್ರೆಗಳು, ಹುಣಿಸೇಹಣ್ಣು ವಗ್ಯೆರಿ ಸರಂಜಾಮು ಇಲ್ಲದೇ ನಾನು ಸರ್ಕೀಟ್ ಹೊರಡುವ ಪದ್ಧತೀನೆ ಇಲ್ಲ. ಸರೀ, ಡಾಕ್‌ಬಂಗಲೇಲಿ ಏನಾಯ್ತು ಅಂತೀರಾ, ಯಾವೋನೋ, ಬಂಗಾಲಿ, ಜಾಗ ಬಿಡೋಲ್ಲ, ನಾನು ಮುಂಚೆ ಬಂದಿದ್ದು, ಅಂತ. ನೋಡಿ ಸ್ವಾಮೀ, ನಾನೂ ಆಫೀಸ್ ಇನ್‌ಸ್ಪೆಕ್ಷನ್‌ಗೆ ಅಂತ ಬಂದವನು. ಆಚಿನವನು. ತಿಳಿದವರು, ಕಂಡವರು, ಯಾರೂ ಇಲ್ಲ. ಅವ, ಅಲ್ಲಿನವನು. ಹೆಂಗೆ ದಬಾಯಿಸ್ದೆ, ಗೊತ್ತಾ. ತತ್ತರಿಸಿಹೋಗ್ಬಿಟ್ಟ. ಸಂಸಾರಕ್ಕೋ ಭಯ. ಏನು, ಹೀಗೆ ಜಬರ್‌ದಸ್ತ್ ಮಾಡ್ತಿದೇನಲ್ಲಾ ಅಂತಾ. ಆದರೆ, ನಾನು ಹೇಳ್ತೀನಿ ರಾಯರೇ, ಒಂದು ಪ್ರಿನ್ಸಿಪಲ್ ನಂದು. ಮೆತ್ತಗಿರೋರ್ ಹತ್ತಿರ ಮೆತ್ತಗೆ. ರೋಫ್ ಅಂದರೆ ಡಬಲ್ ರೋಫ್. ಏನು, ನಾವೇನು ಕಮ್ಮೀನಾ! ಅದೇ ನಿಮ್ಮ ಚಿರಂಜೀವಿಗೂ ಹೇಳಿ. ನಾನು ಹೇಳಿದೆ ಅಂತ ಹೇಳಿ. ತಾನೆಷ್ಟೋ, ತನ್ನ ಕೆಲಸವೆಷ್ಟೋ. ಅಲ್ಲಿನ ಜನಾನ ಎಷ್ಟರಲ್ಲೋ ಅಷ್ಟರಲ್ಲಿಟ್ಟಿರಬೇಕು. ಆದರೆ ಏನೂ ಕಷ್ಟವಿರೊಲ್ಲ ಅನ್ನಿ. ಮೂರು ಮುಕ್ಕಾಲು ಪಾಲಿಗೆ, ಆಚಿನ ಜನಾ ಎಲ್ಲಾ ಪೆದ್ದುಮುಂಡೇ ಗಂಡರೂ, ರಾಯರೇ. ಚೆನ್ನಾಗಿ ತಿಂತಾರೇ, ದನದ ಹಾಗೆ ಮೈ ಬೆಳಸತಾರೆ, ಕತ್ತೆ ದುಡಿದ್ಹಾಗೆ ದುಡೀತಾರೇ. ಆದರೆ ಪಾಪ, ಬ್ರಹ್ಮದೇವ ಮಿದುಳು ಕೊಟ್ಟನೋ, ಎಮ್ಮೆ ಸಗಣಿ ಕೊಟ್ಟನೋ, ಅವನಿಗೇ ಗೊತ್ತು. ನೋಡೀ ಮಾತಿಗ್ಹೇಳ್ತೀನಿ, ಆಚಿನೋವ್ರು, ಒಬ್ಬರಿಗಾದರೂ, ಲಕ್ಷಣವಾಗಿ, ಸ್ವಚ್ಛವಾಗಿ ಮೈಸೂರಿನವರು ಮಾತಾಡೋ ಹಾಗೆ ಇಂಗ್ಲಿಷ್ ಮಾತನಾಡಲು ಬರುತ್ತೋ? ತಾವು ಏನಾದರೂ ಕೇಳಿದ್ದುಂಟೋ? ಅಫಲ್ಲ ರಾಯರೇ! ಅಟ್ಟರ್ಲೀ ಟೆರಿಬಲ್ಲು. ನಾನೋ ಮೊದಲ್ನಿಂದ ಇಂಗ್ಲೀಷಿನಲ್ಲಿ ಯಕ್ಸಲೆಂಟು. ಆದರೆ ಆಚಿನವರ ಇಂಗ್ಲೀಷ್, ಅದೆಷ್ಟು

ಏರಿಸಿ ಹೇರಿಸಿ ಮಯ್‌ಸೂರಿನ ಬೀವುಟ!

ಕೋತಿ, ವಕ್ರ ಅಂತೀರಿ, ಅವರಿಗೇ ಯಾ ಆ ಭಗವಂತನಿಗೆ ಮಾತ್ರ ಅರ್ಥವಾಗಬೇಕು. ಅದೂ ಅನುಮಾನವೇ ಅನ್ನಿ. ಗ್ರೌಂಡ್‌ವರ್ಕೇ ಇಲ್ಲ. ಅದೇ ನಮ್ಮ ಮೈಸೂರು ಹುಡುಗ್ರನ್ನ ನೋಡಿ. ನಾನ್ ನೋಡೀ ಸ್ವಾಮೀ, ನನ್ನ ಈ ನಲವತ್ತು ವರುಷ ಸರ್ವೀಸಿನಲ್ಲಿ ನಮ್ಮ ಹುಡುಗ್ರನ್ನ ಎಲ್ಲೆಲ್ಲೂ ನೋಡಿದ್ದೇನೆ. ಎಲ್ಲಾ ಕಡೇಲೂ ಒಳ್ಳೇ ಹೆಸರು ಸಂಪಾದಿಸಿಕೊಂಡಿದ್ದಾರೆ. ಯಾಕೆ, ನನ್ನ ರೆಪ್ಯುಟೇಶನ್ನೇ ನೋಡಿ. ಯಾಕೆ? ಯಾಕೇ ಅಂತ? ಇಂಗ್ಲಿಷ್ ಸ್ವಾಮೀ, ಇಂಗ್ಲಿಷ್. ಇಂಪ್ರೆಷನ್ ಹೊಡೀಬೇಕಾದರೆ ಇಂಗ್ಲಿಷಿನಲ್ಲಿ ಹೊಡೀಬೆಕು. ಒಂದ್ಸರ್ತಿ ನಾನು ಒರಿಸ್ಸಾದಲ್ಲಿ ಕೆಲಸದಲ್ಲಿದ್ದಾಗ ಅಲ್ಲಿ ನನಗಿಂತ ಮೇಲಿದ್ದೋನು, ಅದೂ ಒರಿಸ್ಸಾದೋನೇ, ಏನೋ ತಪ್ಪು ಕಂಡುಹಿಡಿಯೋಕ್ಕೆ ಬಂದ. ಹೀಂಗೆ ಪಟಪಟ ಅಂತ ಇಂಗ್ಲಿಷಿನಲ್ಲಿ ಹೊಡ್ದೆ ನೋಡೀ, ಹಿಂದೇ ಮುಂದೇ ತೋಚಲಿಲ್ಲ ಅವನಿಗೆ. 'ಯಸ್, ಯಸ್, ಕ್ಯಾರೀ ಆನ್, ಇಟ್ ಇಸ್ ಆಲ್‌ರೈಟ್' ಅಂತ ಸುಮ್ಮನೆ ಹೊರಟ್ಹೋದ. ಕ್ಲಾರ್ಕುಗಳೆಲ್ಲಾ ಗುಂ. ಅವತ್ತು ನೋಡಬೇಕಾಗಿತ್ತು ನನ್ನ. ಏನು, ಎದ್ದರೇನು? ಯಾಕೇ ಕೂಡ್ರಲ್ಲಾ. ಹೊತ್ತಾಯಿತೇ? ಆಗಾಗ ಬರ್ತಾ ಇರೀ ರಾಯರೇ, ಇನ್ನೂ ನನ್ನ ಅಸ್ಸಾಂ, ರಾಜಸ್ಥಾನ, ಧಾರವಾಡ, ಕೇರಳದ ಯಕ್ಸ್‌ಪೀರಿಯನ್ಸ್ ಹೇಳ್ತೀನಿ. ಭಾಳ ಇಂಟ್ರೆಸ್ಟಿಂಗೂ. ಮತ್ತೇ, ಹೊರಟಿರಾ? ನಿಮ್ಮ ಹುಡುಗನಿಗೆ ಹೇಳಿ, ಏನೂ ಭಯ, ಯೋಚನೆ ಪಡಬೇಕಾಗಿಲ್ಲ, ರೋಫ್‌ನಲ್ಲಿದ್ದರೆ ಎಲ್ಲಾ ಸರೀಹೋಗುತ್ತೇ ಅಂತ. ಬನ್ನಿ, ಗೇಟ್‌ವರೆಗೂ ಬರ್ತೀನಿ. ಯಾವಾಗಲಾದರೂ ಕುಟಾಂಬಾನೂ ಕರಕೊಂಡು ಬನ್ನಿ ಸ್ವಾಮೀ.... ನಮಸ್ಕಾರ.

■

ಡಿಸೆಂಬರ್ ತಿಂಗಳ ಆ ದಿನ

ನಾ. ಡಿಸೋಜ

ಹಳ್ಳಿಗೆ ಹೋಗಿಬರಲೆಂದು ಕಾರಿಗಾಗಿ ಟ್ಯಾಕ್ಸಿ ಸ್ಟ್ಯಾಂಡಿಗೆ ಹೋದಾಗ ಅಲೀಸಾಬ ತುಸು ಬೇಸರದ ಮುಖ ಹೊತ್ತು ಕುಳಿತಿದ್ದ.

"ಅಲೀ, ಭೀಮನಕೋಣೆಗೆ ಹೋಗಿಬರಬೇಕಿತ್ತಲ್ಲ" ಎಂದೆ.

"ಬನ್ನಿ ಸಾರ್, ಹೋಗಿಬರೋಣ" ಎಂದು ತನ್ನ ಅಂಬಾಸಡರ್‌ನ ಬಾಗಿಲು ತೆರೆದ.

ನಾನು ಕುಳಿತ ನಂತರ ಸ್ವಿಚ್‌ಕೀ ತಿರುಗಿಸಿ ಗಾಡಿ ಸ್ಟಾರ್ಟ್ ಮಾಡಿದ. ಮತ್ತೊಮ್ಮೆ ಅವನ ಮುಖ ನೋಡಿದೆ. ಎಂದಿನಂತಿರಲಿಲ್ಲ. ಆತನ ಮುಖದ ಮೇಲೆ ಮೂಡಿದ್ದ ರೇಖೆಗಳಲ್ಲಿ ಗೆಲುವು ಇರಲಿಲ್ಲ. ಬದಲು ವೇದನೆ, ನೋವು ತುಂಬಿಕೊಂಡಿತ್ತು.

"ಏನು ಅಲೀ, ಬೇಜಾರಲ್ಲಿರೋಹಾಗಿದೆ?" ಎಂದು ಕೇಳಿದೆ ಆತಂಕಗೊಂಡು.

"ದೊಡ್ಡ ಹೆಗಡೇರು ತೀರಿಕೊಂಡದ್ದು ನಿಮಗೆ ಗೊತ್ತಿರಬೇಕಲ್ಲ ಸಾರ್... ಅಲ್ಲಿಗೆ ಹೋಗಿ ಬಂದೆ."

ಥಟ್ಟನೆ ನೆನಪಾಯಿತು. ನಮ್ಮ ಸೀಮೆಯ ದೊಡ್ಡ ವ್ಯಕ್ತಿ. ತುಂಬಾ ಒಳ್ಳೆಯ ಜನ. ಪರೋಪಕಾರಿ. ಹೆಗಡೆಯವರು ತೀರಿಕೊಂಡಿದ್ದರು. ನಾನು ಕೂಡ ಆದೇ ಹೋಗಿ ಅವರ ಪಾರ್ಥಿವ ಶರೀರಕ್ಕೆ ವಂದನೆ ಸಲ್ಲಿಸಿ ಬಂದಿದ್ದೆ.

"ನನ್ನ ಮೇಲೆ ಅವರಿಗೆ ತುಂಬಾ ನಂಬಿಕೆ ಇತ್ತು ಸಾರ್. ನನಗೂ ಅವರ ಮೇಲೆ ಅಷ್ಟೇ ಗೌರವ, ಭಕ್ತಿ...." ಗೇರು ಬದಲಾಯಿಸುತ್ತ ಅಲಿ ಮಾತನಾಡಿದ.

ಶ್ರೀಮಂತರಾದರೂ ಹೆಗಡೆಯವರು ಕಾರು ಇಟ್ಟುಕೊಳ್ಳಲಿಲ್ಲ. "ಕಾರು ಯಾಕೆ ಬಿಡಿ, ನಮ್ಮ ಅಲಿ ಇದ್ದಾನಲ್ಲ" ಎಂದು ಹೇಳುತ್ತಿದ್ದರು ಅವರು. ಪೇಟೆಗೆ ಬರುವ ಯಾರ

ಹತ್ತಿರವಾದರೂ "ಅಲೀಗೆ ಬರಲಿಕ್ಕೆ ಹೇಳಿ" ಎಂದರೆ ಅಲಿ ಅವರ ಮನೆಯ ಮುಂದೆ ಹಾಜರಾಗುತ್ತಿದ್ದ. ಅವನ ಕಾರಿನಲ್ಲಿ ಹೋಗಬೇಕಾದಲ್ಲಿಗೆ ಹೋಗಿ ಕೆಲಸ ಮುಗಿದ ನಂತರ "ಅಲೀ... ಹಿಡಿ" ಎಂದು ನಾಲ್ಕು ನೋಟುಗಳನ್ನು ಅವನತ್ತ ಚಾಚಿದರೆ ಆಯಿತು, ಅಲಿಗೂ ತೃಪ್ತಿ, ಹೆಗಡೆಯವರಿಗೂ ಸಂತೋಷ.

"ಅಲೀ, ಇವಳು ಇಲ್ಲೆಲ್ಲೋ ಹೋಗಿಬರಬೇಕಂತೆ. ನಾನು ಬರೋದಿಲ್ಲ, ನೀನೇ ಹೋಗಿ ಬಂದುಬಿಡು" ಎಂದು ಎಷ್ಟೋ ಬಾರಿ ಹೆಗಡೆಯವರು ಹೇಳುವುದಿತ್ತು. ಅಲಿ ಹೆಗಡೆಯವರ ಹೆಂಡತಿಯನ್ನು ಕಾರಿನಲ್ಲಿ ಕೂರಿಸಿಕೊಂಡು ಐದಾರು ಹಳ್ಳಿ ಸುತ್ತಿಸಿ ಸಂಜೆ ಮನೆಗೆ ಕರೆತಂದರೆ ಅವರು "ಹಾಂ... ಆಯ್ತಾ ತಿರುಗಾಟ" ಎಂದು ಹೆಂಡತಿಯನ್ನು ಮನೆಯೊಳಗೆ ಬರಮಾಡಿಕೊಳ್ಳುತ್ತಿದ್ದರು.

ಇಷ್ಟೇ ಅಲ್ಲ, ಹೆಗಡೆಯವರು ಮೂವರು ಮಕ್ಕಳ ಮದುವೆ ಮಾಡಿದಾಗ ಎಂಟೆಂಟು ದಿನ ಅಲಿಯ ಕಾರು ಅವರ ಮನೆ ಮುಂದೆ ನಿಂತಿತ್ತು. ಅವರ ಇಬ್ಬರು ಸೊಸೆಯಂದಿರನ್ನು ಹೆರಿಗೆ ಆಸ್ಪತ್ರೆಗೆ ಕರೆದೊಯ್ದದ್ದೂ ಹೆರಿಗೆ ನಂತರ ಮನೆಗೆ ಕರೆತಂದದ್ದೂ ಅಲಿಯೆ. "ಅಲೀ, ನಾಳೆ ಒಂದು ನಲವತ್ತು ಸಾವಿರ ತಂದುಬಿಡು" ಎಂದು ಸಂಜೆ ಪೇಟೆಗೆ ಬಂದವರು ಅಲಿಯ ಕೈಗೆ ಚೆಕ್ ಕೊಟ್ಟು ಹೋಗುತ್ತಿದ್ದರು, ಹೆಗಡೆ. ಮಾರನೆಯ ದಿನ ಈತ ಬ್ಯಾಂಕಿನ ಬಾಗಿಲು ತೆರೆದ ನಂತರ ಹಣದ ಜತೆ ಹೋಗಿ ಅವರ ಮನೆಯ ಮುಂದೆ ಇಳಿಯುತ್ತಿದ್ದ. ಹೀಗೆ ಅವನಿಂದ ನೂರಾರು ಕೆಲಸಗಳನ್ನು ಮಾಡಿಸಿಕೊಂಡಿದ್ದರು ಅವರು.

"ನಾನು ಡಿಸೆಂಬರ್ ತಿಂಗಳ ಆ ದಿನ ಮರೀಲಾರೆ ಸಾರ್" ಎಂದ ಅಲಿ ಎದುರು ಬಂದ ಎಮ್ಮೆಗಾಗಿ ಕಾರು ನಿಲ್ಲಿಸಿ.

"ಏನಾಯಿತು?" ಅವನ ಮುಖ ನೋಡಿದೆ.

ಅವತ್ತು ಏನೋ ಆತಂಕ, ಕಳವಳ. ಹೀಗೆ ಆಗದಿರಲಿ ಎಂಬ ಹಾರೈಕೆ. ಆದರೂ ಅಲ್ಲಿ, ದೂರದ ಊರಿನಲ್ಲಿ ಆಗಬಾರದ ಅನಾಹುತ ಆಗಿಹೋಗಿತ್ತು. ಟಿ.ವಿ.ಯಲ್ಲಿ ಆ ದೃಶ್ಯ ವಿವರವಾಗಿ ಮೂಡಿಬರುತ್ತಿರುವಾಗ ಏನೋ ಭೀತಿ ಕಳವಳ ಕರಾಳತೆ ಹುಟ್ಟಿ ಮನೆಯನ್ನು ಆವರಿಸಿಕೊಂಡಿತ್ತು. ಟಿ.ವಿ. ಪರದೆಯ ಮೇಲೆ ಒಂದೊಂದು ಕಂಬ ಗೋಪುರ ಕುಸಿದು ನೆಲಕ್ಕೆ ಬೀಳುತ್ತಿರಲು ತಾನು ಕೂಡ ನೆಲಕ್ಕೆ ಕುಸಿಯುತ್ತಿರುವ ಅನುಭವ. ತನ್ನ ಅಸ್ತಿತ್ವವೇ ಕಾಣೆಯಾಗುತ್ತಿರುವ ಅನುಭವ. ತಾನು ಅನಾಥನಾದೆನೇ ಎಂದು ಮೈ ನಡುಗಿ ಮನೆಯ ಜಗಲಿಯ ಮೇಲೆ ಕಂಗಾಲಾಗಿ ಕುಳಿತಾಗ ಯಾರದ್ದೋ ನೆರಳು ಬಾಗಿಲಲ್ಲಿ ಸುಳಿದಾಡಿತು.

ತಲೆ ಎತ್ತಿ ನೋಡಿದ. ಹೆಗಡೆಯವರು. ಎದ್ದು ನಿಲ್ಲುವ ಯತ್ನದಲ್ಲಿದ್ದ ತನಗೆ ಅವರು ಕುಳಿತುಕೋ ಎಂಬಂತೆ ಸಂಜ್ಞೆ ಮಾಡಿದರು. ನಾನು ಮೌನವನ್ನಪ್ಪಿಕೊಂಡು ಕುಳಿತೆ. ತನಗೆ ಅಷ್ಟು ದೂರದಲ್ಲಿ ಅವರು. ತುಟಿ ತೆರೆದು ಮಾತನಾಡಲಿಲ್ಲ. ಒಂದೆರಡು ಬಾರಿ ಅತ್ತಿತ್ತ ತಿರುಗಿ ನೋಡಿದರು. ಅವರ ಎತ್ತರದ ನಿಲುವು, ಆಕೃತಿ ಜಗಲಿಯನ್ನೆಲ್ಲ ತುಂಬಿಕೊಂಡಿತು.

ಅವರ ಗಂಭೀರ ವ್ಯಕ್ತಿತ್ವ ತನ್ನಲ್ಲಿಯ ಆತಂಕವನ್ನು ದೂರ ಮಾಡಿತು. ಬಹಳ ಹೊತ್ತು ಅವರು ಅಲ್ಲಿಯೇ ಕುಳಿತಿದ್ದರು.

ಎಷ್ಟೋ ಹೊತ್ತಿನ ನಂತರ ಎದ್ದು "ಅಲೀ...." ಎನ್ನುತ್ತ ತನ್ನ ಭುಜ ಅಲುಗಾಡಿಸಿದರು. "ನಾನು ಬರ್ತೀನೆ" ಎಂದವರೇ ಮನೆಯಿಂದ ಹೊರಬಿದ್ದರು.

"ಆ ದಿನಾನ ನಾನು ಮರೀಲಾರೆ ಸಾರ್.... ಹೆಗಡೇರು ನನ್ ಮನೇಗೆ ಬಂದದ್ದು... ಇಡೀ ದೇಶ ನನ್ನ ಕಡೆ ಇದೆ ಅನ್ನಿಸ್ತು...."

ಇಷ್ಟು ಹೇಳುವಾಗ ಅವನ ದನಿಯಲ್ಲಿ ದೃಢತೆ ಇತ್ತು, ಅಭಿಮಾನವಿತ್ತು.

■

ಅವಸ್ಥಾಂತರ

ಎಂ. ಎಸ್. ಕೆ. ಪ್ರಭು

ಮುದಿ ದಾರ್ಶನಿಕನೊಬ್ಬ ಒಂದು ದಿನ ಲೋಕರಹಸ್ಯಗಳನ್ನು ಆಳವಾಗಿ ಚಿಂತಿಸುತ್ತ ಒಂದು ಪುಷ್ಪೋದ್ಯಾನದಲ್ಲಿ ಕಾಲದ ಪರಿವೆಯಿಲ್ಲದೇ ಠಳಾಯಿಸುತ್ತಿದ್ದಾಗ, ವಿಪರೀತ ಬಳಲಿ, ಒಂದು ಮರದ ಕೆಳಗಿನ ಶಿಲಾಪೀಠದ ಮೇಲೆ ಒರಗಿ ಕುಳಿತು ಕತ್ತೆತ್ತಿ ನೋಡಿದ. ಅವನೆಂದೂ ಕಾಣದ ಬೃಹದಾಕಾರದ ವರ್ಣಮಯ ಚಿಟ್ಟೆಯೊಂದು ಹಾರಿಬಂದು ಹೂವಿನ ಮೇಲೆ ಕುಳಿತುಕೊಂಡಿತು. ಅದು ಎಷ್ಟು ದೊಡ್ಡದಿತ್ತೆಂದರೆ ಅವನಿಗೆ ತನ್ನ ಊಟದ ಹರಿವಾಣದ ನೆನಪಾಗಿ, ಹೊಟ್ಟೆ ಹಸಿದಿದೆ ಎಂಬ ಜ್ಞಾನೋದಯವಾಯಿತು. ಆದರೂ ಚಿಂತನೆಗಳ ಭಾರದಿಂದ ಬಸವಳಿದ ದಾರ್ಶನಿಕ ಕೂತಲ್ಲೇ ಕಣ್ಣುಮುಚ್ಚಿ ಬೌದ್ಧಿಕ ಕಸರತ್ತುಗಳನ್ನು ಮುಂದುವರಿಸಿದ. ಅತ್ಯಂತ ಆಕರ್ಷಕವಾದ ಬೃಹದಾಕಾರದ ಈ ಚಿಟ್ಟೆ ಮತ್ಸ್ಯ, ಕೂರ್ಮ, ವರಾಹ ಇತ್ಯಾದಿಗಳಂತೆಯೇ ಒಂದು ಅವತಾರವಿರಬಹುದೇ? ಚಿಟ್ಟೆ, ಅವನ ತಲೆಯ ಸುತ್ತ ವೃತ್ತಾಕಾರವಾಗಿ ಹಾರಾಡುತ್ತಾ, ಅವನ ತಲೆ, ಮುಖ ಮತ್ತು ಭುಜಗಳ ಮೇಲೆ ರೆಕ್ಕೆಗಳಿಗಂಟಿಕೊಂಡಿದ್ದ ಬಣ್ಣ ಬಣ್ಣದ ಧೂಳನ್ನು ಸಿಂಪಡಿಸಿ ಅಭಿಷೇಕ ಮಾಡಿತು. ಅವನೊಂದು ಬಣ್ಣದಲ್ಲಿ ಮೋಡದಲ್ಲಿ ಲಯವಾಗುತ್ತಿದ್ದ. ಕಿವಿಯೊಳಗೆ ಸ್ಪಂದನ ರಹಿತ ಅನಾಹತ ಶಬ್ದ ವಿಶೇಷವೊಂದು ಮೊಳಗಿತು.

ಆಗ ಮುಚ್ಚಿದ ಕಣ್ಣು ರೆಪ್ಪೆಯ ಒಳಗೆ ಅದೇ ಹರಿವಾಣದಾಕಾರದ ಬಣ್ಣದ ಚಿಟ್ಟೆ ಬಂದು ರೆಕ್ಕೆಗಳನ್ನು ಪಟಗುಟ್ಟಿಸಿತು. ಅವನಿಗೆ ಒಂದು ಮಿಂಚು ಹೊಡೆದಂತಾಗಿ, ತಾನೇ ಒಂದು ಚಿಟ್ಟೆಯಾಗಿಬಿಟ್ಟೆನೋ ಎಂಬ ಕುತೂಹಲಕಾರಿ ಸಂಭಾವ್ಯತೆಯ ಸುಳಿಯಲ್ಲಿ ಬಿದ್ದ. ದಾರ್ಶನಿಕ ಕರಗುತ್ತಿದ್ದ. ಮತ್ತೊಂದು ಮಿಂಚು ಹೊಡೆದಂತಾಗಿ ತಾನು ಚಿಟ್ಟೆಯಾದ

ದಾರ್ಶನಿಕನೋ ಅಥವಾ ದಾರ್ಶನಿಕನೆಂಬ ಭ್ರಮೆಯ ಸುಳಿಯಲ್ಲಿ ಸಿಲುಕಿಕೊಂಡು ರೆಕ್ಕೆ ಪಟಗುಟ್ಟಿಸುವ ಚಿಟ್ಟೆಯೋ ಎಂಬ ಸಂಶಯ ಮೂಡಿತು. ಈ ಇಬ್ಬಂದಿತನದ ಒಗಟಿನ ಸಂಕೀರ್ಣತೆಯನ್ನು ಸೂಕ್ಷ್ಮವಾಗಿ, ಎಳೆ ಎಳೆಯಾಗಿ ಅರ್ಥಮಾಡಿಕೊಳ್ಳುವ ಪರಿಕ್ರಮದ ಒಂದು ಘಟ್ಟದಲ್ಲಿ ತಾನು ಈ ಮೊದಲೆ ಕಂಡ ಹರಿವಾಣದಾಕಾರದ ಚಿಟ್ಟೆಯೇ ಇರಬೇಕೆಂಬ ತೀರ್ಮಾನ ಮುಟ್ಟಿದಾಗ ತನ್ನ ಆಯಸ್ಸು ಕೇವಲ ಐದು ದಿನಗಳು ಮಾತ್ರ ಎಂದು ಹೊಳೆದು ಪರಿತಪಿಸತೊಡಗಿದ. ದಾರ್ಶನಿಕ ಸಂಸ್ಕಾರದ ಪರಿಣಾಮವಿರಬೇಕು. ತಾನು ಹುಟ್ಟಿ ಈಗಾಗಲೇ ಒಂದು ದಿನವಾಗಿರಬಹುದು. ಅಂದರೆ ಉಳಿದದ್ದು ಕೇವಲ ನಾಲ್ಕುದಿನ. ಹುಟ್ಟಿ ಎರಡು ದಿನವಾಗಿದ್ದರೆ ಕೇವಲ ಮೂರು ದಿನಗಳ ಬದುಕು, ನಾಲ್ಕು ದಿನಗಳಾಗಿದ್ದರೆ, ನಾಳೆಯೇ ಸಾವು. ಐದೂ ದಿನಗಳಾಗಿಬಿಟ್ಟಿದ್ದರೆ ಇಗೋ ಈಗಲೇ ಸತ್ತೆ! ಚಿಟ್ಟೆಯ ಮೈ ಬೆವರಿತು. ಮತ್ತಷ್ಟು ದಿನ ಬದುಕಲು ತಾನು ಏನಾಗಬೇಕು? ಆಹಾ! ಅಗೋ ಅಲ್ಲಿ ಓಡುತ್ತಿರುವ ನಾಯಿಯಂಥ ಒಂದು ನಾಯಿಯಾದರೂ ಆಗಿದ್ದರೆ! ಹತ್ತರಿಂದ ಹನ್ನೆರಡು ವರ್ಷಗಳ ದೀರ್ಘಾವಧಿಯ ಬದುಕನ್ನಾದರೂ ಅನುಭವಿಸಬಹುದಿತ್ತಲ್ಲ? ಎಂಬ ಯೋಚನೆ ಹೊಳೆಯಿತು. ಕೂಡಲೇ ರೆಕ್ಕೆ ಉದುರಿ, ಮೈ ದೊಡ್ಡದಾಗಿ, ಬಾಯಿಯ ಸೊಂಡಿಲು ಮಾಯವಾಗಿ ಅದು ಭೌಭೌ ಎನ್ನತೊಡಗಿತು. ಡೊಂಕು ಬಾಲವೂ ಮೂಡಿತ್ತು. ಆಹಾ! ನಾನು ಅಷ್ಟೊಂದು ತೀವ್ರವಾಗಿ ಬಯಸಿದ್ದೇ ಹೀಗೆ ರೂಪಾಂತರ ಹೊಂದಲು ಸಹಾಯಕವಾಯಿತು. ನಿಜವಾದ, ತೀಕ್ಷ್ಣವಾದ, ತೀವ್ರವಾದ ಅಖಂಡ ಬಯಕೆಯೇ ತಪಸ್ಸು! ಹಾಗಾದರೆ ಕೇವಲ ೧೦-೧೨ ವರ್ಷಗಳ ನಾಯಿ ಜೀವನವನ್ನೇಕೆ ಬದುಕಲಿ? ಕುದುರೆಯಂತೆ ಎರಡು ದಶಕಗಳ ಬದುಕು ನನ್ನದಾಗಬಾರದೇ ಎಂಬ ಅಷ್ಟೇ ತೀಕ್ಷ್ಣವಾದ, ತೀವ್ರವಾದ ಬಯಕೆ ಮೂಡಿತು. ಮತ್ತೊಂದು ಕ್ಷಣದಲ್ಲಿ ಮಿರಮಿರ ಮೈಮಿಂಚುವ, ಒಂದು ಕುದುರೆ ನಾಯಿಯ ಜಾಗದಲ್ಲಿ ಆವಿಷ್ಕಾರಗೊಂಡಿತು. ಆಹಾ! ನಾನು ನಾಯಿಯಲ್ಲ, ನಿಜವಾಗಿಯೂ ನಾನೊಂದು ಕುದುರೆ! ಇನ್ನು ಪರವಾಗಿಲ್ಲ, ಎಷ್ಟೊಂದು ವರ್ಷ ಬದುಕಿ ಜೀವನದ ಸವಿಯನ್ನು ಉಣ್ಣಬಹುದು—ಎಂದು ಪುಷ್ಪೋದ್ಯಾನದಲ್ಲಿ ಹೇಷಾರವದೊಂದಿಗೆ ಕುಣಿದು ಕುಪ್ಪಳಿಸಿತು.

ಅವಸ್ಥಾಂತರಗೊಂಡು ಬೇಕುಬೇಕಾದ ಪ್ರಾಣಿಯಾಗಿಬಿಡುವುದು ಒಂದು ಮಜಾ ಕೊಡುವ ಲೀಲೆಯೇ ಆಯಿತು. ಮನಸ್ವೀ ಬಯಕೆಯಿಂದ ಕಂಡ-ಕಂಡ ಪ್ರಾಣಿಗಳೆಲ್ಲ ಆಗಬೇಕೆಂದು ಬಯಕೆ ಮೂಡಿತು. ಒಂದು ಕ್ಷಣ ಹಕ್ಕಿ ಮತ್ತೊಂದು ಕ್ಷಣ ಬೆಕ್ಕು ಮಗದೊಂದು ಕ್ಷಣ ಹಾವು. ಒಂದೇ, ಎರಡೇ? ಇಪ್ಪತ್ತು ವರ್ಷ ಬದುಕುವ ಹುಲಿಯಾದಾಗ ನಲವತ್ತು ವರ್ಷ ಬದುಕುವ ಸಿಂಹವಾಗುವ ಬಯಕೆಯಾಗಿ ಸಿಂಹವಾಯಿತು. ಅನಂತರ ನಲವತ್ತೈದು ವರ್ಷ ಆಯುಸ್ಸಿನ ಘೇಂಡಾಮೃಗವಾಯಿತು. ಅದೂ ಬೇಡವಾಗಿ ಅರವತ್ತು ವರ್ಷ ಬದುಕಲು ತೀರ್ಮಾನಿಸಿ ಒಂದು ಮೊಸಳೆಯಾಗಿ ನದಿಯೊಳಕ್ಕೆ ಇಳಿಯಿತು. ನೀರಿನಿಂದ ಆಗಾಗ ನೆಲಕ್ಕೆ ಬಂದು ಸುತ್ತ ದೃಷ್ಟಿಬೀರಿ ತನಗಿಂದ ಹೆಚ್ಚು ಆಯುಸ್ಸಿನವರು

ಯಾರಿದ್ದಾರೆ ಎಂದು ತಪಾಸಣೆ ಮಾಡುತ್ತಿತ್ತು. ಒಮ್ಮೆ ನೀರು ಕುಡಿಯಲು ಬಂದ ಆನೆಯೊಂದರ ರೂಪ ಅದಕ್ಕೆ ಬಹಳ ಮನಸ್ಸಿಗೆ ಬಂದು ತಾನೊಂದು ಆನೆಯಾದರೆ ಎಷ್ಟು ಚಂದ ಎಂದು ಬಯಸಿದ ತಕ್ಷಣ ಎಪ್ಪತ್ತು ವರ್ಷ ಆಯುಃಪ್ರಮಾಣದ ಆನೆಯಾಗಿ ಘೀಂಕರಿಸಿತು. ಕಾಡಿನಲ್ಲಿ ಸ್ವೇಚ್ಛೆಯಾಗಿ ಸೊಂಡಿಲನ್ನು ಎಡಕ್ಕೂ ಬಲಕ್ಕೂ ವಿಲಾಸಮಯವಾಗಿ ಅಲ್ಲಾಡಿಸುತ್ತಾ ಓಡಾಡಿತು. ಬಿದಿರಿನ ಚಿಗುರನ್ನು ಅರಸುತ್ತಾ ಕಾಡಿನ ಅಂಚಿಗೆ ಸವಾರಿ ಬಂದಾಗ ಪುರಳೆ ಆರಿಸುತ್ತಿದ್ದ ಮುದುಕನೊಬ್ಬ ಕಣ್ಣಿಗೆಬಿದ್ದ. ಅರೆ! ನಾನೊಬ್ಬ ಮನುಷ್ಯನಾದರೆ! ನೂರು ವರ್ಷ ಬಾಳಬಹುದಲ್ಲವೇ? ನಾನೇಕೆ ಮನುಷ್ಯನಾಗಬಾರದು? ಎಂದು ಗಡಿಬಿಡಿಯಿಂದ ಚಿಂತಿಸಿ ಹತ್ತಿರವಿದ್ದ ಕೊಳದ ಬಳಿ ಬಂದು ನಿಂತಿತು. ಕೊಳದ ನೀರಿನಲ್ಲಿ ಬಿದ್ದ ಪ್ರತಿಬಿಂಬವನ್ನು ನೋಡಿ ಬೆಚ್ಚಿಬಿದ್ದಿತು. ತಲೆ, ಎರಡು ಕೈ, ಎರಡು ಕಾಲು, ಭುಜ, ಕತ್ತು, ಎದೆ, ಹೊಟ್ಟೆ, ಸೊಂಟ—ನೆಟ್ಟಗೆ ನಿಂತ ಐದೂವರೆ ಅಡಿಯ ದೇಹ, ಕಣ್ಣು, ಮೂಗು, ಬಾಯಿ, ಕಿವಿ— ಓಹೋ! ನಾನು ಮನುಷ್ಯ! ನೂರು ವರ್ಷ ಬಾಳಿ ಬದುಕಬಲ್ಲ ಪ್ರಕೃತಿಯ ಅತ್ಯದ್ಭುತ ಸೃಷ್ಟಿ! ಎಂದುಕೊಂಡು ನೀರು ಕುಡಿಯಲು ಬಗ್ಗಿದಾಗ ಕೊಳದ ತಳದಲ್ಲಿ ಮಂದಗತಿಯಲ್ಲಿ ಚಲಿಸುತ್ತಿದ್ದ ಆಮೆಯೊಂದು ಕಣ್ಣಿಗೆ ಬಿತ್ತು. ಎಲಾ! ನಾನೆಂಥ ಮೂರ್ಖ! ಮನುಷ್ಯ ನೂರು ವರ್ಷ ಬದುಕಿದರೆ ಆಮೆ ೫೦೦ ವರ್ಷಗಳವರೆಗೂ ಬದುಕುತ್ತದಂತೆ? ನಾನು ಮನುಷ್ಯನಲ್ಲ, ನಾನು ಆಮೆ ಎಂದು ಜಪಿಸಿ ಹೊಸ ತಪಸ್ಸಿನ ಪರಿಣಾಮದ ಆಘಾತಕ್ಕೆ ಒಳಗಾಗಿ ಎರಡು ಕಾಲಿನ ನಿಲುವಿನ ಸಮತೋಲ ತಪ್ಪಿ, ಮುಗ್ಗರಿಸಿ, ಕೊಳದೊಳಕ್ಕೆ ಧುಡುಂ ಎಂದು ಬಿದ್ದ. ಈಗ ಕೊಳದ ಅಂಗಳದಲ್ಲಿ ಎರಡು ಆಮೆಗಳು. ಹೊಸದಾಗಿ ಬಂದ ಆಮೆ ಹಳೆ ಆಮೆಯನ್ನು ಕೇಳಿತು—"ನಿನಗೆಷ್ಟು ವರ್ಷ?" ಹಳೇ ಆಮೆ—"ಸುಮಾರು ೪೦೦ ವರ್ಷಗಳಿರಬಹುದು" —ಎಂದು ಉತ್ತರಕೊಟ್ಟಿತು. ಹೊಸ ಆಮೆ ಗಹಗಹಿಸಿ ನಗುತ್ತ "ಹಾಗಾದರೆ ನಿನಗಿನ್ನು ಉಳಿದಿರುವುದು ನೂರೇ ವರ್ಷ! ನಾನು! ಈಗ ತಾನೇ ಆಮೆಯಾದವನು. ನನಗಿನ್ನೂ ಐದುನೂರು ವರ್ಷ ಪೂರ್ಣ ಬದುಕು. ಇನ್ನು ನೂರು ವರ್ಷಗಳ ನಂತರ ಈ ಇಡೀ ಕೊಳಕ್ಕೆ ನಾನೇ ಚಕ್ರಾಧಿಪತಿ"—ಎಂದು ಕೇಕೆ ಹಾಕಿತು. ಹಳೆಯ ಆಮೆ, ಕ್ಷಣ ಮೌನದ ನಂತರ "ಆಮೇಲೆ ನಿನ್ನ ಆಯುಸ್ಸು ಮುಗಿಯುವುದಲ್ಲವೇ?" ಎಂದು ಗಂಭೀರವಾಗಿ ಪ್ರಶ್ನಿಸಿತು. ಹೊಸ ಆಮೆಗೆ ನೀರೊಳಗಿದ್ದೂ ಮೈ ಬೆವರಿತು. "ಹಾಗಾದರೆ ಆಮೆಗಿಂತ ಹೆಚ್ಚಿನ ಆಯಸ್ಸುಳ್ಳ ಪ್ರಾಣಿ ಯಾವುದು ಹೇಳು? ನಾನೀಗಲೇ ಅದಾಗಿ ಬಿಡುತ್ತೇನೆ: ನನಗೆ ಆ ತಪೋರಹಸ್ಯ ಕರಗತವಾಗಿದೆ"—ಎಂದು ತವಕದಿಂದ ಕೇಳಿತು. ಹಳೆಯ ಆಮೆ ಹೇಳಿತು. "ಹಿಂದೆ ಬಕದಾಲಭ್ಯನೆಂಬ ಮಹರ್ಷಿ ಇದ್ದನಂತೆ. ಅವನು ಬ್ರಹ್ಮನ ಇಪ್ಪತ್ತು ಹಗಲು, ರಾತ್ರಿಗಳಷ್ಟು ದೀರ್ಘಕಾಲ ಬದುಕಿದ್ದನಂತೆ."

"ಬ್ರಹ್ಮನ ಒಂದು ದಿನವೆಂದರೆ ಎಷ್ಟು ವರ್ಷಗಳು?"

"ಆ ಕೋಷ್ಟಕ ಹೀಗಿದೆ ನೋಡು. ನಮ್ಮ ಒಂದು ವರ್ಷ ದೇವತೆಗಳ ಒಂದು ಅಹೋರಾತ್ರಕ್ಕೆ ಸಮ. ಇಂತಹ ದೇವಮಾನದ ೧೨೦೦೦ ವರ್ಷಗಳಾದರೆ ನಮ್ಮ ಒಂದು

ಚತುರ್ಯುಗ ಚಕ್ರ ಮುಗಿದಂತೆ. ಎಂದರೆ—ನಮ್ಮ ಲೆಕ್ಕಾಚಾರದಲ್ಲಿ ೪೩,೨೦,೦೦೦ ವರ್ಷಗಳು ಕಳೆದಂತೆ. ಇಂಥ ೧೦೦೦ ಚತುರ್ಯುಗಚಕ್ರ ಕಳೆದಾಗ ಬ್ರಹ್ಮನ ಅರ್ಧ ದಿನ. ಬ್ರಹ್ಮನ ಒಂದು ಸಂಪೂರ್ಣ ದಿನದ ಅವಧಿ ೮೬೪ ಕೋಟಿ, ೧೦ ಲಕ್ಷ, ೧೦ ಸಾವಿರ ವರ್ಷಗಳು. ಬ್ರಹ್ಮನ ಇಂಥ ನೂರು ವರ್ಷಗಳಿಗೆ ಒಂದು ಪರ ಎಂಬ ಹೆಸರಿದೆ. ಆ ನಂತರವೂ ಬ್ರಹ್ಮ ಇರುತ್ತಾನೆ."

ಕಕ್ಕಾಬಿಕ್ಕಿಯಾದ ನಮ್ಮ ಹೊಸ ಆಮೆ ಸ್ವಲ್ಪ ಯೋಚಿಸಿ, "ಹೌದು, ನಾನು ಬಕದಾಲಭ್ಯನಂತಹ ಕ್ಷುದ್ರ ಮಹರ್ಷಿಯ ಕ್ಷಣಿಕ ಆಯಸ್ಸನ್ನು ಯಾಕೆ ಬಯಸಬೇಕು? ಅವನಿಗಿಂತ ಬೃಹತ್ತಾದ ಬ್ರಹ್ಮನೇ ಏಕೆ ಆಗಬಾರದು?" ಎಂಬ ವಿವೇಚನೆಯಲ್ಲಿ ಬಿದ್ದಿತು, ಆಯಿತು.

ಚಿಂತನೆ ತಪಸ್ಸಿನ, ತಪಸ್ಸು ಸೃಷ್ಟಿಯ ಪರಿಣಾಮದ, ಪರಿಣಾಮ ಅನುಭವದ, ಅನುಭವ ಬಯಕೆಯ, ಬಯಕೆ ಸಂಕಲ್ಪದ, ಸಂಕಲ್ಪ ಸಿದ್ಧಿಯ ಸಂತಾನವಾಗಿ ಸ್ಫೋಟಗೊಂಡು ಉತ್ಕ್ರಾಂತ ಬ್ರಹ್ಮನೇ ಆದ ನಮ್ಮ ಆಮೆ ವಾಡಿಕೆಯಂತೆ ಯೋಗನಿದ್ರೆಯಲ್ಲಿದ್ದಾಗ ಒಮ್ಮೆ ಏನೋ ಕನವರಿಸಿಕೊಂಡು ಹೊರಳಿ ಮಗ್ಗಲು ಬದಲಾಯಿಸಿತು. ಆಗ ಅದರ ಭಾರಕ್ಕೆ ಸಿಕ್ಕಿ ಒಬ್ಬ ದಾರ್ಶನಿಕ, ಒಂದು ಚಿಟ್ಟೆ, ಒಂದು ನಾಯಿ, ಒಂದು ಕುದುರೆ, ಒಂದು ಹಕ್ಕಿ, ಒಂದು ಬೆಕ್ಕು, ಒಂದು ಹಾವು, ಒಂದು ಹುಲಿ, ಒಂದು ಸಿಂಹ, ಒಂದು ಘೇಂಡಾಮೃಗ, ಒಂದು ಮೊಸಳೆ, ಒಂದು ಆನೆ, ಒಬ್ಬ ಮುದುಕ ಮತ್ತು ಒಂದು ಜೊತೆ ಆಮೆಗಳು ನಿಶ್ಶಬ್ದ ಸ್ಫೋಟದಲ್ಲಿ ಅಪ್ಪಚ್ಚಿಯಾದವು.

■

ಚಪ್ಪಲಿಗಳು

ಜಿ. ಎಸ್. ಸದಾಶಿವ

ಮಹಾತ್ಮಾಗಾಂಧಿ ರಸ್ತೆಯಲ್ಲಿ ನಡೆಯುತ್ತಿದ್ದಾಗ ನನ್ನ ಕಣ್ಣಿಗೆ ಅನಾಥವಾಗಿ ಬಿದ್ದಿದ್ದ ಒಂದು ಚಪ್ಪಲಿ ಕಾಣಿಸಿತು. ಒಂದು ಸಾಧಾರಣ ಹವಾಯಿ ಚಪ್ಪಲಿ. ಹಳೆಯದೇ. ಹಿಮ್ಮಡಿ ಪೂರ್ತಿ ಸವೆದು ಅರ್ಧ ಚಂದ್ರಾಕಾರ ಸವೆದು ತುಂಡಾಗಿತ್ತು. ಅದರ ಸ್ಟ್ರಾಪು ಮಾತ್ರ ಸರಿಯಾಗೇ ಇತ್ತು.

ಆ ಕ್ಷಣ ಆ ಚಪ್ಪಲಿ ಬಗ್ಗೆ ನನಗೆ ಏನೂ ಅನಿಸಲಿಲ್ಲ. ಅದನ್ನು ದಾಟಿ ಇನ್ನೂ ಒಂದು ಹತ್ತು ಹೆಜ್ಜೆ ಹೋದಾಗ ಅದೇ ರೀತಿ ಅನಾಥವಾಗಿ ರಸ್ತೆಯಲ್ಲಿ ಬಿದ್ದಿದ್ದ ಮತ್ತೊಂದು ಚಪ್ಪಲಿಯನ್ನು ಕಂಡಾಗ ನಾನು ಹತ್ತು ಹೆಜ್ಜೆ ಹಿಂದೆ ಕಂಡ ಚಪ್ಪಲಿ ಮತ್ತೆ ಮನಸ್ಸಿನೊಳಗೆ ಸುಳಿದು ಕೊಂಚ ಗೊಂದಲವಾಯಿತು. ಆದರೆ ಈ ಚಪ್ಪಲಿ ಚರ್ಮದ್ದು. ಎರಡು ಬಾರಿನ ಈ ಚಪ್ಪಲಿಯ ಉಂಗುಷ್ಟ ಮಾಯವಾಗಿತ್ತು. ಮೇಲು ಬಾರು ಒಂದು ಕಡೆ ಕಿತ್ತಿತ್ತು. ಹಿಮ್ಮಡಿಯ ಎಡಭಾಗ ಸವೆದಿತ್ತು. ಸ್ವಲ್ಪ ರಿಪೇರಿ ಮಾಡಿಸಿದರೆ ಈಗಿನ ದುರ್ದಿನಗಳಲ್ಲಿ ನಾನೂ ಕೂಡ ಹಾಕಿಕೊಳ್ಳಬಹುದಾದಂಥ ಚಪ್ಪಲಿ. ಆದರೆ ಅಲ್ಲಿದ್ದುದು ಒಂದೇ. ಹಿಂದೆ ಕಂಡ ಹವಾಯಿ ಕೊಂಚ ಸೈಜು ದೊಡ್ಡದು.

ಯಾರು ಹೀಗೆ ಚಪ್ಪಲಿಗಳನ್ನು ಬಿಸಾಕುತ್ತಾ ಹೋಗುತ್ತಿದ್ದಾರೆ! ನಿರುಪಯೋಗಿಯಾಗಿ ಬಿಸಾಡಿದ್ದಾಗಿದ್ದರೆ ಅದರ ಜತೆಯದೂ ಇರಬೇಕಾಗಿತ್ತಲ್ಲ... ಎಂದು ಏನೇನೋ ಯೋಚನೆಯಲ್ಲಿ ಆ ಚಪ್ಪಲಿಯನ್ನೂ ದಾಟಿ ಹೋದೆ.

ಇದಾದ ಮೇಲೆ ನಾನು ಹೋದಲ್ಲೆಲ್ಲ—ಮಾರ್ಕೆಟ್ಟಿನಲ್ಲಿ, ಗಾಂಧೀ ಬಜಾರಿನಲ್ಲಿ, ಮಲ್ಲೇಶ್ವರದ ಸರ್ಕಲಿನಲ್ಲಿ, ಜಯನಗರದ ಬಡಾವಣೆಯಲ್ಲಿ, ಪಾರ್ಕಿನ ಮೂಲೆಯಲ್ಲಿ—

ನನಗೆ ಹೀಗೆ ಅನಾಥವಾಗಿ ಬಿದ್ದ ಚಪ್ಪಲಿಗಳು ಕಾಣಿಸತೊಡಗಿದವು. ಕಂಡವೆಲ್ಲ ಹಳೆಯವು. ಸ್ವಲ್ಪ ರಿಪೇರಿ ಮಾಡಿಸಿದರೆ ಉಪಯೋಗಿಸಬಹುದಾದಂಥವು ಮತ್ತು ಜೋಡಿ ಇಲ್ಲದವು.

ನಿಧಾನವಾಗಿ, ರಸ್ತೆಯಲ್ಲಿ ಬಿದ್ದ ಚಪ್ಪಲಿಗಳ ಗೀಳು ನನ್ನನ್ನು ಆವರಿಸಿತು. ಯಾಕೋ ಗೊತ್ತಿಲ್ಲ, ರಸ್ತೆಯಲ್ಲಿ ನಡೆಯುವಾಗಲೆಲ್ಲ ಹಳೆಯ ಚಪ್ಪಲಿ ಏನಾದರೂ ಬಿದ್ದಿದೆಯೇ ಎಂದು ಕಣ್ಣುಗಳು ತನ್ನತಾನೇ ಅರಸುತ್ತಿದ್ದವು. ಒಂದು ಆಶ್ಚರ್ಯದ ಮಾತೆಂದರೆ, ಹಾಗೆ ನೋಡಿದಾಗಲೆಲ್ಲ ನನಗೆ ನಿರಾಸೆಯಾದದ್ದೇ ಇಲ್ಲ. ಜೋಡಿ ಇಲ್ಲದ, ಹಳೆಯ ಎಷ್ಟೊಂದು ಮಾದರಿಯ, ಎಷ್ಟೊಂದು ಸೈಜಿನ ಚಪ್ಪಲಿಗಳನ್ನು ನೋಡಿದ್ದೇನೆಂದರೆ ನನಗೇ ಆಶ್ಚರ್ಯವಾಗುತ್ತದೆ. ಹಾಗೆ ಚಪ್ಪಲಿ ಕಂಡಾಗೆಲ್ಲ ಹಿಂದೆ ಕಂಡ ಚಪ್ಪಲಿಗಳಲ್ಲಿ ಯಾವುದಕ್ಕಾದರೂ ಇದು ಜೋಡಿ ಹೊಂದುತ್ತದೆಯೇ ಎಂದು ಒಂದು ಕ್ಷಣ ಹರಕಲು ಚಪ್ಪಲಿಯ ಬಳಿ ನಿಂತು ಮನಸ್ಸಿನಲ್ಲೇ ತಾಳೆಹಾಕಿ ನೋಡುತ್ತೇನೆ. ಅಲ್ಲೂ ಆಶ್ಚರ್ಯವೆಂದರೆ ನಾನು ಇದುವರೆಗೆ ನೋಡಿದ ನೂರಾರು ಚಪ್ಪಲಿಗಳಲ್ಲಿ ಯಾವುದೂ ಮತ್ತೊಂದಕ್ಕೆ ಹೊಂದುವುದಿಲ್ಲ.

ಒಂದು ದಿನ ಮಾತ್ರ ನಾನು ಹೆಚ್ಚು ಕಮ್ಮಿ 'ಯುರೇಕಾ' ಎನ್ನುವವನಿದ್ದೆ. ಕೆಂಪೇಗೌಡ ರಸ್ತೆಯಲ್ಲಿ ಕಾಣಿಸಿದ್ದು ಒಂದು ಹವಾಯಿ ಚಪ್ಪಲಿ. ಸಿನಿಮಾ ಬಿಟ್ಟ ಮೇಲೆ ಒಬ್ಬರನ್ನೊಬ್ಬರು ತಳ್ಳಿಕೊಂಡು, ನೂಕಿಕೊಂಡು ಹೋಗುತ್ತಿದ್ದ ಜನರ ಗುಂಪು ಅದನ್ನೂ ತುಳಿದುಕೊಂಡು, ಆ ಫ್ರೊಪೆಸ್‌ನಲ್ಲಿ ಕೊಂಚ ದೂರ ತಳ್ಳಿಕೊಂಡು ಹೋಗುತ್ತಿತ್ತು. ಅಂಥದರಲ್ಲೂ ಆ ಸಾವಿರಾರು ಜೋಡಿ ಕಾಲುಗಳ ಕೆಳಗೆ ಬಿದ್ದ ಆ ಚಪ್ಪಲಿ ನನ್ನ ಕಣ್ಣಿಗೆ ಬಿದ್ದಿತ್ತು. ನನಗೆ ತಕ್ಷಣ ಈ ಹಿಂದೆ ಮಹಾತ್ಮಾಗಾಂಧಿ ರಸ್ತೆಯಲ್ಲಿ ಕಂಡಿದ್ದ ಹವಾಯಿ ಚಪ್ಪಲಿಯಷ್ಟೇ ಗಾತ್ರದ್ದಾಗಿ ಅದು ಕಂಡಿತು. ಕೂಡಲೇ ಅದಕ್ಕೆ ಇದು ಅಥವಾ ಇದಕ್ಕೆ ಅದು ಜೊತೆ ಇರಬಹುದು ಅನ್ನಿಸಿದಾಗಲೇ 'ಯುರೇಕಾ' ಎನ್ನುವವನಿದ್ದೆ. ಆದರೆ ತಕ್ಷಣ ಒಂದು ಅನುಮಾನ ಸುಳಿಯಿತು. ಈಗ ಕಂಡಿದ್ದೇನೋ ಎಡಗಾಲಿನ ಚಪ್ಪಲಿ. ಹಿಂದೆ ಕಂಡ ಹವಾಯಿ ಎಡದ್ದೊ ಬಲದ್ದೊ ನೆನಪಾಗುತ್ತಿಲ್ಲ. ಒಂದೇ ಒಂದು ಸೆಕೆಂಡು ಈ ಅನುಮಾನದಲ್ಲಿ ಬಳಲಿ ಆ ನೂಕುನುಗ್ಗಲಿನ ಗುಂಪಿನಲ್ಲಿ ನಾನೂ ಒಬ್ಬನಾದೆ.

ಈ ನನ್ನ ಚಪ್ಪಲಿ ಗೀಳು ಬೇರೊಂದು ರೋಗದ ಲಕ್ಷಣವನ್ನು ಒಂದೆರಡು ದಿನಗಳಲ್ಲಿ ಕಾಣಿಸಿತು. ಈಗ ರಸ್ತೆಯ ಯಾವುದಾದರೂ ಮೂಲೆಯಲ್ಲಿ ನಿಂತು ಹೋಗುವ, ಬರುವ, ಅಲ್ಲೇ ಸುತ್ತುವ ಜನರ ಕಾಲುಗಳನ್ನು ನೋಡುವ ಗೀಳು ಅಂಟಿಕೊಂಡಿತು. ನಾನು ಯೋಚಿಸಿದ್ದಕ್ಕಿಂತಲೂ ಹೆಚ್ಚು ಜನ ಬರಿಗಾಲಿನಲ್ಲಿ ನಡೆಯುತ್ತಾರೆಂಬ ಒಂದು ಹೊಸ ಅಂಶ ನನ್ನ ನೆರವಿಗೆ ಬಂತು. ಬರಿಗಾಲುಗಳು ಕಂಡಾಗ ಮೇಲೆ ನೋಡುತ್ತಾ ಹೋದಂತೆ ಬಟ್ಟೆ ಸುತ್ತಿದ ಒಂದು ಗಳುವನ್ನು ಕಂಡಂತಾಗುತ್ತಿತ್ತು! ಪೊದೆ ಕೂದಲ ಕೆಳಗೆ ಎರಡು ಕಣ್ಣುಗಳು ಪಿಳಿಪಿಳಿ ಎನ್ನುತ್ತಿದ್ದವು. ಹಾಗೇ ನಾನು ಇದುವರೆಗೆ ಕಂಡ ಚಪ್ಪಲಿಗಳಲ್ಲಿ ಯಾವುದಾದರೂ ಒಂದು ಆತನ ಕಾಲಿಗೆ ಸರಿಹೋದೀತೆ ಎಂದು ಕಣ್ಣಳತೆಯ ಅಂದಾಜು ಕಟ್ಟುತ್ತೇನೆ.

ಆದರೆ ನಾನು ಕಂಡ ಯಾವ ಚಪ್ಪಲಿಯೂ ನಾನು ನೋಡಿದ ಯಾವ ಬರಿಗಾಲಿಗೂ ಸರಿ ಹೋಗುವಂತಿರಲಿಲ್ಲ.

ಈಗ ನನ್ನ ಮನಸ್ಸು ಮತ್ತೊಂದು ದಿಕ್ಕಿಗೆ ಹಾಯಿತು. ರಸ್ತೆಯಲ್ಲಿ ಹೀಗೆ ಬಿಸಾಕಿದ ಬರಿಗಾಲುಗಳೆಲ್ಲ ಎಲ್ಲಿ ಹೋದವು. ಸುಳಿವಿಲ್ಲದಂತೆ ಅವರು ಈ ಲೋಕದಿಂದ ಮಾಯವಾಗಿರ ಬಹುದೆ ಎಂಬ ಒಂದು ಅನಿಷ್ಟ ಯೋಚನೆ ಸುಳಿದು ಮನಸ್ಸು ಅಸ್ತವ್ಯಸ್ತವಾಯಿತು. ಆದರೆ ಯಾವುದೇ ಒಂದು ಬಿಕನಾಸಿ ಚಪ್ಪಲಿಯ ಸುಳಿವು ಹಿಡಿದು ಅದನ್ನು ಬಿಸಾಕಿದ ವ್ಯಕ್ತಿಯ ಪತ್ತೆ ಮಾಡುವುದಾಗಲೀ, ಆ ವ್ಯಕ್ತಿ ಹೇಗಿರಬಹುದೆಂದು ಒಂದು ಆಕಾರವನ್ನು ರೂಪಿಸಿಕೊಳ್ಳುವುದಾಗಲೀ ನನಗೆ ಸಾಧ್ಯವಾಗಿಲ್ಲ. ಆದರೆ ಒಂದು ಮಾತ್ರ ಮನಸ್ಸಿನಲ್ಲಿ ಗಟ್ಟಿಯಾಗಿ ಉಳಿಯಿತು—ಈ ಚಪ್ಪಲಿಗಳು ಹೀಗೆ ಅಲ್ಲಲ್ಲೇ ರಸ್ತೆಯಲ್ಲಿ ಬಿದ್ದಿದ್ದರ ಹಿಂದೆ ಏನೋ ಒಂದು ದುರಂತವಿರಬಹುದು ಎಂಬುದೇ ಆ ವಿಷಯ.

ಈ ಗೀಳು ನನಗೆ ಮಾಮೂಲಾಗಿ ಬಿಟ್ಟಮೇಲೆ ಒಂದು ದಿನ ಚಾಮರಾಜಪೇಟೆಯ ನಾಲ್ಕನೆ ರಸ್ತೆಯಲ್ಲಿ ಹೋಗುತ್ತಿದ್ದೆ. ಚಪ್ಪಲಿಯ ಬದಲು ನಡುರಸ್ತೆಯಲ್ಲಿ ಒಬ್ಬ ವ್ಯಕ್ತಿ ಅನಾಥನಾಗಿ ಬಿದ್ದಿದ್ದ. ಅವನು ಕುಡಿದು ಬಿದ್ದಿದ್ದನೋ ಸತ್ತು ಬಿದ್ದಿದ್ದನೋ ಎಂಬುದು ಗೊತ್ತಾಗುವಂತಿರಲಿಲ್ಲ. ಮೈಮೇಲೆ ಯಾವುದೇ ಬಟ್ಟೆ ಇರಲಿಲ್ಲ. ಅವನ ಮಾನ ಕೂಡ ಮುಚ್ಚಲು ಒಂದು ತುಂಡು ಲಂಗೋಟಿ ಇರಲಿಲ್ಲ. ಜನ ಮಾತ್ರ ಯಾರೂ ಆತ ಕುಡಿದು ಬಿದ್ದಿದ್ದೋ ಸತ್ತು ಬಿದ್ದಿದ್ದೋ ಎಂದು ಪರೀಕ್ಷಿಸುವ ಗೋಜಿಗೆ ಹೋಗದೆ, ಆ ವ್ಯಕ್ತಿ ಬಿದ್ದ ಜಾಗದ ಸುಮಾರು ಆರು ಅಡಿ ಅಂತರದಲ್ಲಿ ಆಚೆ ಈಚೆ ಹಾದು ಹೋಗುತ್ತಿದ್ದರು. ಕಾರು ಬಸ್ಸುಗಳೂ ಅಷ್ಟೇ. ನಾನೂ ಸುಮಾರು ಅಷ್ಟೇ ಅಂತರದಲ್ಲಿ ಒಂದು ಸೆಕೆಂಡು ನಿಂತು ನೋಡಿದಾಗ ನನಗೆ ಥಟ್ಟನೆ ಕಂಡದ್ದು ಅವನ ಬರಿ ಮೈ ಮತ್ತು ಬರಿಗಾಲುಗಳು. ನಾನು ಕಂಡ ಹರಿದ ಬಾರಿನ, ಹಿಮ್ಮಡಿ ಎಡಭಾಗಕ್ಕೆ ಸವೆದ ಒಂದು ಚರ್ಮದ ಚಪ್ಪಲಿಯ ಸೈಜೂ ಈ ವ್ಯಕ್ತಿಯ ಕಾಲಿನ ಸೈಜೂ ಒಂದೇ ಎಂದು ನನಗೆ ನಿಸ್ಸಂಶಯವಾಗಿಯೂ ಅನಿಸಿ—ಯಾಕೋ ಗೊತ್ತಿಲ್ಲ—ಬೆಚ್ಚಿದೆ.

ಆದರೆ ಅವನ ಮತ್ತೊಂದು ಕಾಲಿನ ಚಪ್ಪಲಿಯನ್ನು ಮಾತ್ರ ನಾನು ಇದುವರೆಗೂ ಕಂಡ ನೆನಪಾಗುತ್ತಿಲ್ಲ.

■

ಅಯ್ಯರ್ ಕೆಫೆ!

ಶ್ರೀಕಾಂತ

ಆ ಕೆಂಪು ಬೋರ್ಡನ್ನು ಕಣ್ಣುಗಳು ನೋಡುತ್ತಿದ್ದಾಗಲೇ ಅವನ ಕಾಲುಗಳು ಒಳಕ್ಕೆ ನುಗ್ಗಿದವು. ಬಲಗಡೆ ದೊಡ್ಡ ಆಕಾರದ ಬೋಂಡದಂತಿದ್ದ ಅಯ್ಯರ್! ಅವನ ಗುಂಡು ಮುಖದ ಮೇಲಿನ ತುಂಡು ಮೂಗಿನ ಕೆಳಗಡೆ ಹುರಿಮಾಡಿದ ಮೀಸೆ: ವ್ಯಾಪಾರಿ ಕಮಾಲಿನ ಖದ್ದರ್ ಜುಬ್ಬ ಬಿಳಿ ಟೋಪಿ.

ಮೂಲೆಯಲ್ಲಿದ್ದ ಕುರ್ಚಿ ಎಂದಿನಂತೆ ಅವನಿಗಾಗಿ ಕಾದಿತ್ತು. ಇನ್ನೇನು ಕೂರಬೇಕೆನ್ನುವುದರೊಳಗೇ ಮಾಣಿಯ ಮಂತ್ರ ಪಠಣ.

'ಕೇಸರಿಬಾತ್, ಜಹಾಂಗೀರ್, ಜಾಮೂನು, ಬೇಸಿನ್‌ಲಾಡು, ರವೆಉಂಡೆ, ಕೋಡುಬಳೆ, ಚಕ್ಕುಲಿ, ಬೋಂಡ, ಉಪ್ಪಿಟ್ಟು, ದೋಸೆ, ಇಡ್ಲಿ.'

ಜಟಪಟ ಹುಯ್ಯುವ ಮಳೆಯಂತೆ, ಮಾಣಿಯ ಬಾಯಿಂದ ತಪ್ಪಿಸಿಕೊಳ್ಳುತ್ತಿದ್ದ ತಿಂಡಿಯ ಹೆಸರುಗಳು.

'ಹೋಲ್ಡಾನ್' ಎನ್ನಬೇಕೆನಿಸಿತು ಅವನಿಗೆ. ಪೈಜಾಮದ ಜೇಬಿನೊಳಗೆ ಕೈ ನುಗ್ಗಿ ಒಳಗಿದ್ದ ನಾಣ್ಯವನ್ನು ಸವರಿತು.

ನೋಡುವುದೇನು ಬಂತು, ನಾಲ್ಕಾಣೆ ಬಿಲ್ಲೆ; ಅದೂ ಅಪ್ಪನ ಜೇಬಿನಿಂದ 'ಪಾಕೆಟ್ ಮಾರ್' ಮಾಡಿದ್ದು. ಬರೀ ನಯೇ ಪೈಸೆಗಳ ಮಧ್ಯೆ ಇದ್ದ ಆ ಹಳೇ ಪೈಸೆ ತೆಗೆದುಕೊಂಡರೂ ಅಪ್ಪನಿಗೆ ತಿಳಿಯುವುದಿಲ್ಲವೆಂದು ತೆಗೆದುಕೊಂಡಿದ್ದು.

ನಾಲ್ಕಾಣೆಗೆ ಏನೇನು ತಿನ್ನಬಹುದು? ಆ! ಏನಿದೆ? 'ಮರೆತವನಂತೆ' ಮತ್ತೆ ಕೇಳಿದ.

ಸ್ವಿಚ್ ಹಾಕಿದ ಹಾಗೆ ಮತ್ತೆ ಮಾಣಿ ತನ್ನ ರೇಡಿಯೋ ತಿರುಗಿಸಿದ.

ಅಯ್ಯರ್ ಕೆಫೆ!

ಜೇಬಿನಲ್ಲಿದ್ದ ನಾಲ್ಕಾಣೆ; ಕೈ ಮಾರ್ಗವಾಗಿ ಮನಸ್ಸನ್ನು ಮುದುಡಿಸಿತು.

ಎದುರುಗಡೆ ಅಯ್ಯರ್; ಟೇಬಲ್ಲಿನ ಮೇಲೆ ಚಿಲ್ಲರೆ ರಾಶಿಯನ್ನು ಹಾಕಿಕೊಂಡು ವಿಂಗಡಿಸುತ್ತಿದ್ದ. ಆ ರಾಶಿಯನ್ನೇ ಶೂನ್ಯ ಕಣ್ಣುಗಳಿಂದ ನೋಡುತ್ತಿದ್ದ ಅವನನ್ನು ಮಾಣಿ ಎಚ್ಚರಿಸಿದ.

'ಏನು ಕೊಡ್ಲಿ ಸಾರ್?'

'ಎರಡು ಸ್ಪೆಷಲ್ ಸಾದಾ, ಬೆಣ್ಣೆ ಬೇಡಾ.' ಕೊನೆಯ ಮಾತಿನ ಕೊನೆಯಲ್ಲೇ ಮಾಣಿ ನಕ್ಕು ಮುಂದಕ್ಕೆ ಹೋದ.

ಅವನ ನಗುವಿನ ಬಿಸಿತಾಕಿ ಕೆಕ್ಕರಿಸಿದ ಇವನ ಮನಸ್ಸು, ಪುನಃ ಕುಳಿತಿದ್ದು ಅಯ್ಯರಿನ ದುಡ್ಡಿನ ರಾಶಿಯ ಮೇಲೆ.

ನಯೇ ಪೈಸೇಗಳು... ಹತ್ತು.... ಐದು... ಎರಡು... ಬೇರೆ ಬೇರೆಯಾಗಿ ಜೋಡಿಸುತ್ತಿದ್ದ ಅಯ್ಯರಿನ ದಪ್ಪ ಬೆರಳುಗಳು.

ನಾನೇ ಅವನ ಜಾಗದಲ್ಲಿ ಕುಳಿತಿದ್ದರೆ!

ಏನಾದರೂ ಮಾಡಿ ದುಡ್ಡು ಸಂಪಾದಿಸಬೇಕು. ನಾನೂ ಸಹ ದೊಡ್ಡ ಹೋಟಲಿಡ ಬೇಕು.... ಅಲ್ಲಿ ಎಲ್ಲಾ ತಿಂಡಿಯೂ ಅಗ್ಗ... ಬಡವರಿಗೆಲ್ಲಾ ಬಿಟ್ಟಿ ಹಂಚಬೇಕು.

ಎರಡು ಜಡೆಯ ಹುಡುಗಿಯೊಬ್ಬಳು ತನ್ನ ಕೆಂಪು ಮೂತಿಯನ್ನೊಮ್ಮೆ ಇವನೆಡೆಗೆ ತಿರುಗಿಸಿ ಮುಂದೆ ಹೊರಟಳು. ಹಿಂದುಗಡೆ ಅವಳಿಗೆ ಬೆಂಗಾವಲಾಗಿ ಅವಳ ಅಪ್ಪ, ಅಮ್ಮಂದಿರು.

ಕೆಂಪು ಮುಖದ ಕ್ಷಣದ ಕಣ್ನೋಟ ಅವನ ಕಿಶೋರ ಹೃದಯವನ್ನು ಸೆಳೆದು, ಅವನು ಕುಳಿತ ಕುರ್ಚಿಯಲ್ಲೇ ತಡಬಡಾಯಿಸಿದ. ಮನಸ್ಸು ನೂರೆಂಟು ಲಾಗಹಾಕಿ ಗರಗರ ತಿರುಗತೊಡಗಿತು.

ಅವನ ಕಲ್ಪನೆಯ ಕಣ್ಣುಗಳು ಏನನ್ನೊ ಚಿತ್ರಿಸಿಕೊಂಡವು. ತಾನು ಏನನ್ನಾದರೂ ಆ ಹುಡುಗಿಗೆ, ಆ ಸುಂದರ ಹುಡುಗಿಗೆ ಸಹಾಯ ಮಾಡಲೇಬೇಕು; ಅವಳಿಗೆ ಸಹಾಯ ಮಾಡುವುದರ ಮೂಲಕ ತಾನು ತನ್ನ ಹಿರಿಮೆಯ ಅರಿವನ್ನು ಅವಳಿಗೆ ಉಂಟುಮಾಡಬೇಕು.

ತಾನು ಅವಳಿಗೆ ಸಹಾಯಮಾಡಬೇಕಾದರೆ, ತನ್ನ ಅವಶ್ಯಕತೆಯ ಅರಿವನ್ನು ಅವಳಿಗೆ ಉಂಟುಮಾಡಬೇಕಾದರೆ, ಅವಳಿಗೆ ಏನಾದರೂ ಕಷ್ಟ ಒದಗಲೇ ಬೇಕು.

ಆದರೆ ಅವಳು ಫ್ಯಾಮಿಲಿ ರೂಂನಲ್ಲಿ; ಮುಚ್ಚಿದ ಬಾಗಿಲಿನ ಹಿಂದೆ; ತಂದೆ, ತಾಯಿಗಳ ಬೆಂಗಾವಲಿನೊಡನೆ.

ತಟ್ಟೆಯಲ್ಲಿ ಕೇಸರಿಬಾತ್, ಮಸಾಲೆದೋಸೆಗಳೊಡನೆ ಮಾಣಿ ಫ್ಯಾಮಿಲಿ ರೂಂನೊಳಗೆ ಹೊಕ್ಕಾಗ, ಎದುರಿಗಿರುವ ಸಾದಾ ದೋಸೆ ಅಣಕಿಸಿದರೂ, ಆ ಮಸಾಲೆದೋಸೆ ಪ್ರಿಯೆಯನ್ನು ಮೆಚ್ಚಿಸುವ ಯೋಚನೆ ಅಡ್ಡಬಂದಿತು.

ಕಣ್ಣೋಟ ಆಸೆಯ ಮೂಲಕ ತೂರಿ, ಫ್ಯಾಮಿಲಿ ರೂಮಿನ ಪರದೆಯ ಸಂದಿನಲ್ಲಿ ಇಣಕಿದಾಗ, ಆ ಹುಡುಗಿಯ ಎರಡು ಜಡೆಯ ಜೊಂಪೆಯಂತಹ ತುದಿಗಳು ಅತ್ತ ಇತ್ತ ಅಲುಗಿ, ಇವನ ಮನಸ್ಸನ್ನು ಜೋಕಾಲಿಯಾಡಿಸಿ, ಏನಾದರೂ ಚಮತ್ಕಾರವನ್ನೋ ಅದ್ಭುತವನ್ನೋ ಮಾಡಲೇಬೇಕು; ಅವಳು ಅದನ್ನು ನೋಡಲೇಬೇಕು.

ನಾನು ಅವಳಿಗೆ ಸಹಾಯಮಾಡಲು ಅವಳು ಕಷ್ಟದಲ್ಲಿ ಸಿಗಲೇಬೇಕು. ಆದರೆ ಅವಳಿಗೆ ಈಗ ಏನು ಕಷ್ಟ? ಅವಳಿಗೆ ತಿಳಿಯದ ಹಾಗೆ ಒಂದು ವೇಳೆ ಅವಳನ್ನು ನಾನೇ ಕಷ್ಟದಲ್ಲಿ ಸಿಲುಕಿಸಿ, ನಂತರ ಅವಳಿಗೆ ತಿಳಿಯುವ ಹಾಗೆ ಸಹಾಯ ಮಾಡಿದರೆ?

ಹಿಂದೂ ಮಹಾಸಾಗರದಲ್ಲಿ ಅವಳು ಮುಳುಗುತ್ತಿದ್ದಾಗ, ಭಾರತದ ೩೫ ಕೋಟಿ ಜನ ಸುತ್ತಲೂ ನಿಂತು ಅಸಹಾಯಕರಾಗಿ ನೋಡುತ್ತಿರಬೇಕು. ಆಗ ಹಿಮಾಲಯದ ತುತ್ತ ತುದಿಯಲ್ಲಿ ನೋಡುತ್ತಾ ನಿಂತಿದ್ದ ತಾನು ಅಲ್ಲಿಂದ ಹಿಂದೂ ಮಹಾಸಾಗರಕ್ಕೆ ಡೈವ್ ಮಾಡಿ ಅವಳನ್ನು ಬದುಕಿಸಬೇಕು.

ಎಲ್ಲಾ ಪತ್ರಿಕೆಗಳಲ್ಲೂ ತನ್ನ ಫೋಟೊ; ಎಲ್ಲರ ಬಾಯಿಯಲ್ಲೂ ತನ್ನ ಹೆಸರು; ಬದುಕಿಸಿದಾಗ ಆ ಹುಡುಗಿಯ ಕೃತಜ್ಞತೆಯ ನೋಟವನ್ನು ಅವನು ಕಲ್ಪಿಸಿಕೊಂಡ.

'ಕಾಫಿ ತರಲೋ... ಟೀ ತರಲೋ?'

ಮನಸ್ಸಿನ ಓಟಕ್ಕೆ ಬ್ರೇಕ್ ಹಾಕಿದಂತಾಗಿ, ಇವನ ಕೋಪ ಕೆರಳಿ, ಕೆನ್ನೆಗೆ ಎರಡು ಬಿಡಬೇಕೆಂದು ಕೈ ಕುಣಿಯಿತು.

ಅಷ್ಟರೊಳಗೆ ಫ್ಯಾಮಿಲಿ ರೂಮಿನ ಪರದೆ ಓರೆಯಾಗಿ, ಎರಡು ಜಡೆಯ ಹುಡುಗಿ ಹೊರಗೆ ಬಂದಳು.

ತನ್ನ ಕಡೆ ನೋಡುವಳೇನೋ ಎಂದುಕೊಂಡ. ಇವನ ಕಡೆಗೆ ಮೂಗನ್ನೂ ತಿರುಗಿಸದ ಅವಳನ್ನು ಕಂಡಾಗ, ಇವನಿಗೆ ನಿರಾಸೆಯಾದರೂ ಎದುರುಗಡೆ ಕುರ್ಚಿಯನ್ನು ಆಕ್ರಮಿಸಿದ್ದ ಬುಷ್‌ಷರಟಿನ, ಹೊರೆಗೂದಲು ತಲೆಯ ಬೀಡೀಧಾರೀ ಬಕರನೊಬ್ಬ ಆ ಹುಡುಗಿಯ ಕಡೆಗೆ ಕಣ್ಣು ಹೊಡೆದು, ತನ್ನೊಳಗೇ ಕಿಚಕಿಚ ಛೇಡನೆಯ ಮಾತನಾಡಿಕೊಂಡು ನಕ್ಕ.

ಅವನ ಛೇಡನೆಯ ನಗು ಇವನ ತೋಳಿನ ನರನರಗಳನ್ನು ಹೊಡೆದೆಬ್ಬಿಸಿತು. ಅಬಲೆಯೊಬ್ಬಳ ಮಾನ, ಪ್ರಾಣ, ರಕ್ಷಣೆ—ತನ್ನ ಆದ್ಯ ಕರ್ತವ್ಯ! ಅವಳು ತನ್ನ ಕಡೆ ನೋಡದೆ ಇದ್ದರೂ, ಅವಳ ಹೃದಯದಲ್ಲಿ ಖಂಡಿತಾ ತನ್ನ ಬಗ್ಗೆ ವಿಶ್ವಾಸವಿದೆ. ಆದ್ದರಿಂದ ಅವಳನ್ನು ತಾನು ರಕ್ಷಿಸಲೇಬೇಕು.

ಬುಷ್‌ಷರಟುವಾಲಾ ಮತ್ತೆ ನಗುವುದರೊಳಗೇ ಅವನ ಷರಟು ಹಿಡಿದು ಕೆನ್ನೆಗೆ ಎರಡು ಬಿಗಿದಿದ್ದ. ಅನಿರೀಕ್ಷಿತ ಆಕ್ರಮಣದ ಆಘಾತದಿಂದ ಬುಷ್‌ಷರಟ್ ಬೆರಗಾದರೂ, ಮೊದಲ ಹೊಡೆತಗಳ ರುಚಿ ಅರಗಿಸಿಕೊಂಡು, ತನ್ನ ಪ್ರತಿಕ್ರಿಯೆಯನ್ನು ತೋರಿಸಲು ಪ್ರಾರಂಭಿಸಿದ.

ಅಯ್ಯರ್ ಕೆಫೆ!

ಟೇಬಲ್ ಕುರ್ಚಿಗಳ ವಿನಿಮಯವಾಯಿತು. ತಟ್ಟೆ ಲೋಟಗಳು ತೂರಾಡಿ ಬೀರುವಿನ ಗಾಜು, ಗೋಡೆಯ ಮೇಲಿನ ಫೋಟೋ ಪುಡಿಪುಡಿಯಾಗುವ ಹೊತ್ತಿಗೆ ಇವನನ್ನು ನಾಲ್ಕು ಜನ, ಅವನನ್ನು ನಾಲ್ಕು ಜನ ಹಿಡಿದು ನಿಲ್ಲಿಸಿದರು.

ತನ್ನ ತೋಳು ಹಿಡಿದವರು ಆ ಹುಡುಗಿಯ ಅಪ್ಪ ಎಂದು ಅವನಿಗೆ ತಿಳಿದಾಗ, ಅವನ ಗಂಟಲು ದೊಡ್ಡದಾಗಿ ಶ್ವಾಸಚೀಲದಲ್ಲಿನ ಕಳೆದುಳಿದ ಉಸಿರು ಸೇರಿಸಿ ಚೀರಿದ:

'ನೋಡಿ ಸಾರ್, ಈ ರ್‍ಯಾಸ್ಕಲ್, ನಿಮ್ಮ ಹುಡುಗಿ ಕಡೆ ನೋಡಿ ಕಣ್ಣು ಹೊಡೀತಿದ್ದ.'

'ನಾನು ಯಾರನ್ನಾದರೂ ನೋಡ್ತೀನಿ; ನಿಂಗೇನೊ?'

'ಬಿಡಿ ಸಾರ್,..... ನ ಹಲ್ಲೆಲ್ಲಾ ಉದುರಿಸಿಬಿಡ್ತೀನಿ.'

ಆ ಗಲಿಬಿಲಿಯಲ್ಲೂ ಅವನ ಕಣ್ಣುಗಳು ಅವಳ ಕಣ್ಣುಗಳನ್ನು ಪತ್ತೆಹಚ್ಚಲು ಪ್ರಯತ್ನಿಸಿದವು.

ಅವನ ಬಾಯಿಯ ಒಂದು ಕಡೆ ಕತ್ತರಿಸಿ ರಕ್ತ ಸೋರುತ್ತಿತ್ತು. ಮೂಗಿನ ಮೇಲೆ ನೀಲಗಾಯವಾಗಿ, ಎದೆ ಸೋತ ಉಸಿರಿನೊಡನೆ ಏರಿಳಿಯುತ್ತಿದ್ದು, ದೊಡ್ಡ ಗಂಟಲು ಖಾಲಿ ಶಕ್ತಿಯನ್ನು ಪ್ರದರ್ಶಿಸುತ್ತಿತ್ತು.

ಇನ್ನು ಬಿಟ್ಟರೆ ಎದುರಾಳಿಯಿಂದ ಚೆನ್ನಾಗಿ ಒದೆ ತಿನ್ನುವನೆಂದು ನಿರ್ಧರಿಸಿದ ಆ ಹುಡುಗಿಯ ತಂದೆ, ಅವನನ್ನು ಬೇರೆಡೆಗೆ ಕರೆದೊಯ್ಯುತ್ತಾ ಹೇಳಿದರು:

'ನೀನೇನೋ ಒಳ್ಳೆಯ ಕೆಲಸ ಮಾಡಿದೆ ಮಗು. ಆದರೆ ಯಾರ್‍ಯಾರೋ ಪೋಲಿಗಳು ಏನೇನೋ ಅಂದರೂ ಅಂತ ಜಗಳಕ್ಕೆ ಹೋದ್ರೆ ಹೇಗೆ ಹಲ್ಲು ಮುರಿದುಹೋಗುತ್ತೆ ನೋಡು.'

ಎರಡು ಜಡೆ ಹುಡುಗಿ ಕಿಸಕ್ಕನೆ ನಕ್ಕಳು. ಅವನು ಪೆಚ್ಚು ಪೆಚ್ಚಾಗಿ ಅವಳನ್ನೇ ನೋಡಿದ.

ಅವನ ರಕ್ತತಪ್ತ ತುಟಿ, ಮೂಗೇಟಿನ ಮೂಗು, ಕೆದರಿದ ಕೂದಲು, ಹರಿದ ಅಂಗಿಯನ್ನು ನೋಡಿದಾಗ ಅವಳು,

ನಗುವನ್ನು ನಿಲ್ಲಿಸಿ ಅವನ ಮುಖವನ್ನೇ ನೋಡಿದಳು.

ಅವಳ ಆ ಮುಖವನ್ನು ಅವನು ಬಹಳ ದಿನಗಳವರೆಗೆ ಮರೆಯಲಿಲ್ಲ.

■

ಸಮುದ್ರ ಮತ್ತು ಕಿನಾರೆ

ಕೆ. ವಿ. ತಿರುಮಲೇಶ್

ಸಮುದ್ರದ ಕಿನಾರೆಯಲ್ಲಿ ಒಂದು ಜತೆ ಹೆಜ್ಜೆ ಗುರುತುಗಳನ್ನು ಹಿಂಬಾಲಿಸುತ್ತ ಹೊರಟಿದ್ದೇನೆ ನಾನು. ಈ ಹೆಜ್ಜೆ ಗುರುತುಗಳು ಎಷ್ಟು ಸ್ಪಷ್ಟವಾಗಿ ಮೂಡಿದ್ದುವೆಂದರೆ ಸಮುದ್ರದ ಕಿನಾರೆಯನ್ನು ಇದಕ್ಕೆಂದೇ ತೊಳೆದಿಟ್ಟ ಹಾಗಿತ್ತು. ಮುಂಜಾನೆ. ಸಮುದ್ರ ಶಾಂತವಾಗಿರುವ ಸಮಯ. ರಾತ್ರಿಯೆಲ್ಲ ಅಲೆಗಳು ಈ ತೊಳೆಯುವ ಕೆಲಸವನ್ನೆ ಮಾಡಿರಬೇಕು ಅನ್ನಿಸುತ್ತದೆ. ಅಲ್ಲಿ ಬೇರೆ ಯಾವ ಗುರುತುಗಳೂ ಇರಲಿಲ್ಲ. ಬರೀ ಒಂದು ವ್ಯಕ್ತಿ ನಡೆದುಹೋದ ಗುರುತುಗಳು ಮಾತ್ರ. ಅವು ಒಂದು ಹೆಣ್ಣಿನ ಕಾಲಿನ ಗುರುತುಗಳು ಅನ್ನುವುದರಲ್ಲಿ ನನಗೆ ಯಾವ ಸಂದೇಹವೂ ಇರಲಿಲ್ಲ. ಬರಿಗಾಲಿನ ಗುರುತುಗಳು. ಆಕೆ ತನ್ನ ಪಾದರಕ್ಷೆಗಳನ್ನು ಕೈಯಲ್ಲಿ ಹಿಡಿದುಕೊಂಡು ನಡೆದಿದ್ದಾಳೆ. ಕಿನಾರೆಯ ಒದ್ದೆ ಉಸುಕಿನ ಮೇಲೆ ಪಾದಗಳನ್ನು ಸ್ಪರ್ಶಿಸಲೆಂದೆ ಹಾಗೆ ಮಾಡಿರಬೇಕು. ಉಸುಕಿನ ಮೇಲೆ ಪಾದಗಳು ಸುಮಾರು ಕಾಲಿಂಚಿನಷ್ಟು ಕೆಳಕ್ಕೆ ತಗ್ಗಿವೆ ಎಂದ ಮೇಲೆ ಇವಳು ಲಘುವಾದ ಹೆಣ್ಣು. ಉದ್ದಕ್ಕೂ ಇವಳು ಹದವಾಗಿ ಒಂದೇ ದೂರದಲ್ಲಿ ಕಾಲುಗಳನ್ನು ಇರಿಸಿದ್ದಾಳೆ. ಒಂದು ಲಯದಲ್ಲಿ ನಡೆದು ಹೋಗಿದ್ದಾಳೆ.

ಇವಳ ಪಾದರಕ್ಷೆಗಳು ಚಪ್ಪಲಿಗಳೋ ಅಥವಾ ಇಂಗ್ಲಿಷ್‌ನಲ್ಲಿ ಹೇಳುವ ಸ್ಯಾಂಡಲುಗಳೋ ತಿಳಿಯದು. ಚಪ್ಪಲಿಗಳಾಗಿದ್ದರೆ ಅವುಗಳ ಉಂಗುಷ್ಟಕ್ಕೆ ತನ್ನ ಬೆರಳುಗಳನ್ನು ಸಿಕ್ಕಿಸಿ ಎತ್ತಿಕೊಂಡಿರುತ್ತಾಳೆ. ಸ್ಯಾಂಡಲುಗಳಾಗಿದ್ದರೆ ಅವುಗಳ ಬೆಲ್ಟಿಗೆ ಬೆರಳುಗಳನ್ನು ಸಿಕ್ಕಿಸಿಕೊಂಡು ಆಗಾಗ ತಿರುಗಿಸುತ್ತ ಇರುತ್ತಾಳೆ. ಏನಿದ್ದರೂ ಪಾದರಕ್ಷೆಗಳ ಒಳಹಿಮ್ಮಡಿ ಅವಳ ಹೆಜ್ಜೆಯ ಒತ್ತಡದಿಂದ ಸಾಕಷ್ಟು ನುಣುಪಾಗಿರುತ್ತದೆ. ಆ ಜಾಗವನ್ನು ಮುಟ್ಟಿದರೇ ಗೊತ್ತಾಗುತ್ತದೆ.

ಅವಳ ಹೆಜ್ಜೆಗಳನ್ನು ನನ್ನ ಹೆಜ್ಜೆಗಳಿಂದ ಮರೆಸುವುದಕ್ಕೆ ನನಗೆ ಇಷ್ಟವಿಲ್ಲ. ಆದ್ದರಿಂದ ಅವು ಮರೆಸದ ಹಾಗೆ ಜಾಗ್ರತೆಯಿಂದ ನಾನು ನನ್ನ ಕಾಲುಗಳನ್ನು ಅವಳ ಹೆಜ್ಜೆ ಗುರುತುಗಳಿರದ ಕಡೆ ಇರಿಸಿ ನಡೆಯುತ್ತಿದ್ದೇನೆ. ಹೀಗೆ ನಡೆಯುತ್ತ ನನಗೆ ಅವಳ ನಡೆಯ ಲಯ ತಾನಾಗಿಯೆ ಅನುಭವಕ್ಕೆ ಬಂದು ಬಿಟ್ಟಿದೆ. ಒಂದು ಹೆಣ್ಣಿನ ನಡೆಯ ಲಯವನ್ನು ತಿಳಕೊಳ್ಳುವುದು ಸಾಧಾರಣ ಸಂಗತಿಯಲ್ಲ. ನನಗೂ ಚಪ್ಪಲಿಗಳನ್ನು ತೆಗೆಯಬೇಕೆಂದು ಅನಿಸಿತು. ತೆಗೆದು ಕೈಯಲ್ಲಿ ಹಿಡಿದುಕೊಂಡೆ. ಉಸುಕಿನ ತೇವದ ಸ್ಪರ್ಶದಿಂದ ಬಹಳ ಸುಖವೆನಿಸಿತು. ಮನುಷ್ಯರು ಯಾಕಿಷ್ಟು ಸ್ಪರ್ಶಕ್ಕೆ ಆಸೆಪಡುತ್ತಾರೆ ಎಂದು ಅದೇ ಮೊದಲ ಸಲ ಗೊತ್ತಾದ ಹಾಗೆ ಅನಿಸಿ ಸಂತೋಷವಾಯಿತು.

ಈ ಹೆಣ್ಣು ನೋಡುವುದಕ್ಕೆ ಹೇಗಿದ್ದಾಳೋ ನನಗೆ ಗೊತ್ತಿರಲಿಲ್ಲ. ನಾನು ಅವಳನ್ನು ಹಿಂಬಾಲಿಸುವ ಗತಿಯಲ್ಲಿದ್ದ ಕಾರಣ ಅವಳ ಮುಖದ ಕಲ್ಪನೆಯನ್ನು ಮಾಡಲಾರದವನಾಗಿದ್ದೆ. ವಿರುದ್ಧ ದಿಕ್ಕಿನಿಂದ ನಾನು ನನ್ನ ಯಾತ್ರೆಯನ್ನು ಆರಂಭಿಸಿದ್ದರೆ ಅವಳ ಮುಖವನ್ನು ಕಲ್ಪಿಸಬಹುದಾಗಿತ್ತು. ಈಗ ಅವಳ ಹಿಂದಣ ಭಾಗವನ್ನು ಮಾತ್ರವೆ ನಾನು ಕಲ್ಪಿಸಬಲ್ಲವನಾಗಿದ್ದೆ. ಆದ್ದರಿಂದಲೇ ಅವಳ ಗುರುತು ಹಿಡಿಯುವುದು ನನ್ನಿಂದ ಸಾಧ್ಯವಿರಲಿಲ್ಲ. ನನ್ನ ಗುರುತಿನವಳೆ ಅಥವಾ ಅಪರಿಚಿತಳೆ ಎಂದು ಕೂಡ ತಿಳಿಯುವಂತಿರಲಿಲ್ಲ. ನಾನು ಯಾರನ್ನೇ ಊಹಿಸಿಕೊಂಡರೂ ತಪ್ಪುವುದು ಸಾಧ್ಯವಿತ್ತು.

ಇಷ್ಟರಲ್ಲಿ ಬೆಳಕೊಡೆಯುವುದಕ್ಕೆ ಆರಂಭವಾಗಿತ್ತು. ಮುಂಜಾನೆಯ ಪೂರ್ವ ಸ್ಥಿತಿಯಲ್ಲಿ ಸಮುದ್ರ ಎಷ್ಟು ಸುಂದರವಾಗಿದೆ! ಸಣ್ಣ ಸಣ್ಣ ತೆರೆಗಳು ಬಣ್ಣ ಹಚ್ಚಿಕೊಂಡು ಒಂದನ್ನೊಂದು ನೋಡಿಕೊಳ್ಳುವ ಹಾಗೆ ನನಗೆ ಅನಿಸಿತು. ಆದರೆ ನಾನೀಗ ಮನಸ್ಸನ್ನು ಬೇರೆ ಕಡೆ ಸರಿಯಿಸುವ ಸ್ಥಿತಿಯಲ್ಲಿರಲಿಲ್ಲ. ಒಂದು ವೇಳೆ ನನ್ನ ಗಮನ ಬೇರೆಡೆಗೆ ಸರಿದರೆ ಈ ಹೆಜ್ಜೆಗಳು ತಪ್ಪಿಹೋಗುವ ಸಂಭವವಿತ್ತು. ಮಾತ್ರವಲ್ಲ ಇವನ್ನು ಅಳಿಸಿಹಾಕುವುದಕ್ಕೆ ಇವೇ ತೆರೆಗಳು ಕಾಯುತ್ತಿರುವ ಹಾಗೆ ಕೂಡ ನನಗೆ ತೋರಿತು. ನನ್ನ ಕಣ್ಣು ತಪ್ಪಿದರೆ ಈ ಸಣ್ಣ ಸಣ್ಣ ತೆರೆಗಳೇ ಬಹಳ ದೊಡ್ಡ ಆಕಾರ ತಳೆದು ಉಸುಕಿನಲ್ಲಿ ಮೂಡಿಬಂದಿರುವ ಈ ಸುಂದರ ಹೆಜ್ಜೆ ಗುರುತುಗಳನ್ನು ತೊಡೆದು ಹಾಕುವುದು ಖಂಡಿತ. ನಾನೊಬ್ಬ ಫೋಟೋಗ್ರಾಫರ್ ಆಗಿರುತ್ತಿದ್ದರೆ ಈ ದೃಶ್ಯವನ್ನು ಕ್ಯಾಮರಾದಲ್ಲಿ ಹಿಡಿದಿಡುತ್ತಿದ್ದೆನೆಂದು ಕಾಣುತ್ತದೆ. ನನ್ನ ಮನಸ್ಸಿನಲ್ಲೀಗ ಈ ಗುರುತುಗಳು ಅಷ್ಟೊಂದು ಸ್ಪಷ್ಟವಾಗಿ ಅಚ್ಚೊತ್ತಿಬಿಟ್ಟಿವೆ. ಮನಸ್ಸೇ ಒಂದು ಸಮುದ್ರ ಮತ್ತು ಕಿನಾರೆಯೇಕಿರಬಾರದು? ಅಲ್ಲೇ ಈಕೆ ನಡೆದು ಹೋಗಿದ್ದಾಳೆ. ಅಲ್ಲೇ ತೆರೆಗಳು ಸಹಾ ಕಾದುಕೊಂಡಿವೆ.

ವಾಸ್ತವ ಮತ್ತು ಕಲ್ಪನೆಯನ್ನು ಬೇರ್ಪಡಿಸದೆ ಇದ್ದರೆ ಸರಿಯಲ್ಲ ಅನಿಸಿತು. ನನ್ನ ಮುಂದಣ ಹೆಜ್ಜೆಗಳು ನನ್ನ ಪೂರ್ತ ಗಮನವನ್ನು ಕೋರುತ್ತಿವೆ. ಅವುಗಳ ನಗ್ನ ಸ್ಥಿತಿಯೇ ಸಾಕು ಈ ಕೋರಿಕೆಯನ್ನು ಮುಂದಿಡುವುದಕ್ಕೆ. ಆದರೂ ಈ ಹೆಜ್ಜೆಗಳ ಒಡತಿಗೂ ಈ ಕೋರಿಕೆಗೂ ಯಾವ ಸಂಬಂಧವೂ ಇಲ್ಲವೆಂದು ನನಗೆ ಗೊತ್ತು—ಈ ಹೆಜ್ಜೆಗಳು ಅವಳ

ಪಾದಗಳಿಂದ ಮೂಡಿವೆ ಎಂಬ ಸಂಬಂಧವೊಂದನ್ನು ಬಿಟ್ಟು ಹಿಂಬಾಲಿಸುವುದಕ್ಕೆ ನನಗೆ ಇನ್ನಾವ ಕಾರಣವೂ ಬೇಕಾಗಿರಲಿಲ್ಲ. ಇನ್ನಾವ ಕಾರಣ ಇರೋದು ಸಾಧ್ಯ?

ಹೀಗೆ ನಡೆಯುತ್ತಿದ್ದಂತೆ ಒಂದು ಜತೆ ಸ್ಯಾಂಡಲುಗಳು ಎದ್ದು ಕಾಣಿಸಿದುವು. ಇವು ಇಲ್ಲಿ ನಡೆದು ಹೋದ ಯುವತಿಯದೆ ಎನ್ನುವುದರಲ್ಲಿ ನನಗೆ ಯಾವ ಸಂದೇಹವೂ ಇರಲಿಲ್ಲ. ನಡೆಯುತ್ತಿದ್ದವಳು ಯಾವ ಕಾರಣಕ್ಕೋ ಬೀಸಿ ಒಗೆದ ಹಾಗೆ ದಾರಿಯಿಂದ ಸ್ವಲ್ಪ ದೂರದಲ್ಲಿ ಅನಾಥವಾಗಿ ಬಿದ್ದಿದ್ದುವು. ಎರಡೂ ಸ್ಯಾಂಡಲುಗಳು ಒಂದಕ್ಕೊಂದು ದೂರ ಹೇಗೆ ಬಿದ್ದು ಬಿಟ್ಟಿದ್ದುವೋ ಹಾಗೆಯೇ ಇದ್ದುವು. ಹೋಗಿ ಅವನ್ನು ಎತ್ತಿಕೊಂಡೆ. ಅವುಗಳಿಗೆ ಹಿಡಿದ ಉಸುಕನ್ನು ಒರೆಸಿ ತೆಗೆದೆ. ನಂತರ ಅವುಗಳ ಒಳ ಹಿಮ್ಮಡಿಯನ್ನು ಮುಟ್ಟಿ ನೋಡಿದೆ. ನೋಡದೆ ಇರುವುದು ನನ್ನಿಂದ ಸಾಧ್ಯವಿರಲಿಲ್ಲ. ನಾನು ಅಂದುಕೊಂಡಂತೆಯೆ ಆ ಜಾಗ ಬಹಳ ನುಣುಪಾಗಿತ್ತು. ಅಲ್ಲಿ ಮುಟ್ಟುತ್ತಿದ್ದಂತೆ ನನಗೆ ಯಾಕೋ ಆತ್ಮೀಯ ವೆನಿಸತೊಡಗಿತು. ಎರಡನ್ನೂ ಎತ್ತಿಕೊಂಡು ಮುಂದಕ್ಕೆ ಹೊರಟೆ. ಮುಂದೆ ನಾನು ಇನ್ನೇನು ಕಾಣುವುದಿದೆಯೋ ಎಂಬ ಆತಂಕವೂ ಸುರುವಾಯಿತು.

ಹೆಚ್ಚು ದೂರವೇನೂ ಹೋಗಿರಲಿಲ್ಲ. ಅಷ್ಟರಲ್ಲಿ ಹೆಣ್ಣು ಮಕ್ಕಳು ಉಡುವಂಥ ಒಂದು ಕಾಚಾ ಕಾಣಿಸಿತು. ಪಿಂಕ್ ಕಲರಿನ ಕಾಚಾ ಅದು. ನೋಡುವುದಕ್ಕೆ ಪುಟ್ಟದಾಗಿ ಆಕರ್ಷಕವಾಗಿತ್ತು. ಕಾಚಾಗಳು ಯಾವಾಗಲೂ ಹೊರತೆಗೆದರೆ ಪುಟ್ಟದಾಗಿಯೇ ಕಾಣಿಸುತ್ತವೆ ಎನಿಸಿತು. ಈ ಕಾಚಾಕ್ಕೆ ಬದಿಗಳಲ್ಲಿ ಬಿಳಿಬಣ್ಣದ ಲೇಸ್ ವರ್ಕ್ ಇತ್ತು. ಇದನ್ನು ಉಪಯೋಗಿಸುವುದಕ್ಕೆ ಸುರುಮಾಡಿ ಹೆಚ್ಚು ದಿನಗಳೇನೂ ಆಗಿರಲಾರದು. ಅದನ್ನೆತ್ತಿ ಉಸುಕನ್ನು ಕೊಡವಿ ತೆಗೆದೆ.

ಮುಂದುವರಿಯುತ್ತಿದ್ದ ಹಾಗೆ ನನ್ನ ಆತಂಕಗಳು ಜಾಸ್ತಿಯಾಗತೊಡಗಿದವು. ಇನ್ನೇನು ನನಗೆ ಕಾಣಸಿಗುತ್ತದೆಯೆನ್ನುವುದು ಸ್ಪಷ್ಟವಿರಲಿಲ್ಲ. ಏಕಾಗ್ರಮನಸ್ಕನಾಗಿರುವುದು ಮುಖ್ಯವಾಗಿತ್ತು. ಆದರೆ ಎಲ್ಲರ ಮನಸ್ಸಿನಂತೆ ನನ್ನದು ಕೂಡ ಚಂಚಲ ಚಿತ್ತ. ಒಂದು ಕಡೆ ಈ ಯುವತಿ ನನ್ನನ್ನು ಆಕರ್ಷಿಸುತ್ತಿದ್ದರೆ ಇನ್ನೊಂದು ಕಡೆ ಸಮುದ್ರ ಕೂಗಿ ಕರೆಯುತ್ತಿತ್ತು. ಮುಂಜಾನೆಯ ಸಮಯ. ಅದು ಅತ್ಯಂತ ಸುಂದರವಾಗಿಯೂ ಗಹನವಾಗಿಯೂ ಇತ್ತು ಎನ್ನುವುದರಲ್ಲಿ ಸಂಶಯವೇನೂ ಇರಲಿಲ್ಲ. ಆದರೂ ನಾನೀಗ ಈ ಹೆಣ್ಣಿನ ಹಿಂದೆ ಬಿದ್ದಿದ್ದೇನಲ್ಲ. ಇದನ್ನು ಕೊನೆವರೆಗೆ ತಲುಪುವುದೂ ಅಗತ್ಯವಾಗಿತ್ತು. ಇನ್ನು ನನಗೆ ಸ್ಕರ್ಟು ಸಿಗಬೇಕು. ಆ ನಂತರ? ಹೀಗೆ ಯೋಚನೆ ಮಾಡುತ್ತ ನಾನು ನಡೆಯುತ್ತಿದ್ದರೆ ನನ್ನ ಯೋಚನೆಗೆ ಭಂಗ ತರುವಂತೆ ಪಟ್ಟಣದ ಕಡೆಯಿಂದ ಒಬ್ಬ ಪೊಲೀಸ್ ಬರುತ್ತಿರುವುದು ಕಾಣಿಸಿತು. ಆತ ನನಗೆ ನಿಲ್ಲಲು ಸಂಜ್ಞೆ ಮಾಡುತ್ತಿದ್ದಂತೆ ಅನಿಸಿತು. ನಿಲ್ಲದೆ ಬೇರೆ ದಾರಿಯಿರಲಿಲ್ಲ.

ಆ ಮನುಷ್ಯ ನಡೆದು ಬಂದು ನನ್ನನ್ನು ತಲುಪುವುದಕ್ಕೆ ಹತ್ತಾರು ಮಿನಿಟುಗಳೇ ಹಿಡಿದುವು. ಅವನ ತಪ್ಪಲ್ಲ. ಅವನು ಸಾಕಷ್ಟು ವೇಗವಾಗಿಯೆ ಬರಲು ಯತ್ನಿಸುತ್ತಿದ್ದ. ಆದರೆ

ಸಮುದ್ರ ಕಿನಾರೆಯಲ್ಲಿ ದೂರದಲ್ಲಿರುವ ಮನುಷ್ಯರು ಕೂಡ ಹತ್ತಿರದಲ್ಲೆ ಇರುವಂತೆ ನಮಗೆ ಭಾಸವಾಗುತ್ತಿದೆ. ಆದರೆ ಅವರು ಅಷ್ಟೇನು ಹತ್ತಿರದಲ್ಲಿ ಇರುವುದಿಲ್ಲ. ಸಮೀಪಿಸುವುದಕ್ಕೆ ಸಾಕಷ್ಟು ಕಾಲಾವಕಾಶ ಬೇಕಾಗುತ್ತದೆ. ಅಲ್ಲದೆ ಈ ಮನುಷ್ಯನ ಬೂಟುಗಳಿಂದಾಗಿ ಉಸುಕಿನಲ್ಲಿ ನಡೆಯುವುದು ಅವನಿಗೆ ಕಷ್ಟವಾಗುತ್ತಿತ್ತು. ಆ ಕಡೆಯೆಲ್ಲ ಉಸುಕು ಗುಡ್ಡೆ ಗುಡ್ಡೆಯಾಗಿ ಬಿದ್ದಿತ್ತು. ಆದ್ದರಿಂದಲೇ ಪೊಲೀಸಿನವನು ಆಗಾಗ್ಗೆ ನನ್ನ ದೃಷ್ಟಿ ಪರಿಧಿಯಿಂದ ಮಾಯವಾಗಿ ಬಿಡುತ್ತಿದ್ದ. ಹೀಗೆ ಮೊದಲೆರಡು ಸಲ ಆದಾಗ ನನಗೆ ಆಶ್ಚರ್ಯವೆನಿಸಿತ್ತು. ಸುಮ್ಮನೆ ನಾನು ಒಬ್ಬ ಪೊಲೀಸ್ ಬರುತ್ತಿದ್ದಾನೆಂದು ಭ್ರಮಿಸಿರಲೂ ಸಾಕು ಅಂತ ಅನಿಸಿತು. ನಂತರವೆ ನಾನು ಉಸುಕಿನ ಗುಡ್ಡೆಗಳನ್ನು ಗಮನಿಸಿದುದು.

ಆತ ಬಂದು ನನ್ನ ಹೆಸರು ಕುಲಗೋತ್ರ ವಿಚಾರಿಸತೊಡಗಿದ. ಹೇಳಿದ "ಈ ಫಲಕ ನೋಡಿಲ್ವೆ?" ಎಂದು ನನ್ನ ಎದುರಿಗೇ ನೆಟ್ಟಿದ್ದ ಒಂದು ದೊಡ್ಡ ಫಲಕ ತೋರಿಸಿದ. "ಈ ಕಡೆ ಯಾರೂ ನಡೆಯಕೂಡದು" ಎಂದದರಲ್ಲಿ ದಪ್ಪ ಅಕ್ಷರಗಳಲ್ಲಿ ಬರೆದಿತ್ತು! ಸ್ಟೀಲಿನ ಕಂಭಗಳ ಮೇಲಿರಿಸಿದ ಫಲಕ ಅದು. ಇಲ್ಲೀವರೆಗೆ ಯಾಕೆ ನನ್ನ ಗಮನಕ್ಕೆ ಬಂದಿರಲಿಲ್ಲವೋ ಗೊತ್ತಾಗಲಿಲ್ಲ. "ಇಲ್ಲಿ ನಡೆಯುವುದರಿಂದ ಏನು?" ಎಂದು ಪೊಲೀಸನವನನ್ನು ಕೇಳಿದ್ದಕ್ಕೆ ಅವನು ಸಮರ್ಪಕ ಉತ್ತರ ನೀಡಲಿಲ್ಲ. ಆ ಕಡೆ ಅವನ ಡ್ಯೂಟಿ ಹೊಸತೆಂದು ಊಹಿಸಿದೆ. "ಕೈಯಲ್ಲೇನು?" ಎಂದು ವಿಚಾರಿಸಿದ. ತೋರಿಸುವುದಕ್ಕೆ ನನಗೆ ಇಷ್ಟವಿರದಿದ್ದರೂ ತೋರಿಸಲೇಬೇಕಾಯಿತು. "ಸ್ಯಾಂಡಲ್ ಮತ್ತು ಅಂಡರ್‌ವೇರ್!", "ಯಾರದು?" ಎಂದ. "ಒಬ್ಬಳು ಹೆಂಗಸಿನದು. ಆಕೆ ಮುಂದೆ ಹೋಗಿದ್ದಾಳೆ" ಎಂದೆ. ಆತ ನನ್ನನ್ನು ಆಪಾದಮಸ್ತಕ ನೋಡಿ "ಇಲ್ಲಿಂದ ಹೊರಟು ಹೋಗಿ!" ಎಂದು ಕೊನೆ ಮಾತಿನಂತೆ ಹೇಳಿ ತನ್ನ ಬೂಟುಗಳ ಒಳಗಿನಿಂದ ಉಸುಕನ್ನು ತೆಗೆಯುವುದರಲ್ಲಿ ಮಗ್ನನಾದ.

ಆಮೇಲೆ ನಾನು ಪಟ್ಟಣದ ಕಡೆ ನಡೆಯುವುದು ಅನಿವಾರ್ಯವಾಯಿತು. ಬೆನ್ನ ಹಿಂದೆ ಸಮುದ್ರ ಮತ್ತು ಕಿನಾರೆ ಎರಡನ್ನೂ ಬಿಟ್ಟುಬಿಟ್ಟು ಲ್ಯಾಂಡ್ ಕಡೆ ಬಂದೆ. ಕೈಯಲ್ಲಿ ಸ್ಯಾಂಡಲ್ಸ್ ಮತ್ತು ಕಾಚಾ ಇದ್ದುವು. ಇವನ್ನೇನು ಮಾಡಬೇಕೆಂದು ತಿಳಿಯಲಿಲ್ಲ. ಅಷ್ಟರಲ್ಲಿ ಭಾರಿ ಬೆಳಕಾಗಿ ಬಿಟ್ಟಿತು. ಈ ವಸ್ತುಗಳನ್ನು ಎದೆಗೆ ಅವುಚಿಕೊಂಡು ನನಗೆ ನಾನೇ ಆರ್ತನ ಹಾಗೆ ಕಾಣಿಸಿದೆ....

■

ರಂಗಿನ ಸ್ವಪ್ನಗಳು

ಸಿ. ಎನ್. ಶ್ರೀನಾಥ್

ನಾನು ಗ್ವೆಲ್ಫ್‌ನಲ್ಲಿರುವ ಹೊಟೇಲ್ ಬೆಲವಡೆರ್‌ನ ರೂಮಿಗೆ ಬಂದಾಗ ತಿಂಡಿಯ ಸಮಯ. ಟೊರ್‍ಯಾಂಟೋದಿಂದ ಕೈಗೊಂಡ ಪ್ರಯಾಣ ಸುಗಮವಾಗಿ ಸಾಗಿತ್ತು. ಅಕ್ಟೋಬರ್ ಪ್ರಾಪ್ತ ಹವೆ ಹಿತವಾಗಿತ್ತು. ದಾರಿಯ ಆಚೆ ಈಚೆ ಬೆಳೆದ ಹೊಂಬಣ್ಣದ ಸೂಮಕ್ ಹೂಗಳು ಗಾಜಿನ ಮೇಲೆ ಪ್ರತಿಬಿಂಬಗೊಂಡು ಮೃದುವಾದ ಬಣ್ಣಗಳೆಲ್ಲವೂ ಅಲ್ಲಿಯೇ ಮೆತ್ತಿಕೊಂಡ ಹಾಗೆ ದಟ್ಟವಾದ ಛಾಯೆ ಒತ್ತಿತ್ತು. ಆ ವಿವಿಧ ಬಣ್ಣಗಳ ಮಧ್ಯೆ ಬಸ್ಸಿನಲ್ಲಿ ಸಾಗುತ್ತಿರುವಾಗ ಕಲಕತ್ತಾದ ಹೋಳಿಹಬ್ಬ ನೆನಪಾಗುತ್ತಿತ್ತು. ನನ್ನ ಕೈಯಲ್ಲಿದ್ದ ಅಂಗವಿಕಲ ಭರತನಾಟ್ಯಂ ನೃತ್ಯಗಾತಿಯ ಆತ್ಮಕಥೆಯನ್ನೂ ಓದಲಾಗದಷ್ಟು ವರ್ಣವೈಭವ. ಹಳದಿ, ನೀಲಿ, ಕನಕಾಂಬರ, ತಾಮ್ರ, ಪುಷ್ಯರಾಗ, ಕೇಸರಿ ಮೊದಲಾದ ವರ್ಣನೃತ್ಯಗಳ ನಡುವೆ ಪ್ರಯಾಣಮಾಡುತ್ತಿದ್ದ ನಾನು ನನ್ನ ಬಣ್ಣವೂ ಬದಲಾಗಿಬಿಟ್ಟಿತೆ ಎಂಬ ಅನುಮಾನದಿಂದಲೇ ಹೊಟೇಲ್ ರೂಮನ್ನು ಸೇರಿಕೊಂಡೆ.

ನಿಧಾನವಾಗಿ ಸ್ನಾನಮಾಡಿ, ರೂಮಿಗೇ ತಿಂಡಿ ತರಿಸಿ ತಿಂದು ಆಚೆ ಹೊರಟೆ. ಗ್ವೆಲ್ಫ್ ಸಣ್ಣ ಊರು; ಯೂನಿವರ್ಸಿಟಿ ಟೌನ್. ಅಲ್ಲಿನ ಚೌಕದಲ್ಲಿ ವಿಶೇಷವೆಂದರೆ ಒಂದು ಚಿಲುಮೆ, ಒಂದು ಪ್ರತಿಮೆ, ಸಣ್ಣ ಸಣ್ಣ ಅಂಗಡಿಗಳು. ಒಟ್ಟಿನಲ್ಲಿ ಯಾರನ್ನೂ ಅದೆಲ್ಲಿದೆ ಇದೆಲ್ಲಿದೆ ಎಂದು ಕೇಳುವ ಪ್ರಸಂಗ ಬರದೆ ಇರುವಂಥ ಸಣ್ಣ ಊರು. ಆಕರ್ಷಕ ಯುವತಿಯರಿಂದ, ಬಣ್ಣಬಣ್ಣದ ಉಡುಪು ಧರಿಸಿದ ಪುಟ್ಟ ಮಕ್ಕಳಿಂದ ಆ ಚೌಕಕ್ಕೆ ಚೌಕವೇ ರಂಗುರಂಗಾಗಿತ್ತು. ಅಲ್ಲೇ ಒಂದು ಸಣ್ಣ ಚರ್ಚು. ಅದಕ್ಕೆ ತಕ್ಕ ಗಡಿಯಾರ ಆಗಾಗ ಸುಶ್ರಾವ್ಯವಾಗಿ ಗಂಟೆ ಬಾರಿಸುತ್ತಿತ್ತು. ಗಕ್ಕನೆ ಒಂದು ಯೋಚನೆ ತಲೆಗೆ ಬಂತು. ಪ್ರಕೃತಿಯಲ್ಲಿ

ವರ್ಷಕ್ಕೊಂದು ಸಲ ಗಿಡಮರಗಳಿಗೆ ಆಗುವ ಹಾಗೆ ಮನುಷ್ಯ ಪ್ರಪಂಚದಲ್ಲೂ ಬಣ್ಣಗಳು ಬದಲಾದರೆ ಹೇಗೆ? ಬಿಳಿಯರು ಕಪ್ಪು ಜನರಾಗಿ, ಕಪ್ಪಿನವರು ಕೆಂಪಾಗಿ, ಕಾಫಿ ಬಣ್ಣದವರು ಗೋಧಿ ಬಣ್ಣದವರಾಗಿ- ಹೀಗೆ ಬಣ್ಣವೆಂಬುದು ಚರ್ಮದ ವ್ಯಾಪಾರವಯ್ಯಾ ಎಂದು ಹೊಸ ದಾಸ ಕೀರ್ತನೆಯನ್ನು ಹಾಡಬಹುದಲ್ಲವೆ ಎನ್ನಿಸಿತು. ನೋಡಿ, ಪ್ರಪಂಚದ ಏರುಪೇರುಗಳು, ಶೀತಲ ಸಮರಗಳು, ಭೀಕರ ಯುದ್ಧಗಳು, ಬಡತನ, ಸಿರಿತನ, ಮೇಲು, ಕೀಳು ಎಲ್ಲವೂ ಸಮನಾಗಿ ಸಮತೋಲನ ಭಾವನೆ ಉದ್ಭವವಾಗುವ ಸಮಯ ಬರುತ್ತಿದೆ. ಮನುಷ್ಯ ಇನ್ನೂ ಮುಂದೆ ಅನೇಕ ಸಾಧನೆಗಳನ್ನು ಮಾಡಲು ಅವಕಾಶಗಳಿರುತ್ತವೆ; ಬಣ್ಣದ ಈ ತಾರತಮ್ಯದಲ್ಲಿಯೇ ಸಾವಿರಾರು ವರ್ಷ ವ್ಯಯವಾಗಿರುವ ವಿಪರ್ಯಾಸವನ್ನು ತಪ್ಪಿಸುತ್ತದೆ ಎಂದೆಲ್ಲ ಕನಸು ಕಾಣುತ್ತಿದ್ದೆ.

ಹೀಗೆ ಎಷ್ಟು ಹೊತ್ತು ಮನುಷ್ಯನ ಭವಿಷ್ಯವನ್ನು ಕುರಿತು ಮೆಲುಕುಹಾಕುತ್ತಿದ್ದೆನೋ ನನಗೇ ಗೊತ್ತಿಲ್ಲ. ಸಂಜೆ ತನ್ನ ಹೊಂಬಣ್ಣವನ್ನು ಕಳೆದುಕೊಂಡು ಕತ್ತಲಾಯಿತು. ಅಂಗಡಿಗಳ ಸಾಲಿನಲ್ಲೂ ರಸ್ತೆಯ ಬದಿಯಲ್ಲೂ ದೀಪಗಳು ಹೊತ್ತಿಕೊಂಡವು. ನನಗೇ ಗೊತ್ತಿರಲಿಲ್ಲ ನಾನು ಆ ಸಂಯುಕ್ತ ರಾಷ್ಟ್ರದ ಸ್ವಪ್ನವನ್ನು ಅಷ್ಟು ಹೊತ್ತು ನೋಡಿದ್ದು. ಸರಿ, ನಾಳೆಯ ಸೆಮಿನಾರ್ ವಿಷಯ "ರೇಸಿಸಂನ ಹೊಸ ಮುಖಗಳು." ಅಲ್ಲಿ ಮಂಡಿಸಬೇಕಾಗಿದ್ದ ನನ್ನ ಪ್ರಬಂಧಕ್ಕೆ ಇನ್ನೂ ಸ್ವಲ್ಪ ರಿಪೇರಿಯಾಗಬೇಕಾಗಿತ್ತು. ನನಗಂತೂ ಸಂತೋಷವಾಗಿತ್ತು - ಈ ಬಣ್ಣಗಳೆಲ್ಲ ಕೂಡಿಕೊಂಡು ಒಂದು ಪ್ರಖರವಾದ ಕತ್ತಲೆಯಾಗಿದೆಯಲ್ಲ ಅಂತ. ಮೇಲೆದ್ದು ನನ್ನ ರೂಮಿನ ಕಡೆ ಹೊರಟಾಗ ಒಬ್ಬ, ಮೂರು-ನಾಲ್ಕು ವರ್ಷದ ಹುಡುಗನಿರಬೇಕು, ತನ್ನ ಭಾರವಾದ ಕೋಟಿನ ಕೈಯನ್ನು ಸ್ವಲ್ಪ ಮೇಲಕ್ಕೆತ್ತಿ ತನ್ನ ತಾಯಿಗೆ ಹೇಳಿದ: "ಮಾಮ್, ನೋಡು ಇವನು ನಮ್ಮ ಶನಿವಾರದ ಕೆಲಸದ ಹೆಂಗಸಿನ ಹಾಗೆ ಕಂದು ಬಣ್ಣದವ." ಆ ತಾಯಿ ಅಪರಾಧ ಭಾವನೆಯಿಂದ ನನ್ನನ್ನು ನೋಡಿ ತನ್ನ ಮಗನಿಗೆ ಸುಮ್ಮನಿರುವಂತೆ ಹೇಳಿದಳು. ಅವಳ ಅಪರಾಧ ಭಾವನೆ ತನ್ನ ಮಗನ ಜೋರು ಗಂಟಲಿಗಷ್ಟೇ ಅಲ್ಲ, ನನ್ನ ಮೈಬಣ್ಣಕ್ಕೆ ಕೂಡ ಎಂದು ಅನ್ನಿಸಿತು.

ನನಗೆ ಬೇರೇನೂ ಸ್ವಪ್ನಗಳಿರದೆ ನಾಳಿನ ಸೆಮಿನಾರ್ ಒಂದೇ ಗಟ್ಟಿಯಾಗಿ ಉಳಿಯಿತು.

■

ರಕ್ತ

ಮಾವಿನಕೆರೆ ರಂಗನಾಥನ್

ಅವರು ಭಾಗೀರತಜ್ಜಿಯನ್ನು ಬೆಂಗಳೂರಿಗೆ ಕರೆಸಿಕೊಂಡು ತಮ್ಮ ಮನೆಯಲ್ಲೇ ಉಳಿಸಿಕೊಳ್ಳಬೇಕೆಂದು ತೀರ್ಮಾನಿಸಿದರು. ಊರಲ್ಲಿ ಬರಗಾಲ. ಎರಡು ಹೊತ್ತು ಊಟಕ್ಕೂ ತತ್ವಾರ. ಅಜ್ಜಿಗೆ ಸಾಕಷ್ಟು ವಯಸ್ಸೂ ಆಗಿರುವುದರಿಂದ ಈ ನಿಡುಗಾಲದಲ್ಲಾದರೂ ಸ್ವಲ್ಪ ಅನುಕಂಪ ಬೇಡವೆ?

ಭಾಗೀರತಜ್ಜಿ ಬಂದಳು ಮತ್ತು ಮೊಮ್ಮಗನ ಐಷಾರಾಮದ ಜೀವನವನ್ನು ಕಂಡು ಸಹಜವಾಗಿಯೇ ಸಂತೋಷಪಟ್ಟಳು. ಒಳ್ಳೆ ದಂತದ ಹಾಗೆ ಹೊಳೆಯುವ ಅದ್ದೂರಿ ಮನೆ. ರತ್ನಗಂಬಳಿ ಹಾಸಿದ ನೆಲಕ್ಕೆ ನುಣುಪಾದ ಗ್ರಾನೈಟು ಕಲ್ಲು. ಮೈಗೆ ಮುತ್ತಿಡುವಷ್ಟು ಮೆತ್ತನೆಯ ಸೋಫಾಗಳು, ಕುರ್ಚಿಗಳು; ಟಿ.ವಿ., ಫ್ರಿಜ್ಜು, ಬೇಕಾದಷ್ಟು ದುಡ್ಡಿರಬಹುದಾದ ಅಲಮಾರು; ಅಡುಗೆ ಮನೆಯಲ್ಲಿ ಹೊಗೆಯನ್ನರಿಯದ ಆಧುನಿಕ ಒಲೆ, ಬೆಳ್ಳಿಯಂತೆ ಬೆಳಗುವ ಪಾತ್ರೆಗಳು; ಕಾರು, ಸ್ಕೂಟರು, ಆಳುಕಾಳು... ಆಹಾ, ಎಂಥ ಸುಖ ಸಂಸಾರ ಎಂದುಕೊಂಡಳು ಮುದುಕಿ. ಗಾಂಧಿ ಮಹಾತ್ಮ ಸ್ವಾತಂತ್ರ್ಯ ತಂದುಕೊಟ್ಟದ್ದೇ ಇಂಥ ಬದುಕು ಮಾಡುವುದಕ್ಕಲ್ಲವೆ? ಆದರೂ ಆಕೆಗೆ ಏನೋ ಸಂಶಯ. ತನ್ನ ಮೊಮ್ಮಗನಿಗೆ ಇಷ್ಟೆಲ್ಲ ಸಂಪತ್ತು ಎಲ್ಲಿಂದ ಬಂತು? ದೇಶದಲ್ಲಿರುವ ಎಲ್ಲರಿಗೂ ಯಾಕೆ ಇಂಥ ಜೀವನವಿಲ್ಲ? ತನ್ನದು ತುಂಬಾ ಮರ್ಯಾದಸ್ತರ ಕುಟುಂಬವಲ್ಲವೆ? ಶಾಲೆಯ ಮಾಸ್ತರರಾಗಿದ್ದ ತನ್ನ ಗಂಡ ದೇಶಕ್ಕಾಗಿ ಅದೆಷ್ಟು ತ್ಯಾಗ ಮಾಡಿದರು? ಇಲ್ಲಿ ನೋಡಿದರೆ ಸ್ವರ್ಗಲೋಕವೇ ಇಳಿದುಬಂದಂತಿದೆ. ಮುದುಕಿಯ ಯೋಚನಾಲಹರಿ ಹೀಗೆಯೇ ಸಾಗುತ್ತಿರುವಾಗ ಪೇಟೆಯಿಂದ ಹೊರಲಾಗದಷ್ಟು ಸಾಮಾನುಗಳನ್ನು ಹೊತ್ತುಕೊಂಡು ಬಂದಳು ಆಕೆಯ ಸೊಸೆ.

ರಕ್ತ

"ಏನಮ್ಮಾ, ಇಷ್ಟೆಲ್ಲಾ ತಂದುಬಿಟ್ಟೆ?"

"ಉಶ್, ಜೋರಾಗಿ ಮಾತಾಡಬೇಡಿ ಅಜ್ಜೀ, ನಿಮಗೆ ಬೇಜಾರಾದರೆ ಟಿ.ವಿ. ನೋಡಿ."

ಅವರು ಭಾಗೀರತಜ್ಜಿಯನ್ನು ಟಿ.ವಿ. ಮುಂದೆ ಕೂಡಿಸಿದರು. ಟಿ.ವಿ.ಯಲ್ಲಿ ಹರಯದ ಗಂಡು ಹೆಣ್ಣು ಮರ ಸುತ್ತುತ್ತಾ ಮೈಕುಣಿಸುತ್ತಿರುವ ಮಸಕು ಮಸಕು ದೃಶ್ಯ. ಅದನ್ನು ನೋಡಲಾಗದೆ ಕಣ್ಣುಮುಚ್ಚಿಕೊಂಡಾಗ ಅಜ್ಜಿಗೆ ಇದ್ದಕ್ಕಿದ್ದಂತೆ ಮಂಪರು ಕವಿದು ನಿದ್ದೆಯೂ ಬಂದುಬಿಟ್ಟಿತು. ಎಚ್ಚರವಾದಾಗ ಮನೆಮಂದಿಯೆಲ್ಲಾ ಅವಳ ಸುತ್ತ ಕೂತು ನಾಲ್ಕಾರು ಮಂದಿ ಮುಖ ಮೂತಿ ನೋಡದೆ ಬಡಿದಾಡುತ್ತಿರುವ ದೃಶ್ಯವನ್ನು ನೋಡುತ್ತಿದ್ದರು. ಮೊಮ್ಮಗನ ಮುಖದಲ್ಲಿ ಸಂತೃಪ್ತಿಯ ಕಳೆ.

"ಏನಪ್ಪಾ, ಇಷ್ಟೆಲ್ಲಾ ಸಂಪತ್ತು ಹ್ಯಾಗೆ ಬಂತು ನಿಂಗೆ?"

"ನಾನು ಓವರ್ ಟೈಂ ಮಾಡ್ತಿದೀನಿ ಅಜ್ಜೀ."

ಅಜ್ಜಿಗೆ ಓವರ್ ಟೈಂ ಅಂದರೇನೆಂದು ತಿಳಿಯಲಿಲ್ಲ.

ಮರುದಿನ ಮೊಮ್ಮಗ ಅವಳಿಗೆ ಐದಾರು ಹೊಸ ಸೀರೆ ಕೊಡಿಸಿದ. ಕಣ್ಣಿನ ಡಾಕ್ಟರಲ್ಲಿಗೆ ಕರೆದೊಯ್ದು ಕನ್ನಡಕವೊಂದನ್ನೂ ಕೊಡಿಸಿಬಿಟ್ಟ. ಆ ಕನ್ನಡಕ ಹಾಕಿಕೊಂಡಮೇಲೆ ಅವಳಿಗೆ ಮೊಮ್ಮಗನ ಅದ್ದೂರಿ ಜೀವನ ಇನ್ನಷ್ಟು ಕಣ್ಣುಕುಕ್ಕತೊಡಗಿತು.

ಅದೊಂದು ಸಂಜೆ ಕೂತೂ ಕೂತೂ ಕುಂಡೆ ಮರಗಟ್ಟಿದಂತಾಗಿ ಹೊರಗೆ ಅಡ್ಡಾಡಿಬರುತ್ತೇನೆಂದು ಹೊರಟಳು.

"ಹುಶಾರು ಅಜ್ಜೀ, ರಸ್ತೆ ದಾಟಬೇಡಿ."

ಅವಳು ರಸ್ತೆ ದಾಟಬೇಕಾಗಲಿಲ್ಲ. ನಾಲ್ಕು ಹೆಜ್ಜೆಯಿಟ್ಟೊಡನೆಯೇ ಚಿಂದಿ ತೊಟ್ಟ ಹತ್ತಾರು ಮಕ್ಕಳು ಕೈಯೊಡ್ಡುತ್ತಾ, ಅಂಗಲಾಚುತ್ತಾ ಅವಳಿಗೆ ಮುಗಿಬಿದ್ದರು. ಅಳು ಬಂತೆ? ಆಕೆ ತಟ್ಟನೆ ನಿಂತು ತನ್ನ ಕನ್ನಡಕವನ್ನು ಕಿತ್ತು ಬಿಸಾಡಿದಳು.

ಮನೆಗೆ ಹಿಂತಿರುಗಿದಮೇಲೆ ಮೊಮ್ಮಗ ಕೊಡಿಸಿದ್ದ ಸೀರೆಯನ್ನು ಬಿಚ್ಚಿ ಎಸೆದು ತಾನು ಊರಿಂದ ಉಟ್ಟುಕೊಂಡು ಬಂದಿದ್ದ, ಬಣ್ಣಗೆಳೆದು ತುಸು ಹರಿದೂ ಹೋಗಿದ್ದ ಸಾದಾ ಸೀರೆಯನ್ನು ಮೈಗೆ ಸುತ್ತಿಕೊಂಡಾಗ ಮೊಮ್ಮಕ್ಕಳು ಇಶ್ಶಿಶ್ಶೀ ಎನ್ನುವಂತೆ ಮುಖ ಮಾಡಿದರು. ಟಿ.ವಿ.ಯಲ್ಲಿ ಪುಢಾರಿಯೊಬ್ಬ ಲಂಚ ತೆಗೆದುಕೊಳ್ಳುತ್ತಿರುವ ದೃಶ್ಯ. "ನಾಲ್ಕು ಕೊಟ್ಟುಬಿಡಬಾರದೆ ಈ ಮನೆಹಾಳನಿಗೆ" ಎನ್ನುತ್ತಾ ಅವಳು ಕೈಯಲ್ಲಿದ್ದ ಊರುಗೋಲನ್ನು ಬೀಸಿದ್ದೇ ಟಿ.ವಿ.ಯ ಗಾಜಿನ ಪರದೆ ಘಳ್ಳೆಂದು ಒಡೆದು ಪುಡಿಪುಡಿಯಾಯಿತು.

ಎಲ್ಲರೂ ಬೆಕ್ಕಸಬೆರಗಾದರು. ಎಲ್ಲರಿಗೂ ಒಂದು ರೀತಿಯ ಭಯ. ಭಾಗೀರತಜ್ಜಿ ಕೂಡಲೇ ಪೊರಕೆ ತಂದು ಗಾಜಿನ ಚೂರುಗಳನ್ನೆಲ್ಲ ಒಟ್ಟುಮಾಡಿ "ಸಾಯಲಿ ಸೂಳೆ ಮಕ್ಕಳು" ಎಂದು ನಿಟ್ಟುಸಿರಿಡುತ್ತಾ ಕೈಚೆಲ್ಲಿದಳು. ಅದಾಗ ಅವಳ ಕೈಯಿಂದ ಒಂದು ತೊಟ್ಟು

ರಕ್ತ ರತ್ನಗಂಬಳಿಯ ಮೇಲೆ ಬಿದ್ದು ಹರಡಿಕೊಂಡಿತು. ಅಜ್ಜಿಯ ರಕ್ತ, ಪುರಾತನ ಕಾಲದ ರಕ್ತ.

ಮಾರನೆಯ ದಿನ ಬೆಳಗಾದದ್ದೇ ಆಕೆ ಹಠ ಹಿಡಿದು ಊರಿಗೆ, ತನ್ನ ಗೂಡಿಗೆ ಹೊರಟುಬಿಟ್ಟಳು. ಆಮೇಲೆ ಮನೆಯಲ್ಲಿ ಶಾಂತಿ ನೆಲೆಸಿತು. ಮೊಮ್ಮಗ ಮೊದಲಿನದಕ್ಕಿಂತ ಉತ್ತಮ ದರ್ಜೆಯ ಹೊಸ ಟಿ.ವಿ.ಯೊಂದನ್ನು ತಂದ. ಅದರ ಮುಂದೆ ಕೂತು ಭಾಗೀರತಜ್ಜಿಯನ್ನು ನೆನಪುಮಾಡಿಕೊಂಡಾಗಲೆಲ್ಲ ಅವರಿಗೆ ಒಂದು ಬಗೆಯ ನಗು ಬರುತ್ತಿತ್ತು. ಪಾಪದ ಅಜ್ಜಿ! ಆಶ್ಚರ್ಯದ ಸಂಗತಿಯೆಂದರೆ ರತ್ನಗಂಬಳಿಯ ಮೇಲೆ ಆ ರಕ್ತದ ಕಲೆ ಮಾತ್ರ ಎಂದೆಂದಿಗೂ ಹಾಗೆಯೇ ಉಳಿದುಹೋದದ್ದು. ಅದನ್ನು ಒದ್ದೆ ಬಟ್ಟೆಯಿಂದ ಉಜ್ಜಿದರು, ಉಗುರಿನಿಂದ ಕೆರೆದರು, ನೀರು ಹಾಕಿ ತೊಳೆದರು. ಊಹೂಂ, ಜಪ್ಪಯ್ಯ ಅನ್ನಲಿಲ್ಲ. ಹೋಗಲಿ ಬದಲಾಯಿಸಿಬಿಡೋಣವೆಂದು ರತ್ನಗಂಬಳಿಯನ್ನು ಮೇಲೆತ್ತಿದರೆ ನೆಲಕ್ಕೆ ಹಾಸಿದ್ದ ನುಣುಪಾದ ಗ್ರಾನೈಟ್ ಕಲ್ಲಿನ ಮೇಲೂ ಅದು ಅಚ್ಚಳಿಯದೆ ಕಡುಕೆಂಪಗೆ ಅಂಟಿಕೊಂಡುಬಿಟ್ಟಿತ್ತು.

■

ಅವಳು ಮತ್ತು ಮಳೆ

ವೈದೇಹಿ

ಆತ ತೀರ ಹತ್ತಿರಕ್ಕೆ ಬಂದು ನಿಂತು ಮಾತಾಡತೊಡಗಿದ. ಆಕೆ ಒಂದು ಹೆಜ್ಜೆ ಹಿಂದೆ ಸರಿದಳು. ಆತ ಹೆಜ್ಜೆ ಮುಂದೆ ಬಂದ. ಕಣ್ಣಲ್ಲಿ ಕಣ್ಣಿಡಲು ಹವಣಿಸಿದ. ಅವನ ದೃಷ್ಟಿ ತಪ್ಪಿಸಿ ಆಕೆ ಎತ್ತಲೋ ನೋಡತೊಡಗಿದಳು. ಆಕೆ ಹಾಗೆ ಎತ್ತಲೋ ನೋಡಿದಂತೆಲ್ಲ ಆತ ಅವಳ ದೃಷ್ಟಿಯನ್ನು ಅರಸತೊಡಗಿದ.

ಮಳೆ ಸುರಿಯುತ್ತಿತ್ತು. ಆತ ಮಾತಾಡುತ್ತಿದ್ದ. ಆಕೆ ಮಳೆಯನ್ನು ಸಂಗೀತವೆಂಬಂತೆ ಆಲಿಸುತ್ತಿದ್ದಳು. ನಡುನಡುವೆ ಆತ "ನಾನು ಹೇಳಿದ್ದು ಕೇಳಿಸಿತ?" ಎಂದರೆ ಹೂಂ ಎಂದಳು. ಪುಣ್ಯಕ್ಕೆ "ಹಾಗಾದರೆ ಏನು ಹೇಳಿದ್ದು ನಾನೀಗ?" ಎಂದು ಆತ ಕೇಳಲಿಲ್ಲ. ಕೇಳಿದ್ದರೆ ಆತನಿಗೆ ಒಂದು ಬರಿಯ ಮುಗುಳುನಗೆ, ಕೃತಕಹೂವಿನ ಪಕಳೆಯಂತಹ ನಗೆ, ಸಿಗುತ್ತಿತ್ತೇನೋ.

ಸಮಯ ಕಳೆಯುತ್ತಿತ್ತು. ಆತ "ಇಲ್ಲೇ ದೇವಸ್ಥಾನಕ್ಕೆ ಹೋಗಿಬರುವನ?" ಎಂದ. ಆಟೋ ಬಂತು. ಅವರನ್ನು ಹತ್ತಿಸಿಕೊಂಡು ಹೊರಟಿತು. ಪಕ್ಕದಲ್ಲೇ ಕುಳಿತುಕೊಂಡ ಆತ ಹತ್ತಿರ ಸರಿದ ಅಂತನಿಸಿ ಆಕೆ ತನ್ನ ಬದಿಗೆ ಇನ್ನಷ್ಟು ಒತ್ತರಿಸಿದಳು. ಹೆಚ್ಚು ದೂರ ಸರಿಯಲು ಅದೇನು ಬೆಂಚ್ ಅಲ್ಲವಲ್ಲ. ಅದು ಬೆಂಚಲ್ಲವಾದರೂ, ಆಕೆ ಸರಿದ ರೀತಿಗೆ, ಆತನಿಗೆ ಮತ್ತಷ್ಟು ಹತ್ತಿರ ಬರಲು ಧೈರ್ಯವಾಗಲಿಲ್ಲ.

ಮಾತಿನ ಪ್ರಕೃತಿ ಎಷ್ಟೋ ಸಲ ವಿಚಿತ್ರವೆನಿಸುತ್ತದೆ. ಅದು ಮಾತಾಡದೆ ಕುಳಿತವರೆದುರು ತನ್ನ ಗಾಡಿಯನ್ನು ಒಮ್ಮೊಮ್ಮೆ ಜೋರಾಗಿ ಓಡಿಸುತ್ತದೆ, ಎದುರಿಗಿರುವ ಮೌನವನ್ನು ತನಗೆ ಕಂಡಂತೆ ಅರ್ಥಮಾಡಿಕೊಳ್ಳುತ್ತ. ಇಲ್ಲಿ ಆಕೆಯ ಮೌನವನ್ನು ಅವಳ ಸಂಕೋಚ ಪ್ರವೃತ್ತಿ

ಎಂದುಕೊಂಡನಾತ. ಆ ಸಂಕೋಚವನ್ನು ಓಡಿಸಬೇಕೆಂದು ಛಲತೊಟ್ಟಂತೆ ಮತ್ತಷ್ಟು ಮಾತಾಡತೊಡಗಿದ. ತನ್ನ ಹೆಂಡತಿ, ಪ್ರಿಯತಮೆಯರ ಕುರಿತು ಹೇಳತೊಡಗಿದ. ಒಬ್ಬಳ ನೀಳಮೂಗಿನ ಆಕರ್ಷಣೆ, ಮತ್ತೊಬ್ಬಳ ನಡೆ, ಇನ್ನೊಬ್ಬಳ ಸುಂದರ ಧಿಮಾಕು ಮತ್ತು ಏನೆಂದೇ ಗುರುತಿಸಲಾಗದ.... ಈ ಈಕೆ.

ಮಾತಿನೆದುರು ಮಳೆ ದಿಟ್ಟಿಸುತ್ತ ಕುಳಿತ ಅವಳು. ಖಾಲಿ ಮಳೆ ಸುರಿಯುತ್ತಿತ್ತು. ಅವಳ ಕಿವಿಯಲ್ಲಿ ಗುಂಜಾರವ ತುಂಬಿತ್ತು. ಆಕೆ ಸಂಪೂರ್ಣ ಧ್ಯಾನಸ್ಥಳಂತೆ ಕುಳಿತಿದ್ದಳು. "ಕೇಳಿದೆಯ? ನಾನೇನೆಂದೆ ಕೇಳಿಸುತ್ತದೆಯೆ?"—ಆತ ಅವಳ ಕಿವಿಯತ್ತ ಬಗ್ಗಿ ಆಟೋ ಸದ್ದನ್ನು ಸೀಳಿದಂತೆ ಕೇಳಿದ. ಆತನಿಗೆ ಅವಳು ಉತ್ತರಿಸಬೇಕಿರಲಿಲ್ಲ. ಹೇಗೂ ತನ್ನದು ಎಚ್ಚರಗೊಂಡ ಮನಸ್ಸು ಎಂದು ತಿಳಿದುಕೊಂಡವನಾತ. ಹುಡುಗಿಯರಿಂದ ಹುಡುಗಿಯರಿಗೆ ಹಾರಿಯೂ ಒಂದೆಡೆ ನೆಲೆಗೊಳ್ಳದ ಮನಸ್ಸು. ಒಂದೆಡೆ ನೆಲೆಗೊಂಡರೂ ಬಿಟ್ಟು ಹಾರುವ ಮನಸ್ಸು. ಸತ್ಯಗಳೆಂದರೆ ಇವೇ, ಮತ್ತು ಇವನ್ನೆಲ್ಲ ತಾನು ಸಾಕ್ಷಾತ್ಕರಿಸಿಕೊಂಡಿರುವಂತೆ ಮಾತಾಡುತ್ತಿದ್ದ.

ಒಂದೇ ನದಿಗಾಗಿ ಸಮುದ್ರ ಎಂದೂ ಮೊರೆಯುವುದಿಲ್ಲ. ಸೇರಬಯಸುವ ನದಿಗಳೆಲ್ಲ ಬರಲಿ, ಸೇರಲಿ. ಸಮುದ್ರದ ಗುಣ ಪುರುಷಗುಣ. (ಸಮುದ್ರವೇ ತಾನು, ತಾನೇ ಸಮುದ್ರ ಎಂಬಂತೆ) ಮುಂತಾಗಿ ನುಡಿಯುತ್ತ ನದಿಗಳನ್ನೆಲ್ಲ ಹೆಂಗಸರಿಗೆ ಪರೋಕ್ಷವಾಗಿ ಹೋಲಿಸುತ್ತ ಸಮುದ್ರ ನದಿ ಕಲ್ಪನೆಗಳನ್ನೆಲ್ಲ ಎಲ್ಲೆಂದರಲ್ಲಿ ಎಳೆದು ತನ್ನ ಥಿಯರಿಗಳಿಗೆ ಆಧಾರಕೊಡಲು ಹೊರಟ. ಆತನ ಮಾತುಗಳನ್ನು ಕೇಳುತ್ತಿದ್ದರೆ ಸಮುದ್ರ ಎಂದೂ ಹೆಣ್ಣಾಗಿರಲು ಸಾಧ್ಯವೇ ಇಲ್ಲ; ಗಂಡು, ನದಿಯಾಗುವುದೂ ಸಾಧ್ಯವಿಲ್ಲ. ಅಷ್ಟೇ ಅಲ್ಲ, ನದಿಯಾಗಿರುವುದು ಸಮುದ್ರ ಆಗಿರುವುದಕ್ಕಿಂತ ಯಾವತ್ತೂ ಕಡಿಮೆಯೇ ಅಂತನಿಸಬೇಕು ಹಾಗೆ.

ಹುಸಿ, ನಿಜ, ಭ್ರಮೆ ಎಲ್ಲವನ್ನೂ ಕಲೆಸಿ ಮಾತಾಡುವವರೆದುರು ಸತ್ಯನಿಷ್ಠುರತೆಯನ್ನು ಧಡಕ್ಕನೆ ಎಸೆದು ತಬ್ಬಿಬ್ಬುಗೊಳಿಸಲು, ಕನಿಕರದಿಂದ, ಮನಸ್ಸು ಬರುವುದಿಲ್ಲ. "ನಾನು ನಿಮ್ಮೊಂದಿಗೆ ಬರಲಾರೆ"—ಎಂಬಂತಹ ಕಾಣಲು ಸಣ್ಣದಿರುವ, ಸತ್ಯವನ್ನೂ! ಈತನೋ ತಾನೆಂದರೆ ವಾಸ್ತವದ ಬದುಕಿನ ತಿರುಳಿಗೇ ಕೈಹಾಕಿದವ. ಸತ್ಯ ಕಂಡವ. ಆದರೂ ಸುಳ್ಳುಗಳನ್ನು ಬಿಡಲಾರದವ. ಮುಕ್ತಮನದವ. ಜಗತ್ತೆಲ್ಲ ಹೀಗೆಯೇ ತನ್ನಂತೆಯೇ. ಆದರೆ ತನ್ನಂತಾಗಲು ಧೈರ್ಯ ಸಾಲದೆ ಇರುವವರಿಂದ ತುಂಬಿಕೊಂಡಿದೆ ಮುಂತಾಗಿ ಅರಳು ಹುರಿದಂತೆ ಒಂದೇಸವನೆ ಹೇಳುತ್ತಲೇ ಇದ್ದ.

ಇವನೆದುರು, ಆಹ! ಮಳೆ! ಏಕಾಂಗಿವೀರನಂತೆ. ಮೌನವಾಗಿ ಸುರಿಯುತ್ತ ಮೌನವಣಕಿಸುವ ಮಳೆ. ಅವನ ಮಾತುಗಳಿಗೆ ಅಡ್ಡ ಹಾಕಿದ ನೀಲಮಣಿಗಳ ಪರದೆಯಂತೆ ಪಿಳಿಗುಡುತ್ತ ಇಳಿಯುವ ಮಳೆ. ಅದರಾಚೆ ಇಣುಕುವ ಯಕ್ಷಲೋಕದ ಶ್ಯಾಮಲತೆ.

ಅವಳು ಮತ್ತು ಮಳೆ

ಮಂದಕಿರಣಗಳ ಕಿರೀಟದ ಮುಖವೆಲ್ಲಿ? ಕಣ್ಣೆಲ್ಲಿ?... ಏನೂ ಬಯಲುಗೊಳಿಸದ ಮುಸುಕುಕವಿಸಿದ ಮಳೆ.

ದೇವಸ್ಥಾನ ಬಂತು. ಬೇಡ, ಮುಂದೆ ಹೋಗುವ ಎಂದ. ಸಿನೆಮಾ ಟಾಕೀಸು ಬಂತು. ಬೇಡ ಮುಂದೆ ಹೋಗಲಿ ಎಂದ. ಪಾರ್ಕು ರೆಸ್ಟುರಾ ಬಂತು. ಬೇಡ ಅಲ್ಲವೆ? ಹೋಗಲಿ ಮುಂದೆ ಅಂದ. ಆಟೋ ಓಡಿತು. ಅವನ ಮಾತಿನ ಗಾಡಿಯಂತೆಯೇ. ಹೀಗೆಯೇ ಇದು ಓಡುತ್ತಿರಬೇಕು, ಎಲ್ಲಿಯೂ ನಿಲ್ಲದೆ, ಅಲ್ಲವೆ?—ಎಂದು ಕೇಳಿದ. ಈ ಮಾತನ್ನು ತಾನು ಇದೇ ಪ್ರಥಮಸಲ ಕೇಳುತ್ತಿದ್ದೇನೋ ಎಂದು ತನಗೇ ಅನಿಸುವಂತಹ ಹಸಕು ದನಿಯಲ್ಲಿ. ಆಕೆ ಕಣ್ಣು ತೆಗೆಯದೆ ಮಳೆ ನೋಡುತ್ತಿದ್ದಳು. ಉತ್ತರಿಸಲಿಲ್ಲ. ಬಿಸಿಲಿರದಿದ್ದರೂ ಬೆಳಕಿತ್ತು. ಆಕಾಶದಲ್ಲಿ ಸೂರ್ಯಚಂದ್ರರು ಇದ್ದರೂ ಇರಲಿಲ್ಲ. ಇರುವುದೆಲ್ಲ ಘನಶ್ಯಾಮಸುಂದರ ಮೇಘಗಳು. ಪದ ಜೋಡಿಸಿ ರಾಗ ಕಟ್ಟುವ ದಟ್ಟ ಮೇಘಗಳು.

ಆಟೋ ಓಡುತ್ತಿತ್ತು. ಇನ್ನು ವಾಪಾಸು ಬರಲಿಕ್ಕೇ ಇಲ್ಲವೆಂಬಂತಹ ನಂಬಿಕೆಯ ಮೂಳೆಯನ್ನು ಕಚ್ಚಿಕೊಂಡು ಓಡುವಂತೆ.

ಇಲ್ಲಿ ಇಳಿಯುವನ? ಆತ ಕೇಳಿದ. ನೋಡಿದರೆ ಎದುರು ಪ್ರವಾಸಿ ಬಂಗಲೆ ಇತ್ತು. ಮೊತ್ತಮೊದಲಿಗೆ ಎಂಬಂತೆ ಆಕೆ ಅವನನ್ನು ನೋಡಿದಳು. ಕೆಳಗಿಳಿದಳು. ಹಸಿರೇ ಹಸಿರಿನ ನಡುವೆ ನಡುವೆ ನಿಂತ ಸುಂದರ ಬಂಗಲೆ. ಏನೆಲ್ಲಾ ಕಣ್ಣಾಮುಚ್ಚಾಲೆ ಆಟಗಳು ಕತೆಗಳು ಗೊತ್ತಿದ್ದೂ ಹೇಳಲಾರದೆ ಹೊಟ್ಟೆಪಾಡಿಗೆ ಸುಮ್ಮನಿರುವ ಪ್ರಾಮಾಣಿಕ ಸರಕಾರಿ ನೌಕರನಂತೆ ಬಿಮ್ಮಗೆ ನಿಂತಿತ್ತು.... ಅಲ್ಲಿಂದ ಹೊರಗೊಂದು ಖಾಲಿ ಆಟೋ ಬರುವುದು ಅವಳಿಗೆ ಕಾಣಿಸಿತು.

ಆಟೋಕ್ಕೆ ದುಡ್ಡು ಕೊಟ್ಟು ಆತ ಇತ್ತ ತಿರುಗಿದರೆ
ಆಕೆ ಮಾಯವಾಗಿದ್ದಳು!

* * *

ರಾತ್ರಿ ಪತಿಯೊಂದಿಗೆ ಮಳೆಯ ಅಂತರಂಗದ ಕುರಿತು ತೀವಭಾರದ ದನಿಯಲ್ಲಿ ತರ್ಕಿಸುತ್ತ ಏನೂ ಸ್ಪಷ್ಟವಾಗದ ಸುಖದಲ್ಲಿ ನರಳಿದಳು ಅವಳು. ಆಕೆಯ ತರ್ಕದುದ್ದಕ್ಕೂ ಆ ಆತನ ನೆರಳು ಕೂಡ ಇರಲಿಲ್ಲ. ಬದಲು ಅಷ್ಟು ಸುರಿದೂ ಸೆಖೆ ತಣಿಸಲಾರದೆ ಸೋತು ನಗುನಗುತ್ತ ನಿಂತು ತಂಪುಣಿಸುವ ಮಳೆಯ ಕುರಿತೇ ಎಲ್ಲ. ಈ ನಿಗೂಢವನ್ನು ಒಳಬಗೆದು ಹೇಳಲು ತಾನಂತೂ ಅಸಮರ್ಥನೆಂದ ಪತಿಯನ್ನು ಪ್ರೀತಿಯಿಂದ ತಬ್ಬಿಕೊಂಡು ಮಲಗಿದಳಾಕೆ; ಮೋಡಗಳಾಚೆಯ ಶ್ಯಾಮಲಲೋಕದಲ್ಲಿನ ಕಂಡೂಕಾಣದ ಕೇಳಿಯೂ ಕೇಳದ ಗುರುತಿಸಿಯೂ ಗುರುತಿಸಲಾಗದ ಕಣ್ಣು ನಗೆ ದನಿಯನ್ನು ಅರಸುವ ಕನಸಿನ ಮಾರ್ದವತೆಯನ್ನು ಉಳಿಸಿಕೊಂಡೇ ಬದುಕುವ ಸಿದ್ಧತೆಯಂತೆ.

■

ಟೊಮ್ಯಾಟೊ

ಎಸ್. ದಿವಾಕರ್

ಮದರಾಸಿನಿಂದ ಮಹಾಬಲಿಪುರದ ಕಡೆ ಸಾಗುವ ಹೆದ್ದಾರಿ. ರಸ್ತೆಯ ಪಕ್ಕದಲ್ಲೊಂದು ದೊಡ್ಡ ಮತ್ತಿಮರ. ಅದರ ಬಳಿ ಪ್ರಯಾಣಿಕರು ಕೂತುಕೊಳ್ಳಲೆಂದು ಹಾಕಿರುವ ಒಂದು ಕಲ್ಲು ಮಂಚಿಗೆ. ಬೆಳಿಗ್ಗೆ ಸುಮಾರು ಹತ್ತು ಗಂಟೆಯ ಹೊತ್ತಿಗೆ ತಲೆಯ ಮೇಲೊಂದು ಮಂಕರಿ ಹೊತ್ತುಕೊಂಡ ನಡುವಯಸ್ಸಿನ ಒಬ್ಬ ಹೆಂಗಸು, ಕೈಯಲ್ಲಿ ನೀರಿನ ಬಾಟಲು ಹಿಡಿದುಕೊಂಡ ಎಂಟು ಹತ್ತು ವರ್ಷದ ಒಬ್ಬ ಹುಡುಗ ಅದೆಲ್ಲಿಂದಲೋ ಅಲ್ಲಿಗೆ ಬಂದರು. ಆಗಲೇ ಬಿಸಿಲೇರುತ್ತಿತ್ತು. ಹೆಂಗಸು ಮಂಕರಿಯನ್ನು ಕೆಳಗಿಳಿಸಿ ಅದಕ್ಕೆ ಹೊದಿಸಿದ ಮಾಸಲು ಬಟ್ಟೆಯನ್ನು ಮಂಚಿಗೆಯ ಮೇಲೆ ಹರಡಿದಳು. ಮಂಕರಿಯಲ್ಲಿದ್ದ ತಕ್ಕಡಿಯನ್ನು ಕೆಳಗಿಟ್ಟು ಟೊಮ್ಯಾಟೊ ಹಣ್ಣುಗಳನ್ನು ಒಂದೊಂದಾಗಿ ಎತ್ತಿಕೊಂಡು ಆ ಬಟ್ಟೆಯ ಮೇಲೆ ಜೋಡಿಸತೊಡಗಿದಳು. ಐದೇ ನಿಮಿಷದಲ್ಲಿ ಒಂದರಮೇಲೊಂದು ಕೂತ ಗೋಪುರವಾಯಿತು ಟೊಮ್ಯಾಟೊ. ಹೆಂಗಸು ಸನ್ನೆ ಮಾಡಿದ್ದೇ ಹುಡುಗ ಬಾಟಲಿನಿಂದ ಕೈಗೆ ನೀರು ಸುರಿದುಕೊಂಡು ಹಣ್ಣುಗಳ ಮೇಲೆ ಚಿಮುಕಿಸಿದ. ಸುತ್ತಮುತ್ತಲೆಲ್ಲ ಹಬೆಯೆಬ್ಬಿಸುತ್ತಿದ್ದ ಬಿರುಬಿಸಿಲಿನಲ್ಲಿ ಪೇರಿಸಿಟ್ಟ ಚೆಂಡುಗಳಂತೆ ಕಡುಗೆಂಪಾಗಿ ಕಂಗೊಳಿಸುತ್ತಿರುವ ಟೊಮ್ಯಾಟೊ. ಚಿಮುಕಿಸಿದ ನೀರು ಹನಿಹನಿಯಾಗಿ ಹಣ್ಣಿನ ಕೆಂಪು ಬಣ್ಣದ ಮೇಲೆ ನಿಲ್ಲಲಾಗದೆನ್ನುವಂತೆ ಉರುಳು ಮೂರೇ ಉರುಳು. ಆಮೇಲೆ ಹೆಂಗಸು ಹುಡುಗನ ತಲೆ ಸವರಿ, ಅವನಿಗೇನೋ ಹೇಳಿ ತನ್ನ ಮಂಕರಿಯೆತ್ತಿಕೊಂಡು ಹೊರಟುಹೋದಳು.

ಆ ಕಡೆಯಿಂದ ಈ ಕಡೆಯಿಂದ ಆಗೊಂದು ಈಗೊಂದು ಕಾರೋ ಲಾರಿಯೋ ಬಸ್ಸೋ ವೇಗವಾಗಿ ಹೋಗುವುದನ್ನು ಬಿಟ್ಟರೆ ಜನರ ಸುಳಿವಿಲ್ಲ. ಮರದ ನೆರಳಿನಲ್ಲಿದ್ದರೂ

ಮೈಯೆಲ್ಲ ಬೆವರು, ಉಸಿರುಗಟ್ಟಿಸಿ ಗಂಟಲೊಣಗಿಸುವಷ್ಟು ಧಗೆ. ಹುಡುಗ ತುಂಬ ಹೊತ್ತು ಎರಡು ಫರ್ಲಾಂಗಿನಾಚೆ ಇದ್ದ, ಸರ್ವೆ ಮರಗಳ ನಡುನಡುವೆ ಚೂರುಪಾರೇ ಕಾಣಿಸುತ್ತಿದ್ದ ಸಮುದ್ರದ ನೀಲಿಯನ್ನು ನೋಡಿದ. ಆಮೇಲೆ ಹುಬ್ಬುಗಂಟಿಕ್ಕಿಕೊಂಡು ಮೋಡವಿಲ್ಲದ ಆಕಾಶವನ್ನು ದಿಟ್ಟಿಸುತ್ತ ತನ್ನ ಕಂಕುಳು ಕೆರೆದುಕೊಂಡ. ಹಣೆಯಿಂದ ಮೂಗಿನ ತುದಿಗಿಳಿಯುತ್ತಿದ್ದ ಬೆವರ ಹನಿಗಳನ್ನು ಅಂಗಿಯಿಂದ ಒರೆಸಿಕೊಂಡ. ಸುಮಾರು ಹೊತ್ತಾದರೂ ಒಂದೇ ಒಂದು ಟೊಮ್ಯಾಟೋ ಕೊಳ್ಳುವವರಿಲ್ಲ. ಎಲ್ಲೆಲ್ಲೂ ಭಗಭಗವೆನ್ನುವ ಉರಿಬಿಸಿಲು. ಆಕಾಶದಲ್ಲಿ ಒಂದಾದರೂ ಮೋಡವಿಲ್ಲ. ಹುಡುಗ ಕಲ್ಲು ಮಂಚಿಗೆಯ ಮೇಲೆ ಕೂತು ಕೂತು ಬೇಸರವಾದ ಮೇಲೆ ಅಲ್ಲೇ ತಿರುಗತೊಡಗಿದ. ಹಣೆಯಲ್ಲಿ ಮೂಡಿದ್ದ ಬೆವರನ್ನು ಕೈಯಿಂದ ತೀಡಿದ. ಕಾಲಿಗೆ ಸಿಕ್ಕಿದ ಕಲ್ಲನ್ನೋ ಕಸಕಡ್ಡಿಯನ್ನೋ ಒದ್ದ. ನಂತರ ಮಂಚಿಗೆಯ ಮೇಲೆ ಕೂತು ಎಣ್ಣೆ ಕಾಣದ ತಲೆಯನ್ನು ಪರಪರನೆ ಕೆರೆದುಕೊಂಡ. ಮಂಚಿಗೆಯ ಮೇಲೆ ಹರಿದಾಡುತ್ತಿದ್ದ ಕೆಲವು ಇರುವೆಗಳನ್ನು ಬೆರಳಿನಿಂದ ಒರೆದ. ದಾಹವೆನ್ನಿಸಿ ಬಾಟಲಿಯ ನೀರನ್ನು ಗಟಗಟನೆ ಕುಡಿದ. ಮತ್ತೆ ಮತ್ತೆ ಆಕಳಿಸುತ್ತಿರುವಾಗ ಸ್ವಲ್ಪ ದೂರದಲ್ಲಿ ಇನ್ನೊಬ್ಬ ಹುಡುಗ ಬರುತ್ತಿರುವುದು ಕಾಣಿಸಿ ಅವನ ಮುಖ ಅರಳಿತು. ಬರುತ್ತಿದ್ದವನು ಹೆಚ್ಚು ಕಡಿಮೆ ಅವನಷ್ಟೇ ವಯಸ್ಸಿನ, ತುಸು ಕುಂಟುತ್ತಿದ್ದ ಹುಡುಗ.

ಅವರಿಬ್ಬರೂ ಒಂದೇ ಊರಿನ ಜೊತೆಗಾರರಿರಬೇಕು. ಪರಸ್ಪರ ಏನೇನೋ ಮಾತಾಡಿಕೊಂಡರು. ಮಧ್ಯೆ ಮಧ್ಯೆ ನಕ್ಕರು. ಕುಂಟ ಹುಡುಗ ಕೆಂಪಗೆ ಫಳಫಳ ಹೊಳೆಯುತ್ತಿದ್ದ ಟೊಮ್ಯಾಟೊ ರಾಶಿಯನ್ನೇ ಆಸೆಯಿಂದ ನೋಡಿದ. ಅದನ್ನು ಗಮನಿಸಿದ ನಮ್ಮ ಹುಡುಗ ರಾಶಿಯಿಂದ ಎರಡು ಹಣ್ಣುಗಳನ್ನು ಎತ್ತಿಕೊಂಡು ಒಂದು ಹಣ್ಣನ್ನು ಅವನಿಗೆ ಕೊಟ್ಟ. ಇಬ್ಬರೂ ಹಣ್ಣು ತಿನ್ನುತ್ತಿರುವಾಗ ಬಿಳಿ ಷರಟು ತೊಟ್ಟ, ಬಿಳಿ ಪಂಚೆ ಉಟ್ಟುಕೊಂಡ ಮೂವರು ದಕ್ಷಿಣ ದಿಕ್ಕಿನಲ್ಲಿದ್ದ ಕುರುಚಲು ಪೊದೆಯಲ್ಲಿ ಪ್ರತ್ಯಕ್ಷರಾದರು. ಅವರುಟ್ಟ ಪಂಚೆಗೆ ಕೆಂಪು-ಕಪ್ಪು ಗೆರೆಗಳ ಅಂಚಿತ್ತು. ಹೆಗಲ ಮೇಲೆ ನೆಲ ಮುಟ್ಟುವಷ್ಟು ಉದ್ದರ ಕಡುಕಪ್ಪು ಬಣ್ಣದ ವಸ್ತ್ರವಿತ್ತು. ಅವರಲ್ಲೊಬ್ಬ ಆಗಾಗ ಮದರಾಸಿನ ದಿಕ್ಕಿನಲ್ಲಿ ನೋಡುತ್ತ ಹುಡುಗನ ಜೊತೆ ಏನೋ ಮಾತಾಡಿ ಟೊಮ್ಯಾಟೊ ರಾಶಿಯ ಕಡೆ ಬೆರಳು ತೋರಿಸಿದ. ಹುಡುಗನೂ ಏನೋ ಹೇಳಿದ. ಸ್ವಲ್ಪ ಹೊತ್ತು ಹಾಗೆಯೇ ಮಾತು. ಕಡೆಗೆ ಅವರಲ್ಲೊಬ್ಬ ಜೇಬಿನಿಂದ ದುಡ್ಡು ತೆಗೆದು ಹುಡುಗನಿಗೆ ಕೊಟ್ಟ. ಆಮೇಲೆ ಆ ಮೂವರೂ ಹುಡುಗ ತಕ್ಕಡಿಯಲ್ಲಿ ತೂಗಿಕೊಟ್ಟ ಟೊಮ್ಯಾಟೊ ಹಣ್ಣುಗಳನ್ನು ತಮ್ಮ ತಮ್ಮ ಹೆಗಲುಗಳ ಮೇಲಿದ್ದ ಕಪ್ಪು ವಸ್ತ್ರದೊಳಗೆ ಹಾಕಿಸಿಕೊಂಡವರು ಯಾವುದೋ ಬಸ್ಸಿಗೆ ಕಾಯುವವರಂತೆ ಅಲ್ಲಿಯೇ ನಿಂತರು.

ಕೆಲವೇ ನಿಮಿಷಗಳಲ್ಲಿ ಒಂದು ಪೊಲೀಸ್ ಕಾರು ತನ್ನ ತಲೆಯ ಮೇಲೊಂದು ಕೆಂಪು ದೀಪ ಬೆಳಗಿಸುತ್ತ, ಕಿವಿಗಡಚಿಕ್ಕುವಂತೆ ಸೈರನ್ನಿನ ಬೊಬ್ಬೆ ಹಾಕುತ್ತ ಹಾದುಹೋಯಿತು. ಅದನ್ನು ಹಿಂಬಾಲಿಸಿಕೊಂಡೇ ಒಂದರ ಬೆನ್ನ ಹಿಂದೆ ಒಂದರಂತೆ ಬಗೆಬಗೆಯ ಕಾರುಗಳು

ಬರತೊಡಗಿದ್ದೇ ಆ ಮೂವರು ತಮ್ಮ ವಸ್ತ್ರಗಳಲ್ಲಿದ್ದ ಟೊಮ್ಯಾಟೊಗಳನ್ನು ಆ ಕಾರುಗಳತ್ತ ರಪರಪನೆ ಬೀಸಿ ಒಗೆದು ಕಣ್ಣು ಮಿಟುಕಿಸುವಷ್ಟರಲ್ಲಿ ಅಲ್ಲಿಂದ ಪರಾರಿಯಾದರು. ಹುಡುಗರಿಬ್ಬರಿಗೂ ದಿಗ್ಭ್ರಮೆ. ಅವರು ಪರಸ್ಪರ ಮುಖ ನೋಡಿಕೊಂಡರು. ಅವರ ಕಣ್ಣ ಮುಂದೆ ಆ ಮೂವರು ಎಸೆಯುತ್ತಿದ್ದ ಟೊಮ್ಯಾಟೊ ಬಿಸಿಲ ಝಳಕ್ಕೆ ಇನ್ನಷ್ಟು ಕೆಂಪಗೆ ಹೊಳೆಯುತ್ತ ನೇರವಾಗಿ ಆ ಕಾರುಗಳ ಬಾನೆಟ್ಟಿಗೆ, ಕಿಟಕಿಗೆ, ಚಕ್ರಕ್ಕೆ, ಹೀಗೆ ಎಲ್ಲೆಲ್ಲಿಗೋ ಬಡಿದು, ಒಡೆದು ನೆಲಕ್ಕೆ ಬೀಳುತ್ತಿರುವ ದೃಶ್ಯ. ಮರು ಕ್ಷಣ ಆ ಕಾರುಗಳು ಅತ್ತ ಹೋದದ್ದೇ ಸುಳ್ಳು ಎನ್ನುವಷ್ಟು ಮೌನ.

ಹುಡುಗರಿಬ್ಬರೂ ಆ ಮೂವರು ಎಸೆದಾಗ ಒಡೆದು ರಸ ಕಾರಿದ್ದ ಟೊಮ್ಯಾಟೊ ಹಣ್ಣುಗಳನ್ನು ಒದೆಯುವುದು, ಅವುಗಳ ಮೇಲೆ ಕಾಲಿಟ್ಟು ಜಾರುವುದು, ಏನೇನೋ ಹೇಳಿಕೊಂಡು ನಗುವುದು, ಶಿಳ್ಳೆ ಹೊಡೆಯುವುದು, ಮರಕ್ಕೆ ಕಲ್ಲು ಬೀಸುವುದು, ಹೀಗೆಲ್ಲ ಮಾಡುತ್ತಿರುವಾಗ ಇದ್ದಕ್ಕಿದ್ದಂತೆ ಕಾಗೆಗಳು ಕೂಗಿಕೊಂಡದ್ದೇ ಅವರು ಕಲ್ಲು ಮಂಚಿಗೆಯ ಕಡೆ ನೋಡಿದರೆ ಕಾಗೆಗಳ ದಾಳಿಗೆ ಸಿಕ್ಕಿ ಮರವನ್ನೇರಲು ಹರಸಾಹಸ ಮಾಡುತ್ತಿರುವ ಒಂದು ಹೆಂಟೆಗೊದ್ದ. ಎರಡು ಕಾಗೆಗಳು ಅಲ್ಲೇ ಪುರ್ರೆಂದು ಸುತ್ತಾಡುತ್ತ ಅದರ ಮೇಲೆ ಎರಗುತ್ತಿದ್ದುವು. ಹುಡುಗನಿಗೆ ಏನನ್ನಿಸಿತೋ, ಒಂದು ಕಲ್ಲು ಎತ್ತಿಕೊಂಡು ಬೀಸಿದ. ಒಂದು ಕಾಗೆಯಂತೂ ಅವನ ಮೇಲೇ ಎರಗಿಬಂದು ಅವನ ತಲೆಗೆದರಿಸಿ, ಒಂದು ಟೊಮ್ಯಾಟೊ ಹಣ್ಣನ್ನು ಕುಕ್ಕಿ ಹಾರಿಹೋಯಿತು. ಅದು ಕುಕ್ಕಿದ ರಭಸಕ್ಕೆ ನಾಲ್ಕೈದು ಟೊಮ್ಯಾಟೊ ರಾಶಿಯಿಂದ ಬೇರೆಯಾಗಿ ನೆಲಕ್ಕೆ ಬಿದ್ದುವು. ಹುಡುಗ ತಲೆ ನೀವಿಕೊಂಡು ನೋಡಿದರೆ ಕಾಗೆ ಕುಕ್ಕಿಹೋಗಿದ್ದ ಟೊಮ್ಯಾಟೊದಿಂದ ರಸ ಒಸರುತ್ತಿತ್ತು. ಅದನ್ನು ಆಮೇಲೆ ತಿನ್ನಬೇಕೆಂದು ಬುಟ್ಟಿಯಿಂದ ಹೊರಗಿಟ್ಟ. ನೆಲಕ್ಕೆ ಬಿದ್ದಿದ್ದ ಹಣ್ಣುಗಳನ್ನು ತನ್ನ ಅಂಗಿಯ ತುದಿಯಿಂದ ಒರಸಿ ಮತ್ತೆ ಮೊದಲಿನಂತೆ ಜೋಡಿಸಿಟ್ಟ. ಈಗ ಕಾಗೆಗಳ ಕಾಟವಿಲ್ಲದಿದ್ದರೂ ಆ ಹೆಂಟೆಗೊದ್ದ ಮರ ಹತ್ತದೆ ಸುಮ್ಮನೆ ತಲೆಯಾಡಿಸುತ್ತ ಇದ್ದಲ್ಲೆ ಇತ್ತು. ಹುಡುಗ ಇನ್ನೊಂದು ಕಲ್ಲು ಬೀಸಿದ ಮೇಲಷ್ಟೆ ಅದು ಮರ ಹತ್ತಿ ಮಾಯವಾದದ್ದು.

ಬಿಸಿಲ ತಾಪ ಕಡಿಮೆಯಾಗಿ ಸಮುದ್ರದ ಕಡೆಯಿಂದ ತಣ್ಣಗೆ ಗಾಳಿ ಬೀಸಿತು. ಕುಂಟ ಹುಡುಗ ತನ್ನ ಚೆಡ್ಡಿ ಜೇಬಿನಿಂದ ಒಂದಷ್ಟು ಗೋಲಿಗಳನ್ನು ಹೊರತೆಗೆದ. ಮರು ಕ್ಷಣ ಇಬ್ಬರೂ ಗೋಲಿಯಾಟದಲ್ಲಿ ಮುಳುಗಿಹೋದರು. ಹಾಗೆ ನೋಡಿದರೆ ಸುಮಾರು ಹೊತ್ತಿನವರೆಗೆ ಅವರು ನಗುನಗುತ್ತಲೇ ಆಟವಾಡುತ್ತಿದ್ದರು. ಆಮೇಲೆ ಕುಂಟ ಹುಡುಗನಿಗೆ ಕೋಪ ಬಂದು ಅವನು ಜೋರಾಗಿ ಕಿರುಚಿಕೊಂಡ; ಇದಕ್ಕಿದ್ದಂತೆ ಮಂಕರಿಯ ಬಳಿ ಸಾರಿ ಒಂದು ಟೊಮ್ಯಾಟೊವನ್ನು ಎತ್ತಿಕೊಂಡು ಗುರಿಯಿಟ್ಟಂತೆ ನಮ್ಮ ಹುಡುಗನತ್ತ ಬೀಸಿದ. ಅದು ಅವನ ಹುಬ್ಬುಗಳ ನಡುವೆ ಬಡಿದು ಕೆಳಗೆ ಬಿದ್ದ ರಭಸಕ್ಕೆ ಅದರ ರಸ ಅವನ ತುಟಿಗಳ ಮೇಲೆ ಚಿಮ್ಮಿತು. ಅವನು ಸುಮ್ಮನಿದ್ದಾನೆಯೆ? ನಾಲಿಗೆಯಿಂದ ಆ ರಸ ನೆಕ್ಕಿಕೊಳ್ಳುತ್ತಲೇ ತಾನೂ ಒಂದು ಟೊಮ್ಯಾಟೊವನ್ನು ಆ ಹುಡುಗನಿಗೆ ಗುರಿಯಿಟ್ಟ. ಹೀಗೆ

ಟೊಮ್ಯಾಟೊ

ಇಬ್ಬರೂ ತುಂಬ ಹೊತ್ತಿನವರೆಗೆ ಕ್ರಿಕೆಟ್ ಪಂದ್ಯದ ಬೌಲರುಗಳಂತೆ ಒಂದೆರಡು ಮಾರು ಹಿಂದುಹಿಂದಕ್ಕೆ ನಡೆದು ಅಲ್ಲಿಂದ ಒಂದೆರಡು ಮಾರು ದೂರ ಓಡೋಡಿ ಟೊಮ್ಯಾಟೊಗಳನ್ನು ಬೀಸಿದ್ದೇ ಬೀಸಿದ್ದು. ಅವರು ಬೀಸಿದ ಟೊಮ್ಯಾಟೊ ಮರದ ಕೆಳಗೆ ಎಲ್ಲೆಂದರಲ್ಲಿ ಒಡೆದು ಅದರ ರಸ ಹೆಪ್ಪುಗಟ್ಟಿದ ರಕ್ತದ ಹಾಗೆ ಅಲ್ಲಲ್ಲಿ ಚೆಲ್ಲಿಹೋಯಿತು. ಮಂಕರಿಯಲ್ಲಿದ್ದ ಹಣ್ಣುಗಳೆಲ್ಲ ಖಾಲಿಯಾದ ಮೇಲೆ ಅವರು ಒಬ್ಬರೊಬ್ಬರ ಜುಟ್ಟು ಹಿಡಿದು ಇನ್ನೇನು ಕಿತ್ತಾಡಬೇಕು, ಆಗ ಸ್ವಲ್ಪ ದೂರದಲ್ಲಿ ಆ ಹುಡುಗನ ತಾಯಿ ಬರುತ್ತಿರುವುದು ಕಾಣಿಸಿದ್ದೇ ಕುಂಟ ಹುಡುಗ ಎದ್ದೆನೋ ಬಿದ್ದೆನೋ ಎಂದು ಅಲ್ಲಿಂದ ಕಂಬಿಕಿತ್ತ.

ಹುಡುಗನ ತಾಯಿ ಬಂದವಳು ಒಂದು ಕ್ಷಣ ಬೆಕ್ಕಸ ಬೆರಗಾಗಿ ನಿಂತುಬಿಟ್ಟಳು. ಅವಳ ಕಣ್ಣುಗಳು ಖಾಲಿಯಾದ ಮಂಕರಿಯ ಮೇಲೆ, ಒಡೆದು ಬಿದ್ದು ರಕ್ತದ ರಾಡಿಯಾಗಿದ್ದ ಟೊಮ್ಯಾಟೊ ಹಣ್ಣುಗಳ ಮೇಲೆ ಮತ್ತೆ ಮತ್ತೆ ಸುಳಿದಾಡಿದುವು. ಏನೆಲ್ಲಾ ನಡೆದುಹೋಗಿದೆಯೆಂದು ಅರಿವಾದದ್ದೇ ಕುಕ್ಕರಗಾಲಲ್ಲಿ ಕೂತುಬಿಟ್ಟ ಆಕೆ ತುಂಬ ಹೊತ್ತಿನವರೆಗೆ ಮಂಡಿಯಲ್ಲಿ ಮುಖ ಹುದುಗಿಸಿಕೊಂಡು ಮುಸಿಮುಸಿ ಅತ್ತಳು. ಆಮೇಲೆ ಹುಡುಗನನ್ನು ಬಳಿಗೆ ಕರೆದು ಹಿಡಿ ತುಂಬ ಒಡೆದ ಟೊಮ್ಯಾಟೊಗಳನ್ನು ಎತ್ತಿಕೊಂಡು ಅವನ ಮುಖಕ್ಕೆ ಉಜ್ಜಿದಳು; ಅವನ ಜುಟ್ಟು ಹಿಡಿದು ಅಲ್ಲಾಡಿಸಿ ಕೆನ್ನೆಗೊಂದು ಬಾರಿಸಿದಳು. ಹುಡುಗ ಗೊಳೋ ಎಂದು ಅತ್ತ. ಅದೇ ಹೊತ್ತಿಗೆ ತೀರ ವೇಗವಾಗಿ ಬಂದು ಅವರ ಬಳಿಯೇ ಸರಕ್ಕೆಂದು ನಿಂತುಬಿಟ್ಟ ನೀಲಿ ವ್ಯಾನಿನಿಂದ ಇಬ್ಬರು ಪೋಲಿಸರು ಕೆಳಗೆ ಜಿಗಿದದ್ದೇ ಒಂದು ಸುತ್ತು ತಳಾಯಿಸಿ, ತಮ್ಮ ಕೈಯಲ್ಲಿದ್ದ ಲಾಠಿಗಳಿಂದ ಒಡೆದುಬಿದ್ದ ಟೊಮ್ಯಾಟೊಗಳನ್ನು ಹೊರಳಿಸಿ, ಕಡೆಗೆ ಹುಡುಗನ ತಾಯಿಯನ್ನೇನೋ ಕೇಳಿದರು. ಆಕೆ ತನ್ನ ಕಣ್ಣಗಲಿಸಿ, ಮುಖ ಕಿವಿಚಿ, ಒಡೆದ ಟೊಮ್ಯಾಟೊ ಬಿದ್ದಿದ್ದ ಕಡೆಯಲ್ಲೆಲ್ಲ ಬೆರಳು ಮಾಡಿ, ತನ್ನ ಹುಡುಗನನ್ನೂ ತೋರಿಸಿ ಎದೆ ಎದೆ ಬಡಿದುಕೊಂಡಳು. ಅವಳನ್ನು ಸಮಾಧಾನಪಡಿಸುವಂತೆ ಒಂದೆರಡು ಮಾತಾಡಿದ ಪೊಲೀಸರು ಇನ್ನೊಮ್ಮೆ ಸುತ್ತಲೂ ಕಣ್ಣಾಡಿಸಿ ಮತ್ತೆ ತಮ್ಮ ವ್ಯಾನು ಹತ್ತಿದರು.

ಆ ವ್ಯಾನು ಕಣ್ಮರೆಯಾದದ್ದೇ ತಡ, ಆಕೆ ಇದ್ದಕ್ಕಿದ್ದಂತೆ ಹುಡುಗನನ್ನಪ್ಪಿಕೊಂಡು ಲೊಚಲೊಚನೆ ಮುದ್ದಿಸತೊಡಗಿದಳು.

■

ವಿಗ್

ಉಮಾ ರಾವ್

ಅವರು ಒಬ್ಬರನ್ನೊಬ್ಬರು ನೋಡುವ ಕಾರ್ಯಕ್ರಮ ನಡೆದಾಗ ಅಂಥಾ ಚಿಕ್ಕವರೇನಲ್ಲ. ಅವಳಿಗೆ ಮೂವತ್ಮೂರು. ಅವನಿಗೆ ಮೂವತ್ತೆಂಟು. ಈಗಲೇ ಬೇಡ, ಒಂದು ಮನೆ ಮಾಡಬೇಕು, ಕೆಲಸ ಪರ್ಮನೆಂಟ್ ಆಗಲಿ, ಸ್ಕೂಲು ಮದುವೆ ಮೊದಲು ಎಂದೆಲ್ಲಾ ಮುಂದೆ ಹಾಕುತ್ತಾ ಹೋಗಿ ತಡವಾಗಿತ್ತು. ತಲೆಗೂದಲು ಉದುರಿತ್ತು. ಕೊಂಚ ಕಪ್ಪು, ಸ್ವಲ್ಪ ಕುಳ್ಳ, ಇನ್ನಿಷ್ಟು ಓದಿದ್ದರೆ ಚೆನ್ನಾಗಿತ್ತು, ಅಂಥಾ ಅನುಕೂಲವಾಗಿ ಏನಿಲ್ಲ–ಏನೇನೋ ಕಾರಣಗಳಿಂದ ಅವಳಿಗೆ ಮದುವೆ ಆಗಿರಲಿಲ್ಲ. ಮಿಡ್ಲ್ ಸ್ಕೂಲ್ ಟೀಚರಾಗಿ ಹತ್ತು ವರ್ಷ ಅನುಭವ ಮಾತ್ರ ಆಗಿತ್ತು.

ಎರಡೂ ಕುಟುಂಬಗಳು ಅಂದು ತರಕಾರಿ ಉಪ್ಪಿಟ್ಟು, ದೇಶಾವರಿ ನಗುವಿನ ನಡುವೆ ಮಾತಾಡುತ್ತಾ ಹೂಂ ಅನ್ನುವ ಸ್ಥಿತಿ ತಲುಪಿದ ಅರಿವಾದಾಗ, ಅವನು ಅವಳೊಡನೆ ಮಾತಾಡಬೇಕೆಂದು ತನ್ನ ತಾಯಿಯ ಹತ್ತಿರ ಮೆಲ್ಲಗೆ ಉಸುರಿದ. ಇಬ್ಬರೂ ಮನೆಯಿಂದ ಅರ್ಧ ಕಿಲೋಮೀಟರು ದೂರವಿದ್ದ ಪಾರ್ಕಿಗೆ ನಡೆದು, ಅಲ್ಲಿದ್ದ ಒಂದೇ ಮರದ ಕೆಳಗಿನ ಕಾದ ಸಿಮೆಂಟು ಬೆಂಚಿನ ಮೇಲೆ ಸಂಜೆಗತ್ತಲಲ್ಲಿ ಸ್ವಲ್ಪ ದೂರದೂರವೇ ಕೂತರು.

“ಒಪ್ಪಿಗೇನಾ?”

ಅವಳು ತಲೆಹಾಕಿದಳು.

“ನೀವು ಹೂಂ ಅನ್ನೋಕೆ ಮೊದಲು, ಒಂದು ವಿಷಯ ಕ್ಲಿಯರ್ ಆಗಿ ಹೇಳಬೇಕು.”

“ಏನು?”

ವಿಗ್

"ನಾನು ವಿಗ್ ಹಾಕ್ಕೋತೀನಿ, ನೋಟೀಸ್ ಮಾಡಿದ್ರಾ?"

ಅವಳು ತಲೆ ಎತ್ತಿದಳು. ಇದುವರೆಗೂ ಗಮನಿಸಿಯೇ ಇರಲಿಲ್ಲ. ಆದರೂ ಅವನಷ್ಟು ಓಪನ್ ಆಗಿ ಹೇಳಿದ್ದರ ಬಗ್ಗೆ ಅವಳಿಗೆ ಸಮಾಧಾನವಾಯಿತು.

"ಆದರೇನು? ನಾವೆಲ್ಲಾ ಲಿಪ್‌ಸ್ಟಿಕ್ ಹಚ್ಚಿಕೊಳ್ಳೊಲ್ಲೇನು?" ತಟ್ಟನೆ ಕೇಳಿದಳು.

"ನಿಮಗೆ ಅಬ್ಜೆಕ್ಷನ್ ಇಲ್ಲದಿದ್ದರೆ ಸರಿ," ಅವನು ಹಗುರಾಗಿ ಹೇಳಿದ.

ಇಬ್ಬರೂ ಅಲ್ಲಿಂದೆದ್ದು ಮನೆಗೆ ಬಂದರು. ತಿಂಗಳಲ್ಲಿ ಅವರ ಮದುವೆಯಾಯಿತು.

ಮೊದಲ ರಾತ್ರಿಯೇ ಪ್ರೇಮ ಮಾಡುವ ಮೊದಲು ಆತುರದಿಂದ ದೀಪ ಆರಿಸಿ, ತನ್ನ ವಿಗ್ ಕಳಚಿ, ಕೆದರಿದ ಕೂದಲು ಸರಿಪಡಿಸಿ ಪಕ್ಕದಲ್ಲೇ ಇದ್ದ (ಅವಳು ಇದುವರೆಗೂ ಅಲಂಕಾರಕ್ಕೆಂದು ಇಟ್ಟ ಬೋಳು ತಲೆಗೊಂಬೆ ಎಂದುಕೊಂಡಿದ್ದ) ವಿಗ್ ಸ್ಟ್ಯಾಂಡಿಗೆ ಅದನ್ನು ಅವನು ಹಾಕಿದ್ದು ಕಿಟಕಿಯಿಂದ ತೂರಿ ಬರುತ್ತಿದ್ದ ಬೀದಿ ದೀಪದ ಮಂದ ಬೆಳಕಿನಲ್ಲಿ ಅವಳಿಗೆ ನಿಚ್ಚಳವಾಗಿ ಕಂಡಿತು. ಕಣ್ಣು ಮುಚ್ಚಿದರೂ ಅವನು ಹತ್ತಿರ ಸರಿದಾಗ ಅವಳ ಮನಸ್ಸಿನಲ್ಲಿ ಗೊಂದಲ ಉಂಟಾಯಿತು.

ಆ ಕ್ಷಣ ಅವಳಿಗೆ ಅರಿವಾಗಿತ್ತು: ವಿಗ್ ಲಿಪ್‌ಸ್ಟಿಕ್‌ನಂತಲ್ಲ. ಅದು ನಿಧಾನವಾಗಿ ಕರಗುವುದಿಲ್ಲ ಎಂದು.

■

ಆಕಾಶರಾಯ

ಗೋಪಾಲಕೃಷ್ಣ ಪೈ

ಅವನು ಯೋಚಿಸಲು ಆರಂಭಿಸಿದ ಕೂಡಲೇ ಎತ್ತರವಾಗಿ ಬೆಳೆಯತೊಡಗಿದ. ಹಾಗೆ ನೋಡಿದರೆ ಅವನು ಎಂದಿನಿಂದ ಯೋಚಿಸಲು ಆರಂಭಿಸಿದ ಎನ್ನುವುದೇ ಅವನಿಗೆ ಮರೆತುಹೋಗಿತ್ತು. ಹಕ್ಕಿ ಹೇಗೆ ಹಾರುತ್ತದೆ, ಮೀನು ಹೇಗೆ ಈಜುತ್ತದೆ, ಗಾಳಿ ಯಾಕೆ ಓಡುತ್ತದೆ ಎಂದು ಅವನು ಯೋಚಿಸದೇ ಇದ್ದರೂ ಅಪ್ಪ ಅಮ್ಮನ ಮೇಲೆ ಯಾಕೆ ಹರಿಹಾಯುತ್ತಾರೆ, ಮೇಷ್ಟರುಗಳು ಯಾಕೆ ಕಿರಿಚುತ್ತಾರೆ, ಗೆಳೆಯರು ಯಾಕೆ ಮೋಸಮಾಡುತ್ತಾರೆ ಎಂದವನು ಯೋಚಿಸಿಯೇ ಯೋಚಿಸಿದ. ಮತ್ತು ಹಾಗೆ ಯೋಚಿಸುತ್ತಾ ತಾನು ಎತ್ತರೆತ್ತರ ಬೆಳೆಯುತ್ತಿರುವುದನ್ನು ಗಮನಿಸಿದ. ತನ್ನ ಮನೆಯ ಕೋಣೆಗಳು ಸಣ್ಣಗಾದುದನ್ನು, ಬಾಗಿಲುಗಳು ಕುಬ್ಜವಾದುದನ್ನು, ಒಂದು ಕಾಲದಲ್ಲಿ ಪಾತಾಳದಂತೆ ಕಾಣುತ್ತಿದ್ದ ಬಾವಿಯ ನೀರು ಈಗ ಬಹಳ ಮೇಲೇರಿದಂತೆ ಕಾಣುತ್ತಿದ್ದುದನ್ನು ಗಮನಿಸಿ ಆಶ್ಚರ್ಯಪಟ್ಟ. ಶಾಲೆಯ ವಿಶಾಲ ಆವರಣ ಬಹಳ ಸಣ್ಣದಾಗಿದೆಯೆಂದು ಅನ್ನಿಸಿ ಕಾಲೇಜಿಗೆ ಹೋದ. ಊರಮಂದಿ ಸಣ್ಣ ಪುಟ್ಟ ಜಗಳಗಳಲ್ಲಿಯೇ ದಿನ ಕಳೆಯುತ್ತಿದ್ದಾರೆಂದು ನಗರಕ್ಕೆ ಹೋಗಿ ರಾಜಕೀಯ ಸೇರಿದ. ಬಸ್ಸಿನಲ್ಲಿ ಹೋಗುತ್ತಿದ್ದವನು ರೈಲು ಹತ್ತಿ ಊರೂರು ತಿರುಗಾಡಿ ವಿಮಾನವೇರಿ ದೇಶವಿದೇಶಗಳನ್ನು ಸುತ್ತತೊಡಗಿದ.

ಅವನ ಎತ್ತರ ಕಂಡು ಊರವರು ಬೆಕ್ಕಸ ಬೆರಗಾದರು. ಆ ಪ್ರಾಂತ್ಯದ ಜನರೆಲ್ಲ ಅವನನ್ನು ನೋಡಲು ಬಂದು ಅವನ ಬಳಿ ನಿಂತು ತಮ್ಮ ಕುಳ್ಳತನಕ್ಕೆ ತಾವೇ ಅಚ್ಚರಿಯಿಂದ ಖುಶಿಪಟ್ಟು ಫೋಟೋ ತೆಗೆಸಿಕೊಂಡರು. ಈ ಮಧ್ಯೆ ಅವನು ಯೋಚಿಸುತ್ತಲೇ ಇದ್ದ ಮತ್ತು ಎತ್ತರೆತ್ತರ ಬೆಳೆಯುತ್ತಲೂ ಹೋದ. ಅವನು ಎತ್ತರಕ್ಕೆ ಬೆಳೆದಷ್ಟೂ ಬಗ್ಗಿ ನಡೆಯುವುದು

ಅಗತ್ಯವಾಯಿತು. ಹಾಗೆ ಬಗ್ಗಿ ನಡೆಯದಿದ್ದರೆ ದಾರಂದದ ಅಂಚು ಅವನ ತಲೆಗೆ ಬಡಿಯುತ್ತಿತ್ತು. ಮಾಡು ತಾಗುತ್ತಿತ್ತು. ಹೀಗಾದರೆ ಒಂದು ದಿನ ತಾನು ಎದ್ದು ನಿಂತು ಓಡಾಡುವುದೂ ಸಾಧ್ಯವಾಗದೆ ಕೂತೇ ಇರಬೇಕಾಗುತ್ತೇನೋ ಎಂದು ಗಾಬರಿಗೊಂಡರೂ ಅವನು ಯೋಚಿಸುವುದನ್ನು ನಿಲ್ಲಿಸಲಿಲ್ಲ.

ಅವನ ತಂದೆ ಅವನು ಈಗಾಗಲೇ ಎಷ್ಟು ಎತ್ತರಕ್ಕೆ ಏರಿದ್ದಾನೆಂದು ಮತ್ತು ಅವನ ಯೋಚನೆಯನ್ನು ನಿಲ್ಲಿಸುವ ಅಗತ್ಯವಿದೆಯೆಂದು ಮನಗಂಡು ಅವನಿಗೆ ಮದುವೆ ಮಾಡಿದರು. ಅವನಿಗೆ ಮಾತ್ರ ತಾನು ಮದುವೆಯಾದ ಹೆಂಡತಿ ಬಹಳ ಕುಳ್ಳಿಯಂತೆ ಕಾಣಿಸಿದಳು. ಇವಳ ಜೊತೆ ಏಗಬೇಕಲ್ಲ ಎಂದು ಯೋಚಿಸುತ್ತಲೇ ಒಬ್ಬ ಹೆಣ್ಣು ಮಗಳ ತಂದೆಯಾದ. ತನ್ನ ಮಗಳು ತನಗಿಂತ ಬುದ್ಧಿವಂತೆಯಾಗಬೇಕು ಎಂದು ಅವನು ತಾನು ಯೋಚಿಸುತ್ತಿದ್ದ ವಿಚಾರಗಳನ್ನೆಲ್ಲ ಅವಳಿಗೆ ಹೇಳತೊಡಗಿದ. ಆದರೆ ಅವನ ಹೆಂಡತಿ ಆ ಯೋಚನೆಗಳನ್ನೆಲ್ಲ ಅತ್ತ ತಳ್ಳಿ ತಾನು ಗಟ್ಟಿಯಾಗಿ ಆತುಕೊಂಡಿದ್ದ ನಂಬಿಕೆಗಳಿಂದ ಆ ಮಗಳ ಸುತ್ತ ಕೋಟೆ ಕಟ್ಟತೊಡಗಿದಳು. ಅದರಿಂದಾಗಿ ಅವನಿಗೆ ತುಂಬ ಎತ್ತರಕ್ಕೆ ಬೆಳೆದ ತನ್ನ ದೇಹದಲ್ಲಿರುವ ಬಾಯಿಯಿಂದ ಹೊರಟ ಶಬ್ದಗಳು ತೀರ ಕೆಳಗಿರುವ ತನ್ನ ಚಿಕ್ಕ ಮಗಳ ಕಿವಿಯತನಕ ಮುಟ್ಟುತ್ತವೋ ಇಲ್ಲವೋ ಎಂಬ ಅನುಮಾನ ಬರತೊಡಗಿತು. ಆದುದರಿಂದ ತನ್ನ ಗಂಟಲಿನ ಸ್ವರವನ್ನು ಕಿರುಚುವ ಸ್ತರಕ್ಕೇರಿಸುವುದು ಅವನಿಗೆ ಅನಿವಾರ್ಯವಾಯಿತು.

ಈಗ ಅವನ ಸ್ವರ ತಾರಕಕ್ಕೇರಿದುದರಿಂದ ಜಗತ್ತಿನ ಜನರಿಗೆಲ್ಲ ಅದು ಕೇಳುವಂತಾಯಿತು. ದೂರದೂರದ ಜನರೆಲ್ಲ ಅವನನ್ನು ಕಾಣದಿದ್ದರೂ ಅವನ ಸ್ವರ ಕೇಳಿ ಪುಳಕಗೊಂಡರು. ಆ ಸ್ವರದಲ್ಲಿ ಹೊಸತನವಿದೆಯೆಂದೂ ಉಳಿದೆಲ್ಲ ಸ್ವರಗಳನ್ನು ಹಿಂದೆ ತಳ್ಳುವ ಅಸಾಧ್ಯ ಶಕ್ತಿಯಿದೆಯೆಂದೂ ತಮ್ಮ ತಮ್ಮೊಳಗೆ ಗುಜುಗುಜು ಮಾತನಾಡಿಕೊಳ್ಳತೊಡಗಿದರು.

ಒಂದು ದಿನ ಅವನಿಗೆ ಬಹಳ ದೂರದ ಊರಿನಿಂದ ಒಂದು ಪತ್ರ ಬಂತು. ಅದನ್ನು ತಂದ ಅಂಚೆಯವನಿಗೆ ಆ ಪತ್ರ ತಲಪಿಸುವ ವಿಚಾರದಲ್ಲಿ ಒಂದು ಸಮಸ್ಯೆ ಹುಟ್ಟಿತು. ಮುಖ್ಯವಾಗಿ ಆ ಪತ್ರಕ್ಕೆ ಅಂಚೆಚೀಟಿಯನ್ನೇ ಹಚ್ಚಿರಲಿಲ್ಲ. ಹಾಗಾಗಿ ಅದನ್ನು ಡೆಲಿವರಿ ಮಾಡುವ ಮುನ್ನ ಅದರ ಡ್ಯೂ ಹಣವನ್ನು ಅವನು ಪಡೆಯಬೇಕಿತ್ತು. ನಮ್ಮ ಎತ್ತರದ ಮನುಷ್ಯನ ಕಾಲಬುಡದಲ್ಲಿಯೇ ನಿಂತು ಜೋರಾಗಿ ಕಿರುಚಿ ಆ ಪತ್ರ ಬಂದಿರುವ ವಿಚಾರವನ್ನು ತಿಳಿಸಲು ಪ್ರಯತ್ನಿಸಿದ. ಆದರೆ ಅವನ ಸ್ವರ ನಮ್ಮ ಎತ್ತರದ ಮನುಷ್ಯನ ಕಿವಿಯ ತನಕ ಮುಟ್ಟಲೇ ಇಲ್ಲ. ಅಂಚೆಯವನು ಮರ ಹತ್ತಿ ಬೊಬ್ಬಿಟ್ಟ. ಮಹಡಿ ಹತ್ತಿ ಗೋಗರೆದ. ಗುಡ್ಡವನ್ನೇರಿ ಗೋಳಿಟ್ಟ. ಪರ್ವತವನ್ನೇರಿ ಫೂತ್ಕರಿಸಿದ. ಇಷ್ಟಾದರೂ ಎತ್ತರದ ಮನುಷ್ಯನಿಗೆ ಅಂಚೆಯವನು ಬಂದಿರುವುದಾಗಲೀ ಪತ್ರ ಬಂದಿರುವ ವಿಚಾರವಾಗಲೀ ತಿಳಿಯಲೇ ಇಲ್ಲ. ಅಂಚೆಯವನಿಗೆ ಒಂದು ಹಂತದಲ್ಲಿ ಡ್ಯೂ ಹಣವನ್ನು ತಾನೇ ತೆತ್ತು ಪತ್ರವನ್ನು ಅವನತ್ತ ಒಗೆದು ಹೋದರೆ ಹೇಗೆ ಎಂಬ ವಿಚಾರವೂ ಹೊಳೆದದ್ದುಂಟು. ಹಾಗೆಯೇ ಮಾಡುತ್ತಿದ್ದನೋ ಏನೊ. ಆದರೆ ಅವನಿಗೆ ತನ್ನ ಕರ್ತವ್ಯದ ಬಗ್ಗೆ ತುಂಬ

ಅಭಿಮಾನವಿದ್ದುದರಿಂದ ಪತ್ರವನ್ನು ಸಂಬಂಧಪಟ್ಟವನಿಗೆ ತಲುಪಿಸಲೇ ಬೇಕೆನ್ನಿಸಿತು. ಹೀಗೆಲ್ಲ ಯೋಚಿಸುತ್ತಿರುವಾಗ ಅಂಚೆಯವನಲ್ಲಿ ಒಂದು ಹೊಸ ಕುತೂಹಲ ಹುಟ್ಟಿತು. ಈ ಪತ್ರದಲ್ಲಿರುವ ಮಜಕೂರಾದರೂ ಏನು ಎಂದುಕೊಂಡು ಅವನು ಆ ಪತ್ರವನ್ನು ಮೆಲ್ಲನೆ, ಅತಿ ಜಾಗ್ರತೆಯಿಂದ ಬಿಡಿಸಿ ತೆರೆದು ಓದತೊಡಗಿದ. ಆ ದೀರ್ಘ ಪತ್ರದಲ್ಲಿ ಒಂದೇ ಒಂದು ವಾಕ್ಯವಿದ್ದು ಅದೂ ಎಷ್ಟು ದೀರ್ಘವಾಗಿತ್ತೆಂದರೆ ಅಂಚೆಯವನು ಆ ವಾಕ್ಯದ ಅಕ್ಷರಕ್ಷರಗಳನ್ನು, ಶಬ್ದಶಬ್ದಗಳನ್ನು ತಿಳಿದು ಅರಿತು ಉಚ್ಚರಿಸಿ ಅರ್ಥಮಾಡಿಕೊಳ್ಳಲು ಪ್ರಯತ್ನಿಸಬೇಕಾಯಿತು. ಹೀಗೆ ಪ್ರಯತ್ನಿಸುವಾಗ ಅವನೂ ಎತ್ತರಕ್ಕೆ ಬೆಳೆಯತೊಡಗಿ ಗಾಬರಿಗೊಂಡು ಓದುವುದನ್ನೇ ನಿಲ್ಲಿಸಿಬಿಟ್ಟ.

ಇಷ್ಟರಲ್ಲಿ ನಮ್ಮ ಎತ್ತರದ ಮನುಷ್ಯನ ಚಿಕ್ಕ ಮಗಳು ಛಾವಣಿಯ ಮೇಲೆ ಆಡುತ್ತಿದ್ದವಳು ಅಕಸ್ಮಾತ್ತಾಗಿ ಕೆಳಗೆ ಕಣ್ಣು ಹಾಯಿಸಿದವಳು ಆಳ ನೋಡಿ ತಲೆ ತಿರುಗಿದಂತಾಗಿ ಬೆದರಿ ಕೆಳಗೆ ಓಡಿಬಂದವಳು ಅಪ್ಪನ ಕೈ ಜಗ್ಗಿ ಹಿಡಿದು "ಅಪ್ಪ, ನಿನಗೆ ಕೆಳಗೆ ನೋಡುವಾಗ ಹೆದರಿಕೆಯಾಗೋಲ್ಲವಾ?" ಎಂದು ಕೇಳಿದಳು. ಎತ್ತರದ ಮನುಷ್ಯ ಅವಳೇನು ಹೇಳಿದಳೆಂದು ಕೇಳಿಸಿಕೊಳ್ಳಲು ಕೆಳಕ್ಕೆ ಬಗ್ಗಿದಾಗ ನೆಲದ ಮೇಲೆ ಬಿದ್ದಿದ್ದ ಆ ಪತ್ರವನ್ನು ಕಂಡು ಅದನ್ನು ಕೈಗೆತ್ತಿಕೊಂಡು ಓದತೊಡಗಿದ. ಒಂದೇ ಒಂದು ವಾಕ್ಯದಲ್ಲಿದ್ದ ಆ ದೀರ್ಘ ಪತ್ರ "ನೀನು ಯೋಚಿಸುತ್ತಿರುವುದಾದರೂ ಏನನ್ನು?" ಎಂದು ಕೇಳುವಂತಿತ್ತು.

■

ಒಂದು ಜೀವನ

ಎಚ್. ಕೆ. ಅನಂತರಾವ್

ಗೋಮುಖಿಯ ಜೀವನ ಯಂತ್ರದಂತೆ ಸಾಗಿತ್ತು. ಹೀಗೇ ಮೂವತ್ತು ವರ್ಷಗಳು ಉರುಳಿದ್ದವು. ತನ್ನ ತಂದೆ ತಾಯಿ ಯಾರೆಂದು ಅವನಿಗೆ ತಿಳಿಯದು. ಅವನಿಗೇ ಯಾಕೆ, ಯಾವ ನಾಗರಿಕನಿಗೂ ಅದು ತಿಳಿದಿರಲಿಲ್ಲ. ಜೀವನ ಹಾಗೆ ಸಾಗಿದರೇ ದೇಶಕ್ಕೆ ಒಳಿತೆಂದು ಸರಕಾರ ತೀರ್ಮಾನಿಸಿತ್ತು. 'ಆಸ್ತಿ' ಎಂಬ ಶಬ್ದ ಸರಕಾರಕ್ಕೆ ಮಾತ್ರ ಅನ್ವಯಿಸುತ್ತಿತ್ತು. ಗೋಮುಖಿ ಕೂಡ ಸರಕಾರದ 'ಆಸ್ತಿ'.

'ಪ್ರೇಮ' ಎಂಬ ಶಬ್ದ ಮತ್ತು ಅದರ ಭಾವನೆಯನ್ನು ಚಿಕ್ಕಂದಿನಲ್ಲಿಯೇ ಅವನ ತಲೆಯಲ್ಲಿ ತುಂಬಿತ್ತು ಸರಕಾರ. ಗೋಮುಖಿ ದೇಶವನ್ನು ಬಹಳ ಪ್ರೀತಿಸುತ್ತಿದ್ದ. ಮಾನವನ ಬಗ್ಗೆ, ಪ್ರಾಣಿಗಳ ಬಗ್ಗೆ, ಪರಿಸರದ ಬಗ್ಗೆ ಆ ಭಾವನೆ ಬೆಳೆಯದಿರಲು ಸಕಲ ಮುಂಜಾಗ್ರತೆಗಳನ್ನೂ ತೆಗೆದುಕೊಂಡಿತ್ತು ಸರಕಾರ.

ಗೋಮುಖಿಯ ಜೀವನ ಯಂತ್ರದಂತೆ ಸಾಗುತ್ತಿತ್ತು. ಬೆಳಿಗ್ಗೆ ಐದು ಗಂಟೆಗೆ ಸೈರನ್ನಿನ ಶಬ್ದದೊಡನೆ ಏಳುತ್ತಿದ್ದ. ಹತ್ತು ನಿಮಿಷದಲ್ಲಿ ದೇಹ ಶುಚಿಗೊಳಿಸಿ ಆಟದ ಮೈದಾನಕ್ಕೆ ಓಡಬೇಕು. ಅದನ್ನು ಯಾರೂ ತಪ್ಪಿಸುವಂತಿಲ್ಲ. ಅನಾರೋಗ್ಯವಿದ್ದರೆ ಒಂದು ದಿನ ಮೊದಲೇ ಡಾಕ್ಟರನ ಚೀಟಿ ತೋರಿಸಿ ಆಜ್ಞೆ ಪಡೆಯಬೇಕು. ದೇಹ ದಣಿಯುವವರೆಗೂ ಕುಣಿದಾಡಿ ಆರರ ಸುಮಾರಿಗೆ ಮರಳುತ್ತಿದ್ದ. ಮೈದಾನದಲ್ಲಿ ಸಾಕಷ್ಟು ನಾಗರಿಕರು ಸೇರಿರುತ್ತಿದ್ದರು. ಆಟದ ಹೊರತು ಅಲ್ಲಿ ಬೇರೆ ಮಾತಾಡುವ ಹಾಗಿಲ್ಲ. ಅದರ ಬಗ್ಗೆ ಮಾತಾಡಿ ಬೇಸತ್ತ ಅವರು ಮೌನವಾಗಿ ತಮ್ಮ ಚಟುವಟಿಕೆಯಲ್ಲಿ ತೊಡಗುತ್ತಿದ್ದರು.

ಆರೂವರೆಗೆ ಸರಿಯಾಗಿ ಉಪಾಹಾರದ ಸೈರನ್. ಅದರೊಡನೆ ಎಲ್ಲರೂ ಕೋಣೆಯಲ್ಲಿ

ಹಾಜರಾಗುತ್ತಿದ್ದರು. ದೊಡ್ಡ ಊಟದ ಟೇಬಲ್ಲಿನೆದುರು ಕುಳಿತ ನೂರಾರು ನಾಗರಿಕರಲ್ಲಿ ಗೋಮುಖಿಯನ್ನು ಕಂಡು ಹಿಡಿಯುವುದು ಸುಲಭದ ಕೆಲಸವಲ್ಲ. ಎಲ್ಲರದೂ ಒಂದೇ ಬಗೆಯ ಪೋಷಾಕು. ಎಲ್ಲರ ಕೈಗಳೂ ಒಂದೇ ಸಲ ಬಾಯಿಗೆ ಹೋಗಿ ತಟ್ಟೆಗೆ ಬರುವುದನ್ನು ಕಂಡರೆ ಇದೂ ಒಂದು ತರಹದ ಪ್ರದರ್ಶನವೆಂಬ ಭ್ರಮೆ ಉಂಟಾಗುತ್ತಿತ್ತು.

ಏಳು ಗಂಟೆಯ ಸೈರನ್‌ನೊಡನೆ ಹತ್ತಿರದಲ್ಲಿದ್ದ ಕರ್ಮಾಗಾರಕ್ಕೆ ತೆರಳಬೇಕು. ದೇಶವನ್ನು ಉದ್ಧಾರ ಮಾಡುವ ಯಂತ್ರಗಳ ನಡುವೆ ಗೋಮುಖಿಗೆ ಸಮಯ ಓಡಿದ್ದೇ ತಿಳಿಯುತ್ತಿರಲಿಲ್ಲ. ಅವನೊಡನೆ ಕೆಲಸ ಮಾಡುವ ಇನ್ನಿತರ ನಾಗರಿಕ ಕಾರ್ಮಿಕರು ಯಂತ್ರಗಳ ವಿಷಯ ಬಿಟ್ಟು ಬೇರೆಯದನ್ನು ಆಡುತ್ತಿರಲಿಲ್ಲ. ಅಲ್ಲಿ ಅಂತಹದಕ್ಕೆ ಅವಕಾಶವೇ ಇರಲಿಲ್ಲ.

ಒಂದು ಗಂಟೆಗೆ ಊಟದ ಸೈರನ್. ಎಲ್ಲರೂ ಲಗುಬಗೆಯಿಂದ ಊಟದ ಕೋಣೆಗೆ ಕಾಲೆಳೆಯುತ್ತಿದ್ದರು. ನೂರಾರು ಬಾಯಿಗಳು ಒಮ್ಮೆಲೇ ತೆಗೆಯುತ್ತವೆ. ಒಮ್ಮೆಲೇ ಅಗಿಯುತ್ತವೆ. ಮತ್ತೆ ಒಮ್ಮೆಲೇ ಚಮಚ ಬಾಯಿಗೆ ಬರುತ್ತದೆ. ಊಟ ಮುಗಿಯುವವರೆಗೂ ಗೋಮುಖಿಯ ದೃಷ್ಟಿ ತಾಟಿನಿಂದ ಸರಿಯುತ್ತಿರಲಿಲ್ಲ. ಎಲ್ಲರೂ ಅಷ್ಟೆ.

ಒಂದೂವರೆಗೆ ಮತ್ತೆ ಸೈರನ್, ಯಂತ್ರಗಳು ಕಾಯುತ್ತಿವೆಯೆಂದು ಸೂಚಿಸಲು. ಊಟ ಮುಗಿದ ಮೇಲೆ ಹೊಟ್ಟೆ ನೀವಿಕೊಂಡು ವಿಶ್ರಾಂತಿ ಪಡೆಯುವ ಹಾಗಿಲ್ಲ. ನೇರವಾಗಿ ಕರ್ಮಾಗಾರಕ್ಕೆ. ಆರೂವರೆಯವರೆಗೂ ದೇಶಸೇವೆಯ ಯಂತ್ರಗಳ ನಡುವೆ ನಿರಂತರ ಕೆಲಸ.

ಮತ್ತೆ ಸೈರನ್. ಕರ್ಮಾಗಾರದಿಂದ ಕೆಲವರು ಸೈನಿಕ ಶಿಕ್ಷಣ ಶಿಬಿರಕ್ಕೆ. ಕೆಲವರು ದೇಶ ಸಾಧಿಸಿದ ಪ್ರಗತಿಯ ಪಾಠಕ್ಕೆ. ಮಿಕ್ಕವರು ಸರಕಾರ ನಿಗದಿ ಮಾಡಿದ ವಿವಿಧ ಕೆಲಸಗಳಿಗೆ.

ಲೋಕದ ಎಲ್ಲ ದೇಶಗಳಿಗಿಂತ ತನ್ನ ದೇಶ ಅತಿಶಕ್ತಿವಂತವಾದುದೆಂದು ಗೋಮುಖಿಗೆ ಬಹುದಿನಗಳ ಹಿಂದೆಯೇ ತಿಳಿಸಲಾಗಿತ್ತು. ಕ್ಷಣಾರ್ಧದಲ್ಲಿ ಲೋಕವನ್ನೆಲ್ಲಾ ನಾಶ ಮಾಡಬಲ್ಲಷ್ಟು ಅಣುಶಕ್ತಿ ಹೊಂದಿದ್ದ ತನ್ನ ದೇಶದ ಬಗ್ಗೆ ಗೋಮುಖಿಗೆ ಯಾಕೋ ಹೆಮ್ಮೆ ಎನಿಸುವುದಿಲ್ಲ. ಪರದೆಯ ಮೇಲೆ ತನ್ನ ದೇಶ ಹೊಂದಿದ ಎಲ್ಲ ಮಾರಕ ಅಸ್ತ್ರಗಳನ್ನೂ ಅವನು ನೋಡಿದ್ದ. ಕರ್ಮಾಗಾರದಲ್ಲಿ ತಾನೇ ತಯಾರಿಸಿದ ಅಸ್ತ್ರಗಳು ಪರದೆಯ ಮೇಲೆ ಕಂಡಾಗ ಹೆಮ್ಮೆ ಪಡುತ್ತಿದ್ದ.

ಆರು ತಿಂಗಳ ಸೈನಿಕ ಶಿಕ್ಷಣ ಪಡೆದ ಅವನಿಗೆ ಮಾರಕ ಅಸ್ತ್ರಗಳನ್ನು ಉಪಯೋಗಿಸುವ ವಿಧಾನವನ್ನು ಸರಕಾರ ಸರಿಯಾಗಿ ಕಲಿಸಿತ್ತು. ದೇಶ ಪ್ರಗತಿಯ ಶಿಕ್ಷಕನ ಭಾಷಣ ಮನವಿಟ್ಟು ಕೇಳಬೇಕು. ಅವನು ನಡುನಡುವೆ ಪ್ರಶ್ನೆಗಳನ್ನು ಹಾಕುತ್ತಾನೆ. ಗೋಮುಖಿ ಒಮ್ಮೆಯೂ ತಪ್ಪು ಉತ್ತರ ಕೊಟ್ಟಿರಲಿಲ್ಲ. ಯಾಕೆಂದರೆ ಅವನು ದೇಶ ಪ್ರಗತಿಯ ಭಾಷಣ ಗಮನವಿಟ್ಟು ಕೇಳುತ್ತಾನೆ.

ಒಂದು ಜೀವನ

ಎಂಟೂವರೆಗೊಂದು ಸೈರನ್. ಒಂದು ಗ್ಲಾಸು ಸರಾಯಿಯೊಡನೆ ರಾತ್ರಿಯ ಊಟ. ವಿದ್ಯುತ್ ದೀಪದ ಮಂದ ಬೆಳಕಿನಲ್ಲಿ ಅದನ್ನು ಕಂಡರೆ ಯಂತ್ರಗಳು ಊಟ ಮಾಡುತ್ತಿವೆಯೋ ಎಂಬ ಭ್ರಮೆ ಉಂಟಾಗುತ್ತದೆ.

ದಿನದ ಕೊನೆಯ ಸೈರನ್ ರಾತ್ರಿ ಒಂಬತ್ತು ಗಂಟೆಗೆ. ಅದು ಎಲ್ಲರಿಗೂ ಮಲಗುವ ಆದೇಶ. ಒಂಬತ್ತೂ ಹದಿನೈದಕ್ಕೆ ಗಾಢಾಂಧಕಾರ. ಗೋಮುಖಿಗೆ ಗಸ್ತು ತಿರುಗುತ್ತಿರುವವರ ಟಾರ್ಚಿನ ಪ್ರಕಾಶ ಕಾಣಿಸುತ್ತದೆ ಆಗಾಗ. ದಣಿದ ದೇಹವನ್ನು ನಿದ್ರೆ ಬೇಗ ಆಕ್ರಮಿಸುತ್ತದೆ.

ಒಂದೊಂದು ದಿನ ದಣಿದಿದ್ದರೂ ಗೋಮುಖಿಗೆ ಬೇಗ ನಿದ್ದೆ ಹತ್ತುವುದಿಲ್ಲ. ನಾಲ್ಕು ದಿನ ತನ್ನೊಡನೆ ಹಾಸಿಗೆ ಹಂಚಿಕೊಂಡ ಸೌಮ್ಯಾ ನೆನಪಿಗೆ ಬರುತ್ತಾಳೆ. ಅವಳನ್ನು ನೆನೆಯುವುದು ಅಪರಾಧವೆಂದು ತಿಳಿದಿದ್ದರೂ ಗೋಮುಖಿ ಅಸಹಾಯಕ. ತನ್ನೊಡನೆ ಮಲಗಿದ್ದ ಯಾರಿಗಾದರೂ ಮಕ್ಕಳಾಗಿರಬಹುದೇ ಎಂದು ಯೋಚಿಸುತ್ತಾನೆ. ಎಷ್ಟು ಜನ ಯುವತಿಯರು ತನ್ನೊಡನೆ ಮಲಗಿದರೆಂಬ ಲೆಕ್ಕ ಹಾಕಲು ಪ್ರಯತ್ನಿಸಿ ಸೋಲುತ್ತಾನೆ. ಕಣ್ಣುಗಳನ್ನು ಗಟ್ಟಿಯಾಗಿ ಮುಚ್ಚಿ ಅವರ ಮುಖಗಳನ್ನು ಗುರುತಿಸಬಲ್ಲೆನೆ ಎಂದು ಪ್ರಯತ್ನಿಸುತ್ತಾನೆ. ಸೌಮ್ಯಾಳ ವಿನಾ ಎಲ್ಲ ಚಹರೆಗಳೂ ಮರೆತಿರುವ ಅರಿವಾಗುತ್ತದೆ.

ಸರಕಾರ ನಾಗರಿಕರ ಲೈಂಗಿಕ ತೃಷ್ಣೆಯ ಜವಾಬ್ದಾರಿಯನ್ನು ಕೂಡ ತೆಗೆದುಕೊಂಡಿದೆ. ಪ್ರತಿ ತಿಂಗಳು ನಾಲ್ಕು ದಿನಗಳ ಮಟ್ಟಿಗೆ ಗಂಡಿಗೆ ಹೆಣ್ಣಿನ, ಹೆಣ್ಣಿಗೆ ಗಂಡಿನ ಸಂಗ ಲಭಿಸುತ್ತದೆ. ಯಾರು ಯಾರ ಕೂಡಿಕೆಯಾಗಬೇಕೆನ್ನುವುದನ್ನು ಸರಕಾರವೇ ನಿರ್ಧರಿಸುತ್ತದೆ. ಬೇಕಾದವರನ್ನು ಆರಿಸಿಕೊಳ್ಳುವ ಅಧಿಕಾರ ನಾಗರಿಕರಿಗಿಲ್ಲ.

ಹಾಸಿಗೆಯ ಮೇಲೂ ಗಂಡು ಹೆಣ್ಣುಗಳು ಯಂತ್ರದಂತೆ ವರ್ತಿಸುತ್ತಾರೆ. ಆದರೆ ಸೌಮ್ಯಾ ಗೋಮುಖಿಯೊಡನೆ ಏನೇನೋ ಹರಟೆ ಕೊಚ್ಚಿದ್ದಳು. ಗೋಮುಖಿಗೆ ಭಯವಾಗಿತ್ತು. ಇದು ಸರಕಾರಕ್ಕೆ ತಿಳಿದರೆ ಕಠಿಣ ಶಿಕ್ಷೆಗೆ ಒಳಗಾಗಬೇಕಾಗುತ್ತದೆ. ಯಾರು ಗೋಪ್ಯ ಪೊಲೀಸ್ ದಳದವರು ಎಂದು ಹೇಳುವುದು ಕಷ್ಟ. ಕರ್ಮಾಗಾರದಲ್ಲಿ ಏನೇನೋ ಹರಟಿದ ಬಾಳ್ಯಾನನ್ನು ಗೋಪ್ಯ ಪೊಲೀಸ್ ದಳದವರು ಬಂಧಿಸಿದರಂತೆ. ಅವನನ್ನು ಕೊಲ್ಲಲಾಯಿತು ಎಂದು ಯಾರೋ ತನ್ನ ಕಿವಿಯಲ್ಲಿ ಪಿಸುಗುಟ್ಟಿದ್ದರು.

ತಾನು ನಿಷ್ಠಾವಂತ ನಾಗರಿಕ. ಅದು ಸರಕಾರದ ಗಮನಕ್ಕೂ ಬಂದಿದೆ. ಸರಕಾರದ ಮೆಚ್ಚುಗೆ ಪಡೆದ ತನ್ನನ್ನು ಗೋಪ್ಯ ಪೊಲೀಸ್‌ನವರು ಏನೂ ಮಾಡಲಾರರು.

ಸೌಮ್ಯಾಳ ನೆನಹು ಕಾಡಿ ಭಯ ಹುಟ್ಟಿಸುತ್ತದೆ. ಅವಳು ನಯವಾಗಿ ದೇಹದ ಮೇಲೆ ಕೈಯಾಡಿಸಿದ್ದು ಮನದಲ್ಲಿ ನುಸುಳಿ ಮೈಪುಳಕಿತವಾಗುತ್ತದೆ. ಅವಳೊಡನೆ ಕಳೆದ ನಾಲ್ಕು ರಾತ್ರಿಗಳೇ ಬದುಕಿದ ಭಾವನೆ ಬಂದು ಜೀವನ ಸಾರ್ಥಕವಾಯಿತು ಎನಿಸುತ್ತದೆ.

ಅರೆನಿದ್ರೆಯಲ್ಲಿ ಕನಸು ಕಾಣುತ್ತಾನೆ ಗೋಮುಖಿ. ಸೌಮ್ಯಾಳ ತೊಡೆಯ ಮೇಲೆ ತಲೆ ಇಟ್ಟು ಮಲಗಿದ್ದಾನೆ. ಅವಳು ಕೂದಲಲ್ಲಿ ಬೆರಳಾಡಿಸುತ್ತ ಏನೇನೋ ಹೇಳುತ್ತಿದ್ದಾಳೆ.

ಕಣ್ಣು ಮುಚ್ಚಿ ಮಲಗಿದ ತನಗೆ ಒಂದೂ ಅರ್ಥವಾಗುವುದಿಲ್ಲ. ಒಮ್ಮೆಲೇ ಮಗು ಅಳುವ ಸದ್ದು ಕೇಳಿ ಕಣ್ಣು ಬಿಡುತ್ತಾನೆ. ಐದು ವರ್ಷದ ಮುದ್ದಾದ ಮಗು ಅಳುತ್ತಾ ಬರುತ್ತದೆ. ಸೌಮ್ಯಾ ಹೇಳುತ್ತಾಳೆ, "ನಮ್ಮ ಮಗು."

ಎತ್ತಿಕೊಂಡು ರಮಿಸಲು ಕೈಮುಂದೆ ಚಾಚುತ್ತಾನೆ. ಅಳುವಿನ ನಡುವೆ ಹೇಳುತ್ತದೆ ಮಗು, "ನಮ್ಮದು ಲೋಕದಲ್ಲಿ ಎಲ್ಲಕ್ಕಿಂತ ಶಕ್ತಿವಂತ ದೇಶ."

ನಿಧಾನವಾಗಿ ಮಗುವಿನ ಮುಖ ಮಾಯವಾಗಿ ಬಾಳ್ಯಾನ ಮುಖ ಕಾಣಿಸುತ್ತದೆ. ಗಾಬರಿಯಿಂದ ಏಳುತ್ತಾನೆ ಗೋಮುಖಿ. ಸೈರನ್ ಶಬ್ದ ಆರಂಭವಾಗುತ್ತದೆ.

ಶೌಚದ ಕೋಣೆಯೆಡೆ ಹೆಜ್ಜೆ ಹಾಕುತ್ತಿದ್ದ ಗೋಮುಖಿಯನ್ನು ಇಬ್ಬರು ತಡೆದು ಹೇಳುತ್ತಾರೆ: "ನಾವು ಗೋಪ್ಯ ಪೊಲೀಸ್‌ನವರು. ಗದ್ದಲ ಮಾಡದೆ ನಮ್ಮೊಡನೆ ನಡೆ."

ಭಯದಿಂದ ಕೆಳವಸ್ತ್ರ ಒದ್ದೆ ಮಾಡಿಕೊಳ್ಳುತ್ತಾನೆ ಗೋಮುಖಿ. "ನಾ ... ನಾನು ಮಾಡಿದ ಅಪರಾಧವೇನು?" ತೊದಲುತ್ತಾನೆ.

"ನೀನು ಕಂಡ ಕನಸು ದೇಶಕ್ಕೆ, ಸರಕಾರಕ್ಕೆ ಹಾನಿಕರ. ನಡೆ ನಮ್ಮೊಡನೆ."

ಪ್ರತಿಯೊಬ್ಬರ ತಲೆಯ ಬುಡದಲ್ಲಿ ಕನಸನ್ನು ಚಿತ್ರಿಸುವ ಯಂತ್ರ ಇರುತ್ತದೆ ಎಂದು ನಾಗರಿಕರಿಗೆ ತಿಳಿದಿಲ್ಲ. ಬಂದೀಖಾನೆಯೆಡೆ ಹೆಜ್ಜೆ ಹಾಕುತ್ತಾನೆ ಗೋಮುಖಿ.

■

ನಿಮಿತ್ತ

ತುಣಸಿ ವೇಣುಗೋಪಾಲ್

"ಶ್ರುತಿ ಹುಡುಗಿ ಬೆಂಕಿ ಹಚ್ಚಿಕೊಂಡಳಂತೆ" ಸುದ್ದಿ ಎದೆ ನಡುಗಿಸಿ, ಮಾತು ಕಳೆದುಕೊಂಡು ಕುಳಿತುಬಿಟ್ಟಿದ್ದೆ. ನೆರೆಹೊರೆಯವರು ಹಬ್ಬದ ಸಜ್ಜಿಗಾಗಿ ಮನೆಗಿಡೀ ಸೋಪು ನೀರಿನ ಜಳಕ ಮಾಡಿಸಿದ ಬೇಗಿನಲ್ಲಿ ನನ್ನನ್ನೂ ವಿಚಾರಿಸುವಾಗ, ನಾನು ಕೈಕೊಟ್ಟ ಮನೆ ಕೆಲಸದಾಕೆಯ ಪುರಾಣಕ್ಕಿಳಿಯುತ್ತಿದ್ದ ಹೊತ್ತದು. ಹಾಗೆ ಮೇಲಿನ ಕೇಳ್‌ಕರ್ ಕಾಕೂನ ಕೆಲಸದಾಕೆಗಾಗಿ ಬಾಲ್ಕನಿಯಲ್ಲಿ ಕಾಯುತ್ತಿದ್ದಾಗ ದಿಢೀರನೆ ಕಾಣಿಸಿಕೊಂಡ ಮಾಮಿ, ಒಳ ಬಂದವಳೇ ಧ್ವನಿಯೇರಿಸಿದರೆ ಗೋಡೆಗಳೂ ಕೇಳಿಸಿಕೊಂಡಾವು ಎನ್ನುವಂತೆ ಶ್ರುತಿ ಹುಡುಗಿಯ ಸುದ್ದಿಯನ್ನೂ, ಜೊತೆಗೆ ತನ್ನ ಮಾತಿಗೆ ಪುರಾವೆಯಾಗಿ ಏನೇನೊ ಮಾಹಿತಿಗಳನ್ನು ನೀಡಿ ಅವಸರದಲ್ಲಿ ಹೊರಟುಹೋಗಿದ್ದರು. ಆದರೆ ಹೋಗುವ ಮೊದಲು "ಶೀಲಾಮಾಂಸಿ ಬಿಟ್ಟರೆ ನನಗೆ ನಿಮಗೆ ಮಾತ್ರಾ ಸುದ್ದಿ ಗೊತ್ತಿರುವುದು. ನಮ್ಮಿಂದ ಹರಡಿತು ಎಂದು ಮಾತು ಬರುವುದು ಬೇಡ" ಎಂದು ಚಿತಾವನಿ ಬೇರೆ ಕೊಟ್ಟಿದ್ದರಿಂದ ಇನ್ನಷ್ಟು ಕೆಡುಕೆನಿಸಿತ್ತು.

ಶ್ರುತಿಯೆಂಬ ಹುಡುಗಿಯ ದುರಂತವನ್ನು ಹತ್ತರಲ್ಲಿ ಹನ್ನೊಂದನೆಯದು ಎಂದುಕೊಳ್ಳುತ್ತಾ ಅನುಕಂಪದ ಉದ್ಗಾರದೊಂದಿಗೆ ಮರೆತುಬಿಡುವುದು ನನ್ನ ಪಾಲಿಗೆ ಅಶಕ್ಯವಾಗುತ್ತಿದೆಯೇನೋ. ಕಪ್ಪು ಕೆಂಪು ಚೌಕಳಿಯ ಸ್ಕೂಲ್ ಯುನಿಫಾರಂನಲ್ಲಿಯೇ ಸಂಜೆಯಿಡೀ ಲಾಗ ಹಾಕುವ, ಆಗೀಗ ಶೀಲಾ ಮಾಂಸಿಯಲ್ಲಿಗೆಂದು ನಮ್ಮ ಕಟ್ಟಡದ ಮೆಟ್ಟಿಲಲ್ಲಿ ದಡದಡ ಕುದುರೆ ಓಟ ಮಾಡುತ್ತಿದ್ದ ಶ್ರುತಿ ನನ್ನನ್ನು ಹೇಗೆ, ಯಾಕೆ ತಟ್ಟಿದ್ದಳು ಎನ್ನುವುದು ಈಗಷ್ಟೇ ನನ್ನ ಅರಿವಿಗೆ ಬಂತು. ಹರೆಯದಲ್ಲಿ ಹೊರಗಿನಿಂದ ನಳನಳಿಸುವ ಹುಡುಗಿಯರು, ಬಾಲ್ಯದ ಚಿನಕುರುಳಿಗಳನ್ನು ನಂದಿಸಿ ಒಳಗೊಳಗೇ ಹೇಗೆ ತಣ್ಣಗಾಗಿ ಬಿಡುತ್ತಾರೆ. ಶ್ರುತಿ ಹಾಗಿರಲಿಲ್ಲವೆಂದೇ ನಾನು

ಆಕೆಯನ್ನು ಮೆಚ್ಚಿದೆನೊ, ಅಸೂಯೆಪಟ್ಟೆನೊ ಗೊತ್ತಿಲ್ಲ. ಶೀಲಾಮಾಂಸಿ, ಮಾಮಿ, ನಾನು ಶ್ರುತಿಯ ಗಂಡುಬೀರಿತನಕ್ಕೆ, ಅಗತ್ಯಕ್ಕಿಂತ ಹೆಚ್ಚೇ ಬಳುಕಿ ನಡೆಯುವ ರೀತಿಗೆ, ಹಣೆಯ ಕೂದಲು ಹಾರಿಸಿ ನಗುವ ಸ್ಟೈಲಿಗೆ ಬಣ್ಣ ಕಟ್ಟಿ ಚರ್ಚಿಸಿದ್ದುಂಟು. ಅಷ್ಟರಲ್ಲಿ ಒಂದು ದಿನ ಶ್ರುತಿ ಅದೃಷ್ಟವನ್ನೇ ಅರೆದು ಕುಡಿದ ಅಜ್ಞಾತತೆಯ ಮುಗ್ಧ ಬಾಲಿಕೆಯಂತೆ, ರೆಕ್ಕೆ ಕಳಚಿಟ್ಟು ಬಂದ ದೇವಕನ್ಯೆಯಂತೆ ತನ್ನ ಪಾತ್ರವನ್ನು ಬದಲಿಸಿಕೊಂಡಳು. ಕೋಟ್ಯಾಧೀಶ ಹುಡುಗನೊಬ್ಬ ಶ್ರುತಿಯ ಬೆನ್ನು ಬಿದ್ದಿದ್ದಾನೆ, ಆಕೆಗಾಗಿ ಸಾಯುತ್ತಿದ್ದಾನೆ ಎನ್ನುವ ಶೀಲಾ ಮಾಂಸಿಯ ರೊಮ್ಯಾಂಟಿಕ್ ನಿರೂಪಣೆಯಲ್ಲಿ ಹೆಣ್ಣು ಹೆತ್ತ ನಾನೂ ಯಾವುದೊ ಕನಸಿನ ಬೀಜ ಮೊಳೆಯಿಸಿಕೊಂಡು ಪುಳಕಿತಗೊಳ್ಳುತ್ತಿದ್ದೆ. ಶೀಲಾ ಮಾಂಸಿ ಅಂಜನ ಹಾಕಿ ನೋಡಿದವಳಂತೆ ಮುಂಬಯಿಯ ಸಿರಿವಂತ ಬಂಗ್ಲೆಯಲ್ಲಿ ನಡೆದ ಅಪ್ಪ, ಅಜ್ಜ, ಬಂಧುಗಳ ನಕಾರದ ಡೈಲಾಗ್ ಬಾಜಿಗಳನ್ನೂ, ಶ್ರುತಿಯನ್ನು ಅಗಲಿ ಜೀವ ನಿಲ್ಲದು ಎಂದ ಹುಡುಗನ ವಿರಹಗಾನವನ್ನೂ ದಿನ ಬಿಟ್ಟು ದಿನ ನಮ್ಮ ಮುಂದೆ ಪ್ರಸಾರ ಮಾಡಿ ನಮ್ಮ ಕಲ್ಪನೆಗಳಿಗೂ ಒಂದಿಷ್ಟು ಸಾಮಗ್ರಿಗಳನ್ನು ಒದಗಿಸುತ್ತಿದ್ದಳು. ನಾವು ಈ ಕತೆಗೆ ರೋಮಾಂಚಕ ಕೊನೆಯನ್ನು ಹೆಣೆಯುವ ಮೊದಲೆ ಶ್ರುತಿಯ ಮದುವೆಯೂ ನಡೆಯಿತು. ಆಕೆ ಕೋಟ್ಯಾಧೀಶರ ಸೊಸೆ ಆಗಿದ್ದೂ ಆಯಿತು. ಮುಂದೆ ಶ್ರುತಿ ಹಾಂಕಾಂಗ್‌ಗೆ ಹಾರಿದಳು, ಸಿಂಗಾಪೂರ್‌ಗೆ ಹಾರಿದಳು ಎಂದು ಆಗೀಗ ಶೀಲಾ ಮಾಂಸಿ ನೀರಸವಾಗಿ ಹೇಳಿ ಮಾತು ಬದಲಿಸಿಬಿಡುತ್ತಿದ್ದಳು. ಇವತ್ತು ಅದೇ ಶೀಲಾ ಮಾಂಸಿ ಮಾಮಿಯ ಮುಂದೆ ಕಣ್ಣೀರು ಹಾಕುತ್ತಾ ಶ್ರುತಿಯ ಗೋಳನ್ನು ಹೇಳಿಕೊಂಡಳಂತೆ. "ಆ ಹುಡುಗಿ ಮೊನ್ನೆ ಬಂದಾಗ ನನ್ನ ಮುಂದೆ ಅಳುತ್ತಾ, ನೀವಾದರೂ ಮಾ, ಪಾಪಾಗೆ ಸಮಜಾಯಿಸಿ. ನಾನು ಇನ್ನು ಆ ಮನೆಗೆ ಕಾಲಿರಿಸುವುದಿಲ್ಲ. ಎಲ್ಲಾದರೂ ನೌಕರಿ ಮಾಡುತ್ತೇನೆ." ಹೀಗೆ ಏನೇನೊ ಅಂದಳಂತೆ. ಶ್ರುತಿಯ ಭಾಗ್ಯಕ್ಕೆ ಬೆರಳು ಕಚ್ಚಿ ತಲೆದೂಗಿದ್ದ ಬಿರಾದರಿಯವರೇ ಈಗ ಕೊಂಕು ಮಾತು ಹೇಳದೆ ಇರುತ್ತಾರೆಯೆ. ಅರೆ, ಹೆತ್ತವರ ಇಜ್ಜತ್‌ನ ಸವಾಲ್ ಇದು. ಶೀಲಾ ಮಾಂಸಿ ಕಡಕ್ಕಾಗಿಯೇ ಸಮಾಧಾನ ಹೇಳಿದಳಂತೆ: "ಅದೆಲ್ಲಾ ಸಹಜ, ಇನ್ನು ಒಂದೆರಡು ಹೆತ್ತ ನಂತರ ಹೆಂಡತಿ, ಮಕ್ಕಳು ಎನ್ನುವ ಮೋಹ, ಆಸೆ ಎಲ್ಲಾ ಬೆಳೆಯುತ್ತದೆ. ಅತ್ತೆ, ಮಾವಂದಿರ ಸ್ವರ ಸಹ ಬಂದಾಗುತ್ತದೆ. ಅಲ್ಲಿಯವರೆಗೆ ಸುಧಾರಿಸು." ಈಗ ನೋಡಿದರೆ ಹುಡುಗಿ ಹೀಗೆ ಮಾಡಿಬಿಟ್ಟಳು. ಅಥವಾ ಅವರೇ ಏನಾದರೂ....

ಹಬ್ಬಕ್ಕೆ ಎರಡೇ ದಿನ ಇದೆ. ಧೂಳು ಹಿಡಿದ ಮನೆ, ಶ್ರುತಿಯ ದುರಂತ, ರಜೆ ದೊರೆತೊಡನೆ ಸೋದರತ್ತೆಯ ಮನೆಗೆ ಹೋಗಿರುವ ಅಬಿಜ್ಞ, ಶಿಶಿರ, ಎಲ್ಲಾ ಸಿಕ್ಕಾಪಟ್ಟೆ ಮನಸ್ಸಿನ ಮೇಲೆ ಧಾಳಿ ಮಾಡಿ ಅಸ್ಥಿರಗೊಳ್ಳುವಂತಾದದ್ದು ಮಾತ್ರವಲ್ಲ, ಅಂಗೈಯಲ್ಲಿ ಮುಖ ಹುದುಗಿಸಿ ಅತ್ತೂಬಿಟ್ಟೆ. ನನ್ನ ಅಭಿ, ಆರು ತಿಂಗಳ ಹಿಂದೆಯಷ್ಟೇ ಹೊಟ್ಟೆನೋವೆಂದು ಮಲಗಿದವಳು, ದಡಕ್ಕನೆ ಒಳಗೋಡಿ ಬಂದು ನನ್ನ ತೆಕ್ಕೆಯಲ್ಲಿ ಅಡಗಿ ಭಯದಿಂದ ಗುಬ್ಬಚ್ಚಿಯಂತೆ ನಡುಗಿದ್ದು ಹೆಣ್ತನದ ಹೊಸಿಲಿಗೆ ಕಾಲಿರಿಸಿದ ಮಗಳನ್ನು ಸಂತೈಸಿದ ಆ

ನೋವು, ನಲಿವಿನ ಕ್ಷಣ ನೆನಪಿಗೆ ಬಂತು. ಎಷ್ಟು ಬೇಗ ಅರಳಿಬಿಟ್ಟಳು ಮಗು. ಇಬ್ಬನಿಯಲ್ಲಿ ತೊಯ್ದ ಹೂವಿನ ಹಾಗೆ. ಇತ್ತೀಚಿಗೆ ಚಿಕ್ಕ ಗದರಿಕೆಗೂ ಹೇಗೆ ನೊಂದು ಬಿಡುತ್ತಾಳೆ ಹುಡುಗಿ. ಅಂತಹ ನನ್ನ ಅಭಿಯನ್ನು ಮುಂದೊಂದು ದಿನ....

ಕರೆಗಂಟೆ ಬಾರಿಸಿತು. ಕಣ್ಣೀರು ಒರೆಸಿಕೊಂಡು ಬಾಗಿಲು ತೆರೆದರೆ ಅವಳು ನಿಂತಿದ್ದಾಳೆ. ಕೈಯಲ್ಲಿ ತಂಬಾಕು ತೀಡುತ್ತಾ ಕರೆಗಂಟೆ ಬಾರಿಸಿದುದಕ್ಕೂ ತನಗೂ ಏನೂ ಸಂಬಂಧವಿಲ್ಲ ಎನ್ನುವ ನಿರ್ಲಕ್ಷದಲ್ಲಿ. ಮೇಲಿನ ಕಾಕೂ ಹೇಳಿದರು ಎನ್ನುತ್ತಾ ಒಳಗೆ ಬಂದವಳೆ ಕಿಟಕಿ, ಬಾಗಿಲುಗಳನ್ನು, ಮಸುಕಾದ ನೆಲದ ವಿಸ್ತಾರವನ್ನು, ಒಳಭಾಗವನ್ನು ಕಣ್ಣಿನಲ್ಲೇ ಅಳೆದು ಇಂತಿಷ್ಟು ಕೊಡಬೇಕು ಎಂದಳು. ಹೀಗೆ ಅನಿರೀಕ್ಷಿತವಾಗಿ ಪ್ರತ್ಯಕ್ಷಳಾದ ಕೆಲಸದಾಕೆಗೆ ಕಸಿವಿಸಿಯನ್ನೂ ಜೊತೆಗೆ ಸಮಾಧಾನವನ್ನೂ ಕೊಟ್ಟು ನಾನು ಚೌಕಾಶಿಗೆ ಇಳಿಯಲಿಲ್ಲ. ತಕ್ಷಣ ಬಕೆಟ್, ಸೋಪು, ಬ್ರಶ್ ಎಂದು ಬಾತ್‌ರೂಮ್ ಹೊಕ್ಕು 'ಉಶೀರ್ ಝೂಲಾ' ಎಂದು ಗಡಿಬಿಡಿ ಮಾಡಿದಳು. ಕಿಟಕಿ, ಬಾಗಿಲುಗಳ ಪರದೆ ಕಳಚುತ್ತಾ ಅವಳ ಚುರುಕಿನ ಓಡಾಟವನ್ನು ಸಿಡಿಮಿಡಿಗೊಳ್ಳುತ್ತಲೆ ನೋಡಿದೆ. ಬಾಲ್ಕನಿ ಬದಿಯ ಕಿಟಕಿ, ಬಾಗಿಲಿನ ಸ್ವಚ್ಛತೆಗೆ ತೊಡಗಿದ ಅವಳು ಅಲ್ಲಿಂದಲೇ ತನಗೆ ತಡವಾದುದ್ದನ್ನು, ಮೇಲಿನ ಮನೆಯವರ ಹಾವ್‌ರಟ್‌ತನವನ್ನು ಬಿಡಿಸಿ, ಬಿಡಿಸಿ ಒದರ ಹತ್ತಿದಳು. ಅವಳ ಮೇಲೆ ನಜರು ಇಡಲೆಂದೇ ಹೊರಕೋಣೆಯಲ್ಲಿ ಕುಳಿತ ನಾನು ತಬ್ಬಿಬ್ಬಾದೆ. ಕಾಕೂ ಕೇಳಿಸಿಕೊಂಡರೆ ಕೆಲಸದವಳನ್ನು ಪುಸಲಾಯಿಸಿ ಬಾಯಿ ಬಿಡಿಸುತ್ತಿದ್ದಾಳೆ ಎಂದುಕೊಂಡಾರು ಎಂದು ಮುಜುಗರ ಪಡುತ್ತಾ ಹೊರಕೋಣೆ ಬಿಟ್ಟು ಅಡುಗೆ ಕೋಣೆ ಹೊಕ್ಕೆ. ಅದರಿಂದೇನೂ ಅವಳು ನಿರುತ್ಸಾಹಗೊಂಡಂತೆ ಕಾಣಲಿಲ್ಲ. ಕ್ರಮೇಣ ಅವಳ ಧ್ವನಿಯ ಏರಿಳಿತ, ಮಧ್ಯದ ಮೌನ, ಮತ್ತೆ ಮಾತಿನ ಲಹರಿ ಎಲ್ಲವೂ ಮನೆಯೊಳಗೆ ಪ್ರತಿಧ್ವನಿಸುತ್ತಾ ಹೊಸ ಚೈತನ್ಯಕ್ಕೆ ಕಾರಣವಾಗುತ್ತಿದೆ ಎಂದು ಅನಿಸಹತ್ತಿತು. ಅಡುಗೆ ಕೋಣೆಯ ಫ್ಲಾಟ್‌ಫಾರಂಗೆ ಒರಗಿ ಅವಳ ಮಾತು ನೀಡಿದ ಉಲ್ಲಾಸದಲ್ಲಿ ಎಷ್ಟು ತನ್ಮಯಳಾಗಿದ್ದೆನೆಂದರೆ ಹೊತ್ತು ಕಳೆದುದರ ಅರಿವೇ ಇರಲಿಲ್ಲ. ಅಡುಗೆ ಕೋಣೆಯ ಬಾಗಿಲ ಬಳಿ ಬಕೆಟು ಇಟ್ಟ ಸದ್ದಿಗೆ ಬೆಪ್ಪಾಗಿ, ಆ ಪಾತ್ರೆಯನ್ನು ಇಲ್ಲಿ, ಈ ಪಾತ್ರೆಯನ್ನು ಅಲ್ಲಿ ಇಟ್ಟು ಕೆಲಸ ನಟಿಸಿದೆ. ಅಡುಗೆಕೋಣೆಯ ಪಕ್ಕದ ಬಾಲ್ಕನಿಯಲ್ಲಿ ಆಕೆಯ ಮಾತಿಗಾಗಿ ಕಾದು ನಿಂತೆ. ಯಾಕೋ ಆಕೆಯೀಗ ಮೌನವಾಗಿ ಉಸಿರಷ್ಟೇ ಬಿಡುತ್ತಾ ನೆಲ ತಿಕ್ಕುತ್ತಿದ್ದಳು. ಈಗ ನಾನೇ ಅವಳನ್ನು ಮಾತಿಗೆಳೆಯುತ್ತಾ ಎಲ್ಲಿರುವುದು, ಎಷ್ಟು ಮಕ್ಕಳು ಎಂದೆಲ್ಲಾ ವಿಚಾರಿಸಿದೆ. ಈ ಬಾರಿ ಅವಳ ಧ್ವನಿ ಮಾತ್ರವಲ್ಲ ಮಾತುಗಳೂ ಮನಸ್ಸಿನೊಳಗೆ ಇಳಿಯಹತ್ತಿದವು. ಗಂಡ ದಿನಗೂಲಿ ಮಾಡುವುದೆಲ್ಲಾ ಅವನ ಖರ್ಚಿಗೇ ಸರಿಯಾಗುತ್ತದೆ. ದೊಡ್ಡ ಹುಡುಗರಿಬ್ಬರು ಈಗಷ್ಟೇ ಕೆಲಸ ಕಲಿಯುತ್ತಾ ಸ್ವಲ್ಪ ಸಂಪಾದನೆಗೂ ತೊಡಗಿದ್ದಾರೆ. ಸಣ್ಣ ಹುಡುಗಿ ಶಾಲೆಗೆ ಹೋಗುತ್ತಿದ್ದಾಳೆ. ದೊಡ್ಡ ಮಗಳಿಗೆ ಮದುವೆಯಾಗಿದೆ. "ಅವಳೂ ನಾಲ್ಕು ಕ್ಲಾಸು ಕಲ್ತಿದ್ದಾಳೆ. ನನ್ನ ಹಾಗೆ ಮುಸುರೆ ತಿಕ್ಕುವ

ಪಾಡು ಬೇಡ ಎಂದು ಖರ್ಚು ಮಾಡಿ ಇಲ್ಲೇ ಅಲೀಬಾಗ್ ಸಮೀಪ ಒಳ್ಳೆಯ ಸ್ಥಿತಿಯಲ್ಲಿರುವಲ್ಲಿಗೇ ಮದುವೆ ಮಾಡಿದ್ದು. ಆದರೆ ಬರೇ ನಾಲಾಯಕ್ ಮಂದಿ. ಅವರ ಗುದ್ದೂ, ಲಾತ್ತೂ ತಿಂದು ಹುಡುಗಿಯ ಅವಸ್ಥೆ ಹೇಳುವುದು ಬೇಡ. ಒಂದು ದಿನ ನಾನೇ ಹೋಗಿ ದೊಡ್ಡ ಬಾಯಿ ಮಾಡಿ, ಅವರ ಮರ್ಯಾದೆ ಕಳೆದು, ಗರ್ಭಿಣಿ ಪೋರಿಯನ್ನು ಕರೆದುಕೊಂಡು ಬಂದವಳು ಮತ್ತೆ ಕಳಿಸಲಿಲ್ಲ. ಮಗು ಸ್ವಲ್ಪ ದೊಡ್ಡದಾದರೆ, ಎಲ್ಲಾದರೂ ಕೆಲಸ ಮಾಡಿ ಅವಳ ಅನ್ನ ಅವಳು ತಿನ್ನುತ್ತಾಳೆ. ನಶೀಬ್‌ನಲ್ಲಿ ಬರೆದ ಹಾಗೆ ಆಗುತ್ತದೆ ಎಂದುಕೊಂಡೆ." ನಾನು ಬೆಕ್ಕಸ ಬೆರಗಾಗಿ ನೋಡಿದೆ ಅವಳ ತೋಳಿನ ಶಕ್ತಿಯನ್ನು. ನೆಲ ಕನ್ನಡಿಯಂತೆ ಫಳ ಫಳ ಹೊಳೆಯಹತ್ತಿತ್ತು. ನಿಲ್ಲುವ ಪ್ರಯತ್ನದಲ್ಲಿ 'ಆಯಿಗೊ' ಎನ್ನುವ ನೋವಿನ ಉದ್ಗಾರ ಹೊರಡಿಸುತ್ತಾ ತಟ್ಟನೆ ನೇರಕ್ಕೆ ನಿಂತು ಬಕೆಟು ತೆಗೆದುಕೊಂಡು ಬಾತ್‌ರೂಮು ಹೊಕ್ಕಳು. ಆಕೆ ಶುಭ್ರಗೊಳಿಸಿದ ನೆಲವನ್ನು ಮೈಲಿಗೆ ಮಾಡಲು ಮನಸ್ಸಾಗದೆ ತುದಿಗಾಲಲ್ಲೇ ನಡೆದು ಆಕೆಗಾಗಿ ಚಹಕ್ಕಿಟ್ಟೆ.

ಚಹದೊಂದಿಗೆ ನೀಡಿದ ತಿಂಡಿಯನ್ನು ಒಂದು ಕಾಗದದಲ್ಲಿ ಕಟ್ಟಿಕೊಳ್ಳುತ್ತಾ ಮಕ್ಕಳಿಗಾಯ್ತು ಎಂದಳು. ಹೆಂಡತಿಯನ್ನು, ಮಗುವನ್ನು ವಾಪಸ್ಸು ಕರೆದುಕೊಂಡು ಹೋಗುತ್ತೇನೆ ಎಂದು ಮೆಲ್ಲನೆ ಮೋರೆ ತೋರಿಸಿದ ಅಳಿಯನಿಗೆ, ಬೇಕಿದ್ದರೆ ನೀನೇ ಬಂದು ಇಲ್ಲಿರು, ನೌಕರಿ ಹುಡುಕಿ ಕೊಡುತ್ತೇನೆ ಎಂದಳಂತೆ. ಹಾಗೆ ಅವನೂ ಇಲ್ಲೇ ಇದ್ದಾನೆ. ಸ್ವಲ್ಪ ಹಣ ಆದ ಕೂಡಲೇ ಪಕ್ಕದಲ್ಲೇ ಖೋಲಿ ಕೂಡಾ ಮಾಡಲಿದ್ದಾನೆ. ಮಾತರಾ, ಮಾತರಿ ಕೂಡಾ ಎರಡು ಬಾರಿ ಬಂದು ಹೋಗಿದ್ದಾರೆ ಎಂದು ತೃಪ್ತಿಯ ನಗು ಹರಿಸುತ್ತಾ ಹಣ ಪಡೆದು ಹೊರ ನಡೆದಳು. ಹೊರಗಿನ ಕೋಣೆಯನ್ನು ಮೊದಲ ಬಾರಿ ನೋಡುವವಳಂತೆ ಕಣ್ಣರಳಿಸಿ ನೋಡಿದೆ. ದೂಳು ಕಳೆದ ಸ್ವಚ್ಛ ಬಾಗಿಲು, ಕಿಟಕಿ, ನೆಲ ಹೊರಗಿನ ಬೆಳಕನ್ನೆಲ್ಲಾ ಪ್ರತಿಫಲಿಸುತ್ತಾ ನಗುತ್ತಿದ್ದವು. ಅವಳಿಗೆ ಮೆಚ್ಚುಗೆಯ ಎರಡು ಮಾತು ಹೇಳುವ ತವಕದಲ್ಲಿ ಹೊರಬಂದರೆ, 'ಉಶೀರ್ ಝಾಲಾ ಬಾಯಿ' ಎನ್ನುವ ಗಡಿಬಿಡಿಯೊಂದಿಗೆ ಹಿಂದೆಯೂ ತಿರುಗಿ ನೋಡದೆ ಅವಳು ಮೆಟ್ಟಿಲಿಳಿಯುತ್ತಿದ್ದಳು. ಈ ಶುಭ್ರ ನೆಲದಲ್ಲಿ ನನ್ನ ಅಭಿಜ್ಞ ಹಾಕಲಿರುವ ರಂಗೋಲಿ, ಹೊಳೆಯುತ್ತಿರುವ ಕಿಟಕಿ, ಬಾಗಿಲ ದಂಡೆಗಳಲ್ಲಿ ಹಚ್ಚಿಡಲಿರುವ ಹಣತೆಗಳ ಕಲ್ಪನೆಯಿಂದ ಮನಸ್ಸು ಹಾಡಿತು.

■

ನಾನು, ಅಧ್ಯಕ್ಷರು ಮತ್ತು ಅಬಿಸೀನಿಯನ್ ಬೆಕ್ಕು

ಶಾಂತಾರಾಮ ಸೋಮಯಾಜಿ

ಅಮೆರಿಕಾದ ವಾಯುಪಡೆಯ ದಾಳಿಯಿಂದ ನೂರಾರು ಸಾವಿರಾರು ಮಂದಿ ಸಾವನ್ನಪ್ಪಿದ ಸುದ್ದಿಯ ನಂತರ, ಟಿವಿಯಲ್ಲಿ ಆ ವಾರ್ತೆ ಬಂತು. ಅದನ್ನು ನೋಡಿದ ಮರುದಿನವೇ ನಾನು ಅಮೇರಿಕಾದ ಅಧ್ಯಕ್ಷರಿಗೆ ಕಾಗದ ಬರೆದೆ—

ಮಾನ್ಯ ಅಧ್ಯಕ್ಷರೇ,

ನಿನ್ನೆ ರಾತ್ರಿಯ ಟಿವಿ ವಾರ್ತೆಯಲ್ಲಿ ನಿಮ್ಮ ಹದಿನೈದು ವರ್ಷದ ಮಗಳು ನಿಮ್ಮ ಮನೆ ಬೆಕ್ಕಿನೊಂದಿಗೆ ಆಟವಾಡುತ್ತಿರುವುದನ್ನು ನೋಡಿದೆ. ನೀವೂ ಬೆಕ್ಕೊಂದನ್ನು ಸಾಕಿದ್ದೀರೆಂದು ತಿಳಿದು ನನಗಂತೂ ತುಂಬಾ ಸಂತೋಷವಾಯ್ತು.

ನಿಮ್ಮ ಬೆಕ್ಕಿನ ಬಗ್ಗೆ ತಿಳಿದುಕೊಳ್ಳಬೇಕೆಂದು ನನಗೆ ತುಂಬಾ ಆಸೆ. ನಿಮ್ಮದು ಯಾವ ಜಾತಿಯ ಬೆಕ್ಕು? ಅದಕ್ಕೆಷ್ಟು ವರ್ಷ? ಎಲ್ಲಿ ಮಲಗುತ್ತದೆ? ಇತ್ಯಾದಿ ವಿಷಯ ತಿಳಿಯಬೇಕೆಂದು ನನ್ನದೊಂದು ಆಸೆ.

ದಯವಿಟ್ಟು ಉತ್ತರ ಬರೆಯಲು ಮರೆಯಬೇಡಿ.

ನಿಮ್ಮವನೇ ಆದ

ರಾಮರಾವ್

ಅಮೆರಿಕಾದ ವಾಯುಪಡೆಯ ಬಾಂಬಿನಿಂದ ದಿನವೂ ಸಾವಿರಾರು ಮಂದಿ ಭಸ್ಮವಾಗುತ್ತಿರುವ ಸುದ್ದಿ ಪ್ರತಿದಿನವೂ ಬರುತ್ತಿತ್ತು. ಎರಡು ವಾರದ ನಂತರ ಅಧ್ಯಕ್ಷರಿಗೆ ಕಾಗದ ಬರೆದುಹಾಕಿದ್ದನ್ನು ನಾನು ಸಂಪೂರ್ಣ ಮರೆತುಬಿಟ್ಟೆ. ಮತ್ತೆ ಒಂದೆರಡು ದಿನದಲ್ಲೇ

ನಾನು, ಅಧ್ಯಕ್ಷರು ಮತ್ತು ಅಬಿಸೀನಿಯನ್ ಬೆಕ್ಕು

ಅಧ್ಯಕ್ಷರ ಸೀಲು ಹೊತ್ತ ಲಕೋಟೆ ಬಂತು. ಸಡಗರದಿಂದ ತೆರೆದೆ. ಅಧ್ಯಕ್ಷರದ್ದೇ ಸಹಿಯಿದ್ದ ಕಾಗದ—

ಪ್ರಿಯ ರಾಮರಾವ್,

ನಮ್ಮ ಮನೆ ಬೆಕ್ಕಿನ ಬಗ್ಗೆ ನೀವು ಉತ್ಸಾಹ ತಾಳಿದ್ದು ನಮಗೆಲ್ಲಾ ಸಂತೋಷ ತಂದಿದೆ. ಬೆಕ್ಕಿನ ಹೆಸರು ವಾರ್ಡ್ ಅಂತ. ವಾರ್ಡ್‌ಗೆ ಈಗ ಸುಮಾರು ಎರಡೂವರೆ ವರ್ಷ. ಅಬಿಸೀನಿಯನ್ ಜಾತಿಗೆ ಸೇರಿದ ಗಂಡು ಬೆಕ್ಕು ಅದು. ತಾಜಾ ಅಬಿಸೀನಿಯನ್ ಜಾತಿಯ ಗಂಡು ಬೆಕ್ಕು ಸಿಗುವುದು ಬಹಳ ಅಪರೂಪ ಎಂದು ನಿಮಗೆ ಗೊತ್ತಿರಬಹುದು.

ಈ ಜಾತಿಗೆ ಸೇರಿದ ಬೆಕ್ಕು, ಸುಮಾರು ಎರಡೂವರೆ ಸಾವಿರ ವರ್ಷಗಳ ಹಿಂದೆ ಈಜಿಪ್ಟಿನಲ್ಲಿ ದೇವರಂತೆ ಪೂಜಿಸಲ್ಪಡುತ್ತಿತ್ತೆಂದು ನಿಮಗೆ ಗೊತ್ತಿದೆಯಾ? ಹದಿನೇಳನೇ ಶತಮಾನದಲ್ಲಿ, ಆ ಜಾತಿಗೆ ಸೇರಿದ ಕಂದು ಬಣ್ಣದ ಬೆಕ್ಕೊಂದನ್ನು ಪ್ರಥಮಬಾರಿಗೆ ಇಂಗ್ಲೆಂಡಿಗೆ ತರಲಾಯಿತು. ಅದು ಅಮೇರಿಕಾಕ್ಕೆ ಬಂದದ್ದು ೧೯೪೦ರಲ್ಲಿ. ವಾರ್ಡ್‌ಪ್ರೈಸ್ ಎಂಬ ಹೆಸರಿನ ಡಾಕ್ಟರರೊಬ್ಬರು ಅದನ್ನು ಇಂಗ್ಲೆಂಡಿನಿಂದ ಇಲ್ಲಿಗೆ ತಂದರು.

ಅದಕ್ಕೇನೇ ನಮ್ಮ ಬೆಕ್ಕಿಗೆ ವಾರ್ಡ್ ಅಂತ ಹೆಸರಿಟ್ಟಿದ್ದೇವೆ.

ಆ ಕಾಗದವನ್ನು ನಾನು ನಾಜೂಕಾಗಿ ಲಿವಿಂಗ್ ರೂಮಿನ ಫೈರ್‌ಪ್ಲೇಸ್‌ನ ಮೇಲಿರಿಸಿದೆ—ಎಲ್ಲರಿಗೂ ಕಾಣಲಿ ಎಂದು. ಆ ಸಂಜೆಯ ಟಿವಿ ವಾರ್ತೆಯ ತುಂಬಾ ಅಮೇರಿಕಾದ ವಿಜಯದ ಬಗ್ಗೆ ಸಾಲುಸಾಲಾಗಿ ಸುದ್ದಿ ಬಂದವು. ಹೆಮ್ಮೆ, ಸಂತಸದ ಹುಚ್ಚೇ ಹರಿದಿತ್ತು, ಇಲ್ಲಿನವರ ಮೈಯಲ್ಲಿ. ರಾತ್ರಿ ಮಲಗುವ ಮೊದಲು ನಾನು ಅಧ್ಯಕ್ಷರಿಗೆ ಉತ್ತರ ಬರೆದುಹಾಕಿದೆ—

ಮಾನ್ಯ ಅಧ್ಯಕ್ಷರೇ,

ನಿಮ್ಮ ಕಾಗದ ಸಿಕ್ಕಿತು. ಅದನ್ನು ಓದಿ ಬಹಳ ಸಂತೋಷಪಟ್ಟೆ. ನನ್ನ ಗೆಳೆಯರಿಗೆಲ್ಲಾ ತೋರಿಸಿದೆ. ಬೆಕ್ಕಿನ ಬಗ್ಗೆ ನಿಮ್ಮ ವಿದ್ವತ್ತನ್ನು ತಿಳಿದು ನಮಗೆಲ್ಲಾ ಆಶ್ಚರ್ಯದ ಮೇಲೆ ಆಶ್ಚರ್ಯ.

ನಿಮ್ಮ ಬೆಕ್ಕಿನ ಜಾತಿ ಅಬಿಸೀನಿಯನ್ ಅಂತ ತಿಳಿದು ನನಗೆ ಖುಷಿಯೇ ಖುಷಿ. ಏಕೆಂದರೆ ನನ್ನಲ್ಲೂ ಅದೇ ಜಾತಿಯ, ಸುಮಾರು ಅದೇ ಪ್ರಾಯದ ಬೆಕ್ಕೊಂದಿದೆ. ಹೆಣ್ಣು ಬೆಕ್ಕು. ಮೈಬಣ್ಣ ಬೂದು.

ಅಬಿಸೀನಿಯನ್ ಜಾತಿಯ ಬೆಕ್ಕು ಈ ದೇಶಕ್ಕೆ ಬಂದದ್ದು ಡಾ. ವಾರ್ಡ್ ಪ್ರೈಸ್‌ರ ಮೂಲಕ ಅಂತ ನೀವು ಬರೆದಿದ್ದೀರಿ. ಆದರೆ ನನ್ನ ಪರಿಚಯದ ಒಬ್ಬ ಪ್ರೊಫೆಸರರ ಪ್ರಕಾರ ಅದು ಬಂದದ್ದು ಕ್ಯಾನಡಾದ

ಶ್ರೀಮತಿ ಬರ್ನ್‌ಫರ್ಡ್‌ರ ಮೂಲಕ. ಅದಕ್ಕೇ ನಾನು ನನ್ನ ಬೆಕ್ಕನ್ನು ಬರ್ನ್ ಅಂತ ಕರೆಯುತ್ತಿದ್ದೇನೆ.

ನಾನು ಬರ್ನ್‌ನ್ನು ಮರಿಯಿದ್ದಾಗ ಫೀನಿಕ್ಸಿನ ಒಬ್ಬ ಬೆಕ್ಕಿನ ಬ್ರೀಡರ್‌ನಿಂದ ಕ್ರಯಕ್ಕೆ ಪಡೆದುಕೊಂಡೆ. ನೀವು ವಾರ್ಡ್‌ನ್ನು ಎಲ್ಲಿಂದ ತಂದಿರಿ? ದಯವಿಟ್ಟು ತಿಳಿಸಿ.

ನಿಮ್ಮವನೇ ಆದ

ರಾಮರಾವ್

ಅಮೇರಿಕಾದ ವಾಯುಪಡೆಯ ಸೈನಿಕರು ಊರಿಗೆ ಮರಳಲಾರಂಭಿಸಿದ್ದರು. ನ್ಯೂಯಾರ್ಕಿನ ಎಲ್ಲಾ ಕಡೆ ಅವರ ಗೌರವಾರ್ಥ ಒಂದಲ್ಲ ಒಂದು ಸಮಾರಂಭ ಇದ್ದೇ ಇರುತ್ತಿತ್ತು. ಎಲ್ಲೆಡೆ ಹಬ್ಬ. ತಿಂದು ಕುಡಿದು ತೇಗಿ ಕುಣಿವ ಸಂಭ್ರಮ.

ಎರಡು ವಾರ ಕಳೆಯುವಷ್ಟರಲ್ಲಿ ಅಧ್ಯಕ್ಷರ ಕಾಗದ ಬಂದೇ ಬಂತು.

ಪ್ರಿಯ ರಾಮ್,

ನಿಮ್ಮ ಗೆಳೆಯರ—ಪ್ರೊಫೆಸರರ—ಅಭಿಪ್ರಾಯ ತಪ್ಪು ಅಂತ ತಿಳಿಸಲೇ ಬೇಕಾಗುತ್ತದೆ.

ಹಲ ದಾಖಲೆಗಳ ಪ್ರಕಾರ ಡಾ. ವಾರ್ಡ್‌ಪ್ರೈಸ್‌ರ ಮೂಲಕವೇ ಅಬಿಸೀನಿಯನ್ ಜಾತಿಯ ಬೆಕ್ಕು ಈ ದೇಶಕ್ಕೆ ಬಂದದ್ದು. ಶ್ರೀಮತಿ ಬರ್ನ್‌ಫರ್ಡ್ ಎನ್ನುವವರು ಕ್ಯಾನಡಾದಿಂದ ಈ ದೇಶಕ್ಕೆ ಬೆಕ್ಕು ತಂದದ್ದು ನಿಜ. ಆದರೆ ಆ ಡಿಸೆಂಬರಿನಲ್ಲಿ ಅವರು ಮಯಾಮಿ ಪಟ್ಟಣದಲ್ಲಿ ವಿಹಾರಕ್ಕೆ ಹೋಗಿದ್ದಾಗ, ಆ ಬೆಕ್ಕನ್ನು ಯಾರೋ ಕದ್ದುಕೊಂಡು ಹೋದರು. ಶ್ರೀಮತಿ ಬರ್ನ್‌ಫರ್ಡ್‌ರವರು ತುಂಬಾ ದುಃಖಪಟ್ಟು ಟಿವಿಯಲ್ಲಿ ರೇಡಿಯೋದಲ್ಲೆಲ್ಲಾ ಯಾವ ರೀತಿಯಲ್ಲಿ ಬೇಡಿಕೊಂಡರೂ ಕಳೆದುಹೋದ ಬೆಕ್ಕು ಹಿಂದೆ ಬರಲಿಲ್ಲ. ಕದ್ದವನ ಕೈಯಲ್ಲಿ ಅದು ಸತ್ತು ಹೋಗಿರಬೇಕೆಂದು ಕೆಲವರ ಅಂದಾಜು.

ನಿಮ್ಮ ಬೂದುಬಣ್ಣದ ಬೆಕ್ಕು, ನನ್ನ ಅಂದಾಜಿನ ಪ್ರಕಾರ, ತಾಜಾ ಅಬಿಸೀನಿಯನ್ ಜಾತಿಗೆ ಸೇರಿದುದಲ್ಲ. ಅಬಿಸೀನಿಯನ್ ಜಾತಿ ಮತ್ತು ಅಮೇರಿಕನ್ ರೆಡ್‌ಹೇರ್ (ಒಂದು ಸಾಧಾರಣ ಜಾತಿ) ಬೆರಕೆಯಿಂದ ಹುಟ್ಟಿಬಂದದ್ದಿರಬೇಕು. ತಾಜಾ ಅಬಿಸೀನಿಯನ್ ಜಾತಿಯ ಬೆಕ್ಕುಗಳು ಬರುವುದು ಎರಡೇ ಬಣ್ಣಗಳಲ್ಲಿ: ಒಂದು ಕಂದು, ಮತ್ತೊಂದು ಕೆಂಪು ಕಂದು. ಅವೆರಡೇ ನೂರಕ್ಕೆ ನೂರು ತಾಜಾ ಅಬಿಸೀನಿಯನ್ ಎಂದು ಹೇಳಬಹುದು. ನಿಮ್ಮ ವಾರ್ಡ್‌ನ ಮೈ ಬಣ್ಣ ಅಚ್ಚ ಕೆಂಪು ಕಂದು. ಕೆಂಪು ಕಂದು ಮೈಯ

ನಾನು, ಅಧ್ಯಕ್ಷರು ಮತ್ತು ಅಬಿಸೀನಿಯನ್ ಬೆಕ್ಕು

ಮೇಲೆ ಬಂಗಾರದ ಗೆರೆಗಳು. ಅದೊಂದು ನೂರರಲ್ಲಿ ನೂರುಪಾಲು ಅಬಿಸೀನಿಯನ್.

ನಿಮಗೆ ತಾಜಾ ಅಬಿಸೀನಿಯನ್ ಬೆಕ್ಕು ಬೇಕೆಂದಲ್ಲಿ ವಾಷಿಂಗ್‌ಟನ್‌ನ ಕೆಲ ಶ್ರೇಷ್ಠ ಬೆಕ್ಕಿನ ಬ್ರೀಡರ್‌ಗಳಲ್ಲಿ ವಿಚಾರಿಸುವುದು ಒಳ್ಳೆಯದು. ಮೈಮೇಲೆ ಏನಾದರೂ ಬಿಳಿ ಬಣ್ಣ ಕಂಡರೆ ಅದು ತಾಜಾ ಅಬಿಸೀನಿಯನ್ ಅಲ್ಲ. ಕಣ್ಣು, ಕಿವಿಗಳು ಬಹಳ ಎಚ್ಚರಿಕೆಯಿಂದ ಇವೆಯೇ ಎಂದು ಪರಿಶೀಲಿಸಿ. ಸೊಂಟ ಸಣ್ಣಗಿದೆಯಾ ಎಂದು ಪರಿಶೀಲಿಸಿ. ಬಾಲ ತಿರುಚಿಕೊಂಡಿದ್ದರೆ ಖಂಡಿತಾ ತೆಗೆದುಕೊಳ್ಳಬೇಡಿ. ಅದು ತಾಜಾ ಅಬಿಸೀನಿಯನ್ ಅಲ್ಲ. ನಿಮ್ಮ ಪ್ರಯತ್ನಕ್ಕೆ ಯಶಸ್ಸು ಕೋರುತ್ತೇನೆ."

ಆ ಕಾಗದ ಬಂದಾಗ ನಾನು ಮತ್ತು ನನ್ನ ಗೆಳತಿಯ ಸಂಬಂಧದಲ್ಲಿ ಬಿರುಕು ಹುಟ್ಟಿಕೊಂಡಿತ್ತು. ಹುಟ್ಟಿ, ಕಲ್ಲುಬಂಡೆಯಂತೆ ಎದ್ದು ನಿಂತಿತ್ತು. ಜೇನೆಟ್ ಮತ್ತು ನಾನು ಮೂರು ವರ್ಷದಿಂದ ಒಟ್ಟಿಗೇ, ಒಂದೇ ಮನೆಯಲ್ಲಿ ವಾಸಮಾಡಿಕೊಂಡಿದ್ದೆವು. ಗಂಡ-ಹೆಂಡತಿಯಾಗೇನೂ ಅಲ್ಲ; ಗೆಳೆಯ-ಗೆಳತಿಯರಾಗಿ.

ಅಧ್ಯಕ್ಷರ ಕಾಗದ ಬಂದ ಒಂದೇ ವಾರದಲ್ಲಿ ಆಕೆ ತನ್ನ ತಂದೆಯೊಂದಿಗೆ ಒಂದು ಲಾರಿ ಹಿಡಿದುಕೊಂಡು ಬಂದು, ಕತ್ತಲಾಗುವುದರೊಳಗೆ ತನ್ನ ಸಾಮಾನನ್ನೆಲ್ಲಾ ಲಾರಿಯ ಹಿಂದೆ ಮುಂದೆ ತುಂಬಿಸಿಕೊಂಡು, ನೆಲ ನೋಡುತ್ತಾ, "ಗುಡ್ ಲಕ್" ಅಂತ ಹೇಳುತ್ತಾ ಹೊರಟುಹೋದಳು.

ಆ ಬೆಳಿಗ್ಗೆ ಮನೆಯಿಂದ ಹೊರಹೋದ ಬೆಕ್ಕು ಬರ್ನ್ ಕತ್ತಲಾದರೂ ಮನೆಗೆ ಬರಲಿಲ್ಲ. ರಾತ್ರಿ ಅದು ಗರಾಜಿನಲ್ಲಿ ಮಲಗುತ್ತಿದ್ದುದರಿಂದ ಬಂದೀತೋ ಬಂದೀತೋ ಎಂದು ಕಾಯುತ್ತ ನಿಂತೆ. ಬರಲಿಲ್ಲ. ಗರಾಜಿನ ಹಿಂದಿನ ಬಾಗಿಲನ್ನು ತೆರೆದಿಟ್ಟು ಮಲಗಿದೆ. ನಿದ್ರೆಗೆ ಪ್ರಯತ್ನಿಸಿದೆ.

ಬೆಳಿಗ್ಗೆ ಎದ್ದಾಗ ಹಸಿರು ಪ್ಲೇಟಿನಲ್ಲಿ ಹಾಕಿದ ತಿಂಡಿ ಹಾಗೇ ಇತ್ತು. ಬರ್ನ್ ಬರಲೇ ಇಲ್ಲ. ನೆರೆಹೊರೆಯವರಲ್ಲಿ ವಿಚಾರಿಸಿದೆ. ಅವರ್‍ಯಾರೂ ನೋಡಿದಂತಿರಲಿಲ್ಲ. ಒಂದು ವೇಳೆ ತಪ್ಪಿಸಿಕೊಂಡು ಹೋಗಿರಬಹುದಾ? ಜೇನೆಟ್ ತನ್ನೊಂದಿಗೆ ಕೊಂಡುಹೋಗಿರಬಹುದಾ? ಅದು ಅಸಾಧ್ಯವೇನಲ್ಲ. ಅಥವಾ ಜೇನೆಟ್ ಇರದ ಮನೆ ತನಗೆ ಬೇಡವೇ ಬೇಡ ಎಂದುಕೊಂಡಿರಬಹುದಾ ಆ ಬೆಕ್ಕು? ಬೆಕ್ಕಿನ ಮನಸ್ಸಲ್ಲಿ ಏನುಂಟು ಅಂತ ಹೇಗೆ ತಿಳಿಯುವುದು? 'ಬೆಕ್ಕು ಒಂದು ರಹಸ್ಯ ಪ್ರಾಣಿ' ಅಂತ ಸರ್ ವಾಲ್ಟರ್ ಸ್ಕಾಟ್ ಹಿಂದೆಯೇ ಹೇಳಿಬಿಟ್ಟಿದ್ದಾನೆ.

ಬರ್ನ್‌ನ್ನು ನಾನು ಮತ್ತೆಂದೂ ಕಾಣಲಿಲ್ಲ. ಅದು ಒಂದು ವೇಳೆ ಹಿಂದೆ ಬರುತ್ತಿದ್ದಲ್ಲಿ ನನ್ನ ಪ್ರೊಫೆಸರ್ ಗೆಳೆಯರ ಮನೆಗೆ ಕೊಂಡೊಯ್ದು ಸರಿಯಾಗಿ ಪರಿಶೀಲಿಸಲು ಕೇಳಿಕೊಳ್ಳುತ್ತಿದ್ದೆ.

'ಹೇಳಿ, ಇದು ತಾಜಾ ಅಬಿಸೀನಿಯನ್ ಹೌದಾ ಅಲ್ಲವಾ' ಅಂತ ವಿಚಾರಿಸಬೇಕೆಂದಿದ್ದೆ. ಆದರೆ ಅಂತಹದೇನೂ ನಡೆಯುವಹಾಗಿರಲಿಲ್ಲ.

ಅಧ್ಯಕ್ಷರ ಕಾಗದಕ್ಕೆ ನನಗೆ ಉತ್ತರ ಬರೆಯಲಾಗಲಿಲ್ಲ. ಒಂದೇನೆಂದರೆ, ಬರ್ನ್ ತಪ್ಪಿಸಿಕೊಂಡು ಹೋಗಿದ್ದು; ಎರಡನೆಯದಾಗಿ, ಒಂದೂವರೆ ತಿಂಗಳ ನಂತರ ನನಗೊಬ್ಬ ಹೊಸ ಗೆಳತಿ ಸಿಕ್ಕಿದಳು. ಜಾರ್ಜಿಯಾ ಅಂತ ಹೆಸರಿನ ಸ್ಪ್ಯಾನಿಷ್ ಹುಡುಗಿ. ಆಕೆ ನನ್ನೊಂದಿಗೆ ಈ ಮನೆಯಲ್ಲಿ ವಾಸ ಮಾಡಬಂದಾಗ ತನ್ನ ಪುಟ್ಟ ಕಾರಿನ ಹಿಂದಿನ ಸೀಟಿನಲ್ಲಿ ಒಂದು ಅಗಾಧ ಗಾತ್ರದ ಸೈಂಟ್ ಬರ್ನಾರ್ಡ್ ಜಾತಿಯ ನಾಯಿಯೊಂದನ್ನು ಮಲಗಿಸಿಕೊಂಡು ಬಂದಿದ್ದಳು. ಅದರ ಕನಿಕರ ತುಂಬಿದ ಕಣ್ಣು ಮತ್ತು ಕೆಳಜಾರಿದ ಕಿವಿಗಳನ್ನು ನೋಡಿದಾಗ ಆ ನಾಯಿಯ ಮೇಲೆ ನನಗೆ ಜೊಲ್ಲಿನಂತೆ ಮಮತೆ ಉಕ್ಕಿ ಬಂತು. ಮುದ್ದು ಮಾಡಬೇಕೆನ್ನಿಸಿತು.

ಅಧ್ಯಕ್ಷರಿಗೂ ನಾಯಿಜಾತಿಗೂ ಸ್ವಲ್ಪ ಅಷ್ಟಕ್ಕಷ್ಟೇ ಎಂದು ನಾನು ಪೇಪರಲ್ಲಿ ಓದಿದ್ದುದರಿಂದ ಅವರ ಕಾಗದ, ಉತ್ತರ ಸಿಗದೆ ಹಾಗೇ ಕುಳಿತಿದೆ—ಫೈರ್ ಪ್ಲೇಸ್ ಬದಿಯಲ್ಲಿ. ಈಗ ಯುದ್ಧದಲ್ಲಿ ವಿಜಯ ಪಡೆದ ಆವೇಶ ತಣ್ಣಗಾಗಿದೆ—ಇಲ್ಲಿನವರ ಮೈಯಲ್ಲಿ. ನನ್ನ ಮುದ್ದಿನ ಬೆಕ್ಕು ಅಬಿಸೀನಿಯನ್ ಜಾತಿಯದಲ್ಲ ಅಂತ ನಾನೀಗಲೂ ನಂಬಲು ತಯಾರಿಲ್ಲ. ಅದನ್ನು ಅಧ್ಯಕ್ಷರಿಗೆ ಹೇಗೆ ತಿಳಿಸುವುದು ಎಂದು ಆಲೋಚನೆ ಮಾಡುತ್ತಲೇ ಇದ್ದೇನೆ.

■

ಸಂಸಾರ

ರಾಮಚಂದ್ರ ದೇವ

ದೆಹಲಿಯ ನನ್ನ ಕೋಣೆಯ ಮೂಲೆಯಲ್ಲಿ ಒಂದು ಚಿಕ್ಕ ಅಟ್ಟ. ಸೂಟ್‌ಕೇಸ್ ಇತ್ಯಾದಿ ಇಡಲಿಕ್ಕೆ. ಅಲ್ಲಿಗೆ ಹೋದ ಸುರುವಿಗೆ ನನ್ನ ಹತ್ತಿರ ಎರಡು ಪ್ಯಾಂಟು, ಎರಡು ಅಂಗಿ, ಎರಡು ಹಚ್ಚಡ ಬಿಟ್ಟರೆ ಬೇರೆ ಇರಲಿಲ್ಲ. ಸೂಟ್‌ಕೇಸ್ ಇಡುವ ಜಾಗ ಖಾಲಿಯಾಗಿತ್ತು. ಅವು ಚಳಿಗಾಲದ ಮೊದಲ ದಿನಗಳು. ಒಂದು ದಿನ ಸುಮಾರು ಮಧ್ಯಾಹ್ನ ತಿರುಗುವ ಹೊತ್ತು. ತೆರೆದ ಕಿಟಕಿಯ ಮೂಲಕ ಒಂದು ಪಾರಿವಾಳ ಹಾರಿಕೊಂಡು ಬಂದು ಗ್ರಿಲ್ ಮೇಲೆ ಕುಳಿತು ಒಳಗೊಮ್ಮೆ ಹೇಗಿದೆಯೆಂದು ನೋಡಿತು. ಅತ್ತ ಇತ್ತ ಕೊರಳು ತಿರುಗಿಸಿ ಮತ್ತೆ ಹಾರಿಕೊಂಡು ಹೋಗಿ ತನ್ನ ಹೆಂಡತಿಯನ್ನು ಕರೆದುಕೊಂಡು ಬಂದು ತೋರಿಸಿತು. ಹೆಂಡತಿ ಏನು ಹೇಳಲಿಲ್ಲವೆಂದು ಕಾಣುತ್ತದೆ. ಮತ್ತೆ ಕೊರಳು ತಿರುಗಿಸಿ ಹೆಂಡತಿ ಕಡೆ, ರೂಮು ಕಡೆ ನೋಡಿತು. ಹೆಂಡತಿ ಒಪ್ಪಿಗೆ ಆಗಲೂ ಸಿಕ್ಕಿದಂತೆ ಕಾಣಲಿಲ್ಲ. ಎರಡೂ ಹಾರಿಹೋದವು. ಕತ್ತಲಾಗುವ ಹೊತ್ತಿಗೆ ಕಿಟಕಿಯ ಹತ್ತಿರದ ವಿದ್ಯುತ್ ಮೀಟರನ್ನು ಮುಚ್ಚಲೆಂದು ಮಾಡಿದ್ದ ಮರದ ಪೆಟ್ಟಿಗೆಯ ಮೇಲೆ ಕುಳಿತಿದ್ದವು. ಒಳಗೆ ಬರಬಹುದಲ್ಲ?—ಎಂದೆ. ಕೋಣೆಯಲ್ಲಿ ಪರಪುರುಷನಿರುವಾಗ ನನ್ನೊಡನೆ ರಾತ್ರಿ ಕಳೆಯಲು ನಾಚಿಕೊಳ್ಳುತ್ತಾಳೆಂದು ಗಂಡ ಹೇಳಿದ. ಮನೆ ಕಟ್ಟಿಕೊಳ್ಳುವುದಾದರೆ ಜಾಗ ತೋರಿಸುತ್ತೇನೆ ಎಂದೆ.

ಮಾರನೆಯ ದಿನ ಬೆಳಿಗ್ಗೆ ಹೆಂಡತಿ ಕಾಣಿಸಲಿಲ್ಲ. ಗಂಡ ಮತ್ತೆ ಬಂದ. ಸೂಟ್ ಕೇಸಿಡಲೆಂದು ಮಾಡಿದ ಅಟ್ಟಕ್ಕೆ ಹೋಗಿ ನೋಡಿ ಮತ್ತೆ ಹೊರಗೆ ಹೋದ. ಪುನಃ ಬಂದಾಗ ಬಾಯಲ್ಲಿ ಒಂದು ಕಡ್ಡಿಯಿತ್ತು. ಅವನ ಹಿಂದೆ ಅವನ ಹೆಂಡತಿ. ಅವಳ ಬಾಯಲ್ಲಿ

ಮತ್ತೊಂದು ಕಡ್ಡಿ. ಸ್ವಲ್ಪ ಹೊತ್ತು ಇಬ್ಬರೂ ಹೋಗಿ ಕಡ್ಡಿಗಳನ್ನು ತಂದರು. ಸಾಕಷ್ಟು ಜಂತಿ, ಮರ, ರೀಪುಗಳ ಸಂಗ್ರಹಣೆಯಾದ ಬಳಿಕ ಹೆಂಡತಿ ಮನೆಕಟ್ಟಲು ಪ್ರಾರಂಭಿಸಿದಳು. ಗಂಡ ಇನ್ನೂ ಕಡ್ಡಿಗಳನ್ನು ತರಲು ಹೋದ. ಮಧ್ಯೆ ಯಾತಕ್ಕೂ ಬಾರದ ಒಂದು ಒಣ ಗರಿಕೆಹುಲ್ಲು ತಂದು ಹೆಂಡತಿಯಿಂದ ಬೈಸಿಕೊಂಡನೆಂದು ಕಾಣುತ್ತದೆ. ಅದನ್ನು ಆಕೆ ಕೆಳಗೆ ನೆಲದ ಮೇಲೆ ಎಸೆದಳು.

ಇವರಿಗೆ ಮನೆ ಕಟ್ಟಿಕೊಳ್ಳಲು ಬಿಟ್ಟು ತಪ್ಪುಮಾಡಿದೆ ಅನ್ನಿಸಿತು. ಈಗ ಗರಿಕೆ ಹುಲ್ಲು ಎಸೆದಳು, ನಾಳೆ ಕೋಣೆಯಿಡೀ ಉರ್ಚುವುದು, ಘೂಕ್ ಘೂಕ್ ಎಂದು ಹಗಲು-ರಾತ್ರಿ ಮಾತಾಡುವುದು ಸುರುಮಾಡಿದರೆ ಅದನ್ಯಾರು ಸಹಿಸುವುದು? ಆದರೆ ಒಂದು ದಿನವೂ ಅವು ಕೋಣೆಯೊಳಗೆ ಕೊಳಕು ಮಾಡಲಿಲ್ಲ. ಏನಿದ್ದರೂ ಅವುಗಳ ಗೂಡಿದ್ದ ಅಷ್ಟು ಜಾಗದಲ್ಲಿ. ಅಥವಾ ಹಾರಿಕೊಂಡು ಹೋದರೆ ಹೊರಗೆ. ಘೂಕ್ ಮಾತು ಇರಲಿಲ್ಲ. ಕೆಲವು ದಿನ ಕಳೆದು ಏನು ಮಾಡುತ್ತಿವೆಯೆಂದು ಅವಿದ್ದ ಕತ್ತಲೆ ಮೂಲೆಗೆ ಟಾರ್ಚ್ ಹಾಕಿ ನೋಡಿದೆ. ಹೆದರಿಕೊಂಡವು. ಸುಮ್ಮನಾದೆ. ಮತ್ತೆ ಕೆಲವು ದಿನ ಬಿಟ್ಟು ನೋಡಿದೆ. ಥಕ್ಕನೆ ಏನೂ ಕಾಣಿಸಲಿಲ್ಲ. ಆಮೇಲೆ ತಾಯಿ ಹಕ್ಕಿ, ಅದರಿಂದಾಚೆ ಪಕ್ಕದಲ್ಲಿ ಎರಡು ಮೃದುತುಪ್ಪಳದ ಮರಿಗಳು ಕಂಡವು. ಹೆತ್ತು ಶುದ್ಧ ಕಳೆದಿರಬೇಕು. ಮರಿಗಳು ಚಿಂವ್ ಚಿಂವ್ ಎನ್ನದೆ ಕಣ್ಣು ಪಿಳುಕಿಸದೆ ನೋಡುತ್ತಿದ್ದವು.

ಹಕ್ಕಿಗಳಿಂದಾಗಿ ನನ್ನ ಮನಸ್ಸಿನ ಬೇಜಾರು ಕಳೆಯಲು ಪ್ರಾರಂಭವಾಗಿತ್ತು. ಖಾಯಮ್ಮಾಗಿ ಇಲ್ಲೇ ಇರಿ ಎಂದು ಒಂದು ದಿನ ಹಕ್ಕಿಗಳಿಗೆ ಹೇಳಿದೆ. ಆಗಬಹುದೆಂದವು. ಚಳಿಗಾಲ ಮುಗಿಯುವವರೆಗಂತೂ ಖಂಡಿತ ಇರುತ್ತವೆ ಅನ್ನಿಸಿತು. ಆ ಮಧ್ಯೆ ಎರಡು ಗುಬ್ಬಚ್ಚಿಗಳು ಬಂದಿದ್ದವು. ಕೋಣೆಯ ಆಚೆ ಮೂಲೆಯಲ್ಲಿ, ವೆಂಟಿಲೇಟರ್ ಹತ್ತಿರ ಮನೆ ಕಟ್ಟಿಕೊಳ್ಳುವುದಾದರೆ ಕಟ್ಟಿಕೊಳ್ಳಿ, ಈ ಕಡೆ ಬರಕೂಡದು, ಎರಡು ಪುಟ್ಟ ಪಾಪಗಳು ಮಲಗಿವೆ, ಅವಕ್ಕೆ ತೊಂದರೆಯಾಗುತ್ತದೆ ಎಂದೆ. ಗುಬ್ಬಚ್ಚಿಗಳಿಗೆ ಆ ಜಾಗ ಸರಿಕಂಡಂತಿರಲಿಲ್ಲ. ಈಗ ಬರುತ್ತೇವೆ ಎಂದು ಹೇಳಿ ಹೋದವು. ಮತ್ತೆ ಬರಲಿಲ್ಲ.

ಪಾರಿವಾಳಗಳು ತಮ್ಮ ಮರಿಗಳೊಂದಿಗೆ ಸುಖವಾಗಿವೆ ಎಂದುಕೊಂಡಿದ್ದೆ. ಒಂದು ದಿನ ಸಾಯಂಕಾಲ ಆಫೀಸಿನಿಂದ ಬಂದು ಸುಮಾರು ಹೊತ್ತಾದರೂ ಸುದ್ದಿಯಿಲ್ಲ. ಅವುಗಳ ಗೂಡಿರುವ ಅಟ್ಟದ ಕಡೆ ನೋಡಿದೆ. ಇರುವೆಗಳ ಸಾಲು ಹರಿಯುತ್ತಿತ್ತು. ಟಾರ್ಚ್ ಹಾಕಿ ಇಣುಕಿದರೆ—ಒಂದು ಹಕ್ಕಿ ಮೌನವಾಗಿ ಕೂತಿತ್ತು. ಅದರ ಪಕ್ಕದಲ್ಲಿ ಒಂದು ಮರಿ ಸತ್ತುಬಿದ್ದಿತ್ತು. ಇನ್ನೊಂದು ಮರಿ ಗೂಡೊಳಗೆ ಮಲಗಿತ್ತು. ಗಂಡು ಕಾಣಿಸಲಿಲ್ಲ.

ಸತ್ತ ಮರಿಯನ್ನು ಎತ್ತಿ ಹೊರಗೆ ಹಾಕಿದೆ. ತಾಯಿ ಸುಮ್ಮನೆ ನೋಡಿತು. ನಂತರ ತಂದೆ ಬಂದಾಗಲೂ ಏನೊಂದು ಕೇಳಲಿಲ್ಲ.

ಮಾರನೆಯ ದಿನದಿಂದ ಯಥಾಪ್ರಕಾರ ಚಟುವಟಿಕೆಗಳು ನಡೆಯಲು ಪ್ರಾರಂಭವಾದವು. ಇದ್ದ ಇನ್ನೊಂದು ಮರಿಹಕ್ಕಿ ಬೆಳೆಯುತ್ತಿತ್ತು. ಒಂದೆರಡು ಸಲ ಹಾರಲು ಪ್ರಯತ್ನಿಸಿದ್ದು

ನೋಡಿದೆ. ಮತ್ತೊಂದು ಸಲ ಹಾರಿಕೊಂಡು ಫ್ಯಾನಿನವರೆಗೆ ಹೋಗಿ ಫ್ಯಾನಿಗೆ ತಗುಲಿ ಕೆಳಗೆ ಬಿತ್ತು. ಸಾಯಲಿಲ್ಲ. ಆಗಿನ್ನೂ ಚಳಿಗಾಲ. ಹೀಗಾಗಿ ಫ್ಯಾನು ತಿರುಗುತ್ತಿರಲಿಲ್ಲ. ಆದರೆ ಮುಂದೊಂದು ದಿನ ಇದೇ ಫ್ಯಾನು ಮರಿಹಕ್ಕಿಗೆ ಮುಳುವಾಗುತ್ತದೆಂದು ಮಾತ್ರ ನನಗೆ ಗೊತ್ತಿರಲಿಲ್ಲ.

ಚಳಿಗಾಲ ಮುಗಿದು ಸೆಕೆಗಾಲ ಸುರುವಾಗಿತ್ತು. ಫ್ಯಾನು ಪೂರ್ತಿ ವೇಗದಲ್ಲಿ ತಿರುಗುತ್ತಿತ್ತು. ಮರಿ ಈಗ ಸಾಕಷ್ಟು ಬೆಳೆದು ಚೆನ್ನಾಗಿ ಹಾರಲು ಕಲಿತಿತ್ತು. ಬೀಳದೆ ಹಾರಿದ್ದನ್ನು ನಾನೇ ನೋಡಿದ್ದೆ. ಅವತ್ತು ಹಾರಿಕೊಂಡು ಬಂತು. ಹೊರಗಿನಿಂದ. ತಿರುಗುತ್ತಿದ್ದ ಫ್ಯಾನಿಗೆ ಬಡಿದು ಕೆಳಗೆ ಬಿದ್ದು ಸತ್ತುಹೋಯಿತು. ಬಡಿದದ್ದು ಎದೆ ಅಥವಾ ಕತ್ತು. ಕ್ಷಣದ ಸಾವು. ನಾನು ನೋಡುತ್ತಿದ್ದಂತೆಯೇ.

ಸಾಯಂಕಾಲ ಗಂಡು-ಹೆಣ್ಣು ಹಕ್ಕಿ ಬಂದಾಗ ಅವುಗಳ ಮುಂದೆ ಮರಿಹಕ್ಕಿಯ ಹೆಣವನ್ನಿಟ್ಟೆ—ಮರಿ ಎಲ್ಲಿ ಹೋಯಿತೆಂದು ಗಾಬರಿಯಾಗದಿರಲಿ, ಏನಾಗಿದೆಯೆಂದು ಗೊತ್ತಾಗಲಿ ಎಂದು. ಹಕ್ಕಿಗಳು ಕೂತಲ್ಲಿಂದ ಅಲುಗದೆ ಗೂಡಿನ ಹತ್ತಿರ ಕೂತಿದ್ದವು. ಶವವನ್ನು ಸ್ವಲ್ಪ ಹೊತ್ತು ಇಟ್ಟಿದ್ದು ಆಮೇಲೆ ಎಸೆದೆ. ಆಗಲೂ ಅವು ಅಲ್ಲಾಡಲಿಲ್ಲ. ಕತ್ತು ಕೂಡ ತಿರುಗಿಸಲಿಲ್ಲ. ಈ ಸೆಕೆಗಾಲದಲ್ಲಿ ಫ್ಯಾನು ಹಾಕದೆ ಯಾರೂ ಇರುತ್ತಿರಲಿಲ್ಲ ಎಂದೆ. ಯಾರೇ ಆದರೂ ಫ್ಯಾನು ಹಾಕುತ್ತಿದ್ದರು ಎಂದೆ. ಸ್ವಲ್ಪ ಆಚೆ ಬದಿಯಲ್ಲಿ, ಫ್ಯಾನಿಗೆ ಸಿಕ್ಕದಂತೆ ಹಾರಬಹುದಿತ್ತು, ಮೊದಲೆಲ್ಲಾ ಹಾರಿಕೊಂಡು ಬಂದಿರಲಿಲ್ಲವೇ ಎಂದೆ. ಮನೆ ಕಟ್ಟಿಕೊಳ್ಳಿ ಎಂದೆನಷ್ಟೇ ಹೊರತು ನಿಮ್ಮ ಜೀವದ ಜವಾಬ್ದಾರಿ ಹೊತ್ತುಕೊಳ್ಳುತ್ತೇನೆಂದು ನಾನೇನೂ ಒಪ್ಪಿಕೊಂಡಿರಲಿಲ್ಲ ಎಂದೆ. ಹಕ್ಕಿಗಳು ಹಾಗೇ ಮಾತಾಡದೆ ಒಂದರ ಪಕ್ಕ ಇನ್ನೊಂದು ಕೂತಿದ್ದವು. ಈ ಹಕ್ಕಿಗಳ ಬಗ್ಗೆ ಇಷ್ಟೆಲ್ಲಾ ತಲೆ ಕೆಡಿಸಿಕೊಂಡರೆ ಆಯಿತು, ಅದನ್ನೇ ಮಾಡಿಕೊಂಡಿರಬೇಕಷ್ಟೆ ಎಂದುಕೊಂಡೆ.

ಎರಡು ದಿವಸ ಹಾಗೆ ಅಲ್ಲಾಡದೆ ಹೊರಗೆ ಹೋಗದೆ ಕೂತಿದ್ದವು. ಅವಾಗಿ ಸರಿಹೋಗಲಿ ಎಂದು ನಾನೂ ಮಾತಾಡಿಸದೆ ಇದ್ದೆ. ಆಮೇಲೆ ಹೊರಗೆ ಹೋಗಲು ಪ್ರಾರಂಭಿಸಿದವು. ಬೆಳಿಗ್ಗೆ ಹೋಗಿ ಸಾಯಂಕಾಲ ಬರುತ್ತಿದ್ದವು. ನನ್ನನ್ನು ಗಮನಿಸಿದಂತೆ ಅಥವಾ ಲೆಕ್ಕಕ್ಕೆ ತೆಗೆದುಕೊಂಡಂತೆ ಕಾಣಿಸಲಿಲ್ಲ. ಒಂದು ದಿನ ಬೆಳಿಗ್ಗೆ, ಸೆಕೆಕಾಲ ಹೆಚ್ಚುತ್ತಿದ್ದಾಗ, ಅವುಗಳ ಗೂಡಿನ ಹತ್ತಿರ ಸ್ವಲ್ಪ ಚಟುವಟಿಕೆಯಿದ್ದಂತೆ ಕಾಣಿಸಿತು. ಅವತ್ತು ಸಾಯಂಕಾಲ ಹಕ್ಕಿಗಳು ಗೂಡಿಗೆ ಬರಲಿಲ್ಲ. ಹೊರಗೆ ಮೊದಲ ದಿವಸ ಕುಳಿತಿದ್ದ ವಿದ್ಯುಚ್ಛಕ್ತಿ ಮೀಟರ್‌ನ ಪೆಟ್ಟಿಗೆ ಮೇಲೆ ಕುಳಿತು ರಾತ್ರಿ ಕಳೆದವು. ಮಾರನೆಯ ದಿನ ಬೆಳಿಗ್ಗೆ ಅವು ಹಾರಿ ಹೋಗುತ್ತಿದ್ದದ್ದು ನೋಡಿದೆ. ಮತ್ತೆ ಅವುಗಳನ್ನು ಕಾಣಲಿಲ್ಲ.

ಮುಂದಿನ ಚಳಿಗಾಲದ ಹೊತ್ತಿಗೆ ಪುನಃ ಬರಬಹುದು ಅಂದುಕೊಂಡೆ. ಬರಲಿಲ್ಲ. ಕಳೆದ ವರ್ಷ ಮನೆ ಕಟ್ಟಿಕೊಳ್ಳಲು ಅವು ಕೇಳಿದ ಜಾಗ ಕೊಡಲಿಲ್ಲವೆಂದು ಸಿಟ್ಟಾಗಿದ್ದವೋ ಏನೋ—ಗುಬ್ಬಚ್ಚಿಗಳೂ ಬರಲಿಲ್ಲ.

■

ಅಂತರಗಂಗಿ

ರಾಘವೇಂದ್ರ ಪಾಟೀಲ

ಅಟ್ಟದ ಮೇಲಿನ ನನ್ನ ಕೋಣೆ. ಒಂದು ಮಂಚ. ಒಂದು ಕುರ್ಚಿ. ಒಂದು ಟೇಬಲ್ಲು. ನಾನು ಸಾಮಾನ್ಯವಾಗಿ ಅಲ್ಲಿ ಬರೆಯುವದಾಗಲೀ, ಓದುವದಾಗಲೀ ಮಾಡುವುದಿಲ್ಲ. ಅಲ್ಲೇನು ಎಲ್ಲಿಯೂ. ಟೇಬಲ್ಲಿಗೊಂದು ಡ್ರಾ. ಡ್ರಾವಿನಲ್ಲಿ ನನಗೆ ಬೇಕಾಗುವ ವಸ್ತುಗಳು. ನಾನು ನನ್ನ ಹೆಚ್ಚಿನ ಹೊತ್ತನ್ನು ಈ ಕೋಣೆಯಲ್ಲಿಯೇ ಕಳೆಯುತ್ತೇನೆ. ಕೆಳಗೆ ಊಟ ಮಾಡುತ್ತೇನೆ. ಚಹ ಕುಡಿಯುತ್ತೇನೆ. ಟಿಫಿನ್ನು ತಿನ್ನುತ್ತೇನೆ. ಮೇಲೆ ನನ್ನ ರೂಮಿನ ಪಕ್ಕದಲ್ಲಿರುವ ಕಕ್ಕಸಕ್ಕೆ ಹೋಗುತ್ತೇನೆ. ಸಿಗರೇಟು ಸೇದುತ್ತೇನೆ. ಮತ್ತಿನ್ನೇನೋ. ಇವುಗಳನ್ನು ಮಾಡಲು ನನಗೆ ಯಾವ ಸಮಯ ನಿಯಮವೂ ಇಲ್ಲ. ಎಲ್ಲ ಕಾಲ ನಿರ್ದೇಶನ ಇಲ್ಲದವು. ಇಂಥದೇ ಒಂದು ದಿನ ಕಳೆಯಿತು. ಹತ್ತುದಿನ ನೂರುದಿನ ಕೊನೆಗೆ ಬೇಸತ್ತು ಎಣಿಸದ ಅನೇಕದಿನ ಕಳೆದು ಇಂದು ಬಂತು. ಇಂದು ನಾನು ಉಂಡು ಮಂಚದ ಮೇಲೆ ಕಾಲು ಚಾಚಿ ಬಿದ್ದಿದ್ದೇನೆ. ಸಿಗರೇಟು ಸೇದುತ್ತ ನಾನು ಬಿಡುತ್ತಿದ್ದ ಹೊಗೆಯಲ್ಲಿ ಕ್ಯಾನ್ಸರಿನ ವೈರಸ್ಸುಗಳು ನರ್ತಿಸುತ್ತಿದ್ದವು. ಹೊಗೆ ನೆತ್ತಿಗೇರಿ ಕೆಮ್ಮು ಹತ್ತಿತು. ಎದೆಯಲ್ಲಿ ಗೊರಗೊರ ಶಬ್ದವಾಗಿ ಉರಿಯಿತು. ಇತ್ತಿತ್ತಲಾಗಿ ಎದೆಯಲ್ಲಿ ಆಗಾಗ್ಗೆ ಉರಿಯುಂಟಾಗುತ್ತಲೇ ಇರುತ್ತದೆ. ನನಗೆ ಸರಕ್ಕನೇ ವಿಚಾರವೊಂದು ಬಂತು. ಯಾರನ್ನಾದರೂ ಕೂಲಿಯನ್ನು ಕರೆದು ನನ್ನ ಎದೆಯಲ್ಲಿ ಗುಂಡಿತೋಡಿಸಿ ಒಳಗೇನಾಗಿದೆ ಯಾಕೆ ನೋಡಬಾರದೆನ್ನಿಸಿತು. ಸರಿ ಕಿಟಕಿಯ ಹತ್ತಿರ ಹೋಗಿ ಹಿತ್ತಲು ಮನೆಯಲ್ಲಿದ್ದ ಮಾಲಿಯನ್ನು ಕರೆದೆ. ಹಾರಿ, ಪಿಕಾಸಿ ತರಲು ತಿಳಿಸಿದೆ. ಮಾಲಿ ಬಂದ. ನಾ ಹೇಳಿದೆ "ನೋಡೋ ಕಾಡು," ಕಾಡಪ್ಪ ಅವನ ಹೆಸರು, "ನನ್ನ ಎದ್ಯಾಗ ಯಾಕೋ ಉರೀತೈತೇನಪಾ. ಬಹುತೇಕ ಜಲದ ಸೆಲೀ ಬತ್ತಿರಬೇಕು.

ಒಂದಷ್ಟು ಅಗದು ನೋಡಬೇಕು." ಆಜ್ಞಾಪಿಸಿದೆ. ಮಾಲಿ 'ಹೂಂ' ಅಂದ. ನಾನು ಅಂಗಾತವಾಗಿ ಬಿದ್ದೆ. ಕಾಡಪ್ಪ ಅಗಿಯತೊಡಗಿದ. ಮೊದಲು ಪಿಕಾಸಿಯಿಂದ ಅಗಿದು ಸಲಿಕೆಯಿಂದ ಬುಟ್ಟಿಯಲ್ಲಿ ತುಂಬಿ ತುಂಬಿ ನನ್ನ ಪಕ್ಕಕ್ಕೆ ಸುರಿದ, ಎಲ್ಲ ವಣದು. ಒಂದಿಷ್ಟು ತೇವವೂ ಇಲ್ಲ. ಕಾಡಪ್ಪ ಅಗಿದೇ ಅಗಿದ. ಗುಪ್ಪೆ ಆಳೆತ್ತರವಾಯಿತು. ಕಾಡಪ್ಪ ಅಗಿಯುತ್ತಲೇ ಇದ್ದ. ಗುಪ್ಪೆ ಬೆಳೆಯುತ್ತಲೇ ಇತ್ತು. "ಕಾಡೂ ಸೆಲೆ ಸಿಕ್ಕಿತೆ?" ನಾ ಕೇಳಿದೆ. ಇಲ್ಲವೆಂದು ಆಳದಿಂದ ಕಾಡಪ್ಪನ ಧ್ವನಿಬಂತು. ಮತ್ತೆ ಸ್ವಲ್ಪಹೊತ್ತು ಕಾದು ಕೇಳಿದೆ—"ಜಲ ಸಿಕ್ಕಿತೆ?" ಮತ್ತೆ ಇಲ್ಲವೆಂದ. ಕಾಡಪ್ಪನ ಧ್ವನಿ ಎಷ್ಟು ಆಳದಿಂದ ಬಂದಿರಬಹುದೆಂದು ಯೋಚಿಸುತ್ತ ನನ್ನ ಬೇಜಾರು ಕಳೆದುಕೊಳ್ಳಲು ಪ್ರಯತ್ನಿಸಿದೆ. ಕಾಡಪ್ಪನ ಹೆಂಡತಿ ತಲೆಯ ಮೇಲೆ ಬುತ್ತಿ ಹೊತ್ತು ತಂದಳು. ಕಾಡಪ್ಪ ಸ್ವಲ್ಪ ಹೊತ್ತು ಅಗಿಯುವದು ಬಿಟ್ಟು ಬುತ್ತಿ ತಿಂದ. ನೀರು ಕುಡಿದ. ನಾನೂ ಸ್ವಲ್ಪ ಟೀ ಕುಡಿದೆ. ಕಾಡ ಮತ್ತೆ ಅಗಿಯತೊಡಗಿದ. "ಲೇ ಕಾಡ ಜಲ ಸಿಕ್ತೇನೋ" ನಾನು ಕೂಗಿ ಕೇಳಿದೆ. "ಇನ್ನೂ ಇಲ್ಲ" ಎಂದ ಕಾಡ್ಯಾನ ಕೂಗು ಸೂಕ್ಷ್ಮವಾಗಿ ಕೇಳಿಸಿತು. ನನ್ನೊಳಗೆ ಅಗಿಯೂ ಸದ್ದು ಧಡ್-ಧಡ್ ಎಂದು ಕೇಳುತ್ತಲೇ ಇತ್ತು. ಗುಪ್ಪೆ ಬೀಳುತ್ತಲೇ ಇತ್ತು. ಕಾಡವ್ವನ ಬುತ್ತಿ-ನೀರು, ಕಾಡ್ಯಾನ ವಿಶ್ರಾಂತಿ. ಮತ್ತೆ ಅಗಿತ. ಮತ್ತೆ ಮತ್ತೆ ಗುಪ್ಪೆಯ ಏರಿಕೆ. ಮಧ್ಯ ಮಧ್ಯ 'ಸೆಲೆ ಸಿಕ್ಕಿತೆ' ಎಂದು ನನ್ನ ವಿಚಾರಣೆಯ ಕೂಗು—ಕಾಡ್ಯಾನ ನಿಷೇಧಾತ್ಮಕ ಉತ್ತರ. ನಡೆದಿತ್ತು ಹೀಗೆಯೇ ಚಕ್ರ.

ವಂದು ದಿನವಾಯ್ತು - ಎರಡು ದಿನವಾಯ್ತು - ಮತ್ತೆ ಬೇಸತ್ತು ಎಣಿಸದ ಅನೇಕ ದಿನ ಕಳೆದು ಇಂದು ಬಂತು. ಕಾಡಜ್ಜ ಅಗಿಯುತ್ತಲೇ ಇದ್ದ. ಗುಪ್ಪೆ ಮಾತ್ರ ವಣದು. ಜಲ ಇಲ್ಲ - ಸೆಲೆಯಿಲ್ಲ, ಹಸಿಯಿಲ್ಲ-ತೇವವಿಲ್ಲ. ಕಾಡಜ್ಜ ಮತ್ತೆ ಕಾಡೂ ಆದ. ಕಾಡಣ್ಣನಾದ. ಕಾಡಪ್ಪ ಆದ. ಕಾಡಜ್ಜ ಆದ. ಆದರೆ ಅಗಿಯುತ್ತಲೇ ಇದ್ದ. ಕೊನೆಗೆ ಕಾಡಜ್ಜ "ಹೋ" ಎಂದು ಕೂಗಿದ. ಧಪ ಧಪನೆಂದು ಜಿಗಿದು ಜಿಗಿದು ಮೇಲೇರ ತೊಡಗಿದ. ದಿನಗಟ್ಟಲೇ-ರಾತ್ರಿಗಟ್ಟಲೇ ಏರಿದ. ಹಾಗೆಯೇ ಆಯಿತೇ, ಜನ್ಮಗಟ್ಟಲೇ ಅಗಿದ ಗುಂಡಿಯಲ್ಲವೇ! ಅಂತೂ ಕೊನೆಗೆ ಮೇಲೆ ಬಂದು, ನನ್ನ ಮುಂದೆ ಮಂಡಿಯೂರಿ ಕೂತು, "ಸಿಕ್ತು ಬುದ್ಧೀ" ಎಂದ. ನನಗೆ ಸಂತೋಷವಾಯಿತು. "ಏನೇನೈತಿ, ಎಷ್ಟ ಸೆಲೀ ಅದಾವು ಹೇಳಿ ಬಿಡೋ" ಎಂದೆ. "ನೀವೇ ಇಳಿದು ನೋಡಿ" ಅಂದ. "ನನ್ನ ಎದೀ ಗುಂಡೀ ಒಳಗ ನಾನಾ ಹೆಂಗ ಇಳಿಯಾಕಾಗ್ತೈತೋ" ಅಂದಾಗ "ಅದ್ಯಾಕ ಬುದ್ಧೀ, ನಾನು ಇಳಧಾಂಗ, ನನ್ನ ಹೆಂಡತಿ ಇಳಧಾಂಗ, ನನ್ನ ಅಪ್ಪ, ಅಜ್ಜ, ಮುತ್ತಜ್ಜ ಇಳಿಧಾಂಗ ಇಳೀರಲ್ಲ" ಅಂದ. 'ಹೌದಲ್ಲ' ಅಂದುಕೊಂಡು ಇಳಿಯತೊಡಗಿದೆ. ಕಾಡೂ, ಕಾಡಣ್ಣ, ಕಾಡಜ್ಜ ಇಳಿದ ಮೆಟ್ಟಿಲುಗಳಿಂದ ಇಳಿಯತೊಡಗಿದೆ. ಇಳಿದು ನೆಲಗಟ್ಟಿಗೆ ಹೋಗಿ ನೋಡುತ್ತೇನೆ—ತಳದ ತುಂಬೆಲ್ಲ ಒಂದು-ಎರಡು-ಹತ್ತು-ನೂರು ಬೇಸತ್ತು ಎಣಿಸಲಾರದಷ್ಟು ಚಿತೆಗಳು. ನನಗೆ ಹೆದರಿಕೆ ಯಾಯಿತು. ಇದೆಲ್ಲಿ ಬಂದೆನಪ್ಪಾ ಎಂದುಕೊಂಡೆ. ಶುದ್ಧ ಸ್ಮಶಾನವದು. ನೋಡೋಣ ಯಾರಾದರೂ ಸಿಗುತ್ತಾರೇನೋ ಅಂದುಕೊಳ್ಳುತ್ತ ಅತ್ತಿತ್ತ ದೃಷ್ಟಿ ಹಾಯಿಸಿದೆ.

ಅಲ್ಲೊಬ್ಬ ವ್ಯಕ್ತಿ ಕೂತಿದ್ದ. ಸರಿ. ಹೆದರಿಕೆಗೊಬ್ಬ ಜೊತೆ ಅಂದುಕೊಂಡು ಅವನತ್ತ ಹೋದೆ. ಅವನು ಚಿತೆಯ ಕೆಂಡವೊಂದರಿಂದ ಹೆಂಚಿನ ಚಿಲುಮೆಯಲ್ಲಿಯ ಗಾಂಜಾಕ್ಕೆ ಬೆಂಕಿ ತಗುಲಿಸಿಕೊಳ್ಳುತ್ತಿದ್ದ. ನನ್ನನ್ನು ನೋಡಿ ವ್ಯಕ್ತಿ ಭಯಂಕರವಾಗಿ ನಕ್ಕ. ಹಲ್ಲು ಸಂದಿಗಳಿಂದ ನೊಣ ಹಾರಿ ಬಂದವು. ಅವನು ಗಮ್ಮೆಂದು ವಾಸನೆ ಹೊಡೆಯುತ್ತಿದ್ದ. ಅವನ ಮೈ ವಾಸನೆ, ಭಯಂಕರ ನಗು ಇವುಗಳಿಂದ ಗಲಿಬಿಲಿಗೊಂಡ ನಾನು ಅವನನ್ನು ಏನು ಮಾತಾಡಿಸಬೇಕೆಂದು ಕಣ್ಣುಬಿಟ್ಟೆ. ಅವನು ಇನ್ನೊಮ್ಮೆ ವಿಕಾರವಾಗಿ ನಕ್ಕು, ಪರಿಚಿತನಂತೆ 'ಚೆನ್ನಾಗಿದ್ದೀಯ' ಎಂದ. ಹತ್ತಿರಕ್ಕೆ ಬಂದು ಹೆಗಲ ಮೇಲೆ ಕೈ ಹಾಕಿದ. ನನಗೆ ಆತ ಶುದ್ಧ ಅನಾಗರೀಕನೆನ್ನಿಸಿತು. ಗುರುತಿಲ್ಲ. ಪರಿಚಯವಿಲ್ಲ. ಹೆಗಲ ಮೇಲೆ ಕೈ ಹಾಕುತ್ತಾನಲ್ಲಾ ಎಂದುಕೊಂಡೆ. ಆದರೆ ಅವನ ಜೊತೆ ಜಗಳ ಕಾಯುವ ಹಾಗಿಲ್ಲ. ಯಾಕಂದರೆ ನನ್ನೆದೆಯೊಳಗಿನ ಜಲದ ಸೆಲಿ ಬತ್ತಿ ಸ್ಮಶಾನವಾದದ್ದು ಹೇಗೆಂದು ಅವನಿಗೆ ಗೊತ್ತಿರಲೇಬೇಕು. ನಾನು ಮಾತಾಡಿದೆ, "ಏನಪ್ಪ ಇಲ್ಲೀ ಸೆಲಿ ಹೆಂಗ ಬತ್ತಿತು? ಯಾಕ ಬತ್ತಿತು? ಎಂದ ಬತ್ತಿತು?" ಆತನಿಗೆ ನಗದೇ ಮಾತಾಡಲೇ ಬರುವುದಿಲ್ಲವೆಂದುಕೊಳ್ಳುವಂತಾಯಿತು. ಕೊಳಕಾಗಿ ನಕ್ಕುಬಿಟ್ಟ. "ಏನು ಅಯ್ಯನೋರಾ! ತುಂಬಿ ತುಳುಕುವ ಇಲ್ಲೀ ಜಲನೆಲ್ಲಾ ಬತ್ತಿಸಿ ಸ್ಮಶಾನ ಮಾಡ್ದೋರೇ ನೀವು" ಅಂದ. "ಅಧೆಂಗ ಅಂತ ನಾ ಹೇಳಬೇಕs" ಅಂದ. ಆತ ಕಾಲು ಕೆದರುತ್ತಿದ್ದಾನೆ ಅನ್ನಿಸಿತು. ನನ್ನನ್ನು ಸಿಟ್ಟಿಗೆಬ್ಬಿಸಿ, ಜಗಳ ತೆಗೆಯುವಂತೆ ಮಾಡಿ ನನ್ನ ಕುತ್ತಿಗೀ ಹಿಚಕಬೇಕೆಂದು ಕೊಂಡಿದ್ದಾನೇನೋ ಅಂದುಕೊಂಡೆ. ವಮ್ಮೆಗೇ ಮೆತ್ತಗಾಗಿ "ಅಲ್ಲ ಮಾರಾಯಾ, ಇದೇನ್ಹೇಳತೀಯಪಾ ನೀನು. ನಾನು ಈ ಜಲ ತುಂಬಿದ ನೆಲಾನ ಸ್ಮಶಾನಾ ಮಾಡಿದ್ನಾ?" ಅಂದಾಗ ಆ ವ್ಯಕ್ತಿ ಕುಸಿದು ಕುಳಿತು ಗೋಳೋ ಎಂದು ಅಳತೊಡಗಿದ. ಬಿಕ್ಕಿ ಬಿಕ್ಕಿ ಅಳತೊಡಗಿದ. ನನಗೆ ನಿಜವಾಗಿಯೂ ಗಾಬರಿಯಾಯಿತು. ಇದೆಂಥ ವ್ಯಕ್ತಿಯ ಜೊತೆಗೆ ಮಾತಾಡುತ್ತಿದ್ದೇನೆ ಎಂದು ಸಂಕೋಚವಾಯಿತು. ಧೈರ್ಯ ತಂದುಕೊಂಡು ಹೆದರುತ್ತಲೇ ಅವನನ್ನು ಸಮಾಧಾನಿಸತೊಡಗಿದೆ. ಅವನ ಅಳು ಸ್ವಲ್ಪ ನಿಯಂತ್ರಣಕ್ಕೆ ಬಂತು. ಈ ಮನುಷ್ಯನೇ ವಿಚಿತ್ರವೆನ್ನಿಸಿತು. ಹುಚ್ಚನಿದ್ದರೂ ಇರಬಹುದೆಂದುಕೊಂಡೆ. ಅಳುವುದನ್ನು ಬಿಟ್ಟವನೇ ಕತೆ ಹೇಳತೊಡಗಿದ. ವಾಲ್ಮೀಕಿಯ ಕತೆ. ಈತ ವಾಲ್ಮೀಕಿಯ ಭೂತವಿರಬಹುದೇ ಎಂದುಕೊಂಡು ಬೆದರಿದೆ. ದೇವರನ್ನು ನೆನೆದೆ. ಬ್ರಹ್ಮಗಂಟನ್ನು ಹಿಡಿದುಕೊಂಡೆ. ಹೆದರಿಕೆ ಯಲ್ಲಿಯೂ ಅವನ ಕತೆ ಬೋರು ಹೊಡೆಯಿತು. ಅಸಂಬದ್ಧ ಅನ್ನಿಸಿತು. ನಾನು ಆಕಳಿಸಿದೆ. ವ್ಯಕ್ತಿ ಕತೆ ನಿಲ್ಲಿಸಿ ಮತ್ತೆ ಅಳತೊಡಗಿತು. ಧ್ವನಿ ಏರದ, ಧ್ವನಿ ಇಳಿಯದ ಶ್ರಾವಣದ ಸೋನೆಯಂಥ ಅಳು. ಬೇಸಿಗೆಯ ಬಿಸಿಲಿನಂಥ ಅಳು. ಬೇಸರದಿಂದ ನನಗೂ ಅಳುವಂತಾಯಿತು. ತಾಳ್ಮೆಯ ಎತ್ತರದಿಂದ ಕೂಗಿದೆ "ಅಯ್ಯಾ! ಸುಮ್ಮನಾಗಯ್ಯ. ಇಲ್ಲಿ ಸೆಲೀ ಯಾವಾಗ, ಯಾಕ ಬತ್ತಿತು ಅಂತ ಕೇಳಿದರೆ ಅಳಬೇಕ್ಯಾಕ." ಆ ವ್ಯಕ್ತಿ ಕಣ್ಣು ಕಿಸಿಯಿತು. ಅವನ ಎಲ್ಲ ರಕ್ತವೂ ಕಣ್ಣಲ್ಲೇ ಇತ್ತು. ಅವನು ಸಿಟ್ಟಿಗೆದ್ದಿದ್ದ. ಕ್ರೋಧದ ವಾಸನೆ ಅವನ ಧ್ವನಿಯಲ್ಲಿ ಗಮ್ಮೆಂದು ಹೊಡೆಯಿತು. ಅವ ಹೇಳತೊಡಗಿದ— "ಕೇಳ್ತೀಯಾ ಕೇಳು.

ನಿನ್ನೆದಿಯಾಗ ಗಂಗಿ ಕಲಕಲಿಸತಿದ್ದಳು. ಬಾಳ ದಿನಗಳ ಹಿಂದೆ ನೀ ಕಣಗೀ ಉಪಯೋಗಿಸುವಾಗ, ಕಲ್ಲ ಮೆರೆಸುವಾಗ, ನೀ ಬಟ್ಟಿ ಕಾಣದಾಗ. ಆದರ ಬಾಳಾ ದಿನಾ ಅದ ನಡೀಲಿಲ್ಲ. ಒಂದು ದಿನ ಒಬ್ಬನ್ನ ಕೆಳಗ ಕಳಿಸಿ ನಿನ್ನೆದಿ ನೀರಾಗ ಮುಳುಗಸಾಕ ಹೇಳಿದಿ. ಸರೀ. ಸುರೂನೇ ಆತು. ಮತ್ತೊಬ್ಬ-ಮಗದೊಬ್ಬ-ಇನ್ನೊಬ್ಬ... ಕಳಿಸಿದ್ದೇ ಕಳಿಸಿದ್ದು. ನಾ ಅವರನ್ನೆಲ್ಲ ನಿನ್ನ ಎದೀ ನೀರಾಗ, ನಿನ್ನ ಅಂತರಗಂಗಿಯೊಳಗ ಮುಳುಗಿಸಿದೆ. ನಿನ್ನ ಗಂಗಿ ಮಲತಳು, ಕೊಳತಳು. ಕೊಳತು ನಾರಿದಳು. ಆದರ ನಾನು ನೀನು ಕಳಿಸಿದವರನ್ನು ಮುಳುಗಿಸೇ ಮುಳುಗಿಸಿದೆ. ನಿನ್ನ ಜಲದ ವಾಸನಿ ನಿನಗs ತಾಳಲಿಲ್ಲ. ಮೂಗು ಮುಚಿಕೊಂಡಿ —ಹೋಗಲಿಲ್ಲ. ಅತ್ತರ ಬಾಟ್ಲಿ ಸುರಕೊಂಡಿ—ಮುಚ್ಚಲಿಲ್ಲ. ಕಡಿಕ ನೀನು ಹೇಳಿಬಿಟ್ಟಿ ಹಚ್ಚ ಬೆಂಕೀ ಅಂತ...” ವ್ಯಕ್ತಿಯ ಮಾತು ಸಾಗಿದಂತೆಯೇ ಅವನ ಉಗುರು ಬೆಳೆದವು. ಕಣ್ಣು ಕೆಂಡವಾದವು. ಮೈಯಿಂದ ಹೊಗೆ ಹಾಯತೊಡಗಿತು. ಕೊನೆಗೆ ಅವನೂ ಒಂದು ಚಿತೆಯಾಗಿಬಿಟ್ಟ. ಅದು ನನ್ನನ್ನೇ ಸುಟ್ಟೀತೆಂದು ಮೇಲಕ್ಕೆ ಓಡತೊಡಗಿದೆ. ಈ ಚಿತೆಯಿಂದ ತಪ್ಪಿಸಿಕೊಂಡು ಮೇಲಕ್ಕೆ ಹೋಗಲು ಕಾಡಯ್ಯ ಅಗಿದ ಮೆಟ್ಟಲುಗಳನ್ನು ಹಾರಿ ಹಾರಿ ಜಿಗಿಯತೊಡಗಿದೆ.

■

ಹಲ್ಲಿಯ ನಂತರ...

ಬೊಳುವಾರು ಮಹಮ್ಮದ್ ಕುಂಞಿ

ತಿಂಗಳೊಂದರ ಹಿಂದೆ ಆಕಾಶದಿಂದ ಕಳಚಿಬಿದ್ದ ಮಳೆಗೆ ಸಕೀನ ವಾಸಿಸುತ್ತಿದ್ದ ಜನತಾ ಮನೆ ಕುಸಿದಾಗ, ಆಕೆ ತನ್ನೆರಡು ಮಕ್ಕಳೊಂದಿಗೆ ಅಂದು ಸಾಹುಕಾರರ ತೋಟದ ಮನೆಯ ಕೊಟ್ಟಿಗೆಯಲ್ಲಿ ಆಶ್ರಯ ಗಿಟ್ಟಿಸಿದ್ದಳು. ಅದುವರೆಗೆ ಅದರೊಳಗೆ ತನ್ನ ವಿರಾಮವನ್ನು ಸದುಪಯೋಗಗೊಳಿಸುತ್ತಿದ್ದ ಸಾಹುಕಾರರ ತೋಟ ಮತ್ತು ಮನೆಯ ಕಾವಲುಗಾರ ನಾಯಿ 'ಚುಮ್ಮಿ' ನಿರಾಶ್ರಿತವಾದ್ದರಿಂದ ತೋಟದೊಳಗಿನ 'ಪಂಪ್‌ಹೌಸ್'ನಲ್ಲಿ ತನ್ನ ಬಿಡಾರ ಹೂಡಿತ್ತು.

ಎಂದಿನಂತೆ ಅಂದು ಸಾಹುಕಾರರ ಹಸಿರು ಜೀಪು ಹೊರಡುವ ತನಕ ಅದರಡಿಯಲ್ಲಿ ಮಲಗಿಕೊಂಡಿದ್ದ 'ಚುಮ್ಮಿ' ಮಾಮೂಲಿನಂತೆ ಜೀಪನ್ನು ರಾಜ ರಸ್ತೆಯ ತನಕ ಬೀಳ್ಕೊಟ್ಟು ಮರಳಿ ಬಂದಾಗ ಸಕೀನಳ ಹಿರಿಮಗ — ನಾಲ್ಕು ವರ್ಷದ ಖಾದರ್ ಕೊಟ್ಟಿಗೆಯ ಹಿಂಭಾಗದಲ್ಲಿ ಮೂತ್ರಕ್ಕೆ ನಿಂತದ್ದು ಕಾಣಿಸಿತು. ಅಲ್ಲಿ ತನಗೇನೂ ಕೆಲಸವಿಲ್ಲವೆಂದು ನಿರ್ಧರಿಸಿದ 'ಚುಮ್ಮಿ', ಮನೆಯ ಹಿತ್ತಲ ಹಾದಿಯ ಮೂಲಕ ತೋಟ ಸೇರೋಣ ವೆಂದುಕೊಂಡು ತನ್ನ ಬಾಲದ ದಿಕ್ಕಿನತ್ತ ಹೊರಳಿದಾಗ ಗೇಟಿನ ಬಳಿ ಜನತಾ ಮನೆ ವಾಸಿ ಮುದುಕಿ ಕೂಸಮ್ಮ ಕಾಣಿಸಿದಳು. ತಾನು ಎದುರಿಗಿದ್ದರೆ ಆ ಮುದುಕಿ ಗೇಟು ದಾಟಲಿಕ್ಕಿಲ್ಲವೆಂಬುದನ್ನು ಅನುಭವದಿಂದ ಅರಿತಿದ್ದ ಚುಮ್ಮಿ ಮೆತ್ತಗೆ ಮನೆಯ ಹಿಂಭಾಗಕ್ಕೆ ಸರಿಯಿತು. ಕೂಸಮ್ಮ ಗೇಟಿನ ಹೊರಗೆ ನಿಂತಲ್ಲಿಂದಲೇ ಸಕೀನಳ ಹೆಸರು ಹಿಡಿದು ಕರೆದದ್ದು ಅಡುಗೆ ಕೋಣೆಯಲ್ಲಿದ್ದ ಅಂದು ಸಾಹುಕಾರರ ಮಗಳಿಗೆ ಕೇಳಿಸಿತು. ಯಾರಿದ್ದಿರಬಹುದೆಂಬ ಕುತೂಹಲದಿಂದ ಆಕೆ, ತನ್ನ ಕೈಯಲ್ಲಿದ್ದ ಸಾಸಿವೆಯ ಡಬ್ಬ ಸಮೇತ

ಚಾವಡಿಗೆ ಬಂದಳು. ಕಿಟಕಿಯ ಕಂಬಿಗಳ ಎಡೆಯಿಂದ ಕೂಸಮ್ಮಳನ್ನು ಗುರುತಿಸಿದ ಜುಲೇಖ ನಿರಾಸೆಯಿಂದ ಮುಖ ಕಿವುಚಿಕೊಂಡು ಸ್ವಸ್ಥಾನ ಸೇರಿದಳು. ಕೊಟ್ಟಿಗೆಯ ಬಾಗಿಲ ಬಳಿ ನಿಂತು ತನ್ನ ಇಲ್ಲದ ಚಡ್ಡಿಗುಬ್ಬಿಗಾಗಿ ಕೈಬೆರಳುಗಳಿಂದ ತಡಕಾಡುತ್ತಿದ್ದ ಖಾದರ್, ತನ್ನ ತಾಯಿಗೆ ಕೂಸಮ್ಮಳ ಕರೆಯನ್ನು ತಲುಪಿಸುವ ಸಲುವಾಗಿ ಒಳಕ್ಕೆ ಓಡಿದ. ಗೇಟಿನ ಹೊರಗೆಯೇ ನಿಂತು ಸಕೀನಳ ಬರವನ್ನು ನಿರೀಕ್ಷಿಸಿ ಸೋತ ಕೂಸಮ್ಮ ಅತ್ತಿತ್ತ ಕಣ್ಣು ಹಾಯಿಸುತ್ತಾ 'ಚುಮ್ಮಿ'ಯನ್ನು ಕಾಣದೆ ಗೆಲುವಿನಿಂದ ಗೇಟು ಸರಿಸಿದಳು.

ಖಾದರ್‌ನ ಮೂಲಕ ವಿಷಯ ತಿಳಿದ ಸಕೀನ, ಗಡಬಡಿಸಿ ತನ್ನ ಕೈಯಲ್ಲಿದ್ದ 'ಬೀಡಿ ಸೂಪ'ನ್ನು ಬದಿಗಿರಿಸಿ ಎದ್ದುನಿಂತು ಬಾಗಿಲ ದಿಕ್ಕಿನತ್ತ ಕಣ್ಣು ಹಾಯಿಸುತ್ತಲೇ, ಕೊಟ್ಟಿಗೆಯ ಮೂಲೆಯಲ್ಲಿದ್ದ ಕಬ್ಬಿಣದ ಪೆಟ್ಟಿಗೆಯೊಂದನ್ನು ಚಾಪೆಯಿಂದಲೇ ಮುಚ್ಚಿ ಮರೆಮಾಡಿದಳು.

ಕೂಸಮ್ಮ ಕೊಟ್ಟಿಗೆಯ ಬಾಗಿಲ ಬಳಿ ತಲಪುವಷ್ಟರಲ್ಲಿ, ಸಕೀನ ಬಾಗಿಲಿಗಿಡಿಯಾಗಿ ನಿಂತುಕೊಂಡು 'ಬನ್ನಿ ಕೂಸಮ್ಮ' ಎಂದು ಸ್ವರ ಹೊರಡಿಸಿದಳು. ಸಕೀನಳನ್ನು ಕಂಡ ಕೂಸಮ್ಮ ತನ್ನ ಗುಳಿಬಿದ್ದ ಕಣ್ಣುಗಳಲ್ಲಿ ಕೋಪವನ್ನು ತುಂಬಿಕೊಂಡು, ಸಕೀನ ಬಾಯಿ ತೆರೆದದ್ದೇ ಮಹಾಪರಾಧವೆನ್ನುವಂತೆ ಕಿರುಚಾಡಲಾರಂಭಿಸಿದಳು. ಮನೆಯ ಹಿತ್ತಲಲ್ಲಿದ್ದ ಚಿಕ್ಕು ಮರದ ನೆರಳಲ್ಲಿ ನಿಂತು ಇದೆಲ್ಲವನ್ನೂ ಗಮನಿಸುತ್ತಿದ್ದ 'ಚುಮ್ಮಿ', ಅಡುಗೆಮನೆಯ ಕಿಟಕಿಯ ಸಂದಿಯಿಂದ ಇಣುಕುತ್ತಿದ್ದ ಜುಲೇಖ ಮತ್ತು ಕೊಟ್ಟಿಗೆಯ ಬಳಿಯಿಂದ ಕೇಳಿಸಿದ ಗದ್ದಲಕ್ಕೆ ಅಚ್ಚರಿಪಟ್ಟು ಓಡಿಬಂದ ಅಂದು ಸಾಹುಕಾರರ ಧರ್ಮಪತ್ನಿ ಮರಿಯಮ್ಮ. ಈ ಮೂವರೂ ಕೊಟ್ಟಿಗೆಯ ಪಕ್ಕದಲ್ಲಿದ್ದ ಬಾವಿಕಟ್ಟೆಯಲ್ಲಿ ಜಮಾಯಿಸಿದರು. ಸಕೀನಳ ಎರಡನೇ ಮಗ ಹಸನ್ ಇನ್ನೂ ಹೊಟ್ಟೆಯೆಳೆಯುವ ಸ್ಥಿತಿಯಲ್ಲಿದ್ದುದರಿಂದ ಮತ್ತು ಖಾದರ್‌ಗೆ ವಿಪರೀತ ಭಯವೆನ್ನಿಸಿದ್ದರಿಂದ ಅವರಿಬ್ಬರೂ ಕೊಟ್ಟಿಗೆಯ ಒಳಗೇ ಉಳಿದುಕೊಂಡರು.

ಸಕೀನ ಮತ್ತು ಕೂಸಮ್ಮಳ ನಡುವೆ ಢಿಕ್ಕಿ ಹೊಡೆದ ಮಾತುಕತೆಗಳನ್ನು ಹಾಗೆಯೇ ವರದಿ ಮಾಡಿದರೆ ಸಭ್ಯ ಓದುಗರಿಗೆ ಮುಜುಗರವಾಗುವ ಅಪಾಯವಿರುವುದರಿಂದಾಗಿ, ಅವರಿಬ್ಬರ ನೋವಿನ ಧ್ವನಿಗಳಲ್ಲಿ ಬಹುಪಾಲು ಬೆರೆತುಕೊಂಡ ರಂಡೆ, ಮುಂಡೆ, ಸೂಳೆ, ಗಂಡನನ್ನು ಮಾರಿದವಳು, ಮಿಂಡನಿಗೆ ಸೀರೆ ಎತ್ತಿದವಳು ಇತ್ಯಾದಿ ಪದಗಳನ್ನು ನಾನು ಉದ್ದೇಶಪೂರ್ವಕವಾಗಿ ಮರೆ ಮಾಡುತ್ತಿದ್ದೇನೆ. ಉಳಿದ ಮನುಷ್ಯರ ಕ್ಷಮೆಯಿರಲಿ.

ಶಿಷ್ಟ ಮಾತುಗಳಲ್ಲಿ ಸಂಗ್ರಹವಾಗಿ ಹೇಳುವುದಾದರೆ, "ನೀನು ನನ್ನ ಹೊಸ ಸೀರೆಯೊಂದನ್ನು ಸಾಲವಾಗಿ ಪಡೆದುಕೊಂಡು ಹೋಗಿದ್ದು, ಕಳೆದ ಆರು ತಿಂಗಳಲ್ಲಿ ನಾನು ಪದೇ ಪದೇ ವಿನಂತಿಸಿದಾಗಲೂ ಮರಳಿಸಿರುವುದಿಲ್ಲ. ಬಡವಳಾಗಿರುವ ನನ್ನೊಡನೆ ನಾನಿಂದು ಉಟ್ಟುಕೊಂಡಿರುವ ಸೀರೆಯ ಹೊರತಾಗಿ ಬೇರೆ ಸೀರೆ ಇರುವುದಿಲ್ಲ. ದಯವಿಟ್ಟು ನನ್ನ ಸೀರೆಯನ್ನು ನನಗೆ ಮರಳಿ ಕೊಡು. ಇಲ್ಲವಾದಲ್ಲಿ ಅದರ ಬೆಲೆಯಾಗಿರುವ ಮೂವತ್ತು ರೂಪಾಯಿಗಳನ್ನಾದರೂ ಕೊಟ್ಟಲ್ಲಿ ನಾನು ಬೇರೆಯೇ ಒಂದು ಸೀರೆಯನ್ನು

ಖರೀದಿಸುವೆ” ಎಂಬುದಾಗಿ ಕೂಸಮ್ಮಳೂ, “ನೀವು ಹೇಳುವುದೆಲ್ಲಾ ಸುಳ್ಳು, ನಾನು ನಿಮ್ಮಿಂದ ಯಾವ ಸೀರೆಯನ್ನೂ ಸಾಲವಾಗಿ ತಂದಿರುವುದಿಲ್ಲ. ನೀವು ಸೀರೆಯ ಬದಲಿಗೆ ಬಯಸುವ ಮೂವತ್ತು ರೂಪಾಯಿಗಳಷ್ಟು ಹಣವನ್ನು ಏಕಕಾಲಕ್ಕೆ ನಾನೆಂದೂ ಕಂಡವಳಲ್ಲ. ನೀವು ಇಲ್ಲಿಗೆ ಬಂದು ಸುಳ್ಳು ಆರೋಪ ಹೊರಿಸಿದರೆ ನಾನು ಸಾಹುಕಾರರಲ್ಲಿ ಹೇಳಬೇಕಾಗುತ್ತದೆ” ಎಂಬುದಾಗಿ ಸಕೀನಳೂ ಹೇಳಿದಳು—ಎಂದು ಬರೆಯಬೇಕಾಗುತ್ತದೆ.

ಅಥವಾ ಎರಡೇ ಮಾತುಗಳಲ್ಲಿ ಹೇಳುವುದಾದರೆ, ಮೊದಲನೆಯದಾಗಿ ಹಸನ್ ಹುಟ್ಟಿದ ಒಂದು ತಿಂಗಳ ಬಳಿಕ ಸಕೀನಳ ಮೊದಲ ಗಂಡ ಬದ್ರುದ್ದೀನ್ ದುಬೈಗೆ ಹೋಗಿ ಮನಿಯಾರ್ಡರ್ ಮಾಡುತ್ತೇನೆಂದು ವಾಗ್ದಾನ ಮಾಡಿ, ಸಕೀನಳ ಕಿವಿಯಲ್ಲಿದ್ದ ಬಂಗಾರದ ಸರಿಗೆಗಳನ್ನು ಕಳಚಿಕೊಂಡು ಹೋದವನು ವರ್ಷ ಕಳೆದರೂ ಒಂದೇ ಒಂದು ಕಾರ್ಡ್ ಕೂಡಾ ಕಳಿಸದಿದ್ದಾಗ, ಬೀಡಿ ನೂಲಿನೊಂದಿಗೆ ಜನತಾ ಮನೆಯಲ್ಲಿ ಬದುಕುತ್ತಿದ್ದ ಸಕೀನಳಿಗೆ, ಬೀಡಿ ಬ್ರಾಂಚಿನ ರೈಟರ್ ಉಮರಬ್ಬನ ಮೇಲೆ ವಿಪರೀತ ಗೌರವಾದರ ಹುಟ್ಟಿಕೊಂಡದ್ದು ಇಡಿಯ ಮುತ್ತುಪ್ಪಾಡಿಯಲ್ಲಿ ಸುದ್ದಿಯಾದ ಬಳಿಕ—ಅಂದರೆ ಆರು ತಿಂಗಳ ಹಿಂದೆ—ಅವರೊಳಗೆ ನಿಕಾಹ್ ನಡೆಯಿತು; ಹಾಗೂ ಎರಡನೆಯದಾಗಿ ಇಂದು ಮುಂಜಾನೆಯ ತನಕ ಮರಿಯಮ್ಮನವರಿಗಾಗಲೀ ಜುಲೇಖಾಳಿಗಾಗಲೀ ಅಥವಾ ಮುತ್ತು ಪ್ಪಾಡಿಯ ಯಾರಿಗೂ ಗೊತ್ತಿರದ ಗುಟ್ಟಾಗಿದ್ದ, ಸಕೀನ ತನ್ನ ಎರಡನೆಯ ಮದುವೆಯ ದಿನದಂದು ಉಟ್ಟುಕೊಂಡಿದ್ದ ಸೀರೆ — ಸಕೀನಳೇ ಹೇಳುವಂತೆ ಆಕೆಯ ದೂರದ ಅಣ್ಣ ಕೊಡಿಸಿದ್ದ ಸೀರೆಯಾಗಿರದೆ, ಸಕೀನಳ ನೆರೆಯ ಜನತಾ ಮನೆಯಲ್ಲಿ ಇರುತ್ತಿದ್ದ ಕೂಸಮ್ಮ ತನ್ನ ಎರಡು ವರ್ಷಗಳ ಗಳಿಕೆಯಿಂದ ಉಳಿಸಿದ್ದ ಮೂವತ್ತು ರೂಪಾಯಿಗಳಿಂದ ಖರೀದಿಸಿದ್ದ ಸೀರೆಯಾಗಿತ್ತು. ಹಾಗೂ ಅದನ್ನು ಸಕೀನ ತನ್ನ ಎರಡನೇ ಮದುವೆಯ ದಿನದಂದು ಕೂಸಮ್ಮಳೊಡನೆ ಕಾಡಿ-ಬೇಡಿ, ಎರಡೇ ದಿನದಲ್ಲಿ ಮರಳಿಸುತ್ತೇನೆ ಎಂಬುದಾಗಿ ಅಲ್ಲಾಹುವಿನ ಹೆಸರಲ್ಲಿ ಆಣೆಯಿಟ್ಟು ಕಡತಂದ ಸೀರೆಯಾಗಿತ್ತು ಎಂಬ ಸಂಗತಿ.

ಅಂದು ಸಾಹುಕಾರರ ಗೈರುಹಾಜರಿಯಲ್ಲಿ ಈ ಹಗರಣದ ಪಂಚಾಯಿತಿಕೆಯನ್ನು ಸ್ವಪ್ರೇರಣೆಯಿಂದ ಸ್ಥಳದಲ್ಲೇ ಸ್ವೀಕರಿಸಿದ ಮರಿಯಮ್ಮನವರು, ತನ್ನ ಸೊಂಟ ಸುತ್ತಿಕೊಂಡಿರುವ ಹದಿನಾರು ಪವನಿನ ಪೆಟ್ಟಿಯನ್ನು ಸವರುತ್ತಾ, ಸಾಕಷ್ಟು ಗಾಂಭೀರ್ಯವನ್ನು ಉಳಿಸಿಕೊಂಡೇ ಮಾತನಾಡಲು ಯತ್ನಿಸಿದ್ದರಿಂದ ಮತ್ತು ಆಕೆಯ ಯಾವುದೇ ಮಾತು ಕೇಳಿಸದಷ್ಟು ಗಟ್ಟಿಯಾಗಿ ಕೂಸಮ್ಮ ಮತ್ತು ಸಕೀನ ಕಿರುಚುತ್ತಿದ್ದುದರಿಂದ 'ಚುಮ್ಮಿ' ಅಸಹನೆಗೊಂಡಿತು. ಆದ್ದರಿಂದ ಅದು ಬಾವಿಕಟ್ಟೆಯಿಂದ ಹೊರಕ್ಕೆ ಹಾರಿ ಅವರಿಬ್ಬರಿಗೂ ಸಮಾನ ದೂರದಲ್ಲಿ ನಿಂತು ತನ್ನೆರಡೂ ಮುಂಗಾಲುಗಳನ್ನು ಮುಂದಕ್ಕೆ ನೀಡಿ ತಲೆಯೆತ್ತಿ - ಬಾಯಿ ಅಗಲಿಸಿ ಗಗನ ದಿಟ್ಟಿಸುತ್ತಾ ತನ್ನ ಪ್ರತಿಭಟನೆಯನ್ನೂ ಮೌನವಾಗಿ ಸೂಚಿಸಿತು.

ಧ್ವನಿಪೂರ್ಣವಾಗಿ ಪರಸ್ಪರ ಮಾನಸಂಹಾರದಲ್ಲಿ ಮುಳುಗಿಹೋಗಿದ್ದ ಕೂಸಮ್ಮ ಹಾಗೂ ಸಕೀನರು ಹೊಸ ಹೊಸ ಪದಗಳಿಗಾಗಿ ತಡಕಾಡಿ ಸೋತು ತಮ್ಮ ಶಕ್ತ್ಯನುಸಾರ ದೈಹಿಕ ಹೋರಾಟಕ್ಕಿಳಿದರು.

ಸಕೀನಳ ಮುಂದಲೆಯ ಕೂದಲುಗಳನ್ನು ತನ್ನ ಮುದಿ ಕೈಬೆರಳುಗಳಲ್ಲಿ ಬಿಗಿಯಾಗಿ ಹಿಡಿದುಕೊಂಡಿದ್ದ ಕೂಸಮ್ಮಳ ಪಾದಗಳು ನೆಲ ತಪ್ಪುತ್ತಿರುವಂತೆಯೇ, ಬಿಲ್ಲಿನಂತೆ ಮುಂದಕ್ಕೆ ಬಾಗಿದ ಸಕೀನಳ ಎರಡೂ ಕೈಗಳು ಮುದುಕಿಯ ಕೊರಳ ಸುತ್ತ ಉರುಳಾಗುತ್ತಿರುವುದನ್ನು ಜುಲೇಖಾಳಿಂದ ನೋಡುವುದು ಸಾಧ್ಯವಾಗಲಿಲ್ಲ. ತಾನು ಅಂಗಳಕ್ಕಿಳಿದಾಗ ಚಪ್ಪಲಿ ಹಾಕಿಕೊಳ್ಳದಿದ್ದುದರಿಂದ ತನ್ನ ಕೆಂಪು ಪಾದಗಳು ಚೂಪು ಕಲ್ಲುಗಳಿಗೆ ಆಹಾರವಾಗಬಹುದೆಂಬ ಯೋಚನೆಯನ್ನೂ ಬದಿಗೊತ್ತಿದ ಜುಲೇಖಾ ತುದಿಗಾಲ ಹೆಜ್ಜೆಯಿಟ್ಟು ಅವರಿಬ್ಬರ ಬಳಿ ಸಾರಿದಳು. ತನ್ನ ಸುಕೋಮಲ ನುಣುಪು ಎಡತೋಳಿನಿಂದ ಕೂಸಮ್ಮಳ ಸೊಂಟವನ್ನು ಬಳಸಿ ಹಿಡಿದು, ಮದರಂಗಿಯಿಂದ ಮತ್ತಷ್ಟು ಕೆಂಪಾಗಿ ಕಾಣುತ್ತಿದ್ದ ತನ್ನ ಬಲಗೈ ನೀಳ ಬೆರಳುಗಳಿಂದ ಕೂಸಮ್ಮಳ ಕತ್ತು ಹಿಸುಕುತ್ತಿದ್ದ ಸಕೀನಳ ಒರಟು ಎಡಗೈ ಬೆರಳುಗಳನ್ನು ಸಡಿಲಿಸಲು ಸಾಹಸ ಪಡುತ್ತಿರುವಾಗಲೇ 'ಚುಮ್ಮಿ' ಬಾಣದಂತೆ ಕೂಸಮ್ಮಳ ಸೊಂಟದತ್ತ ನೆಗೆದುಬಿಟ್ಟಿತು. ಅಷ್ಟೇ; ಕೂಸಮ್ಮ 'ಅಯ್ಯೋ ರಾಮಾ' ಎನ್ನುತ್ತ ಕುಸಿದುಬಿದ್ದಳು. ಸಕೀನ ಗರಬಡಿದವಳಂತೆ ನಿಂತುಬಿಟ್ಟಳು. ಜುಲೇಖಾ ತನ್ನ ತಾಯಿಯ ಬಳಿಗೋಡಿದಳು. ಸೀರೆಯ ತುಂಡೊಂದು ತನ್ನ ಹಲ್ಲುಗಳ ಎಡೆಯಲ್ಲಿ ಸಿಕ್ಕಿಹಾಕಿಕೊಂಡದ್ದರಿಂದ ಗಲಿಬಿಲಿಗೊಂಡ 'ಚುಮ್ಮಿ' ಅದರಿಂದ ಕಳಚಿಕೊಳ್ಳುವ ಗಡಿಬಿಡಿಯಲ್ಲಿ ತುಂಡೊಂದರ ಸಹಿತ ಓಡಿಹೋಯಿತು.

ಕಸದ ಬುಟ್ಟಿಯಂತೆ ಕಾಣಿಸುತ್ತಿದ್ದ ಕೂಸಮ್ಮ ತನ್ನ ಹರಿದುಳಿದ ಸೀರೆಯ ಎಳೆಎಳೆಯನ್ನೂ ತಡವಿಕೊಂಡು ಏನನ್ನೋ ಗುಣುಗುಣಿಸಲಾರಂಭಿಸಿದ್ದಳು. ಆಕೆಯ ಎರಡೂ ಕಣ್ಣುಗಳಿಂದ ನೀರು ಧಾರೆಯಾಗಿ ಇಳಿಯುತ್ತಿತ್ತು. ತೊಡೆಯ ಬಳಿಯಿಂದ ಕಿತ್ತುಹೋದ ಸುಮಾರು ಎರಡಡಿಯಷ್ಟು ಉದ್ದದ ಸೀರೆಯ ತುಂಡೊಂದು ಅಲ್ಲೇ ಆಕೆಯ ಕೈಯಳತೆಯಲ್ಲೇ ಬಿದ್ದುಕೊಂಡಿರುವುದನ್ನು ಗಮನಿಸಿದ ಕೂಸಮ್ಮ ಕುಳಿತಲ್ಲಿಂದಲೇ ಕೈಚಾಚಿ ಅದನ್ನೆಳೆದುಕೊಂಡು ಅದು ಹರಿದುಕೊಂಡಿರಬಹುದಾದ ಸೀರೆಯ ಭಾಗವನ್ನು ತನ್ನ ದೇಹದ ಸುತ್ತ ಹುಡುಕುತ್ತಾ ಬಿಕ್ಕಿ ಬಿಕ್ಕಿ ಅತ್ತಳು. ಮೊಣಕಾಲ ಬಳಿಯ ಸಣ್ಣ ತುಂಡೊಂದು ಇನ್ನೂ 'ಚುಮ್ಮಿ'ಯ ಬಾಯಲ್ಲೇ ಉಳಿದಿರಬಹುದೆಂಬ ಯೋಚನೆಯಿಂದ ದಿಗಿಲುಗೊಂಡ ಆಕೆ ನಾಯಿಗಾಗಿ ಸುತ್ತಲೂ ಕಣ್ಣುಹಾಯಿಸಿದಳು. ಸೊಂಟದ ಬಳಿ ಚಿಂದಿ ಚಿಂದಿಯಾಗಿ ಹೋಗಿದ್ದ ತನ್ನ ಮಾಸಲು ಹಳದಿ ಸೀರೆಯ ಅಂಗುಲ ಅಂಗುಲಗಳನ್ನು ತಡವಿ ನೋಡುತ್ತಿದ್ದ ಆಕೆಯ ಸುಕ್ಕುಗಟ್ಟಿದ ಮುಂಗೈಯಲ್ಲಿದ್ದ ನಾಲ್ಕು ರಬ್ಬರ್ ಬಳೆಗಳು ಸದ್ದು ಮಾಡದೆ ದುಃಖಿಸುತ್ತಿದ್ದವು.

ಕಬ್ಬಿಣದ ಕಂಭದಂತೆ ನಿಂತಿದ್ದ ಸಕೀನಳ ಕಣ್ಣು ಗೊಂಬೆಗಳು ಕೂಸಮ್ಮಳ ದೇಹದಲ್ಲಿ ಉಳಿದಿದ್ದ ಸೀರೆಯ ವಿಸ್ತಾರವನ್ನು ಅಳೆಯುತ್ತಾ, ಅತ್ತಿತ್ತ ಉರುಳುತ್ತಾ ಕ್ರಮೇಣ ನೀರೊಳಗೆ

ಮುಳುಗಿಹೋದವು. ಕಣ್ಣೆದುರಿನ ನೋಟಗಳೆಲ್ಲವೂ ಕಣ್ಣೀರೊಳಗೆ ಕರಗಿಹೋಗುತ್ತಿರುವಂತೆ ಭಾಸವಾದಾಗ ಸಕೀನ ತಲೆಕೊಡವಿಕೊಂಡಳು. ತನ್ನ ಮುಖದ ಮೇಲೆ ಅಂಟಿಕೊಂಡಿದ್ದ ಕೂದಲುಗಳನ್ನು ಹಿಂದಕ್ಕೆ ಸರಿಸಿಕೊಂಡ ಸಕೀನ ಎರಡು ಹೆಜ್ಜೆ ಮುಂದಿಟ್ಟು ಕೂಸಮ್ಮಳ ಎದುರು ಕುಳಿತು 'ಕೂಸಮ್ಮಾ' ಎಂದು ಕರೆದಳು: ಕೂಸಮ್ಮ ತಲೆಯೆತ್ತಿದಳು. ಕೂಸಮ್ಮಳ ಕಣ್ಣಲ್ಲಿ ಕಣ್ಣಿಟ್ಟು ನೋಡಿದ ಸಕೀನ ಆಕೆಯ ಎರಡೂ ಭುಜಗಳ ಮೇಲೆ ತನ್ನೆರಡೂ ಕೈಗಳನ್ನಿರಿಸಿದಾಗ ಕೂಸಮ್ಮ ಪ್ರತಿಭಟಿಸಲಿಲ್ಲ. ಬಾವಿಕಟ್ಟೆಯ ಬಳಿ ನಿಂತಿದ್ದ ಮರಿಯಮ್ಮ ಮತ್ತು ಜುಲೇಖಾ ಪರಸ್ಪರ ಮುಖ ನೋಡಿಕೊಂಡರು.

ಕೂಸಮ್ಮಳನ್ನು ತನ್ನ ಬಲಗೈಯಿಂದ ತಬ್ಬಿಕೊಂಡು ತನ್ನ ಕೊಟ್ಟಿಗೆಯತ್ತ ಕಾಲೆಳೆಯುತ್ತಿದ್ದ ಸಕೀನಳ ಕಾಲಿಗೆ ಕೂಸಮ್ಮಳ ಸೀರೆಯ ಹರಿದು ನೇತಾಡುತ್ತಿದ್ದ ಭಾಗವೊಂದು ತೊಡರಿ ಕೊಂಡಾಗ ದುಃಖ ಉಮ್ಮಳಿಸಿ ಬಂತು. "ನಿಮ್ಮ ಈ ಸೀರೆಯೂ ಹರಿದುಹೋಗುತ್ತದೆಂದು ನಾನೆಣಿಸಿರಲಿಲ್ಲ. ನನ್ನದು ತಪ್ಪಾಯಿತು. ನೀವು ಕೊಟ್ಟ ಸೀರೆ ಪೆಟ್ಟಿಗೆಯಲ್ಲೇ ಉಂಟು. ಆವೊತ್ತು ಒಮ್ಮೆ ಮಾತ್ರ ಉಟ್ಟಿದ್ದು. ಮುಂದಿನ ದೊಡ್ಡ ಹಬ್ಬಕ್ಕೆ ಮತ್ತೊಮ್ಮೆ ಉಟ್ಟುಬಿಡಬೇಕೆಂಬ ಆಸೆಯಿಂದ ಸುಳ್ಳು ಹೇಳಿದೆ. ಬನ್ನಿ ಕೂಸಮ್ಮ, ಕೊಡುತ್ತೇನೆ. ನನ್ನದು ದೊಡ್ಡ ತಪ್ಪಾಯಿತು" ಎಂದು ಹೇಳಿದ ಸಕೀನ ಕೂಸಮ್ಮಳಿಗೆ ತೆಕ್ಕೆ ಬಿದ್ದು ಬಿಕ್ಕಿ ಬಿಕ್ಕಿ ಅತ್ತುಬಿಟ್ಟಳು.

■

ಬೆಳಕಿನ ಕತ್ತು ಹಿಸುಕಿ

ಜಿ. ಪಿ. ಬಸವರಾಜು

ರಾತ್ರಿ ೧೦ ಗಂಟೆಯ ಹೊತ್ತು. ದಿನದ ಕೆಲಸ ಮುಗಿಸಿ ಆಫೀಸಿನಿಂದ ಮನೆಗೆ ಹೊರಟಿದ್ದೆ. ಕುಕ್ಕರಹಳ್ಳಿಯ ಹಿಂದಿನ ರಸ್ತೆ. ವಾಹನ ಸಂಚಾರ ಕಡಿಮೆ ಇದ್ದ ಕಾರಣ ನನ್ನ ಬೈಕ್ ಜೋರಾಗಿಯೇ ಓಡುತ್ತಿತ್ತು. ಕೆರೆಯ ಹಿಂಭಾಗದ ಮರಗಳು ರಸ್ತೆಯ ಎಡಬಲಕ್ಕೆ ನಿಂತು, ಅತ್ತ ಇತ್ತ ಹರಡಿಕೊಂಡು ರಸ್ತೆಯನ್ನು ಮುಚ್ಚಿದ್ದವು. ಈ ಮರಗಳ ನಡುವೆ ರಸ್ತೆ ನೆಮ್ಮದಿಯಲ್ಲಿ ಮಲಗಿದಂತೆ ಕಾಣುತ್ತಿತ್ತು. ರಾತ್ರಿಯ ತಂಪನ್ನು ತುಂಬಿಕೊಂಡ ಗಾಳಿ ಹಿತವಾಗಿ ಬೀಸುತ್ತಿತ್ತು. ರಸ್ತೆ ಬದಿಯ ದೀಪಗಳು ಚೆಲ್ಲಿದ ಬೆಳಕು, ಬೆಳಕನ್ನು ಅಡ್ಡಗಟ್ಟಿದ ಮರಗಳ ರೆಂಬೆಕೊಂಬೆಗಳ ನೆರಳು. ಉದ್ದಕ್ಕೂ ಇದೇ ವಿನ್ಯಾಸ. ಒಂದು ಮತ್ತೊಂದರ ಜೊತೆಯಲ್ಲಿ ಸ್ಪರ್ಧಿಸಿ, ಆಟವಾಡುತ್ತಿರುವಂತೆ. ಈ ವಿನ್ಯಾಸಕ್ಕೆ, ಸೊಬಗಿಗೆ ಮನಸೋತು, ಅತ್ತ ಇತ್ತ ಕಣ್ಣಾಡಿಸುತ್ತ, ಹಿತವಾದ ಗಾಳಿಯಲ್ಲಿ ತೇಲುತ್ತ ಸಾಗುತ್ತಿದ್ದೆ. ಮನಸ್ಸಿನ ಸಾವಧಾನ ಸ್ಥಿತಿ ಬೈಕಿಗೆ ಇದ್ದಂತಿರಲಿಲ್ಲ. ರಸ್ತೆ ಖಾಲಿಯಾಗಿರುವುದನ್ನು ಕಂಡು ಬೈಕು ವೇಗ ಹೆಚ್ಚಿಸಿಕೊಂಡು ಓಡುತ್ತಿತ್ತು. ಇದೊಂದು ನಿಶ್ಚಿಂತ ಸ್ಥಿತಿ, ನಿರಾತಂಕ ಸನ್ನಿವೇಶ. ಹೀಗೆಯೇ ಸಾಗುತ್ತ ಭೂಮಿಯನ್ನು ಒಂದು ಸುತ್ತು ಹಾಕಿಬಿಡುವ ಹುಮ್ಮಸ್ಸು. ರಸ್ತೆ ಮೇಲಿನ ನೆಳಲು ಬೆಳಕುಗಳ ಕೊಂಡಿಗಳನ್ನು ದಾಟುತ್ತ ದಾಟುತ್ತ ಜಗತ್ತಿನ ಕೊನೆಯನ್ನು ಮುಟ್ಟಿದರೆ? ಥಟ್ಟನೆ ಬೈಕಿನ ವೇಗ ಕಡಿಮೆಯಾಯಿತು. ರಸ್ತೆಯ ಒಂದು ಬದಿಯಿಂದ ಇನ್ನೊಂದು ಬದಿಗೆ ಬಿರುಸಾಗಿ ನುಗ್ಗುತ್ತಿದ್ದ ಪ್ರಾಣಿಯನ್ನು ಕಂಡು ಕಾಲು ಯಾಂತ್ರಿಕವಾಗಿ ಬ್ರೇಕನ್ನು ಒತ್ತಿತ್ತು. ಎಲ್ಲಿಯೋ ವಿಹರಿಸುತ್ತಿದ್ದ ಮನಸ್ಸು ಒಮ್ಮೆಗೇ ಭೂಮಿಗೆ ಇಳಿಯಿತು.

ವೇಗವಾಗಿ ಓಡುತ್ತಿದ್ದ ಬೈಕು. ವೇಗವಾಗಿ ರಸ್ತೆ ಹಾಯುತ್ತಿದ್ದ ಪ್ರಾಣಿ. ಒಂದನ್ನು ದಾಟಿ ಒಂದು ಮುಂದೆ ಹೋಗುವ ಸ್ಪರ್ಧೆ. ಪ್ರಾಣಿ ಚಕ್ರಕ್ಕೆ ಬೀಳುವುದು ಖಚಿತವಾಗಿ ಅದನ್ನು

ಉಳಿಸಬೇಕೆಂದು ಬ್ರೇಕ್ ಒತ್ತಿದ್ದೆ. ಬೈಕು ರಸ್ತೆಯ ತುಂಬ ಕುಡಿದವರಂತೆ ತೂರಾಡಿ ಕೊನೆಗೊಂದು ಕಡೆ ನಿಂತಿತು. ಪ್ರಯತ್ನ ಫಲ ನೀಡಿದಂತೆ ಕಂಡಿತು. ಆ ಪ್ರಾಣಿಯ ಮೇಲೆ ನನ್ನ ಬೈಕು ಹತ್ತಿ ಇಳಿದಿರಲಿಲ್ಲ. ಆದರೆ ಅದರ ಮುಖ ಬೈಕಿನ ಮುಂದಿನ ಚಕ್ರಕ್ಕೆ ಬಡಿದು ಅದು ರಸ್ತೆಯ ಮೇಲೆ ಬಿದ್ದು ಹೊರಳುತ್ತಿತ್ತು.

ಬೈಕು ನಿಲ್ಲಿಸಿ ಬಂದು ನೋಡಿದೆ. ರಕ್ತ ಚಿಮ್ಮಿತ್ತು. ರಸ್ತೆ ಮಧ್ಯದಲ್ಲಿ ಆ ಪ್ರಾಣಿ ವಿಲವಿಲ ಒದ್ದಾಡುತ್ತಿತ್ತು. ಓಡುವ ಸ್ಥಿತಿಯಲ್ಲಿ, ಬದುಕುವ ಸ್ಥಿತಿಯಲ್ಲಿ ಅದು ಇರಲಿಲ್ಲ. ಸಾವು ಹತ್ತಿರವಾದಂತೆ, ಬದುಕು ದೂರವಾಗುತ್ತಿರುವಂತೆ ಕಂಡಿತು. ಉಕ್ಕುವ ರಕ್ತದಲ್ಲಿ ಬಿದ್ದು ಅದು ನಡೆಸುತ್ತಿದ್ದ ಹೋರಾಟ ಸಾವಿನೊಂದಿಗೆ ನಡೆಸುತ್ತಿದ್ದ ಹೋರಾಟವಾಗಿ ಕಾಣುತ್ತಿತ್ತು. ಹತ್ತಿರ ಸರಿದು ನೋಡಿದೆ. ಮಂದ ಬೆಳಕಿನಲ್ಲಿ ಹೊಳೆಯುತ್ತಿದ್ದ ಅದರ ಕಣ್ಣುಗಳು ನನ್ನ ಕಣ್ಣುಗಳನ್ನು ಇರಿದವು. ಅದರಲ್ಲಿದ್ದುದು ಯಾತನೆಯೇ, ಭಯವೇ? ಅಸಹಾಯಕತೆಯೇ? ಒಂದೂ ತಿಳಿಯದ ಮನಃಸ್ಥಿತಿಯಲ್ಲಿ ನಾನಿದ್ದೆ. ಅದರ ಕಣ್ಣುಗಳು ಮಾತ್ರ ಹೊಳೆಯುತ್ತಿದ್ದವು. ನಾನು ಹತ್ತಿರ ಸರಿದದ್ದಕ್ಕೆ ಅದರ ಮುಖದಲ್ಲಿ ಗಾಬರಿ ಮೂಡಿದಂತಾಯಿತು. ಒಂದಿಷ್ಟು ಹಿಂದೆ ಸರಿದು ಅದರ ಗಾಬರಿಯನ್ನು ಹೋಗಲಾಡಿಸಲು ನೋಡಿದೆ. ಮತ್ತೆ ಅವೇ ಕಣ್ಣುಗಳು. ಅದೇ ಹೊಳೆಯುವ ಬೆಳಕು. ಮತ್ತೆ ಮತ್ತೆ ನನ್ನನ್ನು ನೋಡುವ, ಇರಿಯುವ ಕಣ್ಣುಗಳು. ಆ ನೋಟ ಎಷ್ಟೊಂದು ಮೊನಚಾಗಿತ್ತು ಎಂದರೆ ಆ ಕಣ್ಣುಗಳನ್ನು ಎದುರಿಸುವ ಧೈರ್ಯವೇ ನನ್ನಲ್ಲಿ ಉಡುಗಿ ಹೋಗಿ ದೃಷ್ಟಿಯನ್ನು ರಸ್ತೆಯ ಉದ್ದಕ್ಕೆ ಹೊರಳಿಸಿದೆ. ಖಾಲಿ ಖಾಲಿ ರಸ್ತೆ. ಮತ್ತೆ ನನ್ನ ದೃಷ್ಟಿ ಆ ಕಣ್ಣುಗಳಿಗೆ ಹೊರಳಿತು. ಆ ಕಣ್ಣುಗಳಿಂದ ಹೊಮ್ಮುತ್ತಿದ್ದ ಬೆಳಕನ್ನು ಸಾವಿನ ಕರಾಳ ಕತ್ತಲೆ ಮುಚ್ಚುತ್ತಿದ್ದಂತೆ ಕಾಣಿಸುತ್ತಿತ್ತು.

ನಿಲ್ಲಲಾರದ ಸ್ಥಿತಿಯಲ್ಲಿ ನಿಂತು ನೋಡಿದೆ. ನನ್ನ ಎದೆಯ ಬಡಿತ ಆ ಕತ್ತಲೆಯನ್ನು, ಅದರೊಳಗಿನ ಮೌನವನ್ನು ಸೀಳುತ್ತಿತ್ತು.

ಅದೊಂದು ಮುಂಗುಸಿ. ಬಲಿಷ್ಠವಾಗಿ ಬೆಳೆದುಕೊಂಡಿತ್ತು. ಮಿರಮಿರ ಮಿಂಚುವ ಮೈ ಕಸುವನ್ನು, ಜೀವಂತಿಕೆಯನ್ನು ತೋರುತ್ತಿದ್ದವು. ಅದನ್ನು ಎತ್ತಿ ರಸ್ತೆಯ ಬದಿಗೆ ಒಯ್ಯಲು ಮನಸ್ಸಾಯಿತು. ಒಂದು ಹೆಜ್ಜೆ ಮುಂದೆ ಹೋದೆ. ಅದು ಸರ್ರನೆ ಕಣ್ಣುಗಳನ್ನು ನನ್ನೆಡೆ ಹೊರಳಿಸಿದಂತಾಗಿ ಬೆಚ್ಚಿನಿಂತೆ. ತನ್ನ ನೋವಿನಲ್ಲೂ ಅದು ನನ್ನನ್ನು ವಿರೋಧಿಸಲು, ಪ್ರತಿಭಟಿಸಲು ಸಿದ್ಧವಾಗುತ್ತಿರುವಂತೆ ಕಂಡಿತು. ಅದರ ಹಲ್ಲುಗಳು ಚೂಪಾಗಿದ್ದವು. ಹಾವಿನೊಂದಿಗೆ ಅದು ಸೆಣಸುವ ಪರಿ ನೆನಪಿಗೆ ಬಂತು. ನೆರವಾಗಲು ಮನಸ್ಸು ತುಡಿಯುತ್ತಿದ್ದರೂ, ಅದನ್ನು ಮುಟ್ಟುವ ಧೈರ್ಯವಾಗಲಿಲ್ಲ. ಆ ಹೊತ್ತಿನಲ್ಲೂ ಅದು ನನ್ನನ್ನು ಕಚ್ಚಿಬಿಡುವ ಸಾಧ್ಯತೆಯಿತ್ತು. ಅಲ್ಲಿಂದ ಹೊರಟು ಹೋಗುವುದೂ ನನಗೆ ಸಾಧ್ಯವಿರಲಿಲ್ಲ. ಆ ಪ್ರಾಣಿಯ ಕಣ್ಣುಗಳ ಸೆಳೆತ ಅಷ್ಟೊಂದು ಜೋರಾಗಿತ್ತು. ನೋಡುತ್ತಲೇ ನಿಂತೆ: ಒಂದು ಜೀವ ಸಾವಿನೊಂದಿಗೆ ಸೆಣೆಸುವುದನ್ನು... ಒಂದು ಜೀವನೋಲ್ಲಾಸ ಮೆಲ್ಲಗೆ ತಣ್ಣಗಾಗುವುದನ್ನು... ಬೆಳಕು ಕತ್ತಲಾಗುವುದನ್ನು.

■

ಪರ್ಯವಸಾನ

ಕುಂ. ವೀರಭದ್ರಪ್ಪ

ಅದೊಂದು ಹಳ್ಳಿ ಅಂದರೆ ಹಳ್ಳಿ. ಅಲ್ಲಿದ್ದೋರು ಜನ ಅಂದರೆ ಜನ. ಅವರೆಲ್ಲರಿಗಿದ್ದ ಜಮೀನೆಂದರೆ ಸುಡುಗಾಡ ಮೂರು ಮೊಳ ಜಾಗ ಮಾತ್ರ. ಏನು ಮಾಡಬೇಕು, ಏನು ಮಾಡಬಾರದು ಎಂಬ ವಿವೇಚನೆಯೇ ಅವರ್‍ಯಾರಲ್ಲೂ ಇರಲಿಲ್ಲ. ಹತ್ತಿರದ ಊರುಗಳಿಗೆ ಹೋಗಿ ಕೂಲಿ ನಾಲಿ ಮಾಡುವುದು, ಬಂದ ಪುಡಿಗಾಸಿನಲ್ಲಿ ಹೊಟ್ಟೆ ಹೊರೆಯುವುದು, ಮಲ ವಿಸರ್ಜಿಸುವುದು, ರಾತ್ರಿ ಆಯ್ತು ಅಂತ ಹೆಂಡರ ಪಕ್ಕಕ್ಕೆ.... ಇಂಥ ಒಂದೆರಡು ಕೆಲಸಗಳಿಗೆ ಅವರೆಲ್ಲ ಒಗ್ಗಿದ್ದರು. ತಲಾಂತರಗಳಿಂದ ಇಂಥ ಕೆಲಸಗಳನ್ನು ಮಾಡಿಕೊಂಡೇ ಅವರೆಲ್ಲರಿಗೆ ಒಳಗೊಳಗೆ ಬೋರು ಆಗಿತ್ತು. ಅನಿವಾರ್ಯ, ಹಳೆ ಬದುಕಿಗೆ ಹೊಂದಿ ಕೊಂಡಿರುವುದು ಅಂತ ಅವರು ಅಂದುಕೊಂಡಿರದೇ ಇರಲಿಲ್ಲ.

ಆ ಊರಿನಲ್ಲಿದ್ದ ಡಕ, ಡಕಿ, ಆತ, ಆಕಿ ಪಕ್ಕದ ಊರೊಂದರ ಹೊಲದಲ್ಲಿ ಕೆಲಸ ಮಾಡಿ ಬರುತ್ತಿದ್ದರು. ಆ ಹೊಲದಲ್ಲಿ ಹಸಿರು ತೊಪ್ಪಲು ಯಾಕೆ ಬೆಳೆಯುತ್ತಾರೆಂದು ಅವರು ಪ್ರತಿನಿತ್ಯ ಯೋಚಿಸುತ್ತಿದ್ದರು. ಹಸಿರ ಬಗ್ಗೆ ಅವರಿಗೆ ತುಂಬ ಕುತೂಹಲ. ಮೂಲವನ್ನು ಬೆದಕಿಯೇ ತೀರಬೇಕೆಂದು ಡಕ ಹೇಳಿದಾಗ ಡಕಿ, ಆತ, ಆಕಿ ಆಗಲಿ ಎಂದು ತಲೆ ಅಲ್ಲಾಡಿಸಿದರು. ಯಾವುದೋ ಸಬೂಬು ಹಿಡಿದು ಆ ನಾಲ್ಕು ಮಂದಿ ಹಸಿರು ತೊಪ್ಪಲೊಂದಿಗೆ ಆ ಹೊಲದ ಮಾಲಿಕನ ಮನೆವರೆಗೆ ಹೋಗಿ ಬರತೊಡಗಿದರು. ಮಾಲಿಕ ಆ ತೊಪ್ಪಲನ್ನು ನುಸಿ ಗಾತ್ರದ ಹುಳಗಳಿಗೆ ಹಾಕುತ್ತಿದ್ದ. ಆ ಸೂಕ್ಷ್ಮ ಹುಳುಗಳು ಗಬಗಬ ತಿಂತಿರುವುದನ್ನು ಕಂಡು ಕೂಲಿ ಮಂದಿಗೆ ಆಶ್ಚರ್ಯವಾಯಿತು. ಈ ಪ್ರಕಾರವಾಗಿ ಅವರು ನೋಡುತ್ತಲೇ ಇದ್ದರು. ಆ ಹುಳುಗಳು ದಿನದಿಂದ ದಿನಕ್ಕೆ ಬುರಬುರನೆ ಬೆಳೆಯತೊಡಗಿದ್ದವು.

'ಆ ಹುಳಗಳನ್ನು ಏನು ಮಾಡ್ತೀರಿ ಸಾವ್ಕಾರ್ರೆ?' ಅಂತ ಅವರು ಕೇಳಿದ್ದಕ್ಕೆ ಮಾಲಿಕ 'ಹುಳುಗಳು ಗೂಡುಕಟ್ಟುತ್ತವೆ. ಆ ಗೂಡುಗಳನ್ನು ಮಾರದಿದ್ದಲ್ಲಿ ಚಿಟ್ಟೆಗಳಾಗಿ ಹಾರಿ ಹೋಗುವವು' ಎಂದು ಹೇಳಿದಾಗ ಅವರೆಲ್ಲರ ಹಣೆಗಳ ಮೇಲೆ ಬೆವರು ಮೂಡಿತು.

ತಮ್ಮ ಹಳ್ಳಿಗೆ ಮರಳಿದರು. ಅಕ್ಕಪಕ್ಕದವರಿಗೆ ಹೇಳದೆ ಇರಲಿಕ್ಕೆ ಅವರಿಂದಾಗಲಿಲ್ಲ. ಸ್ವಲ್ಪ ಬಣ್ಣ ಕಟ್ಟಿ ಹೇಳಿದರು. ಅತಿರಂಜಕವಾಗಿ ಸುದ್ದಿ ಬಾಯಿಗಳಿಂದ ಕಿವಿಗಳಿಗೆ ಪುಟು ಪುಟು ಹಬ್ಬಿತು. ಕೇಳಿದ ಶಬ್ದಗಳನ್ನು ಮೆದುಳಿನ ಜಾಗದಲ್ಲಿದ್ದ ಹೊಟ್ಟೆಯಲ್ಲಿಟ್ಟುಕೊಂಡು ರಾತ್ರಿಗಳ ಪರ್ಯಂತರ ಯೋಚಿಸಿದರು. ಯೋಚನೆಯಲ್ಲಿರುವ ಪರ್ಯಂತರ ಅವರಾರಿಗೂ ಹಸಿವೆಯ ಸಂವೇದನೆಯಾಗಲಿಲ್ಲ.

ತಾವು ಹುಳಗಳಿಗಿಂತ ಯಾವುದರಲ್ಲೂ ಕಡಿಮೆ ಇಲ್ಲ ಅಂತ ಕ್ರಮೇಣ ಅರಿವಿಗೆ ಬಂತು. ಸುಮ್ಮನೆ ಬದುಕುತ್ತಿರುವುದರಲ್ಲಿರುವ ಪರಮಾರ್ಥವಾದರೂ ಏನು ಅಂತ ಪರಸ್ಪರ ಚರ್ಚಿಸಿಕೊಂಡರು. ಹಲವು ಊರುಗಳಲ್ಲಿ ಜಮೀನ್ದಾರರ ಬಳಿ, ಕೋಮಟಿಗರ ಬಳಿ, ಅರ್ಚಕರ ಬಳಿ ಜೀತವಿರುವ ತಂತಮ್ಮ ಹುಡುಗರನ್ನು ಹುಳತ್ವದಿಂದ ಬಿಡುಗಡೆ ಮಾಡಿಸಬೇಕೆಂದು ದೃಢ ನಿಶ್ಚಯ ಮಾಡಿದರು. ಸುತ್ತ ಮುತ್ತ ಊರುಗಳ ಹಲವರ ಶ್ರೀಮಂತಿಕೆಗೆ ಕಾರಣ ತಾವು ಎಂದು ಅವರಿಗೆ ಯೋಚನೆಯ ಅವಧಿಯಲ್ಲಿ ಗೊತ್ತಾಯಿತು.

ಅವರು ಒಂದೊಂದು ನೆಪ ಒಡ್ಡಿ ತಂತಮ್ಮ ಮಕ್ಕಳನ್ನು, ತಂತಮ್ಮ ಗಂಡಂದಿರನ್ನು, ತಂತಮ್ಮ ಹೆಂಡಿರನ್ನು ಅಕ್ಕಪಕ್ಕದ ಊರುಗಳಿಂದ ಕರೆಯಿಸಿಕೊಂಡರು. ಅನಂತರ ಎಲ್ಲರೂ ಒಟ್ಟಾಗಿ ರಾತ್ರೋರಾತ್ರಿ ಹಸಿರು ಸೊಪ್ಪಿನ ಹೊಲಕ್ಕೆ ಮುತ್ತಿಗೆ ಹಾಕಿದರು. ಆ ಬೆಳದಿಂಗಳ ಬೆಳಕಿನಲ್ಲಿ ಸೊಪ್ಪು ತರಿಯುವುದು ಅವರಿಗೆ ಕಷ್ಟವೆನಿಸಲಿಲ್ಲ. ಎಲ್ಲರೂ ತಲಾ ಒಂದೊಂದು ಹೊರೆ ತೊಪ್ಪಲನ್ನು ಹೊತ್ತು ತಂದು ಹಳ್ಳಿಯ ಆಲದ ಮರದ ಬುಡದಲ್ಲಿ ಹಾಕಿಕೊಂಡರು. ಇಡೀ ಹಳ್ಳಿಗೆ ತಾಯಿಯಂತೆ ತಬ್ಬಿಕೊಳ್ಳುವ ರೀತಿಯಲ್ಲಿ ಭಾರೀ ಅಗಲದ ಆಲದಮರ ಅವರೆಲ್ಲರಿಗೆ ಆಶ್ರಯಕೊಟ್ಟಿತು.

ಅಲ್ಲಿ ಅವರೆಲ್ಲರು ಉನ್ಮತ್ತರಾಗಿ ತೊಪ್ಪಲು ತಿನ್ನತೊಡಗಿದರು. ಒಂದೊಂದು ಎಲೆ ಅರಗಿಸಿಕೊಳ್ಳುವಾಗಲೂ ಒಂದೊಂದು ಅನುಭವ. ಒಂಥರಾ ಮಂಪರು; ಮಂಪರ ತುಂಬ ಕನಸುಗಳು. ಒಂದೆರಡು ದಿನಗಳಲ್ಲಿ ಎದೆಯನ್ನು ನೆಲಕ್ಕೆ ಹಚ್ಚಿ ದೇಕತೊಡಗಿದರು. ಮಾತಾಡಲು ಅವರಿಂದ ಸಾಧ್ಯವಾಗದೇ ಹೋಯಿತು. ಕ್ರಮೇಣ ಅವರಿಗೆ ಮನುಷ್ಯ ಸಹಜ ಕ್ರಿಯೆಗಳಲ್ಲಿ ಭಾಗವಹಿಸಲಾಗಲೇ ಇಲ್ಲ. ಒಂದನೇ ಜ್ವರ ಬಂದು ಹೋಯಿತು. ಎರಡನೇ ಜ್ವರ ಬಂದು ಹೋಯಿತು.

ಕೆಲವು ದಿನಗಳ ನಂತರ ಅವರೆಲ್ಲರ ಬಾಯಿಂದ ಅಂಟು ಅಂಟಾದ ದ್ರವ ಸ್ರವಿಸತೊಡಗಿತು. ಆ ದ್ರವಪದಾರ್ಥದಿಂದ ತಮ್ಮ ಸುತ್ತ ತಾವು ವೈಯಕ್ತಿಕವಾಗಿ ಗೂಡು ಕಟ್ಟಿಕೊಳ್ಳತೊಡಗಿದರು. ಆಲದ ಮರದ ಬುಡದಲ್ಲಿ ಸಾವಿರಾರು ಗೂಡುಗಳು ನಿರ್ಮಾಣಗೊಂಡವು.

ಆ ಹೊಲದ ಮಾಲಿಕ ಅಲ್ಲಿಗೆ ಬಂದು ಎಲಾ ಇಷ್ಟು ಸೊಪ್ಪು ಇವರು ತಿಂದಿದಾರಲ್ಲಾ ಎಂದು ಗಲ್ಲದ ಮೇಲೆ ಬೆರಳಿಟ್ಟುಕೊಂಡನು. ಒಂದೊಂದು ಗೂಡನ್ನು ಉದ್ದೇಶಿಸಿ ಒಂದೊಂದು ಹೆಸರು ಹಿಡಿದು ಕೂಗಿದನು. ಆಳೆತ್ತರದ ಗೂಡುಗಳಿಂದ 'ಗುಯ್' ಎಂಬ ಶಬ್ದ ಬಿಟ್ಟರೆ ಮತ್ತೊಂದು ಶಬ್ದ ಕೇಳಿ ಬರಲಿಲ್ಲ. ಅವನು ಊರಿಗೆ ಹೋಗಿ ಸುದ್ದಿ ಮಾಡಿದ. ಅಕ್ಕಪಕ್ಕದ ಊರುಗಳ ಜಮೀನ್ದಾರರೂ, ಶೆಟ್ಟರೂ, ಅರ್ಚಕರೂ ತಮಗೆ ನಷ್ಟವಾಯಿತೆಂದು ಮಿಡುಕಿದರು. ಮತ್ತು ಆ ಹಳ್ಳಿ ಕಡೆಗೆ ಪ್ರಾಂಸರಿ ಪತ್ರಗಳೊಂದಿಗೆ, ಕರಾರು ಪತ್ರಗಳೊಂದಿಗೆ ಧಾವಿಸಿದರು. ಅವರೆಲ್ಲರಿನ್ನೂ ಹಳ್ಳಿಯ ಹೊರವಲಯದಲ್ಲಿದ್ದಾಗ, ಆಳೆತ್ತರದ ಗೂಡುಗಳು ಬಿರುಕು ಬಿಡುತ್ತಿದ್ದವು. ಆ ಹಳ್ಳಿಯ ಸಮಸ್ತರು ತಂತಮ್ಮ ಗೂಡುಗಳಿಂದ ಸುಂದರ ಬಣ್ಣದ ರೆಕ್ಕೆಗಳನ್ನು ಮುಡಿದು ಹೊರಬರತೊಡಗಿದ್ದರು.

ನೂರಾರು ಚಿಟ್ಟೆಗಳ ರೂಪದಲ್ಲಿ ಅವರು ತಂತಮ್ಮ ರೆಕ್ಕೆಗಳನ್ನು, ಕಾಲುಗಳನ್ನು ಸರಿಪಡಿಸಿಕೊಂಡು ಮುಗಿಲಕಡೆ ಜಿಗಿದು ಹಾರುವಲ್ಲಿ ಸಫಲರಾದರು. ಆ ಚಿಟ್ಟೆಗಳನ್ನು ಹಿಡಿಯಲು ಓಡಿಬಂದು ಕೈಚಾಚಿ ಜಮೀನ್ದಾರರು ವಿಫಲರಾದರು. ದುಡಿದು ತಿಂದು ಬದುಕಿದವರಿಗೆ ಬಣ್ಣದ ಚಿಟ್ಟೆಗಳಾಗುವುದು ಸಾಧ್ಯವಿರುವಾಗ, ಶೋಷಣೆ ಮಾಡಿ ಬದುಕಿರುವ ತಾವು ಯಾಕೆ ಊಜಿನೊಣ ಆಗಬಾರದೆಂದು ಅವರೆಲ್ಲರೂ ಭಯಂಕರ ಊಜಿನೊಣಗಳಾಗಲು ಎಷ್ಟೇ ಪ್ರಯತ್ನಿಸಿದರೂ ಬೆವೆತರೇ ಹೊರತು ಆಗಲೇ ಇಲ್ಲ. ಕೊನೆಗೆ ಊಜಿನೊಣಕ್ಕಿಂತಲೂ ಭಯಂಕರವಾದದ್ದು ಮನುಷ್ಯ ರೂಪವೆಂದು ಬಗೆದು ಮನುಷ್ಯ ರೂಪದೊಳಗೇ ಬದುಕಲು ನಿರ್ಧರಿಸಿದರು.

ಅವರೆಲ್ಲ ನೋಡು ನೋಡುತ್ತಿದ್ದಂತೆಯೇ ಚಿಟ್ಟೆಗಳು ಮುಗಿಲ ಶೂನ್ಯದ ಕಡೆಗೆ ಸಾಗುತ್ತ ಹೋಗಿ ಕೊನೆಗೆ ಚುಕ್ಕಿಗಳಂತೆ ಕೋರೈಸಿದವು.

■

ಪೆನ್ನು

ಅಗ್ರಹಾರ ಕೃಷ್ಣಮೂರ್ತಿ

ಸರಸಮ್ಮ ಮೂರು ದಿನಗಳಿಂದ ಯೋಚಿಸುತ್ತಿದ್ದಳು—ದೊಡ್ಡ ಮಾರ್ಕೆಟ್ಟಿಗೇ ಹೋಗಿ ಅಣ್ಣೆಸೊಪ್ಪು ಹುಡುಕಬೇಕೆಂದು. ಅಣ್ಣೆಸೊಪ್ಪು ಸಿಗದ ಬೆಂಗಳೂರನ್ನು ಅವಳು ಈಚೆಗೆ ಬೆಂಗಾಡೆಂದೇ ಕರೆಯತೊಡಗಿದ್ದಳು. ತಲೆಯ ಮೇಲೆ ಸೊಪ್ಪು ಹೊತ್ತು ಮಾರುವ ಹೆಂಗಸರು, ಗಾಡಿಯಲ್ಲಿ ತರಕಾರಿ ತಳ್ಳಿಕೊಂಡು ಬರುವವರು, ಹತ್ತಿರದಲ್ಲೇ ಇದ್ದ ಹಾಪ್‌ಕಾಮ್ಸ್ ಹುಡುಗ ರೆಡ್ಡಿ—ಇವರಾರೂ ಅವಳ ಅಣ್ಣೆಸೊಪ್ಪಿನ ಬೇಡಿಕೆಯನ್ನು ಪೂರೈಸಿರಲಿಲ್ಲ.

ಅವಳು ಅಣ್ಣೆಸೊಪ್ಪನ್ನು ಹುಡುಕುತ್ತಿದ್ದುದು ತನಗಾಗಿ ಅಲ್ಲ; ತನ್ನ ಮಗಳಿಗೆ. ಅದು ಕಣ್ಣಿಗೆ ಒಳ್ಳೆಯದು, ಬಸುರಿ ಹೆಂಗಸರು ತಿಂದರೆ ಹುಟ್ಟಿದ ಮಗುವಿನ ಕಣ್ಣು ಚುರುಕಾಗುತ್ತದೆ ಎಂದೆಲ್ಲ ತನ್ನ ಹಳ್ಳಿಯಲ್ಲಿ ಅನೇಕರು ಹೇಳುತ್ತಿದ್ದುದನ್ನು ಅವಳು ಕೇಳಿದ್ದಳು. ವರ್ಷದ ಹಿಂದೆ ಗಂಡನನ್ನು ಕಳೆದುಕೊಂಡು ಬೇರಾವ ದಾರಿಯನ್ನೂ ಕಾಣದೆ ಉಳಿದ ಆಯಸ್ಸನ್ನು ಮಗಳ ಮನೆಯಲ್ಲೇ ಕಳೆದುಬಿಡೋಣವೆಂದು ಬೆಂಗಳೂರಿಗೆ ಬಂದಿದ್ದಳಾದರೂ ನಾಲ್ಕನೆಯ ದಿನವೇ ಗುಬ್ಬಚ್ಚಿ ಗೂಡಿನಂತಿದ್ದ ಅಳಿಯನ ಮನೆಯಿಂದ ಹೊರಬಿದ್ದಿದ್ದಳು. ಆ ಮನೆ ತೊರೆಯುವುದಕ್ಕೆ ಯಾವುದೇ ಮನಸ್ತಾಪ ಇರಲಿಲ್ಲ. ತನ್ನ ಅಪ್ಪಟ ಸ್ವಾಭಿಮಾನದಿಂದಾಗಿಯೇ ಅವಳು ಬೆರಣಿ ತಟ್ಟುವ ಬದುಕನ್ನು ಆರಿಸಿಕೊಂಡು ಬೇರೆಯಾಗಿದ್ದಳು.

ಮಾರ್ಕೆಟ್ಟಿನ ಗಜಿಬಿಜಿಯಲ್ಲಿ ಸೊಪ್ಪು ಮಾರುವವರ ಸಾಲಿಗೆ ಹೋಗಿ ಹುಡುಕೇ ಹುಡುಕಿದಳು ಸರಸಮ್ಮ. ಅಣ್ಣೆಸೊಪ್ಪು ಕಣ್ಣಿಗೆ ಬೀಳಲಿಲ್ಲ. ಬಾಯಿಬಿಟ್ಟು ಕೇಳಿದರೂ ಪ್ರಯೋಜನವಾಗಲಿಲ್ಲ. ಪಾಲಕ್ ಸೊಪ್ಪು ಮಾರುತ್ತಿದ್ದಾಕೆ "ಯಾವೂರು?" ಅಂದಳು. "ಮಂಡ್ಯತ್ತಾವು, ಬೆಣ್ಣೆಹೊಳೆ" ಅಂದಳು ಸರಸಮ್ಮ. "ಮತ್ತೆ ಅಲ್ಲಿಗೋಗ್ದೆ

ಇಲ್ಲಿಗ್ಬಂದಿದೀಯಲ್ಲಮ್ಮೋ" ಎಂದಾಕೆ ನಕ್ಕಳು. ಇದೋ ಈಗ ನೇರವಾಗಿ ಅಲ್ಲಿಗೇ ಹೊರಟೆ ಎಂಬಂತೆ ಸರಸಮ್ಮ ಅಲ್ಲಿಂದ ಕಾಲುಕಿತ್ತು ನಿರಾಶೆಯಿಂದಲೇ ಸಿಲ್ವರ್ ಜ್ಯೂಬಿಲಿ ಪಾರ್ಕ್ ರಸ್ತೆಯಲ್ಲಿ ಹಣ್ಣಿನಂಗಡಿಗಳನ್ನೂ ಹಳೆ ಕಬ್ಬಿಣದ ಸಾಮಾನು ಮಾರುವ ಅಂಗಡಿಗಳನ್ನೂ ಹಾದು ಟೌನ್‌ಹಾಲ್ ಬಳಿಯ ಬಸ್‌ಸ್ಟಾಪಿಗೆ ಹೋಗಿ ನಿಂತಳು.

ಒಂದು ಬಸ್ ಬಂತು. ಹಲವರು ಓಡಿಹೋಗಿ ಅದರೊಳಕ್ಕೆ ತುರುಕಿಕೊಂಡರು. ಕಣ್ಣುಬಿಡುವಷ್ಟರಲ್ಲಿ ಆ ಬಸ್ಸು ಹೊರಟುಹೋಯಿತು. ಓಡಿಹೋಗಿ ಬಸ್ಸೇರಿದ ಒಬ್ಬನ ಜೇಬಿನಿಂದ ಒಂದು ಪೆನ್ನು ಕೆಳಗೆ ಬಿತ್ತು. ಸಿಮೆಂಟು ರಸ್ತೆಯ ಮೇಲೆ ಥಳಥಳ ಹೊಳೆಯುತ್ತಿದ್ದ ಚಿನ್ನದ ಬಣ್ಣದ ಆ ಪೆನ್ನು ತಕ್ಷಣ ಸರಸಮ್ಮನ ಕಣ್ಣಿಗೆ ಬಿತ್ತು. ಮಿಂಚಿನ ವೇಗದಲ್ಲಿ ಓಡಿಹೋಗಿ ಅದನ್ನೆತ್ತಿಕೊಂಡು ಬಸ್‌ಸ್ಟಾಪಿನೆಡೆಗೆ ಬಂದಳು. ಅಲ್ಲಿ ನಿಂತಿದ್ದ ಎಲ್ಲರ ಕಣ್ಣುಗಳ ನೋಟ ಅವಳ ಕೈಯಲ್ಲಿದ್ದ ಪೆನ್ನಿನ ಮೇಲೇ ನೆಟ್ಟುಬಿಟ್ಟಿತ್ತು. ಅದರಿಂದ ಒಂದು ಕ್ಷಣ ಅವಳಿಗೆ ಗಲಿಬಿಲಿಯಾಯಿತು. ಸರಿಸುಮಾರು ಐವತ್ತರ ಗಡಿ ದಾಟಿದ್ದ ಅವಳಿಗೆ ಹಿಂದೆಂದೂ ತಾನು ಕೈಯಿಂದ ಮುಟ್ಟಿರದ ಆ ವಸ್ತು ಮಾರ್ಕೆಟ್ಟಿನಿಂದ ಬರುತ್ತಿರುವಾಗ ಸಿಕ್ಕಬೇಕೆ? ಅಷ್ಟಕ್ಕೂ ಪೆನ್ನೆಂಬ ವಸ್ತುವನ್ನು ಅವಳೆಂದೂ ಬಯಸಿದವಳಲ್ಲ.

ಸರಸಮ್ಮನಿಗೆ ಇದ್ದಕ್ಕಿದ್ದಂತೆ ಬೆಣ್ಣೆಹೊಳೆಯ ದಿನಗಳು ನೆನಪಾದುವು. ಸಾಹುಕಾರ್ ಸದಾಶಿವಪ್ಪನವರ ಮಗ ಪ್ರಕಾಶಣ್ಣ ಮೈಸೂರಿನಲ್ಲಿ ಓದುತ್ತಿದ್ದವನು ಬೇಸಿಗೆ ರಜೆಯಲ್ಲೊಮ್ಮೆ ಊರಿಗೆ ಬಂದಿದ್ದ. ಒಂದು ದಿನ ಇಂಥದೇ ಪೆನ್ನಲ್ಲಿ ಬರೆಯುತ್ತಿದ್ದ ಅವನು "ಮ್ಮೋ... ಬಾರಮ್ಮಾ ಇಲ್ಲಿ" ಎಂದು ಕರೆದು ಒಂದು ಕಾಗದವನ್ನೂ ಜೊತೆಯಲ್ಲೇ ಅವಳಿಗೆಂದು ಎರಡು ರೂಪಾಯಿ ನೋಟನ್ನೂ ಕೊಟ್ಟು "ಈ ಕಾಗದ ಅಂಬುಜಗೆ ಕೊಟ್ಟು ಬಾಮ್ಮೋ..." ಅಂದ. ಅಂಬುಜಳಿಗೆ ಆ ಕಾಗದವನ್ನು ತಲುಪಿಸಿದ್ದಾಯಿತು. ಕಾಗದ ಸಿಕ್ಕ ಗಳಿಗೆಯಿಂದ ಅಂಬುಜಳ ಚಲನವಲನಗಳೇ ಬದಲಾದುವು. "ಮಜ್ಗೆ ಕುಡಿ ಸರಸಕ್ಕಾ, ಇವತ್ತೇನೋ ಬಲು ಧಗೆ ಕಣಮ್ಮಾ" ಎಂದು ಬೇಸಿಗೆಯನ್ನು ವರ್ಣಿಸುತ್ತ ಸರಸಮ್ಮನನ್ನು ತಂಪು ಮಾಡಿದಳು.

ಅಂದು ಸಾಯಂಕಾಲ ಸೂರ್ಯ ಇನ್ನೇನು ಮುಳುಗಬೇಕು ಅನ್ನುವಾಗ ಅಂಬುಜ ಮನೆಯಿಂದ ಹೊರಟದ್ದನ್ನು ಕಂಡು ತಾನೂ ಅವಳನ್ನು ಕದ್ದು ಹಿಂಬಾಲಿಸಿದಳು. ಹೊಂಗೆಸಾಲಿನ ಹೊಳೆ ತಿರುವಿನಲ್ಲಿ ಕದ್ದು ಕುಳಿತ ತನಗೆ ಅಚ್ಚರಿಯಾದದ್ದು ಸೈಕಲ್ ತುಳಿಯುತ್ತ ಬಂದ ಪ್ರಕಾಶನನ್ನು ಕಂಡಾಗಲೇ. ಬಂದವನು ಸೈಕಲ್ಲನ್ನು ಹೊಂಗೆಯ ಹೊದರಿನಲ್ಲಿ ಮರೆಮಾಡಿ ನಿಲ್ಲಿಸಿ ಅಂಬುಜ ನಿಂತಲ್ಲಿಗೆ ಬಂದ... ಹೊಂಗೆಯ ಚಿಗುರನ್ನು ಕೈಯಿಂದ ಇಷ್ಟಿಷ್ಟೇ ಹರಿಯುತ್ತಿದ್ದ ಅಂಬುಜಳ ಪ್ರಸನ್ನ ವದನ, ಪ್ರಕಾಶನ ಮುಖದಲ್ಲಿ ಹರಡಿಕೊಂಡಿದ್ದ ಅಪಾರ ಸಂತೋಷ, ಸರಿಯಾಗಿ ಕೇಳಿಸದ ಅವರ ಪಿಸುಮಾತುಗಳು ತನ್ನ ಎದೆಯಲ್ಲಿ ಬತ್ತ ಕುಟ್ಟತೊಡಗಿದ್ದುವು. ಪಿಸುಮಾತುಗಳ ನಡುವೆ ಪ್ರಕಾಶ ಅಂಬುಜಳನ್ನು ಅಪ್ಪಿ ಚುಂಬಿಸಿಬಿಟ್ಟಾಗ ಯಾರೋ ತನ್ನನ್ನೇ ಹಿಡಿದು ಚುಂಬಿಸಿದರೆಂಬಂತೆ ತನಗೆ ನಾಚಿಕೆಯಾಗಿಬಿಟ್ಟಿತ್ತು. ಅದು ಆ ಪೆನ್ನಿನ ಮಹಾತ್ಮೆ ಎಂದು ತಾನು ಅಂದುಕೊಂಡದ್ದುಂಟು.

ಅವಳ ಬದುಕಿನ ಬಳಿ ಮತ್ತೊಮ್ಮೆ ಪೆನ್ನು ಸುಳಿದದ್ದು ಗಂಡ ಭೋಗ್ಯಕ್ಕೆ ಹಾಕಿದ್ದ

ಪೆನ್ನು

ಅರ್ಧ ಎಕರೆ ಹೊಲವನ್ನು ಕ್ರಯ ಮಾಡಿದಾಗ. ಸಾಹುಕಾರ ಸದಾಶಿವಪ್ಪನವರ ಜಗುಲಿಯ ಮೇಲೆ ನಾಲ್ಕು ಮಂದಿ ಊರ ಜನ ಕೂತಿದ್ದರು. ಮಾತುಕತೆ ಮುಗಿದು ನಾನೂರು ರೂಪಾಯಿಗೆ ಕ್ರಯ ಒಪ್ಪಂದವಾಯಿತು. ರುಜು ಹಾಕಲು ಹೆಬ್ಬೆಟ್ಟಿಗೆ ಗಾಡಿಕಪ್ಪು ಹಚ್ಚಿಕೊಳ್ಳುವುದಕ್ಕಾಗಿ ಗಾಡಿಯ ಕಡೆಗೆ ಹೊರಟ ತನ್ನ ಗಂಡನನ್ನು ಕರೆದ ಶಾನುಭೋಗರು, "ಗಾಡಿಕಪ್ಪು ಯಾಕೆ ಬಾರಯ್ಯಾ... ಇಂಕ್ ಅದೆ" ಅಂದರು. ಆ ದಿನವೂ ಪ್ರಕಾಶನೇ ತನ್ನ ಗಂಡನ ಹೆಬ್ಬೆಟ್ಟಿಗೆ ಪೆನ್ನಿಂದ ಮಸಿ ಬಳಿಸಿದ್ದ. ಅಂದೇ ಮೊಟ್ಟಮೊದಲು ಆ ಕುಟುಂಬದ ಹತ್ತಿರ ಸುಳಿದಿದ್ದ ಆ ಪೆನ್ನಿಗೆ ಅಲೌಕಿಕವಾದ ಅಪಾರ ಶಕ್ತಿಯಿದೆಯೆಂದು ಅವಳಿಗೆ ಮನದಟ್ಟಾಗಿತ್ತು. ಅಂಥದ್ದೊಂದು ಪೆನ್ನೇ ಅನಾಯಾಸವಾಗಿ ತನ್ನ ಕೈಗೆ ಸಿಕ್ಕಿದೆಯಲ್ಲ, ಏನು ಮಾಡಲಿ ಎಂದು ಯೋಚಿಸಿದಳು. ಎಡಗೈ ಹೆಬ್ಬೆಟ್ಟಿಗೆ ಇಂಕು ಬಳಿದುಕೊಂಡು ಹಳೆಯ ಕ್ಯಾಲೆಂಡರಿನಲ್ಲಿದ್ದ ವೆಂಕಟರಮಣಸ್ವಾಮಿಯ ಸುತ್ತಾ ಹೆಬ್ಬೆಟ್ಟು ಗುರುತುಗಳ ಒಂದು ಚೌಕಟ್ಟನ್ನು ಸೃಷ್ಟಿಸಿದಳು. ದೊಡ್ಡ ದೊಡ್ಡ ಜನರ ಜೇಬುಗಳಲ್ಲಿ ಒಡವೆಯ ಹಾಗೆ ಕಂಗೊಳಿಸುತ್ತಿದ್ದ ಪೆನ್ನು, ಪೆನ್ನಿದ್ದವರ ದೌಲತ್ತು, ಪೆನ್ನಿನ ಜಾದೂಗಾರಿಕೆ, ಅದರ ಶಕ್ತಿ, ಮೌಲ್ಯ, ತನ್ನ ಮನೋಮಯ ಜಗತ್ತಿನಲ್ಲಿ ಅದಕ್ಕಿದ್ದ ಅಮೂಲ್ಯ ಸ್ಥಾನ ಎಲ್ಲವನ್ನೂ ಅಳೆದು-ತೂಗಿ ನೋಡಿದ ಅವಳು ಸಂಜೆಯ ಹೊತ್ತಿಗೆ ಅದು ತನ್ನ ಉಪಯೋಗಕ್ಕೆ ಬರುವುದಿಲ್ಲವೆಂದು ತೀರ್ಮಾನಿಸಿದಳು. ಒಲ್ಲದ ಮನಸ್ಸಿನಿಂದಲೇ ಅದನ್ನು ಒತ್ತೆಯಿಡುವ ನಿರ್ಧಾರಕ್ಕೆ ಬಂದಳು.

ಒತ್ತೆ ಇಡಲು ಹೋದಾಗ ಮಾರವಾಡಿ "ಸುಮ್ಕೆ ಹೋಗಮ್ಮಾ, ಇದನ್ನೆಲ್ಲ ಯಾರು ಇಟ್ಕೋತಾರೆ" ಎಂದು ಜೋರಾಗಿ ಗಹಗಹಿಸಿ ನಕ್ಕುಬಿಟ್ಟ. ಸರಸಮ್ಮನಿಗೆ ದಿಗ್ಭ್ರಮೆಯಾಯಿತು. ಒಂದು ಕ್ಷಣ ಏನೂ ತೋಚಲಿಲ್ಲ. ಕಡೆಗೆ ಅದನ್ನು ಮಾರಿಬಿಡುವುದೇ ವಾಸಿ ಎಂದುಕೊಂಡವಳು ದಾರಿಯಲ್ಲಿ "ಒಂದು ಪೆನ್ನೈತೆ ತಗಂತೀರಾ ಸೋಮಿ" ಎನ್ನುತ್ತಾ ಒಬ್ಬನನ್ನು ಕೇಳಿದಳು. ಅವನು ಅವಳನ್ನೂ ಅವಳ ಪೆನ್ನನ್ನೂ ನಿರ್ಲಕ್ಷ್ಯದಿಂದ ನೋಡುತ್ತಾ ಮುಂದಕ್ಕೆ ನಡೆದ. ಅವಳಿಗೆ ಅತೀವ ಅವಮಾನವಾಯಿತು.

ಮರುದಿನ ಎದ್ದಾಗ ಅವಳಿಗೆ ಏನೋ ಖುಷಿ. ಆ ಪೆನ್ನಿನ ಬಗ್ಗೆ ಆಗಲೇ ಒಂದು ನಿರ್ಧಾರಕ್ಕೆ ಬಂದಂತಾಗಿತ್ತು. ಎದ್ದವಳೇ ಮುಖ ತೊಳೆದು ಲಗುಬಗೆಯಿಂದ ಮಗಳ ಮನೆಗೆ ಹೊರಟಳು. ಬಾಗಿಲಲ್ಲೇ ನಿಂತಿದ್ದ ಅವಳ ಬಸುರಿ ಮಗಳು ಪಾರ್ವತಿ "ಏನವ್ವಾ, ಎಷ್ಟು ದಿನ ಆಯ್ತು ಈ ಕಡೆ ಬಂದು?" ಎಂದಳು. ಸರಸಮ್ಮ ನಗುನಗುತ್ತಾ ಮಗಳ ಹೊಟ್ಟೆಯನ್ನು ಪ್ರೀತಿಯಿಂದ ಮುಟ್ಟಿ ನೋಡಿ "ನಿಂಗೆ ಹೆಣ್ಣುಮಗಾನೇ ಕಣೇ ಆಗೋದು" ಅಂದಳು. "ಆಗ್ಲಿ ಬುಡು, ನಂಗೇ ಹೆಣ್ಣೇ ಇಷ್ಟ" ಎಂದ ಪಾರ್ವತಿಯ ಮುಖದಲ್ಲಿ ಯಾವ ಬೇಸರವೂ ಕಾಣದ ಸಂತಸವಿತ್ತು. ಸರಸಮ್ಮ ಸಂಚಿಯಿಂದ ಆ ಪೆನ್ನನ್ನು ತೆಗೆದು ಮಗಳ ಕೈಯಲ್ಲಿಡುತ್ತಾ "ಇದನ್ನ ನನ್ನ ಮೊಮ್ಮಗಳಿಗೆ ಕೊಡೀವಂತೆ, ಜ್ವಾಪಾನವಾಗಿ ಎತ್ತಿ ಮಡಗಿರು" ಎಂದಳು.

ಪಾರ್ವತಿ ಆಶ್ಚರ್ಯದಿಂದ ಆ ಪೆನ್ನನ್ನೇ ದಿಟ್ಟಿಸುತ್ತ ನಿಂತುಬಿಟ್ಟಳು. ■

ಕೆಂಪು ಪರಿಮಳದ ಮೋಡ

ಜಯಂತ ಕಾಯ್ಕಿಣಿ

ಮುಂಬಯಿಯ ಸೆಂಟ್ರಲ್ ಬಸ್ ಸ್ಟಾಂಡು. ಮಳೆಗಾಲದ ಒಂದು ದಿನ. ಕಟ್ಟಡ ಕೆಲಸಗಳು ಅಷ್ಟಾಗಿ ನಡೆಯದ ಸಮಯವಾದ್ದರಿಂದ ಹೈದ್ರಾಬಾದಿನ ಬಸ್ಸಿಗಾಗಿ ಕಾಯುತ್ತ ಒಂದು ಕಾಮಾಟಿ ಕುಟುಂಬ ಕೂತಿದೆ. ಅವರೆಲ್ಲ ಒಂದೇ ಕುಟುಂಬದವರು ಅಂತ ಖಾತ್ರಿ ಇಲ್ಲ. ಆದರೆ ಒಟ್ಟಿಗೆ ಇದ್ದಾರೆ. ಕಟ್ಟುಮಸ್ತಾದ ನಾಲ್ಕೈದು ಗಂಡಾಳುಗಳು, ಒಂದಿಬ್ಬರ ಹೆಂಡಂದಿರು, ಪುಟ್ಟ ಮಕ್ಕಳು ಮತ್ತು ಲಗೇಜಿನ ಮೂಟೆಯ ಹತ್ತಿರ ಕಾವಲು ಹಿಡಿದು ಕೂತ ಹಿರಿಯಳಂತಿರುವ ಸಪುರವಾದ ತಾಯಿ. ಬಸ್ಸಿನ್ನೂ ಪ್ಲಾಟ್‌ಫಾರ್ಮಿಗೆ ತಾಗಿಲ್ಲ. ತಾಯಿಗೆ ಆತಂಕ. ಯಾರೊಬ್ಬನು ಚಾ, ಕಾಫಿ, ಬೀಡಿ ಅಂತ ಕಣ್ಮರೆಯಾದರೂ, ಗಲಿಬಿಲಿಗೊಂಡು ಎದ್ದು ನಿಂತು ಕಂಗೆಡುತ್ತಿದ್ದಾಳೆ.

ಎಷ್ಟೋ ವರುಷಗಳ ನಂತರ ಊರಿಗೆ ಹೊರಟ ಸಂಭ್ರಮವನ್ನು ಅವರೆಲ್ಲರ ಕಾಲಿನ ಹೊಸಾ ಪ್ಲಾಸ್ಟಿಕ್ ಚಪ್ಪಲಿಗಳೇ ಹೇಳುತ್ತಿವೆ. ಕಬ್ಬಿಣದ ಟ್ರಂಕೂ ಮಿರುಗುತ್ತಿದೆ. ಮಕ್ಕಳ ಕತ್ತಲ್ಲಿ ಹಳದಿ ಗುಂಡುಮಣಿಗಳ ಸರ. ಗಾರೆ ಇಟ್ಟಿಗೆ ಮಣ್ಣುಗಳ ಹೊರುತ್ತಲೇ ಇದ್ದವರು, ಒಂದು ಕಟ್ಟಡ ಎದ್ದು ನಿಂತಿದ್ದೇ ಇರೋ ಎರಡು ಪಾತ್ರೆ ಪಡಗ ತಗೊಂಡು ಹೊಸ ಸೈಟಿಗೆ ಹೋದವರು-ಸಹನವಾಗದಷ್ಟು ಸುಖವನ್ನು ನಿಭಾಯಿಸುತ್ತ ಕೂತಿದ್ದಾರೆ. "ಗಾಂವ್ ಜಾನೇಕಾ ಹೈ", "ಮುಲುಕ್ ಜಾನೇ ಕಾ ಹೈ" ಎಂದು ಎಷ್ಟೋ ತಿಂಗಳುಗಳಿಂದಲೇ ಅಕ್ಕಪಕ್ಕದ ಜೋಪಡಿಯವರೊಂದಿಗೆ ಆಡಿಕೊಳ್ಳುತ್ತ ಪಾತ್ರೆ ತೊಳೆದಿದ್ದ ಹೆಂಗಸರು ಬಂದೇ ಬಿಟ್ಟಿರುವ ಈ ಕನಸಿನ ಗಳಿಗೆಗೆ ಹೆದರಿದಂತಿದ್ದಾರೆ.

ಇಷ್ಟರಲ್ಲಿ ಅವರಲ್ಲೊಬ್ಬ ಪುಟ್ಟ ಪೊಟ್ಟಣವನ್ನು ಹಿಡಿದುಕೊಂಡು ಓಡುತ್ತ ಬರುತ್ತಾನೆ, ಮತ್ತು ಏದುಸಿರಿನಲ್ಲಿ ಎಲ್ಲರಿಗೂ ಏನೋ ಹೇಳುತ್ತಾನೆ. ಬೆಲ್ಲದ ಬಿಂದುವಿಗೆ ಸುತ್ತಿದ ಇರುವೆಗಳಂತೆ ಈಗ ಅವರೆಲ್ಲರೂ ಅವನ ಸುತ್ತ. ಅವನು ಪೊಟ್ಟಣ ಎತ್ತಿ ಹಿಡಿದು ಹೇಳುತ್ತಿರುವಾಗ ಬಾಯಿ, ಕಣ್ಣು ಕಿಸಿದು ಎಲ್ಲ ಅವನ ಕೈಯನ್ನೆ ನೋಡುತ್ತಿದ್ದಾರೆ. ಊರಿಗೊಯ್ಯಲು ಅವನು ತಂದ ಮಹಾ ವಸ್ತುವನ್ನು ಬಿಡಿಸಿ ತೋರಿಸಲು ಮಕ್ಕಳು ದುಂಬಾಲು ಬಿದ್ದಿದ್ದಾರೆ. ಬಸ್ಸೆಲ್ಲಿ ಬಂದು ನಿಂತು ಬಿಟ್ಟಿದೆಯೋ ಎಂಬ ತಬ್ಬಿಬ್ಬಿನಲ್ಲಿ ನಿಂತ ಸಪುರ ತಾಯಿ "ಬೇಡ ಬೇಡ... ಬಿಚ್ಚಬೇಡ.... ಬಸ್ಸು ಬಂದೀತು. ಭದ್ರವಾಗಿ ಒಳಗಿಡು"—ಎಂದು ಸಡಗರ ನುಂಗಿಕೊಳ್ಳುತ್ತ ಬೆದರಿಸುತ್ತಿದ್ದಾಳೆ. ಇಲ್ಲ. ಎಲ್ಲರ ಕುತೂಹಲಕ್ಕೆ ಪಾರವಿಲ್ಲ. ತಂದವನು ಎಲ್ಲರ ತಾಳ್ಮೆಯೊಂದಿಗೆ ಆಟವಾಡುತ್ತಿರುವಾಗಲೆ ಮತ್ತೊಬ್ಬನು ಅದನ್ನು ಕಸಿದು ಎಲ್ಲರ ಹಿಗ್ಗಿಗೆ ಬಾಯಿ ಒಡೆಯುವಂತೆ ಅಕಾ ಬಿಚ್ಚಿಬಿಟ್ಟಿದ್ದಾನೆ.

ಉದಯದ ಬಾಲ ಸೂರ್ಯನಂತೆ ಅವನ ಕೈಯಲ್ಲಿ ಪರಿಮಳದೆಣ್ಣೆಯ ದೊಡ್ಡ ಬಾಟಲಿ ಕೆಂಪಗೆ ಹೊಳೆಯುತ್ತಿದೆ. ಅದರ ಕೆಂಬಣ್ಣಕ್ಕೇ ಪರಿಮಳ ಇದ್ದಂತೆ ಎಲ್ಲರ ಹೊರಳೆ ಚುರುಕಾಗಿವೆ. ಮುಟ್ಟಿ ತಡವಿ ನೋಡುವ ಕೈಗಳಿಗೆ ನಿಲುಕದಂತೆ ಅವನೀಗ ಅದನ್ನು ಎತ್ತರಕ್ಕೊಯ್ಯುತ್ತಿದ್ದಾನೆ. ಮೇಲೇರಿದಷ್ಟೂ ಅದರ ಕೆಂಬಣ್ಣ ಅಲೌಕಿಕವಾಗುತ್ತಿದೆ. ದಪ್ಪನೆಯ ಆ ಅಮೃತವನ್ನು ಊರಿಗೊಯ್ಯುವದಿದೆ. ಊರಲ್ಲಿ ಹಬ್ಬದ ದಿನ ಸ್ನಾನ ಮುಗಿಸಿ ಆ ಎಣ್ಣೆಯನ್ನು ತಲೆಗೆ ಮೈಗೆ ಸವರಿ ಘಮಘಮಿಸುವುದಿದೆ. ಸಪುರ ತಾಯಿ ಆ ಪರಿಮಳದ ಸಿರಿಯ ಪುಟ್ಟ ಬಾಟಲಿಯನ್ನೂ ತಂದವನನ್ನೂ ಒಟ್ಟಿಗೇ ಅಭಿಮಾನದಿಂದ ನೋಡುತ್ತಿದ್ದಾಳೆ.

ಮಕ್ಕಳಿಗಂತೂ ತೇಲುತ್ತಿರುವ ಕೆಂಪು ಆಕಾಶ ಬುಟ್ಟಿಯಂತೆ ಅದು ತೋರುತ್ತಿದೆ. ಜಿಗಿದು ನಿಲುಕಲು ಅವರು ಹಪಹಪಿಸುತ್ತಿದ್ದಾರೆ. ಕೆಂಪಗಿನ ಪ್ರಭೆ ಸಣ್ಣದಾಗಿ ಸೂಸುತ್ತ ಆ ಕುಟುಂಬವನ್ನು ಆವರಿಸುತ್ತಿರುವಾಗಲೇ ತಾಯಿ "ಬಸ್ಸೂ" ಅಂತ ಕೂಗಿದ್ದಾಳೆ. ಸ್ವಪ್ನ ಭಂಗವಾಗಿದೆ. ಇದಕ್ಕೆ ಕಾದಿದ್ದ ಕಾಲಾಳುಗಳಂತೆ ಈಗ ಎಲ್ಲರೂ ಯುದ್ಧೋಪಾದಿಯಲ್ಲಿ ಎದ್ದು ನಿಂತು ಕೈಗೆ ಸಿಕ್ಕ ಮೂಟೆ ಹಿಡಿದು ನುಗ್ಗಲು ತೊಡಗಿದ್ದೇ ಕೆಂಪು ಬಣ್ಣದ ಕಾಜಿನ ಹಕ್ಕಿ ಕೈ ತಪ್ಪಿ ಹಾರಿದೆ. ಅರೇಹಿಡಿಯೋ... ಬಾ... ಬಾಟಲಿ... ಬಾಯಿಗೆ ಶಬ್ದ ಬರುವುದರೊಳಗೇ ಅದು ಲಘು ಚಲನೆಯಲ್ಲೇ ಚಿಮ್ಮಿ ಒಬ್ಬನ ಹೆಗಲಿಗೆ ಬಡಿದು, ಚಾಚಿದ ಅವನ ಕೈಗೂ ಸಿಗದೆ ಮೊಣಕೈಯಿಂದ ಜಾರಿ ಎರಡು ಗಳಿಗೆ ಹವೆಯಲ್ಲಿ ಅಂಗಾತ ಈಜಿ ಠಳ್ ಎಂದು ನೆಲಕ್ಕೆ ಅಪ್ಪಳಿಸಿ ಒಡೆದು ಹೋಗಿದೆ.

"ಹಯ್ಯೋ"—ಎಂದು ತಾಯಿ ಕುಸಿದು ಎರಡೂ ಬೊಗಸೆಗಳಲ್ಲಿ ಅದನ್ನೆತ್ತಿ ಜೀವವುಣಿಸಲು ತೊಡಗಿದ್ದಾಳೆ. ಕೆಂಪು ಎಣ್ಣೆ ಮೆಲ್ಲಗೆ ಬಾಟಲಿಯ ಚೂರುಗಳಿಂದ ಹೊರಬಿದ್ದು ಸ್ಟ್ಯಾಂಡಿನ ಗಾರೆಗೆ ರಕ್ತದಂತೆ ಹರಿಯುತ್ತಿದೆ. ಮನೆಗೇ ಕನ್ನ ಬಿದ್ದಂತಾಗಿದೆ. "ಬೇಗ" "ಬೇಗ" ಎಂದು ಎಲ್ಲರೂ ಬಸ್ಸಿನೆಡೆ ಒಂದೊಂದೇ ಚೀಲ ಒಯ್ಯತೊಡಗಿದ್ದಾರೆ. ತಾಯಿಗೆ ಸಮಾಧಾನವಿಲ್ಲ. ಅವಳೀಗ ಚೀಲದಿಂದ ಅಲ್ಯುಮಿನಿಯಂ ವಾಟಗವೊಂದನ್ನು

ಲಗುಲಗು ತೆಗೆಯಲು ಸೊಸೆಗೆ ಆಜ್ಞಾಪಿಸಿದ್ದಾಳೆ. ಸೊಸೆ ಪೆಚೆಪೆಚೆ ಎಂದು ತಡ ಮಾಡಿದಾಗ ಉರಿದೆದ್ದು, ಮೊಣಕೈಯಿಂದ ತಿವಿದು ಚೀಲ ಬುಡಮೇಲು ಮಾಡಿಸಿ ವಾಟಗ ತೆಗೆಸಿ ಎಣ್ಣೆಯನ್ನು ಅದರೊಳಗೆ ವರ್ಗಾಯಿಸುವ ವ್ಯರ್ಥ ಪ್ರಯಾಸ ಕೈಗೊಂಡಿದ್ದಾಳೆ. ಮೂಟೆ ಒಯ್ಯಲು ಬಂದ ಗಂಡಾಳುಗಳು ಈಗ ಹೆಂಗಸರು ಮಕ್ಕಳನ್ನು ಕರೆಯತೊಡಗಿದ್ದಾರೆ.

ತಾಯಿ "ವಸಿ ನಿಲ್ರೋ" ಎಂದು ಅಂಗಲಾಚುತ್ತ ಬೆರಳುಗಳಿಗಂಟಿದ ಎಣ್ಣೆಯನ್ನು ವಾಟಗದ ಅಂಚಿಗೆ ಒರೆಸಿ ತುಂಬುತ್ತಿದ್ದಾಳೆ. ಕಾಜಿನ ಚೂರುಗಳು ಆ ಎಣ್ಣೇಲಿ ತೇಲುತ್ತಿವೆ. ಬಾಟಲಿ ತಳದಲ್ಲಿ ಉಳಿದಿರೋ ಶುದ್ಧ ಎಣ್ಣೆಯನ್ನು ಅಂಗೈಲಿ ಹಿಡಿದು ಬಳಿ ಕೂತ ಮಕ್ಕಳ ನೆತ್ತಿಗೆ ಪಚಪಚ ಬಡಿಯ ತೊಡಗಿದ್ದಾಳೆ. ಇನ್ನೂ ಉಳಿದಿದೆ ಎಣ್ಣೆ. ಸೊಸೆಯಂದಿರ ನೆತ್ತಿಗೆ ಹಚ್ಚಿದ್ದಾಳೆ. ಸಾಮಾನು ಒಯ್ಯಲು ಬಂದ ಗಂಡಾಳುಗಳ ನಿಲ್ಲಿಸಿ ಅವರ ತಲೆಗೆ ಮೈಗೆ ಸವರತೊಡಗಿದ್ದಾಳೆ. ಬಸ್ಸಿನ ಸನಿಹದಿಂದೊಬ್ಬ ಬೇಗ ಬೇಗ ಎಂದು ಕೂಗುತ್ತಿದ್ದಾನೆ. ಎಲ್ಲಾ ಎದ್ದು ಓಡಿದ್ದಾರೆ. ಕಾಜು ಪುಡಿ ಎಣ್ಣೆಯನ್ನೆಲ್ಲಾ ವಾಟಗದಲ್ಲಿ ತುಂಬಿದ ತಾಯಿ ನೆಲ ಬಾಚಿ ಬಾಚಿ ತನ್ನ ತಲೆಗೆ ಸವರಿಕೊಳ್ಳುತ್ತಿದ್ದಾಳೆ. ಬಸ್ಸಿನಿಂದ ಉಳಿದವರು ಕೂಗಿ ಕರೀತಿದ್ದರೂ ಒಂಚೂರು ಕಾಜಿನ ಪುಡಿ ಬಿಡದೆ ಎಲ್ಲವನ್ನೂ ಹೆಕ್ಕಿ ತನ್ನ ಸೆರಗಿನ ಅಂಚಿನಲ್ಲಿ ಕಟ್ಟಿಕೊಂಡಿದ್ದಾಳೆ. ಎದ್ದು ನಿಂತರೂ ಆಕೆಯನ್ನು ಮತ್ತೆ ಎಣ್ಣೆಗಟ್ಟಿದ ನೆಲ ಸೆಳೆದಿದೆ. ಮತ್ತೆ ಕೂತು ಬೊಗಸೆ ಉಜ್ಜಿ ಎಣ್ಣೆ ತೆಗೆದು ಸನಿಹ ಇದ್ದ ಬೇರೆ ಕುಟುಂಬದ ಮಕ್ಕಳ ನೆತ್ತಿಗೆ "ಹಾಕಲೆ" ಎಂಬಂತೆ ಕಣ್ಣಲ್ಲೇ ಕೇಳುತ್ತ ಸಮೀಪಿಸಿದಾಗ ಎಲ್ಲರೂ ಹೋ ಎಂದು ಹುಚ್ಚಿಯನ್ನು ಕಂಡವರಂತೆ ದೂರ ಓಡಿದ್ದಾರೆ. "ಥಲೋ ಎಣ್ಣೇ", "ಘಮಘಮದೆಣ್ಣೆ", "ಹೊಸಾ ಎಣ್ಣೆ"—ಎಂದು ತನ್ನದೇ ಭಾಷೆಯಲ್ಲಿ ತೊದಲುತ್ತ ದೂರ ಓಡಿದ ಮಕ್ಕಳನ್ನು ಬಿಟ್ಟು, ಸನಿಹ ಕೂತ ದೊಡ್ಡವರೆಡೆ ಕೈ ಚಾಚಿದ್ದಾಳೆ. ಅವರೂ ವಿಚಿತ್ರ ಅಸಹ್ಯ, ಮುಜುಗರದಿಂದ ತಲೆ ಆಡಿಸುತ್ತ ಸರಿಯುತ್ತಿದ್ದಾರೆ. ಧಾವಿಸಿ ಬಂದ ಗಂಡಾಳುಗಳೆಲ್ಲ ತಾಯಿಯನ್ನೀಗ ಗಟ್ಟಿಯಾಗಿ ಹಿಡಿದು ಎಳೆದುಕೊಂಡು ಬಸ್ಸಿನೆಡೆ ಒಯ್ದುಬಿಟ್ಟಿದ್ದಾರೆ.

ಉಡಿಯಲ್ಲಿ ಘಮಘಮದ ಕಾಜು ಕಟ್ಟಿಕೊಂಡು ಕೈಯಲ್ಲಿ ಶೇಖರಿಸಿದ ಎಣ್ಣೆಯ ವಾಟಗ ಇಟ್ಟುಕೊಂಡು ಅವಳೀಗ ತನ್ನ ಬಸ್ಸಿನಲ್ಲಿ ಕಣ್ಮರೆಯಾಗಿದ್ದಾಳೆ.

ಬಸ್ಸು ಹೊರಟಿದೆ. ಇತ್ತ ಎಣ್ಣೆ ಬಿದ್ದ ಸ್ಥಳದಲ್ಲಿ ನೆಲ ಸ್ನಿಗ್ಧವಾಗಿದೆ. ಅದನ್ನು ತಪ್ಪಿಸಿಕೊಂಡೇ ಎಲ್ಲ ಕಾಲುಗಳು ಅಲೆಯುತ್ತಿವೆ. ಎಣ್ಣೆ ತಟ್ಟಿಸಿಕೊಳ್ಳಲು ನಿರಾಕರಿಸಿದ ನೆತ್ತಿಗಳೆಲ್ಲ ಬೆಪ್ಪುತಕ್ಕಡಿಗಳಂತೆ ತಮ್ಮ ಬಸ್ಸುಗಳಿಗಾಗಿ ಕಾಯುತ್ತಲೇ ಇವೆ. ಹವೆಯಲ್ಲಿನ್ನೂ ಆಕೆಯ ಬಾಚಿದ ಕೈಗಳ ಕುಲುಕು ಇದೆ. ಬಸ್ಸು ಹೋಗಿ ಯುಗಗಳೇ ಆದರೂ ಕೆಂಪು ಪರಿಮಳದ ಮೋಡವೊಂದು ಶಾಶ್ವತವಾಗಿ ಇಲ್ಲಿ ನೆಲೆಗೊಂಡಿದೆ.

■

ಚಿಟ್ಟೆ

ಎಸ್. ಶೇಷಾದ್ರಿ ಕಿನಾರ

(ಒಂದು ಗದ್ಯ ಗೀತೆ)

ಅವಳು ಕೆಲಸದ ತಯಾರಿಯಲ್ಲಿದ್ದಳು. ಬೆಳಗಾದ ಕೂಡಲೇ ಸೂರ್ಯನ ಕಿರಣಕ್ಕೆ ಬಿಸಿಯನ್ನು ತಾಗಿಸಿಕೊಂಡು ಅರಳುತ್ತ ಸಾಗಿದ ಮೊಗ್ಗುಗಳು. ಎಲೆ ತುದಿಯಲ್ಲಿ ಬಿಸಿಯಾಗುತ್ತಾ ಆವಿಯಾಗುತ್ತಿದ್ದ ಹನಿ. ರೆಪ್ಪೆ ಬಿಡಿಸಿದಂತೆ ಚುರುಕಾದ ಚಿಟ್ಟೆ ಮೊಗ್ಗಿನ ತುದಿ ಮೂಸಿ, ಹೂವಿನ ದಳದ ಆಳಕ್ಕೆ ನುಗ್ಗಿ, ರೆಕ್ಕೆಯನ್ನು ದಳದ ಮೇಲೆ ಬಿಚ್ಚಿ-ಮುಚ್ಚಿ ಮಾಡುತ್ತ ಒಳಗಿನದನ್ನು ಹೀರುತ್ತ ಸಾಗಿದಾಗಲೇ ಆಕೆಗೆ ಸ್ನಾನದ ಹೊತ್ತು.

ಬಚ್ಚಲಿನ ಗೋಡೆಗಳು ಅಷ್ಟು ಶುಭ್ರವಲ್ಲ. ಅಲ್ಲಿ ಅನೇಕ ದಿನಗಳ ಕರೆ ಇದೆ. ಎಣ್ಣೆ ಡಬ್ಬ, ಜುಜ್ಜಲ ಪುಡಿ, ಅರಸಿನ ಪುಡಿ, ರಂಗೋಲಿ ಪುಡಿ, ಹರಿದ ಚಿಂದಿ, ಚಿಮಣಿ ಎಣ್ಣೆಯ ಸೀಸೆ, ಕರಟದ ಚೂರು, ಬೆಂಕಿಪಟ್ಣ, ಒಂದು ಅಗಲವಾದ ಕನ್ನಡಿ. ತಂತಿಯ ಮೇಲೆ ಹರಗಿದ ಬ್ರಾ. ಮಸಿ ಹಿಡಿದು ಬೆಳಗಲು ತಯಾರಾದ ತಾಮ್ರದ ಚೊಂಬು.

ಸ್ನಾನದ ಹೊತ್ತು ಆಕೆಗೆ ಖಾಸಗಿ ಹೊತ್ತು.

ಬಿಸಿನೀರಿಗೆ ತಣ್ಣೀರು ಬೆರಸುತ್ತ, ಮೈಮೇಲೆ ಸುರಗಿಕೊಳ್ಳುತ್ತ, ತನ್ನ ಸಂಭ್ರಮದ ಮೈ ತಾನೆ ನೋಡುತ್ತ, ನಾಚಿ, ಮೈಮೇಲೆ ಕೂತ ನೂರಾರು ನೀರಿನ ಮಣಿಗಳು ಕೆಳಗೆ ಉದುರಿ ಬಚ್ಚಲನ್ನು ಸೇರುವುದನ್ನು ಗಮನಿಸಿ, ಮೈ ಕೈ ತಿಕ್ಕಿದಳು. ಸಣ್ಣ ಕಿಟಕಿಯಿಂದ ಆಗಮಿಸುವ

ಬೆಳಕು; ಬಿಸಿಲಿನ ತುಣುಕು. ಒಣಗಿದ ಅರೆ ಬಿಸಿ ಗಾಳಿ. ಹೊರಗಿನ ದೂರದ ಮಂಜು ತುಂಬಿದ ಗಾಳಿ. ಮಳೆಯ ಹನಿ ಹೊತ್ತ ಗಾಳಿ. ಧಗ ಧಗ ಉರಿವ ಗಾಳಿ. ಪಕ್ಕದ ಮಲ್ಲಿಗೆ-ಸಂಪಿಗೆಗಳ ಮೇಲೆ ಹಾದು ಬಂದ ಗಾಳಿ.

ಎಲ್ಲ ಈ ಮೈ-ಮುಖಗಳನ್ನು ಮುತ್ತುವುವು.

೨

ಒಮ್ಮೆಯಂತೂ ಒಂದು ಚಿಟ್ಟೆ; ಬಂದಿದ್ದೇ ನುಗ್ಗಿ ಕನ್ನಡಿಯ ಮೇಲೆ ಕೂತಿತು. ಇವಳು ನೀರನ್ನು ಎರೆದುಕೊಂಡು; ಮೈ ಕೈ ತುಂಬ ನೊರೆ ನೊರೆ ತಿಕ್ಕಿ, ಕನ್ನಡಿಯನ್ನು ಅರೆ ಕಣ್ಮುಚ್ಚಿ ನೋಡುತ್ತಿದ್ದಾಗಲೇ ಆ ಚಿಟ್ಟೆ ಹೇಗೋ ತಲೆಯ ಮೇಲೆಯೇ ಕೂರ ಬಯಸಿ, ನೀರೆರೆದುಕೊಂಡ ಕೂಡಲೇ, ಹಾರಿ ಅಲ್ಲಿ ಕೂತಿತು. ಇವಳು ಕನ್ನಡಿಯಲ್ಲಿ ಕಂಡಾಗ ಅದು ಜಡೆ ಮುಡಿಗಂಟಿನ ಮೇಲೆ ಕೂತಿದ್ದನ್ನು ಕಂಡು ಮೊದಲು ಗಾಬರಿಯಾಗಿ ಕಾಲು ನೆಲಕ್ಕೊದ್ದಳು. ಕನ್ನಡಿಯಲ್ಲಿ, ತಲೆಗೆ ಚಿಕ್ಕ ಮಣಿ ಮುಕುಟದಂತೆನ್ನಿಸಿ ಅದನ್ನು ಎಡಪಕ್ಕಕ್ಕೆ ತರಲು ಕುಣಿದಳು. ಅದು ಆ ಪಕ್ಕದಿಂದ ಈ ಪಕ್ಕಕ್ಕೆ ಬಂತು.

ಕೈ ತಗುಲಿದರೆ ಹಾರಬಹುದೆನ್ನಿಸಿ, ಕುಣಿದೇ ಸರಿಮಾಡ ಬಯಸಿದಳು. ಗಾರೆ ನೆಲ ಕೊಂಚ ಜಾರಿ, ಕಾಲು ಅಗಲವಾಗಿ ಬಚ್ಚಲ ಕಟ್ಟೆಯನ್ನು ಹಿಡಿದು, ಮೈಗೊಂದು ಮೈ ತಾಗಿದಂತೆ ತೋಳುಗಳು ಇರುಕಿ, ಏನೇನೋ ಮಾಡಿದ ಚಿಟ್ಟೆಯನ್ನು ಅಕ್ಕರೆಯಿಂದಲೇ ಬೈದು, ಸರಿಯಾಗಿ ನಿಂತು ನೋಡಿದಳು. ಅದು ಈಗ ಆಕೆಯ ಮುಡಿಗಂಟಿನ ತುದಿಗೇರಿ ರೆಕ್ಕೆ ಬಿಚ್ಚಿ-ಮುಚ್ಚಿ ಆ ಮುಡಿಯನ್ನೆ ದೊಡ್ಡ ಕಪ್ಪು ಹೂ ಎಂದು ತಿಳಿದಂತೆ ಕೂತು ಏಕಾಗ್ರವಾಗಿತ್ತು. ಅದು ಆ ಗಂಟಿನಲ್ಲಿನ ಆಳಕ್ಕೆ ಕೂದಲ ಬುಡಕ್ಕೂ ತನ್ನ ನಳಿಗೆ ಚಾಚಿದೆಯೇ? ಅವಳ ಮೂಲವನ್ನು ಹೀರಿ, ಆ ಕಡೆಯೇ ಇದ್ದ ಇನ್ನೊಂದು ಹೂವಿಗೆ ಹಾರಿ, ಅಲ್ಲಿಯದನ್ನು ಇಲ್ಲಿ ಹಾಕಿ, ಇಲ್ಲಿಯದನ್ನು ಅಲ್ಲಿ ಹಾಕಿ ಎರಡನ್ನೂ ಒಂದಾಗಿಸಿ ಹೊಸ ಹೂವನ್ನು ಅರಳಿಸುವುದೆ?

ನೀರು ಬಿದ್ದ ಮೈ ಈಗ ಗಾಳಿ ಹಾಯ್ದು ನೀರ ಪಸೆ ಆರಿಸಿ, ಮೈ ಕೂದಲ ನಿಮಿರಿಸಿದ ಚಿಟ್ಟೆಯ ಮೇಲೆ ಆಕೆಗೆ ಸಿಟ್ಟು ಬಂತು. ಅದಂತೂ ಅಲ್ಲಿಂದ ಹರಿದಾಡದೇ ಆಟದಲ್ಲಿ ಮುಳುಗಿತ್ತು.

ಚಿಟ್ಟೆ ಈಗ ನಿಧಾನವಾಗಿ ಆ ಮುಡಿಗಂಟಿನಿಂದ ಹೊರ ಬಂದು, ಮತ್ತೆ ಮೈ ಬಿಚ್ಚಿ ಮುಚ್ಚಿತು. ಇವಳು ಕನ್ನಡಿಯಲ್ಲಿ ನೋಡಿದರೆ, ಅದು ನಿಧಾನವಾಗಿ ಮುಂದುವರಿದು ಅಕ್ಕ-ಪಕ್ಕಕ್ಕೆ ತಿರುಗಿ, ಮೀಸೆಯಲ್ಲಿ ಮುಂದೇನು? ಮುಂದೇನು? ಎಂದು ನೋಡುತ್ತ ಸರಿಯುತ್ತ ಅಲ್ಲಲ್ಲೆ ಉಳಿಯುತ್ತ ಸಾಗಿ ಬರುವಾಗ ಅವಳು ಅಲ್ಲಾಡದ ಪ್ರತಿಮೆ. ಏರಿಳಿವ ಎದೆ. ಒಸರಿದ ದ್ರವ, ಮೈ ಮಡಿಯಾಗಿ; ಮತ್ತೆ ಒರೆಸಿದ ಹಾಗೆ ಒಣಗಿ, ಸಮುದ್ರ ಸ್ನಾನ

ಚಿಟ್ಟೆ

ಮುಗಿಸಿದ ಮೇಲೆ ಮೈ ತುಂಬ ಉಪ್ಪು ಹೆಪ್ಪುಗಟ್ಟಿದಂತೆ ಹೆಚ್ಚಾಗಿ, ಉಸಿರು ಸಹ ನಿಧಾನಕ್ಕೆ ಬಿಡುತ್ತಾ, ಆ ನಿಧಾನವೇ ರಭಸವಾಗಿ ಏರಿಳಿಯುತ್ತ ಕಂಕುಳ ಸಂದಲ್ಲಿ ಬಿಸಿಲ ಕೋಲೊಂದು ಬಾಣದಂತೆ ನುಗ್ಗಿ ಗೋಡೆಯ ಮೇಲೆ ಬತ್ತಾಸಿನಂತೆ ಚಿತ್ರ ಬಿಡಿಸಿತು. ಈ ಎದೆಯ ಏರಿಳಿತವನ್ನು ಚಿಟ್ಟೆ- ತಲೆಯ ಏರಿಯಿಂದಲೇ ನೋಡಿ, ಅಲ್ಲಲ್ಲೆ ಸರಿಯುತ್ತಾ ಹಣೆಯ ತುದಿಗೆ ಬಂದಿಣುಕಿದಾಗ ಆಕೆಗೆ ಕಚಗುಳಿಯಾಯ್ತು. ಆ ಚಿಟ್ಟೆಯು ಹಾರಿಹೋಯ್ತು.

೩

ಆಫೀಸಿಗೆ ತಡವಾದ ಕಾರಣ ಆಕೆಯು ರಜಾ ಹಾಕಿ ಮನೆಯಲ್ಲೇ ಉಳಿದಳು.

■

ಮೈಕು

ರವಿ ಬೆಳಗೆರೆ

ವೀರಸಂಗಪ್ಪ ನಾಗಪ್ಪ ಹೂಗಾರ ಎಂಬ ರಸ್ತೆ ಸಾರಿಗೆ ಸಂಸ್ಥೆಯ ಮಾಮೂಲು ಗುಮಾಸ್ತನೂ ಹುಬ್ಬಳ್ಳಿ ಡಿಪೋ ಮತ್ತು ಬಸ್ಟ್ಯಾಂಡು ಸಿಬ್ಬಂದಿಗಳೆಲ್ಲರಿಗೆ ಪರಿಚಿತನೂ ಆಗಿದ್ದ ನಡುವಯಸ್ಸಿನ ಗಂಡಸಿಗೆ ಇದ್ದಕ್ಕಿದ್ದಂತೆ ಭಾನುವಾರ ಮಧ್ಯಾಹ್ನದ ಒಂದು ರಸ ನಿಮಿಷದಲ್ಲಿ ಕಿಲಾಡಿ ಮಾಡಬೇಕೆನ್ನಿಸಿತು.

"ಅಯ್ಯಾ, ಶಿವಮೊಗ್ಗಾ ಡಿಪೋದ ಸವದತ್ತಿ-ಯಡಿಯೂರು ಬಸ್ಸಿನ ಚಾಲಕರಾದ ವೀರಭದ್ರಯ್ಯನವರೇ, ಎಲ್ಲಿದ್ದೀರಿ ಸ್ವಾಮಿ...? ಕೈಲಾಸವಾಸಿಯಾದಿರೋ, ಸುಡುಗಾಡು ಕಾಯಲಾಕ ಹ್ವಾದಿರೋ? ಎಲ್ಲಿದ್ದರೂ ದಯವಿಟ್ಟು ಈ ಕ್ಷಣದಲ್ಲಿ ಕಂಟ್ರೋಲು ರೂಮಿಗೆ ಬಂದು ದೊಡ್ಡ ಮೀಸಿ ಕಂಟ್ರೋಲ್ ಸಾಹೇಬರ ಮುಂದs ನಿಮ್ ಮಾರಿ ಒಮ್ಮೆ ಫುಗಶೆಟ್ಟಿ ತೋರಿಸಿ ಹೋಗರಿ... ವೀರಭದ್ರಯ್ಯನವರೇ!"

ಎಂದು ರಾಗವಾಗಿ ನಾಟಕದೊಳಗಿನ ಪಾತ್ರದ ಹಾಗೆ, ದೇಹದೊಳಗಿನ ಆತ್ಮದ ಹಾಗೆ ಮೈಕಿನಲ್ಲಿ ಮೂತಿಯಿಟ್ಟು ಅನೌನ್ಸು ಮಾಡಿಬಿಟ್ಟ! ಉರಿಬಿಸಿಲಲ್ಲಿ ಬಾರದ ಬಸ್ಸಿಗಾಗಿ ಕಾಯುತ್ತ ಕಿರಿಕಿರಿಗೊಂಡಿದ್ದ ಜನ ಇಂಥದೊಂದು ವಿಚಿತ್ರ ಅನೌನ್ಸ್‌ಮೆಂಟು ಕೇಳಿ ಅವಾಕ್ಕಾದ ಮರುಕ್ಷಣದಲ್ಲೇ ಅವರ ತುಟಿಗಳಲ್ಲಿ ಕಿರುನಗೆಗಳು ಬಿರಿಯತೊಡಗಿದವು. ಉತ್ತರ್‌ಕರ್ ಬುಕ್‌ಸ್ಟಾಲಿನ ಎಡಕ್ಕಿರುವ ಬೀಡಾ ಅಂಗಡಿಯಲ್ಲಿ ಖಿಮಾಮ್ ಚಟ್ನಿಯ ಕಲಕತ್ತಾ ಪಾನು ಕಟ್ಟಿಸುತ್ತಿದ್ದ ಶಿವಮೊಗ್ಗ ಡಿಪೋದ ಡ್ರೈವರ್ ವೀರಭದ್ರಯ್ಯ ನಿಜಕ್ಕೂ ಗಲಿಬಿಲಿಗೊಂಡ. ಹೀಗೆ ಮೈಕಿನ ಮೂಲಕ ಅವರಿವರನ್ನು ಕಂಟ್ರೋಲ್ ರೂಮಿಗೆ ಬರುವಂತೆ ಕರೆಯುವುದು ಯಾರಿಗೂ ಹೊಸದಲ್ಲ. ಆದರೆ ಇದೆಂಥ ಅನೌನ್ಸ್‌ಮೆಂಟು?

ಮೈಕು

ಎಂದು ಅಚ್ಚರಿಗೊಳ್ಳುತ್ತಲೇ ಕಲಕತ್ತಾ ಪಾನು ದವಡೆಗೆ ನುಗ್ಗಿಸಿಕೊಂಡು ಕಂಟ್ರೋಲ್ ರೂಮಿನ ಕಡೆಗೆ ನಡೆಯತೊಡಗಿದ.

"ಹುಬ್ಬಳ್ಳಿ ಶಹರ ಬಸ್ ನಿಲ್ದಾಣದ ಸಮಸ್ತ ಪಿಕ್‌ಪಾಕೀಟು ಮಾಡುವ ಸೋದರ-ಸೋದರಿಯರೇ, ಭಿಕ್ಷುಕ-ಭಿಕ್ಷುಕಿಯರೇ ಎಚ್ಚರ! ಇತ್ತಿತ್ತಲಾಗ ಪ್ರಯಾಣಿಕರು ಹ್ಯಾಂಗ ಬೇಕಂದ್ರ ಹಂಗ ಮೈ ಮರಿಯೂದಿಲ್ಲ. ಕಿಸೇದಾಗಿನ ಕೈ ತಗಿಯೂದಿಲ್ಲ. ಕಳವು ಮಾಡಿದಾಗ ಸಿಗೇ ಬಿದ್ರ ಎಲುವು ಮುರೀದನಃ ಬಿಡೂದಿಲ್ಲ. ಎಚ್ಚರ ಇರ್ರಪಾ... ಹೇಳಿ ಕೇಳಿ ಇವತ್ತು ಆಯಿತವಾರ!" ಎಂಬ ಮತ್ತೊಂದು ಅನೌನ್ಸ್‌ಮೆಂಟೂ ಅದೇ ವಿಲಕ್ಷಣ ರಾಗದ ಧಾಟಿಯಲ್ಲಿ ಹೊರಬಿತ್ತು. ಈ ಬಾರಿ ಜನರು ಗೊಳ್ಳೆಂದು ನಕ್ಕರು. ವೀರಸಂಗಪ್ಪ ಹೂಗಾರನ ಆಜುಬಾಜು ಕುಳಿತು ಆ-ಈ ಕೆಲಸದಲ್ಲಿ ತೊಡಗಿದ್ದ ಸಾರಿಗೆ ಸಿಬ್ಬಂದಿಯವರು ಎಲಾ ಇವನಃ? ಎನ್ನುವಂತೆ ಅವನನ್ನು ಬೆರಗು ಕಂಗಳಿಂದ ನೋಡತೊಡಗಿದರು.

"ಏ, ಹಿಂಗ್ಯಾಕೋ ಹೂಗಾರ?" ಎಂದು ಒಬ್ಬಿಬ್ಬರು ಉದ್ಗರಿಸಿದರು. ವೀರಸಂಗಪ್ಪ ಹೂಗಾರನು ಮಾತ್ರ ದಿವ್ಯವಾದ ಸ್ಥಿತಪ್ರಜ್ಞನ ಶೈಲಿಯಲ್ಲಿ ಕೂತು ಮೈಕಿನ ಮೂತಿಯನ್ನೇ ನೋಡುತ್ತಾ ಮತ್ತೊಂದು ಅನೌನ್ಸ್‌ಮೆಂಟಿಗೆ ಸಿದ್ಧನಾಗತೊಡಗಿದ.

"ತಾಯಂದಿರೇ, ಅಕ್ಕ-ತಂಗಿಯರೇ ಗಮನಿಸಿ. ಹನ್ನೆರಡುವರಿಗೆ ಹೋಗೂ ಹಳಿಯಾಳ ಬಸ್ಸು ಹೋದರ ಹೋತು. ಇಲ್ಲಿಕ್ಕಾರ ಇಲ್ಲ. ಭಾಳ ತಲಿ ಕೆಡಿಸಿಕೋಬ್ಯಾಡ್ರಿ. ಅದೇ ವೇಳ್ಯಾಕ್ಕ ಒಂದು ಬಸ್ಸು ಮಂತ್ರಾಲಯಕ್ಕೆ ಹೋಗತದ. ಅಲ್ಲಿಗೇ ಹೋಗಿಬಿಡ್ರಿ. ರಾಯರ ದರ್ಶನ ಆದ್ರ ಛಲೋನಃ ಆತು. ಆದರೆ ಹೋಗೂ ಮುಂದ ಕೂಸು ಕುನ್ನಿ ಕಳಕೊಂಡು ಹೋಗಬ್ಯಾಡ್ರಿ. ಹುಬ್ಬಳ್ಳ್ಯಾಗಿನ ಭಿಕ್ಷಾದೋರ, ಮಕ್ಕಳ್ನ ಛಲೋ ಜೋಪಾನ ಮಾಡೂದಿಲ್ಲ. ಪೊಲೀಸು, ಭಿಕ್ಷಾದವರ್ನ ಮಕ್ಕಳಿಗಿಂತ ಛಲೋ ಜೋಪಾನ ಮಾಡ್ತಾರ! ಮಕ್ಕಳೇ ಮನೆಗೆ ಮಾಣಿಕ್ಯ! ಬಸ್ಟ್ಯಾಂಡಿಗೆ ಪೋಲೀಸರೇ ಮಾಣಿಕ್ಯ?! ಜೈ ಹಿಂದ್...!" ಅಂದುಬಿಟ್ಟ. ಜನ ಬಿದ್ದು ಬಿದ್ದು ನಗತೊಡಗಿದರು. ಯಾರೋ ಹುಡುಗ 'ಚಭಾಷ್ ಮಗನಾಽ' ಎಂದು ಕೂಗಿದ. ವೀರಸಂಗಪ್ಪ ಹೂಗಾರ ನಗಲಿಲ್ಲ.

"ಅವಗೇನು ತಲಿಗಿಲಿ ಕೆಟ್ಟದೇನು?" ಸಾರಿಗೆ ಸಂಸ್ಥೆಯ ಅಧಿಕಾರಿಯೊಬ್ಬರು ದುಡುದುಡನೆ ಬಂದು ದೊಡ್ಡ ಮೀಸೆ ಹೊತ್ತು ಗಂಭೀರವಾಗಿ ಕುಳಿತಿದ್ದ ಕಂಟ್ರೋಲರ್ ಸಾಹೇಬರನ್ನು ಅಬ್ಬರದ ದನಿಯಲ್ಲಿ ಕೇಳಿದರು.

"ಇಲ್ಲ, ಇವತ್ತು ಮುಂಜಾನಿ ವೀರಸಂಗಪ್ಪನ ಹೇಣ್ತಿ ದವಾಖಾನ್ಯಾಗ ತೀರಿಕೊಂಡ್ಲು. ಮಣ್ಣು ಕೊಟ್ಟು ಬಂದವನಾ ಮೈಕಿನ ಮುಂದ ಕೂತುಬಿಟ್ಟಾನ!" ನೆಮ್ಮದಿಯ ಸ್ವರದಲ್ಲಿ ಉತ್ತರಿಸಿದರು ಕಂಟ್ರೋಲ್ ಸಾಹೇಬರು.

* * *

ಅದಾದ ಅನಂತರ ವೀರಸಂಗಪ್ಪ ನಾಗಪ್ಪ ಹೂಗಾರ ಮಹಾಮೌನಿಯಾಗಿ ಹೋದ. ಅವನ ಇಬ್ಬರು ಹೆಣ್ಣು ಮಕ್ಕಳು ಮದುವೆಯಾಗಿ ಗಂಡಂದಿರ ಮನೆಗಳಲ್ಲಿದ್ದರು. ಇದ್ದೊಬ್ಬ ಮಗ ಮುಂಬಯಿಯಲ್ಲಿ ಕೆಲಸಕ್ಕಿದ್ದ. ಘಂಟಿಕೇರಿಯಲ್ಲಿದ್ದ ಮನೆಯಲ್ಲಿ ಹೆಂಡತಿ ಸತ್ತ ಅನಂತರ ಒಬ್ಬಂಟಿಯಾಗಿ ಜೀವಿಸತೊಡಗಿದ ಹೂಗಾರ ಮಾತು ಮರೆತೇಬಿಟ್ಟ. ಎಲೆ ಅಡಿಕೆ ಬಿಟ್ಟ. ಚುಟ್ಟ ಸೇದಲಿಲ್ಲ. ಸಿನಿಮಾಕ್ಕೆ ಹೋಗಲಿಲ್ಲ. ತಾನಾಯಿತು-ನೌಕರಿಯಾಯಿತು. ಅದೇ ಅನೌನ್ಸ್‌ಮೆಂಟು. ಕಿಲಾಡಿ ಮಾತು. ಅವರಿವರ ನಗೆ. ಯಾರಿಗೋ ಇರಿಸು ಮುರಿಸು. ಇವನು ಮಾತ್ರ ದಿವ್ಯ ನಿರ್ಲಿಪ್ತ! ಯಾವುದೇ ಅಧಿಕಾರಿಯನ್ನು, ಕಂಡಕ್ಟರನನ್ನು ಕಂಟ್ರೋಲ್ ರೂಮಿಗೆ ಕರೆಸಬೇಕಾದರೆ ವೀರಸಂಗಪ್ಪನ ಮುಖಾಂತರವೇ ಕರೆಸಬೇಕು. ಅವನು ಕರೆಯುತ್ತಿದ್ದುದೇನೋ ನಿಜ. ಆದರೆ ಕರೆಯುವ ರೀತಿ?

"ಗಂಗೆ ಬಾರೆ ಗೌರಿ ಬಾರೆ ತುಂಗಭದ್ರೆ ತಾಯಿ ಬಾರೆ, ಪಂಕ್ಚರ್ರಾದ ಬಸ್ಸು ಬಾರೆ. ಕೋರೆಹಲ್ಲಿನ ಕುಲಕರ್ಣಿ ಬಾರೋ, ಹಾಲುಗಲ್ಲದ ಗೌಡ ಬಾರೋ..." ಎಂದೆಲ್ಲ ವಿಚಿತ್ರವಾಗಿ ಕರೆಯುತ್ತ, ಹಾಡುತ್ತ, ನಗಿಸುತ್ತ ಒಂದೇ ಸಮನೆ ಮೈಕಿನ ಮುಂದೆ ಕೂತುಬಿಡುತ್ತಿದ್ದ ವೀರಸಂಗಪ್ಪ. ಕಾಲೇಜು ಹುಡುಗ ಹುಡುಗಿಯರು ಬೇಕೆಂತಲೇ ಬಸ್ಸು ತಪ್ಪಿಸಿಕೊಂಡು ನಿಂತು, ವೀರಸಂಗಪ್ಪನ ಕಿಲಾಡಿ ಮಾತು ಕೇಳತೊಡಗಿದರು.

ಹುಬ್ಬಳ್ಳಿ-ಧಾರವಾಡದ ತುಂಬ ಇದೇ ಸುದ್ದಿ. ಪತ್ರಿಕೆಯೊಂದರಲ್ಲೂ ವೀರಸಂಗಪ್ಪ ಸುದ್ದಿಯಾಗಿ ಕಂಗೊಳಿಸಿದ. ಕೆಲವು ನಾಗರಿಕರು ವಿಪರೀತ ಗಂಭೀರವಾಗಿ ಪತ್ರಿಕೆಗಳ ಓದುಗರ ವಿಭಾಗಕ್ಕೆ ಪತ್ರಗಳನ್ನು ಬರೆದು ಅವನ ಕಿಲಾಡಿತನವನ್ನು ಖಂಡಿಸಿದರು. ಒಂದಿಬ್ಬರು ನೇರವಾಗಿ ಸಾರಿಗೆ ಸಂಸ್ಥೆಗೇ ದೂರು ಬರೆದರು. ಮೊದಮೊದಲು ವೀರಸಂಗಪ್ಪನ ಬಗ್ಗೆ ಅಯ್ಯೋ ಅನ್ನುತ್ತಿದ್ದ ಅಧಿಕಾರಿಗಳು ಕೂಡ ವಾರ ಕಳೆಯುವುದರೊಳಗಾಗಿ ಅವನ ಹುಚ್ಚಾಟಕ್ಕೆ ಬೇಸತ್ತರು. ಸ್ವತಃ ಕಂಟ್ರೋಲ್ ಸಾಹೇಬರು ಕರೆಸಿ ಬುದ್ಧಿ ಹೇಳಿದರು. ರಜೆ ಬೇಕಾದರೆ ತೆಗೆದುಕೋ ಎಂದರು. ಯಾವುದನ್ನೂ ಮನಸ್ಸಿಗೆ ಹಚ್ಚಿಕೊಳ್ಳಬೇಡವೆಂದರು. ಯಾವುದಕ್ಕಾದರೂ ವೀರಸಂಗಪ್ಪ ಜವಾಬು ಕೊಟ್ಟರೆ ತಾನೇ? ಅವನದು ಒಂದೇ ಮೌನ; ಮಾತಾಗಿ ಬಿಚ್ಚಿಕೊಳ್ಳುವುದೇನಿದ್ದರೂ ಮೈಕಿನ ಮುಂದೆ ಅಷ್ಟೇ.

ಮೊದ ಮೊದಲು ಬಸ್ಸುಗಳ ಬಗ್ಗೆ, ಪೋಲಿಸರ ಬಗ್ಗೆ, ಫೋನ್‌ಬೂತಿನ ಬಗ್ಗೆ ಭಿಕ್ಷುಕರ ಮುಂದೆ ಮಾತಾಡುತ್ತಿದ್ದ ವೀರಸಂಗಪ್ಪ ಬರುಬರುತ್ತಾ ದೇಶದ ಬಗ್ಗೆ ಮಾತನಾಡ ತೊಡಗಿದ. ಬಾಬರಿ ಮಸೀದಿಯಿಂದ ಹಿಡಿದು ಹುಬ್ಬಳ್ಳಿ ಈದ್‌ಗಾ ಮೈದಾನದ ತನಕ ವಿಷಯಗಳನ್ನು ಚರ್ಚಿಸತೊಡಗಿದ. ಮೊದ ಮೊದಲು ಅವನ ಮಾತಿಗೆ ನಕ್ಕು ನಡೆದು ಹೋಗುತ್ತಿದ್ದ ಜನ ಈಗೀಗ ನಿಂತು ಕೇಳತೊಡಗಿದರು. ದಿನ ಕಳೆದಂತೆಲ್ಲ ವೀರಸಂಗಪ್ಪನ ಮಾತಿನಲ್ಲಿ ಪಕ್ವತೆ ಒಡಮೂಡತೊಡಗಿತ್ತು. ರಾಜಕೀಯ, ಧರ್ಮ, ಕೋಮು ಗಲಭೆ, ಆರ್ಥಿಕ ನೀತಿ, ಮಂತ್ರಿಮಂಡಲ... ಯಾವುದರ ಬಗ್ಗೆ ಮಾತನಾಡಲು ಕುಳಿತರೂ ಅತ್ಯಂತ ಪ್ರಬುದ್ಧವಾಗಿ ಮಾತನಾಡುತ್ತಿದ್ದ. ಹುಬ್ಬಳ್ಳಿಯ ಅಕ್ಕ ಪಕ್ಕದ ಊರುಗಳಿಂದ ಇದಕ್ಕೆಂದೇ ಜನ

ಬರತೊಡಗಿದರು. ನಿಂತು ಕೇಳತೊಡಗಿದರು. ಧಾರವಾಡಕ್ಕೆ ರೈಲಿನಲ್ಲಿ ಹೋಗುವ ಜನ ಆ ಪರಿಪಾಠ ಬಿಟ್ಟು ಬಸ್ಸಿಗೇ ಬರತೊಡಗಿದರು. ಕಂಟ್ರೋಲ್ ರೂಮಿನ ಸುತ್ತ ಸದಾ ಜನರ ಗುಂಪು ನಿಂತಿರುತ್ತಿತ್ತು. ಅಧಿಕಾರಿಗಳ ಮುಜುಗರ ಹೆಚ್ಚಾಯಿತು. ಜನರನ್ನು ಸಂಭಾಳಿಸುವುದು ಪೊಲೀಸರಿಗೆ ತಲೆನೋವಾಯಿತು. ಪಿಕ್‌ಪಾಕೆಟ್ ಮಾಡುವವರ ಪಾಲಿಗೆ ಬಸ್ಟ್ಯಾಂಡು ಕರ್ಮಭೂಮಿಯಾಯಿತು. ಇದಕ್ಕಿದ್ದಂತೆ ಅದೊಂದು ದಿನ:

"ವಾಟ್ ಈಜ್ ಲೈಫ್?" ಎಂದುಬಿಟ್ಟ ವೀರಸಂಗಪ್ಪ. ಜನ ಸಣ್ಣಗೆ ನಕ್ಕರು. "ಬದುಕು ಶಾಶ್ವತವಲ್ಲ, ಪ್ರೀತಿ ಶಾಶ್ವತವಲ್ಲ. ಬೆಳಿಗ್ಗೆ ಪ್ರೀತಿ-ರಾತ್ರಿ ದ್ವೇಷ. ಯಾವುದನ್ನೂ ಬದಲಾಯಿಸುವುದು ಸಾಧ್ಯವಿಲ್ಲ..." ಇದ್ದಕ್ಕಿದ್ದಂತೆ ವೀರಸಂಗಪ್ಪನ ಮಾತಿನ ಧಾಟಿ ಬದಲಾಯಿತು. ಆತ ಸಂತನಂತೆ ಮಾತನಾಡತೊಡಗಿದ. ಪ್ರವಾದಿಯಂತೆ ಬಡಬಡಿಸಿದ. ನಗೆಯಾಡುತ್ತಿದ್ದ ಜನ ಗಂಭೀರರಾದರು. ಈ ಎಲ್ಲ ಹುಚ್ಚಾಟ ಸಹಿಸಲು ಸಾಧ್ಯವೇ ಇಲ್ಲವೆಂದು ನಿರ್ಧರಿಸಿದ ಅಧಿಕಾರಿಗಳು ವೀರಸಂಗಪ್ಪನಿಗೊಂದು ಮೆಮೋ ಕೊಟ್ಟರು. ಅದಕ್ಕೆ ಉತ್ತರ ಬರಲಿಲ್ಲ. ಷೋಕಾಸ್ ನೋಟೀಸು ಕೊಟ್ಟರು. ಅದನ್ನು ವೀರಸಂಗಪ್ಪ ಓದಲೂ ಇಲ್ಲ. ಎನ್‌ಕ್ವೈರಿಗೆ ಕರೆದರು; ಅವನು ಬರಲಿಲ್ಲ. ಆದರೆ ಒಂದು ದಿನ ಸಂಜೆ ಡ್ಯೂಟಿ ಮುಗಿಸಿ ಹೋಗುವ ಮುನ್ನ ಕಂಟ್ರೋಲರ್ ಸಾಹೇಬರ ಮುಂದೆ ನಿಂತು,

"ಮಂದಿ ಯಾಕ ಮೊದ್ಲಿನ ಹಂಗೆ ಬರವಲ್ರು" ಕೇಳಿದ. ಸಾಹೇಬರು ಉತ್ತರಿಸಲಿಲ್ಲ. ವೀರಸಂಗಪ್ಪ ಹೊರಟುಹೋದ.

ಮತ್ತೆ ಅವನು ಬಸ್ಟ್ಯಾಂಡಿನೊಳಕ್ಕೆ ಬರಲಿಲ್ಲ. ಮೈಕಿನ ಮುಂದೆ ಕೂಡಲಿಲ್ಲ. ಕಿತ್ತೂರು ಚೆನ್ನಮ್ಮ ಪಾರ್ಕಿನ ಮೂಲೆಯೊಂದರಲ್ಲಿ ಕೂತು ಪತ್ರಿಕೆಯನ್ನು ಸುರುಳಿ ಮಾಡಿ ಅದಕ್ಕೆ ಬಾಯಿಟ್ಟು ಮಾತನಾಡತೊಡಗಿದ. ಕೇಳುವವರು ಮಾತ್ರ ಹತ್ತಿರದಲ್ಲೆಲ್ಲೂ ಇರಲಿಲ್ಲ.

ಕಂಟ್ರೋಲ್ ರೂಮಿನ ಮೈಕಿಗೂ ಲೌಡ್ ಸ್ಪೀಕರಿಗೂ ಕನೆಕ್ಷನ್ ತಪ್ಪಿಸಲಾಗಿತ್ತು ಎಂಬ ಸತ್ಯ ಅರ್ಥವಾದ ಅನಂತರ ವೀರಸಂಗಪ್ಪ ಬಸ್ಟ್ಯಾಂಡಿಗೆ ಹೋಗಲಿಲ್ಲ. ಪಾರ್ಕಿನಲ್ಲಿ ಕುಳಿತು ಅವನಾಡುವ ಮಾತುಗಳು ಜನತೆಗೆ ಕೇಳಿಸಲಿಲ್ಲ.

■

ತಂತಿ ಬೇಲಿಯ ಒಂಟಿ ಕಾಗೆ

ಜಯಶ್ರೀ ಕಾಸರವಳ್ಳಿ

ತಂತಿ ಬೇಲಿಯ ಮೇಲೆ ಒಂದು ಕಾಗೆ ಕುಳಿತಿತ್ತು. ತನ್ನ ಎಂದಿನ ಕಪ್ಪು ಬಣ್ಣದ ಆ ಕಾಗೆ ಬಗ್ಗೆ ಹೇಳಲು ಏನೂ ಇರದಿದ್ದರೂ ಅದನ್ನೇ ನೋಡುತ್ತಾ ಬಾಲ್ಕನಿಯಲ್ಲಿ ಕುಳಿತಿದ್ದ ನನಗೆ ಏನಾದರೂ ಒಂದೆರಡು ಮಾತುಗಳನ್ನಾದರೂ ಯಾರೊಡನೆಯಾದರೂ ಇಂದು ಆಡಲೇಬೇಕೆಂದು ಅನ್ನಿಸುತ್ತಿದ್ದದ್ದು ನಿಜ. ಇವರು ಊರಲ್ಲಿರಲಿಲ್ಲ. ಯಾವತ್ತಿನ ಹಾಗೇ ತಮ್ಮ ಆಫೀಸಿನ ಟೂರೆಂದು ಆ ಊರು ಈ ಊರು ಸುತ್ತುತ್ತಾ ಬಿಡುವಾದಾಗ ನೆನಪಾದರೆ ರಾತ್ರಿಯಾದರೂ ಮನೆಗೆ ಫೋನ್ ಮಾಡುತ್ತಾ ಇಲ್ಲದಿದ್ದರೆ ಅದನ್ನೂ ಮರೆಯುತ್ತಾ–ಆಕಾಶದಲ್ಲಿ ಹಾರುವ ವಿಮಾನದಲ್ಲಿ ಹಿಂದಿನ ಸಂಜೆ ಕುಳಿತು ಸದ್ಯದ ಈ ಊರನ್ನು ಬಿಟ್ಟಿದ್ದಷ್ಟೇ ನಮಗೆ ಗೊತ್ತು.

ರಾತ್ರಿಯಿಡೀ ನಿದ್ದೆ ಇರದೇ ನಾನು ಇವರ ಫೋನ್‌ಗಾಗಿ ಕಾದಿದ್ದಾಯಿತು. ಹಾಗೆ ಕಾಯುವ ಅನೇಕ ರಾತ್ರಿಗಳ ನನ್ನ ಬದುಕಿನ ನೆನಪು ಇದೋ ಎಂಬಂತೆ–ಹಾರುವ ಆಕಾಶದ ವಿಮಾನಗಳ ಸದ್ದಿನೊಳಗಿಂದ ತೇಲಿ ಬರುವ ಒಂದೇ ಒಂದು ಆಪ್ತ ಧ್ವನಿಗಾಗಿ ನಕ್ಷತ್ರಗಳ ನಡುವಿನ ಬೋಳು ಜಾಗದಲ್ಲಿ ಮಿನುಗುವ ಒಂದು ಮುಖವನ್ನೇ ಕನಸೆಂಬಂತೆ ನೆನೆಯುತ್ತಾ ಬಿಟ್ಟ ಕಣ್ಣು ಮಿಟುಕಿಸದೇ ಕತ್ತಲ ಒಂಟಿ ಕುರ್ಚಿಯಲ್ಲಿ ತಟಸ್ಥಳಾಗಿ ಎಂದಿನ ನನ್ನ ಪರಿಯಂತೆಯೇ ಡಿಸೆಂಬರ್‌ನಲ್ಲಿ ಸ್ವಲ್ಪ ಮಟ್ಟಿಗೆ ತಣ್ಣಗಾಗುವ ಮದರಾಸಿನ ನೀರವ ರಾತ್ರಿಯಾದ ನಿನ್ನೆಯೂ ಕುಳಿತಿದ್ದೆನಷ್ಟೇ. ಆಗ ಕತ್ತಲಲ್ಲಿ ಕಪ್ಪಾಗಿ ಕಂಡ ಎದುರು ಮನೆಯ ತಂತಿ ಬೇಲಿಯ ಈ ಕಾಗೆ ಅಲ್ಲಿರಲಿಲ್ಲ.

ಇದ್ದಿದ್ದು ಕಪ್ಪಲ್ಲಿ ಕಪ್ಪಾದ ಬೇಲಿ ಮಾತ್ರ.

ತಂತಿ ಬೇಲಿಯ ಒಂಟಿ ಕಾಗೆ

ರಸ್ತೆಯಲ್ಲಿ ನಡುರಾತ್ರಿಗಳಲ್ಲಿ ಸೀಳುವ ವಾಹನಗಳ ಕರ್ಕಶ ಸದ್ದು ಬಿಟ್ಟರೆ ಗಾಳಿಗೆ ಆಗಾಗ ಕಿವಿಗೆ ಬೀಳುತ್ತಿದ್ದದ್ದು ಸದ್ದಿರದ ಈ ಡಿಸೆಂಬರ್ ತಿಂಗಳ ಶಾಂತ ಸಮುದ್ರದಲೆಗಳ ಅಂತರಾಳದ ಬಿಸಿಯುಸಿರುಗಳು; ಪ್ರಾಯಶಃ ಎಂದೋ ಆತ್ಮಹತ್ಯೆಗಾಗಿ ಸಮುದ್ರಕ್ಕೆ ನುಗ್ಗಿದವರ, ಈಜಲು ಹೋಗಿ ಅಲೆಗಳಲ್ಲಿ ಸಿಕ್ಕು ಸತ್ತವರ ಅರೆಸತ್ತ ಆತ್ಮಗಳ ಮೊರೆತವಾಗಿರಬಹುದು ಅದು. ಹಾಗಾಗಿ ರಾತ್ರಿ ಹನ್ನೆರಡರ ಅನಂತರ ಬೀಸುವ ಸಮುದ್ರದ ಗಾಳಿಯಲ್ಲಿ ಆಗಾಗ ಬಿಕ್ಕುವ ಕೆಲವರ ಬಿಕ್ಕಳಿಕೆಗಳೂ ನರಳಿಕೆಗಳೂ ಆಯುಷ್ಯ ತೀರುವ ಮೊದಲೇ ಸತ್ತು ಹೋದವರ ಬದುಕಿನ ಹಂಬಲದ ನಿಟ್ಟುಸುರುಗಳೂ ಗಾಳಿಗೆ ಹಾರಿ ಸಮುದ್ರ ದಂಡೆಯ ಹತ್ತಿರದ ಮನೆಗಳಲ್ಲಿ ಮಾರ್ದನಿಸುತ್ತಿದ್ದವು.

ಹಾಗೆ ಧ್ವನಿಸುವ ಹಲವಾರು ಧ್ವನಿಗಳು, ಧ್ವನಿಸಿ ಹೊರಬಂದು ನಿರಾಳವಾಗುವ ಹಾತೊರಿಕೆಯಲ್ಲಿ ಸಮುದ್ರ ದಿಕ್ಕಿಗೆ ಎದುರಾಗಿರುವ ನನ್ನ ಮನೆಯ ಬಾಗಿಲಿಗೆ ಬಡಿದೂ ಬಡಿದೂ ಉತ್ತರಕ್ಕಾಗಿ ಕಾದು ಹಿಂತಿರುಗುತ್ತಿದ್ದುದನ್ನು ನಾ ಬಲ್ಲೆ. ಮನೆಯಲ್ಲಿ ಒಂಟಿಯಾಗಿ ಕುಳಿತು ಗಾಬರಿಯಲ್ಲಿ ದಂಗಾಗಿ ಏನೂ ಮಾಡಲು ತಿಳಿಯದ ಹಲ ರಾತ್ರಿಗಳಲ್ಲಿ ಆ ಧ್ವನಿಗೆ ರೂಪ ಕೊಡುವ ಪ್ರಯತ್ನವನ್ನೂ ನಾ ನಡೆಸಿದ್ದುಂಟು.

ತಿಂಗಳ ಅರ್ಧ ದಿನಗಳ ರಾತ್ರಿಗಳನ್ನು ಎಲ್ಲೆಲ್ಲೋ ಕಳೆಯುವ ಗಂಡನೊಂದಿಗಿನ ನನ್ನ ಸಂಸಾರದಲ್ಲಿ ನಿದ್ದೆ ಹತ್ತದೇ ಮಾತಿಗಾಗಿ ಹಂಬಲಿಸುತ್ತಾ ಕುಳಿತ ರಾತ್ರಿಯ ಒಂದು ಏಕಾಂತದಲ್ಲಿ ಬಾಗಿಲಿಗೆ ಬಡಿದ ಇಂತಹ ಒಂದು ಧ್ವನಿಗೆ ಏನಾದರೂ ಉತ್ತರಿಸಲೇಬೇಕೆಂದು ನಾ ಯೋಚಿಸುತ್ತಿರುವಾಗ ನನ್ನರಿವಿಗೆ ಬರುವುದಕ್ಕೆ ಮುಂಚೆಯೇ ಅದು ರೂಪ ತಾಳಿ ನನ್ನ ಮನೆ ವರಂಡಾದಲ್ಲಿ ಕುಳಿತಿದ್ದಷ್ಟೇ ನಾನು ಕಂಡಿದ್ದು.

ಒಂದು ಸುಂದರ ಹುಡುಗಿ ಆಕೆ. ಇಪ್ಪತ್ತು ಇಪ್ಪತ್ತೆರಡರ ಎಳೇ ಪ್ರಾಯ. ನಾನು ಕತ್ತಲಲ್ಲಿ ಕಾಣದ ಆಕೆಯ ಆ ಎಳೇ ದೇಹದಲ್ಲಿ ಈಗಾಗಲೇ ಕವಲೊಡೆದಿರಬಹುದಾದ ಎಳೇ ಮೊಲೆಗಳ ಬಗ್ಗೆ ಯೋಚಿಸುತ್ತಿದ್ದೆ. ಯಾಕೋ ಏನೋ, ಹೆಣ್ಣಾದ ನನಗೆ ಇನ್ನೊಬ್ಬರ ಸುಂದರ ಮೊಲೆಗಳನ್ನು ನೆನೆದಾಗ ಆಗಾಗ ಹೊಟ್ಟೆಕಿಚ್ಚಾಗುತ್ತಿರುತ್ತದೆ. ಹಾಗಾಗಿ ಕಾಣದ ಕತ್ತಲಲ್ಲಿ ಆಕೆಯ ದೇಹದ ಬಗ್ಗೆ ಯೋಚಿಸುತ್ತಿರುವಾಗ ಅವಳೇ ಈ ಮಾತುಗಳನ್ನು ಹೇಳಿದಳು.

"ನನ್ನ ಮೊಲೆ ಯಾಕೆ ಹೀಗಾಗಿದೆ ಎಂದು ಯೋಚಿಸುತ್ತಿದ್ದೀಯ... ನನ್ನ ಆತ್ಮಹತ್ಯೆಗೆ ಇದೂ ಒಂದು ರೀತಿಯಲ್ಲಿ ಕಾರಣ ಬಿಡು..."

ಈ ಉತ್ತರ ನನ್ನನ್ನು ಚಕಿತಗೊಳಿಸಿದ್ದಷ್ಟೇ ಅಲ್ಲ; ಇಂತಹ ಪ್ರಶ್ನೆ ಯಾರಾದರೂ ನನಗೆ ಕೇಳಿದ್ದರೆ ನಾ ಏನು ಹೇಳಬಹುದಾಗಿತ್ತೋ ಅದೇ ಅವಳ ಬಾಯಿಯಲ್ಲಿ ಬಂದಿದ್ದು ಕಂಡು ಮೂಕವಿಸ್ಮಿತಳಾಗಿ ಆ ಕಪ್ಪನ್ನೇ ನಿಟ್ಟಿಸುತ್ತಿದ್ದೆ.

"ಮಗು ಆಗಿ ಮಕ್ಕಳಾದರೂ ನನ್ನ ಎದೆಹಾಲು ಕುಡಿದಿದ್ದರೆ ಅದೇ ಬೇರೆ ಕತೆ.... ಆದರೆ ನನ್ನನ್ನು ಹೀರಿ ಕುಡಿದವನು ನಾ ಪ್ರೀತಿಸಿದವನು..."

ದೇವರೇ! ನನಗೆ ಉಸಿರು ಸಿಕ್ಕಿಹಾಕಿಕೊಂಡ ಹಾಗೆ ಆಯಿತು. "ಒಬ್ಬ ಹುಡುಗನನ್ನು ಪ್ರೀತಿಸಿದ್ದೇ ಆದಲ್ಲಿ ಮದುವೆಯಾಗಬಹುದಾಗಿತ್ತಲ್ಲೇ ಹುಡುಗೀ, ಆತ್ಮಹತ್ಯೆ ಯಾಕೆ ಮಾಡಿಕೊಂಡೆ..." ನಾ ಕೇಳಬೇಕೆಂದಿದ್ದೆ. ಅಥವಾ ಬಾಯಿಬಿಟ್ಟೇ ನಾ ಕೇಳಿದೆನೋ ಏನೋ ನನಗೇ ತಿಳಿಯದು. ಏಕೆಂದರೆ ನನ್ನ ಕಿವಿಗೆ ಅನಂತರ ತಟ್ಟಿದ್ದು ಆಕೆಯ ಉತ್ತರ ಮಾತ್ರ.

"ಮದುವೆ ಮಾಡಿಕೊಳ್ಳಲಿಲ್ಲಾಂತ ಯಾರು ಹೇಳಿದರೇ? ಮಾಡಿಕೊಂಡಿದ್ದಕ್ಕೇ ನನ್ನ ಆತ್ಮಹತ್ಯೆಯಾಯಿತು..."

ನನಗೆ ಗಾಬರಿಯಾಯಿತು. ಹನ್ನೆರಡರ ಅನಂತರದ ಸರಿರಾತ್ರಿಯಲ್ಲಿ ಯಾರಾದರೂ ಹೆಣ್ಣು ಹೀಗೆ ಮಾತನಾಡಿದರೆ ಗಾಬರಿಯಾಗದೇ ಇನ್ನೇನಾಗುತ್ತದೆ?

ಯಾಕೆ? ಯಾಕೆ? ನಾ ಕೇಳುತ್ತಿದ್ದೆ.

"ಯಾಕೆಂದರೆ ಮದುವೆಯ ಅನಂತರ ಹೆಣ್ಣುಗಳು ಆತ್ಮಹತ್ಯೆಯನ್ನಲ್ಲದೇ ಇನ್ನೇನು ತಾನೇ ಮಾಡಿಕೊಳ್ಳಲು ಸಾಧ್ಯ? ನಾನೇನೋ ನನ್ನ ಗಂಡನನ್ನು ಕಾಯಾ ವಾಚಾ ಮನಸಾ ಪ್ರೀತಿಸಿದ್ದೆ. ಆದರೆ... ಅವನಿಗೆ ಹೀಗೆ ಪ್ರೀತಿಸುತ್ತಿರುವ ಅದೆಷ್ಟು ಹೆಣ್ಣು ಇದ್ದವೋ..." ನಿಟ್ಟುಸಿರು.

"ಸರಿ ಬಿಡು. ಯಾಕೆ ನಾ ಇದೆಲ್ಲಾ ನಿಂಗೆ ಹೇಳುತ್ತಿದೀನೋ ನಂಗೇ ತಿಳಿಯದು. ಮಲಗು ಹೋಗೇ ಹೆಣ್ಣೇ! ಗಂಡನ ಕೊರಳ ಇಂಪಿನ ಧ್ವನಿಗಾಗಿ ರಾತ್ರಿಯೆಲ್ಲಾ ನಿದ್ದೆ ಇರದೇ ಕಾಯುವ ನಿನ್ನನ್ನು ಕಂಡರೆ ಅಯ್ಯೋ ಅನ್ನಿಸುತ್ತೆ..."

ಅನಂತರ ಕತ್ತಲಲ್ಲಿ ಏನೋ ಹಾರಿ ಹೋದ ಹಾಗೆ ನನಗೆ ಕಾಣಿಸಿತ್ತು. ಆಕೆ ಇದ್ದಳೋ ಹೊರಟುಹೋಗಿದ್ದಳೋ ಕತ್ತಲಲ್ಲಿ ಕಾಣಿಸದಿದ್ದರೂ ನನ್ನ ಕಿವಿಗೆ ಏನೋ ಗುಸುಗುಸು ಕೇಳಿಸುತ್ತಲೇ ಇತ್ತು. ಯಾರೂ ಮಾತನಾಡಿದ ಸ್ಪಷ್ಟ ಧ್ವನಿ ನನಗೆ ಕೇಳುತ್ತಿರಲಿಲ್ಲವಾದ್ದರಿಂದ ಮೊದಮೊದಲು ಅದು ಹೊರಗಿನ ಸದ್ದು ಎಂದುಕೊಂಡೆ; ಅನಂತರ ಒಳಗಿನ ಸದ್ದು ಎಂದುಕೊಂಡೆ.

ಕಡೆಗೆ ಯಾವ ಸದ್ದೂ ಉಳಿಯದ ನೀರಸದಲ್ಲಿ ಆಕಾಶ ತಿಳಿಯಾಗಿ ಬೆಳಗಾಗುವುದನ್ನು ಕಂಡೆ. ಆಕಾಶದಲ್ಲಿ ಹಾರುವ ವಿಮಾನಗಳ ಸದ್ದು ಕಿವಿಯನ್ನು ತುಂಬಿಕೊಳ್ಳುತ್ತಿತ್ತು. ಕಪ್ಪು ಸಂಪೂರ್ಣ ಕರಗಿ, ಬೆಳಕು ತಿಳಿಯಾದಾಗ ತಂತಿ ಬೇಲಿಯ ಈ ಕಾಗೆ ನನ್ನ ಕಣ್ಣಿಗೆ ಬಿದ್ದಿತ್ತು. ಫೋನಿಗಾಗಿ ರಾತ್ರಿಯೆಲ್ಲಾ ಕಾದಿದ್ದ ನನಗೆ ಏನಾದರೂ ಮಾತನಾಡಬೇಕೆಂದು ಅನ್ನಿಸಿದ್ದರಿಂದ ಮಾತಿಗಾಗಿ ಬಾಯಿಯೇನೋ ತೆರೆದೆ...

ಯಾವುದಾದರೂ ಸಂತೋಷದ ಕ್ಷಣವನ್ನು ಕಾಗೆಗೆ ತಿಳಿಸಬೇಕೆಂದುಕೊಂಡೆ; ಕಡೆಗೆ ದುಃಖದ್ದಾದರೂ ಸರಿ, ಹೇಳಿ ಹಂಚಿಕೊಳ್ಳಬೇಕೆಂದುಕೊಂಡೆ; ಅದೂ ಇಲ್ಲದಿದ್ದರೆ ಬೇಡ, ನಾ ಬಾಲ್ಯದಲ್ಲಿ ಓದಿದ್ದ, ಸುಖವೂ–ದುಃಖವೂ ಎರಡೂ ತುಂಬಿದ್ದ ಸಮರಸವೇ ಜೀವನದ ಬಗೆಗೆ ಭಾಷಣವೇ ಬಿಗಿಯೋಣ ಎಂದುಕೊಂಡೆ. ತಂತಿ ಬೇಲಿಯ ಕಾಗೆ ನನ್ನನ್ನೇ ನೋಡುತ್ತಿತ್ತು.

ಒಂಟಿಯಾಗಿ ಕುಳಿತ ನನಗೆ ಬಾರದ ನನ್ನ ಗಂಡನ ಫೋನ್ ನೆನಪಾಯಿತು. ರಾತ್ರಿಯೆಲ್ಲಾ ಕಾಯುತ್ತಾ ನಾ ಕಳೆದ ಬದುಕಿನಲ್ಲಿ ಆ ಏಕಮಾತ್ರ ಫೋನಿನ ಆಪ್ತಧ್ವನಿ ಹಿಡಿದಿಡುವ ಬದುಕಿನೊಡನೆಯ ನನ್ನ ಸಂಬಂಧದ ಕ್ಷಣಗಳು ನೆನಪಾದವು.

ಬತ್ತುತ್ತಾ ಬಂದ ಮೊಲೆಗಳಲ್ಲಿ ಖಾಲಿಯಾಗುತ್ತಿರುವ ಒಂದಾನೊಂದು ಕಾಲದ ತುಂಬಿದ ಹೃದಯ ಬೆಲೂನಿನಂತೆ ಮೇಲೇರಿ ಆಕಾಶದಲ್ಲಿ ಹಾರುವ ವಿಮಾನಗಳಲ್ಲಿ ಸಂಚರಿಸುತ್ತಿದ್ದಂತೆ ಭಾಸವಾಗುವ ನೋವಿನ ಕ್ಷಣಗಳು ಅವು; ನೆಲ ಕಚ್ಚಿ ಚಿಕ್ಕ ಇರುವೆಯಂತೆ ಕಂಡೂ ಕಾಣದ ಹಾಗೆ ಕೆಳಗೆ ನಿಂತ ನಾನು ಹಾರಿದ ಹೃದಯಕ್ಕೆ ಕೈಬೀಸಿ ಟಾಟಾ ಮಾಡುತ್ತಾ ಬೀಳ್ಕೊಡುತ್ತಿದ್ದೆ...

ಹೌದು! ಬಾಲ್ಕನಿಯಲ್ಲಿ ನಿಂತ ನಾನು ಹಾರುವ ಆ ಕ್ಷಣಗಳನ್ನು ತುಂಬಿದ ಕಣ್ಣಿನಿಂದ ನೋಡುತ್ತಿದ್ದೆ. ಹೀಗೇ... ಹೀಗೆ... ಅಲ್ಲವೇ?

ಮಾತು ಉರುಳದ ನನ್ನ ಧ್ವನಿಯಲ್ಲಿ ನೋವು ನುಗ್ಗುತ್ತಾ ತಂತಿ ಬೇಲಿಯ ಕಾಗೆಯನ್ನೇ ದೈನ್ಯದಿಂದ ನಿಟ್ಟಿಸುತ್ತಾ, ಕ್ಕಕ್ಕಕ್ಕಾ... ಎಂದು ತೊದಲಿದೆ.

ತಂತಿ ಬೇಲಿಯ ಕಾಗೆ ಕಾಕಾ ಎಂದು ಕರ್ಕಶವಾಗಿ ಅರಚುತ್ತಾ ಹಾರಿಹೋಯಿತು. ಅದನ್ನೇ.... ಅದನ್ನೇ... ಹಿಂಬಾಲಿಸಿ ಸೋತ ನನ್ನ ಕಣ್ಣುಗಳು ಮತ್ತೆ ಆಕಾಶದಲ್ಲಿ ಹಾರಬಹುದಾದ ಒಂದು ವಿಮಾನಕ್ಕಾಗಿ ಹುಡುಕತೊಡಗಿದವು...

■

ಹುಣ್ಣುಗಳು

ಚಿಂತಾಮಣಿ ಕೊಡ್ಲೆಕೆರೆ

ಈಗ ಕೆಲವು ದಿನಗಳ ಹಿಂದೆ ನನ್ನ ಬೆನ್ನ ಮೇಲೆ ಒಂದು ಹುಣ್ಣು ಕಾಣಿಸಿಕೊಂಡಿತು. ತುಂಬ ಸುಖವೆನಿಸುವಂಥ ಕೆರೆತದ ಬಳಿಕ ಕಾಣಿಸಿಕೊಂಡ ಹುಣ್ಣು ಅದು. ದಿನಗಳೆದಂತೆ ಆ ಹುಣ್ಣು ಸ್ವಲ್ಪ ದೊಡ್ಡದಾಯಿತಷ್ಟೇ ಅಲ್ಲ, ಸುತ್ತಮುತ್ತಲೂ ಇನ್ನೂ ಕೆಲವು ಹುಣ್ಣುಗಳು ಕಾಣಿಸಿಕೊಂಡವು. ಅವು ತಮ್ಮಷ್ಟಕ್ಕೇ ಒಡೆದುಹೋಗುತ್ತವೆಂದು ತಿಳಿದು ಸುಮ್ಮನಿದ್ದುದು ತಪ್ಪಾಯಿತು. ಈಗ ಬೆನ್ನ ತುಂಬ ಹುಣ್ಣುಗಳು ತುಂಬಿಬಿಟ್ಟಿವೆ. ನಾನು ಹೋದಲ್ಲೆಲ್ಲ ಈ ಹುಣ್ಣುಗಳು ಬರುತ್ತವೆ. ಅವುಗಳೊಡನೆ ಅವು ತರುವ ಹೇಸಿಗೆ, ಅದರಿಂದಾಗಿ ಹುಟ್ಟುವ ಅವಮಾನ.

ಈ ಹುಣ್ಣುಗಳಿಂದಾಗಿ ಎಲ್ಲರೆದುರೂ ನಾನು ಬನಿಯನ್ ತೆರೆಯಹೋಗುವುದಿಲ್ಲ. ರಾತ್ರಿ ಸುಖವಾಗಿ ಮಲಗಲಾಗುವುದಿಲ್ಲ. ಮಗ್ಗುಲು ಬದಲಿಸಬೇಕೆಂದರೆ ಜೀವ ಹೋದಂತಾಗುತ್ತದೆ. ನಿದ್ದೆಯೂ ಹುಣ್ಣುಗಳ ಕನಸುಗಳಿಂದ ಭಗ್ನಗೊಳ್ಳುತ್ತದೆ. ಈ ಹುಣ್ಣುಗಳು ಒಡೆದುಹೋಗಬಾರದೇ ಎಂದು ನಾನು ಚಡಪಡಿಸುತ್ತೇನೆ. ಆದರೆ ಬಿಡುಗಡೆ ಮಾತ್ರ ಇಲ್ಲ. ಒಮ್ಮೆ ಮಾತ್ರ ಕನಸೊಂದರಲ್ಲಿ ಒಂದು ಗುಳ್ಳೆ ಒಡೆಯಿತು. ಆದರೇನು? ಆ ಕೀವಿನಿಂದ ನೂರಾರು ಹೊಸ ಗುಳ್ಳೆಗಳು ಕಾಣಿಸಿಕೊಂಡವು. ಆದ್ದರಿಂದ ನಾನು ಹುಣ್ಣುಗಳು ಒಡೆಯುವ ಕನಸುಗಳನ್ನು ಕಾಣುವುದು ನಿಲ್ಲಿಸಿದೆ. ಮನುಷ್ಯನ ಕನಸು, ಎಚ್ಚರಗಳೆರಡರ ಮಿತಿಯ ಕುರಿತೂ ಹೊಸಬಗೆಯಲ್ಲಿ ಯೋಚಿಸಲಿಕ್ಕೆ ಈ ಹುಣ್ಣುಗಳು ಕಲಿಸಿದುವು. ಆದರೂ ಅವುಗಳೆಂದರೆ ನನಗೆ ಸಹಜವಾಗಿಯೇ ಹೇಸಿಗೆ.

"ಇವು ವಿಚಿತ್ರ ಹುಣ್ಣುಗಳು" ಎಂದು ಡಾಕ್ಟರು ಉದ್ಗರಿಸಿ ನನ್ನ ಕೈಬಿಟ್ಟರು. ಅವು ಕ್ಯಾನ್ಸರ್ ಹುಣ್ಣುಗಳಿಗಿಂತ ತೀಕ್ಷ್ಣತಮವಾದ ಯಾತನೆಯನ್ನು ನನ್ನಲ್ಲಿ ತುಂಬುತ್ತಿರುವ ದಿನಗಳಲ್ಲಿ ನಮ್ಮ ಡಾಕ್ಟರು ಇಂಟರ್‌ನೆಟ್ ಮುಖಾಂತರ ವಿಶ್ವಾದ್ಯಂತ ಡಾಕ್ಟರುಗಳನ್ನು ಸಂಪರ್ಕಿಸಿದ್ದು ವ್ಯರ್ಥವಾಯಿತು. ಇವು ವೈದ್ಯಕೀಯ ಚಿಕಿತ್ಸೆಗೆ ಒಳಪಡುವ ಹುಣ್ಣುಗಳೇ ಅಲ್ಲವೆಂದು ನಿರ್ಧಾರವಾಗಿಬಿಟ್ಟಿತು.

ಇಂಥ ಹತಾಶೆ ತುಂಬಿದ ಒಂದು ದಿನ ನಿದ್ರೆಗಾಗಿ ಮಧ್ಯರಾತ್ರಿಯವರೆಗೂ ಒದ್ದಾಡಿ, ಮಲಗಲಾಗದೆ ಮನೆಯಿಂದ ಹೊರಬಂದೆ. ಈ ಹುಣ್ಣುಗಳ ನೋವು ಶಾಶ್ವತವಾದುದು ಎನಿಸಿಬಿಟ್ಟಿತು. ಬೆಳದಿಂಗಳು ಹಾಲಿನಂತೆ ಸುರಿದಿತ್ತು. ಚಂದ್ರನಿಗೆ ಕಾಣಿಸದಂತೆ ಬೆಳದಿಂಗಳ ಬೆಳಕಲ್ಲಿ ಬೆನ್ನ ಕಡೆ ತಿರುಗಿ ಹುಣ್ಣುಗಳನ್ನು ನೋಡಲು ಪ್ರಯತ್ನಿಸಿದೆ. ಆ ಬೆಳಕಿನಲ್ಲಿ ಅವು ಇನ್ನೂ ಅಸಹ್ಯವಾಗಿ ಕಂಡವು. ಅದಕ್ಕಿಂತ ತೀವ್ರವಾಗಿ ಕೀವು, ತಳಮಳದ ಯಾತನೆ. ನಿಟ್ಟುಸಿರುಬಿಡುತ್ತ ಹತಾಶೆಯಿಂದ ಚಂದ್ರನ ಕಡೆ ನೋಡಿದೆ. ಅವನು ಕೀವು ತುಂಬಿದ ಬೆಳಕನ್ನು ಭೂಮಿಗೆ ಚೆಲ್ಲುತ್ತಿರುವುದೇ ಈ ಎಲ್ಲ ಯಾತನೆಗೆ ಕಾರಣ ಎಂದು ತೋರಿತು. ಸ್ವಲ್ಪ ಹೊತ್ತಿಗೆ ಅವನೇ ಒಂದು ದೊಡ್ಡ ಹುಣ್ಣಿನಂತೆ ಕಂಡ. ಅವನ ಸುತ್ತಲೂ ನೂರಾರು ಸಾವಿರಾರು ಚಿಕ್ಕ ಚಿಕ್ಕ ಹುಣ್ಣುಗಳು. ತಾರೆಗಳೆಂಬ ಹೆಸರಿನ ಅವಕ್ಕೆ ಸೂಜಿ ಚುಚ್ಚಿದರೆ ಕೀವಿನ ಸಮುದ್ರವೇ ಭೋರ್ಗರೆಯುವುದು. ಭೂಮಿಯ ಮೇಲಿನ ಎತ್ತರದ ದಿಣ್ಣೆಗಳು ಹುಣ್ಣುಗಳು, ತೆಂಗಿನ ಮರದಲ್ಲಿ ಪೊತ್ತೆ ಪೊತ್ತೆ ಹುಣ್ಣುಗಳು, ನಿಂಬೆ ಗಿಡದಲ್ಲಿಯೂ ಪುಟ್ಟ ಪುಟ್ಟ ಹುಣ್ಣುಗಳ ಗೊಂಚಲು. ನೋಡುತ್ತಿರುವ ಕಣ್ಣುಗುಡ್ಡೆಗಳಲ್ಲಿ ಹುಣ್ಣುಗಳು. ಮನುಷ್ಯರ ರುಂಡಗಳೂ ಹುಣ್ಣುಗಳಂತೆ ಕಾಣಲಾರಂಭಿಸಿದುವು.

ಹೀಗೆ ಮುಂದಡಿಯಿಟ್ಟವನು ಬೀದಿನಾಯಿಗಳ ಗದ್ದಲ ಕೇಳಿ ನಿಂತೆ. ದನಿಯಿಲ್ಲದ ದನಿಯಲ್ಲಿ ಕೂಗುತ್ತಿದ್ದ ಎಳೆಜೀವವೊಂದನ್ನು ಅವು ಕಸದ ಬುಟ್ಟಿಯಿಂದ ಹಿಡಿದೆಳೆಯುತ್ತಿದ್ದವು. "ಹಚಾ" ಎನ್ನುತ್ತಿದ್ದಂತೆ ಈಗಿನ್ನೂ ಹುಟ್ಟಿದಂತಿದ್ದ ಆ ಹಸಿ ಮಗುವನ್ನು ಕಚ್ಚಿಕೊಂಡು ಬೇಟೆನಾಯಿಗಳ ವೇಗದಲ್ಲಿ ಓಡಿದವು. ನಾನೂ ಓಡಲೆತ್ನಿಸಿದೆ. ಹುಣ್ಣುಗಳ ನೋವು ಜಗ್ಗಿ ನಿಲ್ಲಿಸಿತು. ಅಯ್ಯೋ, ಆ ಬೀದಿ ನಾಯಿಗಳು ಅದನ್ನು ತಿಂದೂ ಮುಗಿಸುತ್ತವೆ. ಮನುಷ್ಯನ ಅವಮಾನಗಳಿಗೆ ಕೊನೆಯೇ ಇಲ್ಲವೆ ಅನ್ನಿಸಿತು. ಹಾಳಾದವನು ಬದುಕುತ್ತಾನೆ, ಸೀಮೆ ಎಣ್ಣೆ ಸುರಿದು ಹೆಣ್ಣುಮಕ್ಕಳನ್ನು ಸುಡುತ್ತಾನೆ, ಚಾಕು ಹಿಡಿದು ಕೊಲೆಗಳನ್ನು ಮಾಡುತ್ತಾನೆ, ಟೇಬಲ್ ಕೆಳಗೆ ಕೈಯೊಡ್ಡಿ ಲಂಚ ತೆಗೆದುಕೊಳ್ಳುತ್ತಾನೆ, ಹಾದರ ಮಾಡಿ ಮಗುವನ್ನು ತಿಪ್ಪೆಗೆಸೆಯುತ್ತಾನೆ. ಭಡವ, ಅವನ ಬೆನ್ನ ತುಂಬ ಹುಣ್ಣುಗಳು ತುಂಬಿವೆ-ಒಡೆಯದ ಹುಣ್ಣುಗಳು, ಕೀವು ತುಂಬಿ ಕಲಮಲಗುಡುವ ಹುಣ್ಣುಗಳು. ಕೊಳಕ, ಕಜ್ಜಿಬುರುಕ.

ದೂರದಿಂದ ಕೇಳುತ್ತಿದ್ದ ಆ ಮಗುವಿನ ಎಳೆದನಿ ಮಂದವಾಗುತ್ತ ಆಗುತ್ತ ಕೇಳಿಸದಾಯಿತು. ಬಿಡುಗಡೆಯ ಕನಸೊಂದು ಸ್ತಬ್ಧವಾದಂತೆ. ಬೆಳಕಿನ ಕಿಡಿಯೊಂದು ಆರಿಹೋದಂತೆ. ರೆಕ್ಕೆ ಬಲಿಯದ ಹಕ್ಕಿ ಕುಸಿದುಬಿದ್ದಂತೆ. ನನಗೆ ಈ ಹುಣ್ಣುಗಳಿಂದ ಪಾರಾಗುವ ಯಾವ ಸಾಧ್ಯತೆಯೂ ಈ ಭೂಮಿಯ ಮೇಲೆ ಉಳಿದಿಲ್ಲ ಎನಿಸಿತು. ತಲೆಯೆತ್ತಿ ನೋಡಿದೆ. ನಿಷ್ಪಾಪಿ ಚಂದ್ರ. ಹೊಳೆಹೊಳೆವ ತಾರೆಗಳು ಚಮಚದಲ್ಲಿ ಬೆಳಕು ತಂದು ಚಂದ್ರ ಬಿಂದಿಗೆಯಲ್ಲಿ ಸುರಿಯುತ್ತಿದ್ದವು. ಅವನು ಮುಗುಳುನಗುತ್ತ ಇಳೆಗೆ ಹೊಂಬೆಳಕನ್ನೆರೆಯುತ್ತಿದ್ದ. ಆ ಬೆಳದಿಂಗಳನ್ನು ಬೊಗಸೆಯಲ್ಲಿ ಹಿಡಿದು ಮುಖ ತೊಳೆದುಕೊಂಡೆ. ಬನಿಯನ್ ತೆಗೆದು ಆಕಾಶದ ಕೆಳಗೆ ಬೆನ್ನೊಡ್ಡಿ ನಿಂತೆ.

■

ನಿಜರೂಪಿ

ಚಂದ್ರಕಾಂತ ವಡ್ಡು

ನೀರವ ರಾತ್ರಿಯ ಯಾವುದೋ ಒಂದು ಜಾವ. ಮೈಯೊಳಗಿನ ರಕ್ತವೆಲ್ಲ ಆವಿಯಾಗಿ ಅದರ ಜಾಗೆಯನ್ನು ಎಂಥದೋ ತಣ್ಣನೆಯ ದ್ರವ ಆಕ್ರಮಿಸಿಕೊಂಡಿತ್ತು. ಕೆಲವೇ ಕ್ಷಣಗಳಲ್ಲಿ ಅದು ದ್ರವವಲ್ಲ, ಹರಿದಾಡುವ ಬಿಳಿ ಹುಳುಗಳು ಎಂಬುದು ಅರಿವಿಗೆ ಬಂದು ಮೈ ಜುಮ್ಮೆಂದಿತು. ರೋಮಗಳ ರಂಧ್ರದೊಳಗಿಂದ ಆ ಹುಳುಗಳ ಮೂತಿ ಹೊರತೂರಿದ್ದವು... ಕಣ್ಣುಜ್ಜಿಕೊಂಡು ಗಾಬರಿಯ ಮುಚ್ಚಳ ತೆಗೆವ ಯತ್ನದಲ್ಲಿ ಯಾತನೆಪಟ್ಟ ಮರುಕ್ಷಣ ಕಲ್ಲಂಗಡಿ ಹಣ್ಣಿನ ಹೋಳಿಕೆಯನ್ನು ಸ್ಯಾಂಪಲ್ಲಿಗೆಂದು ಚಚ್ಚೌಕ ಕತ್ತರಿಸಿ ಹೊರತೆಗೆದಂತೆ ಎಡ ಎದೆಯ ಭಾಗದಲ್ಲಿ ತುಂಡೊಂದನ್ನು ಹಿರಿದದ್ದು ಗಮನಕ್ಕೆ ಬಂದು, ಅದನ್ನು ಅನುಭವಿಸಲು ಹೃದಯವೇ ಕಾಣೆಯಾದ ಸತ್ಯ ಹೊಳೆದು....

ಛೆ! ಕೆಟ್ಟ ಕನಸು.

ಕನಸುಗಳು ಸುಪ್ತಭಾವಗಳ ಸಾಂಕೇತಿಕ ಅಭಿವ್ಯಕ್ತಿಯಂತೆ. ಕನಸು ಕೆಟ್ಟದಾಗಿದ್ದರೆ ಒಳಸುಳಿಗಳೂ ಕೆಟ್ಟವಿರಬೇಕು. ಹಾಗೆಂದು ತಣ್ಣಗೆ ಒಪ್ಪಬೇಕೆನಿಸಲಿಲ್ಲ. ಬಹುಶಃ ಕೆಟ್ಟವಾಸ್ತವವಿರಬೇಕು.

ಎಲ್ಲೋ ದೂರದಿಂದ ಹಲಗೆಯ ಸದ್ದು ಹರಿದು ಬರುತ್ತಿದೆ. ಜತೆಗೆಯೇ ಸದ್ದನ್ನು ಛೇಡಿಸುವ ಪಟಾಕಿಗಳ ಸಿಡಿತ, ಸಾವನ್ನು ಮೆರೆಸುವ ಸಂಭ್ರಮ! ಈ ಜನರ ವರ್ತನೆಯನ್ನು ನೋಡಿ ಸಾವಿಗೆ ಏನನ್ನಿಸುತ್ತಿರಬಹುದು? ನಗು ಬಂದಿರಬೇಕು; ಅದರಲ್ಲಿ ಅಳುವೂ ಬೆರೆತಿರಬೇಕು ಅಥವಾ ತನ್ನ ಮುಂದಿನ ಆಹಾರಕ್ಕಾಗಿ ಹೂಂಕರಿಸುತ್ತಿರಬೇಕು... ಅದು ಏನನ್ನಾದರೂ ಮಾಡುತ್ತಿರಬಹುದು. ಏಕೆಂದರೆ ಅದು ಸಾವು!

ಹುಟ್ಟಿದಂದಿನಿಂದ ನಾವು ಬದುಕತೊಡಗುತ್ತೇವೆ. ಹಾಗೆಯೇ ಸತ್ತಂದಿನಿಂದ...? ಇಂಥ ತರ್ಕದ ಕೊಂಡಿಗಳನ್ನು ಪೋಣಿಸುವುದರಲ್ಲಿಯೇ ಕೊನೆಗೊಮ್ಮೆ ನಮ್ಮ ಅರಿವಿಗೆ ಬಾರದಂತೆಯೇ ನಾವೂ ಒಂದು ಕೊಂಡಿಯಾಗಿಬಿಡುತ್ತೇವೆ. ಬೊಗಸೆಯೊಳಗಿನ ಬದುಕು ಥಟಥಟ ಸೋರಿ ಹೋಗುತ್ತದೆ. ಇಂಥ ಆಳದ ಭಯವೇ ನನಗೆ ಅನೇಕ ಸಲ ಸುರಕ್ಷತೆಯ ಕವಚ.

ನನ್ನ ಈ ಆಯಕಟ್ಟಿನ ಕೋಣೆಯಾಚೆ ಅಷ್ಟೊಂದು ಹೆಣಗಳು ದಿನಂಪ್ರತಿ ಸಾಗಿ ಹೋಗುವುದರಿಂದಲೇ ಈ ಸಾವು ನನ್ನ ಚಿತ್ತವನ್ನು ಸದಾ ತಿವಿಯುತ್ತಿರುತ್ತದೆ. ಸ್ಮಶಾನ ಇಲ್ಲಿಂದ ತುಂಬಾ ಹತ್ತಿರವಂತೆ. ನಾನೇನೂ ಹೋಗಿ ನೋಡಿಲ್ಲ. ಭಯವೇ? ಪ್ರಸಂಗ ಒದಗಿಲ್ಲ ಅಷ್ಟೇ. ಆದರೆ ಹೋಗುವ ಕುತೂಹಲ ಹಸಿರಾಗಿಯೇ ಇದೆ.

ಈ ಕ್ಷಣ ನನ್ನೊಳಗೆಯೇ ಒಂದು ಹೆಣ ಕೊಳೆಯುತ್ತ ಬಿದ್ದಿರುವುದರ ಅರಿವಾಗುತ್ತದೆ. ಅಂದರೆ ರಕ್ತದ ಬದಲು ಆವರಿಸಿದ ಹುಳುಗಳೆಲ್ಲ ಆ ಹೆಣಕ್ಕೆ ಮುತ್ತಿಕೊಂಡವೇ ಇರಬೇಕು. ಇನ್ನು ತಡ ಮಾಡುವುದರಲ್ಲಿ ಅರ್ಥವಿಲ್ಲ. ಆದಷ್ಟು ಬೇಗ ಅದನ್ನು ಸಾಗಿಸಬೇಕು.

ಅದೆಲ್ಲ ಸರಿ, ಅದು ಸತ್ತದ್ದಾದರೂ ಹೇಗೆ? ಮೂಲಭೂತ ಪ್ರಶ್ನೆಯೊಂದು ಮೊಳೆಯುತ್ತದೆ. ಸತ್ತವರಿಗೆ ಕಣ್ಣು ಮುಚ್ಚಿದರು ಎನ್ನುತ್ತಾರೆ. ಕಣ್ಣು ಮುಚ್ಚುವುದೆಂದರೆ ನೋಟ ಕಳೆದುಕೊಳ್ಳುವುದು. ಹಾಗಾದರೆ ನೋಟ ಕಳೆದುಕೊಂಡು ಬದುಕುವವರೆಲ್ಲ ಸತ್ತಿರುತ್ತಾರೆಯೆ? ಇರಲಿ, ಅದು ನೋಟ ಹೀನಗೊಂಡದ್ದಾದರೂ ಯಾವಾಗ?

ನೆನಪಿನ ತಿಪ್ಪೆಯನ್ನು ಅಗೆದಂತೆ ಹೊರಬಂದ ಗೊಬ್ಬರದಲ್ಲಿ ಕುರಿ ಹಿಕ್ಕೆಯೇ ಅಧಿಕ! ತುಡುಗು ಜವಾರಿ ಕೋಳಿಗಳು ಹಿಕ್ಕೆಯನ್ನು ಒಡೆದು ಅದರೊಳಗೆ ಅರಗದೇ ಉಳಿದಿರುವ ಕಾಳುಗಳನ್ನು ಹೆಕ್ಕಿ ತಿಂದಾಗಿದೆ.

ಆಗಿನ್ನೂ ಕಾಲೇಜಿನ ಕಾರಿಡಾರಿನಲ್ಲಿ, ಬಿಳುಪು ಗಲ್ಲದ ಹೊಳಪುಗಣ್ಣುಗಳನ್ನು ಬೇಟೆಯಾಡುತ್ತ ಮಜವಾಗಿ ತಿರುಗುತ್ತಿದ್ದ ದಿನಗಳು ಆರಂಭವಾಗಿದ್ದವು. ಕಣ್ಣುಗಳು ಬೆರೆತ ಕ್ಷಣದಲ್ಲಿ ಮೈಯೊಳಗೆ ಪುಳಕ ನೆರೆತು ನಾಚಿಕೆ ನೆಲೆಗೊಳ್ಳುತ್ತಿತ್ತು. ದೃಷ್ಟಿ ಹುಡುಗಿಯರ ಎದೆಯ ಪ್ರದೇಶದಲ್ಲಿ ಥ್ರೀಡಿ ಪರಿಣಾಮ ಅಂದಾಜುಗಟ್ಟಲು ಹೆಚ್ಚು ದಿನ ಬೇಕಾಗಲಿಲ್ಲ. ಅಲ್ಲಿಂದ ನೋಟ ಸಾಗಿದ್ದು ಅಧೋಮುಖವಾಗಿಯಾದರೂ ಅನುಭವದ ಗ್ರಾಫಿನಲ್ಲಿ ಮಾತ್ರ ಗೆರೆ ಮೇಲೇರುತ್ತಲೇ ಸಾಗಿತು.

ರಸ್ತೆಯ ಎಡಬದಿಯಲ್ಲಿ ಹರಿಯುತ್ತಿದ್ದ ಅವಳನ್ನು ಸಂಗಮಿಸಲು ಸವೆಸಿದ ಚಪ್ಪಲಿಗಳು ಈಗ ಬಿದ್ದಲ್ಲಿಂದ ಎದ್ದು ಬಂದು ಸಾಕ್ಷಿ ನುಡಿಯಲಾರವು. ಕ್ಯಾಂಪಸ್ಸಿನ ಗುಲ್ಮೊಹರ್ ಸಾಲು ಅಂದ ಹರಡುವುದಿಲ್ಲ. ಡೊಂಕು ಹಾದಿ ತಲೆಯೆತ್ತಿ ತೂಗುವುದಿಲ್ಲ. ಆಗ ಅದೆಲ್ಲ ಸಾಧ್ಯವಿತ್ತು. ಈಗ?

ಎಡ ಎದೆಯ ಕೊಯ್ದ ಭಾಗದಿಂದ ಒಂದು ಹುಳು ಹೊರ ಇಣಿಕಿ ಸುತ್ತ ಕಣ್ಣಾಡಿಸುತ್ತಿದೆ. ತೆವಳಬೇಕಾದ ದಿಕ್ಕನ್ನು ನಿರ್ಧರಿಸಬೇಕಾದ ಗಹನ ಚಿಂತೆ ಮುಖದಲ್ಲಿ.

ಅವುಗಳಿಗೂ ಚಿಂತೆ ಕಾಡದಿರಲಿಲ್ಲ. ಅದೊಂದು ನೆಮ್ಮದಿಯ ಸಂಗತಿ. ನಮ್ಮಷ್ಟೇ ಕೆಟ್ಟದಾಗಿ ಮತ್ತೊಬ್ಬರು ಬರೆಯುವ, ಬದುಕುವ ಸತ್ಯ ಆಪ್ಯಾಯಮಾನವೆನ್ನಿಸುತ್ತದೆ. ಗಾತ್ರದಲ್ಲಿ ಉಳಿದ ಹುಳುಗಳಿಗಿಂತ ತುಸು ಕೊಬ್ಬಿದಂತೆ ತೋರುವ ತೀಕ್ಷ್ಣಮತಿ ಹುಳುವೊಂದು ಮುಂದೆ ಬಂದು ಇಣುಕುತ್ತಿದೆ. ಬಹುಶಃ ಮುಖಂಡನಿರಬೇಕು. ಆ ಹುಳುವಿಗೂ ತಾನು ಮುಕ್ಕರಿಕೊಂಡಿರುವ ಹೆಣದ ಆಳ, ಅಗಲ, ಹಿನ್ನೆಲೆ, ಗುಟ್ಟುಗಳು ಗೊತ್ತಿರಲಿಕ್ಕಿಲ್ಲ. ಹುಳಿ ಡೇಗಿನಲ್ಲಿ ಅದು ಅದುವರೆಗೆ ಮೇಯ್ದ ಪ್ರಮಾಣದ ಅಂದಾಜು ಮಾತ್ರ ಸಿಕ್ಕಿರಲು ಸಾಕು.

ಹೆಣವನ್ನು ಬಹಳ ಹೊತ್ತು ಇರಿಸಿಕೊಳ್ಳುವುದು ಜಾಣತನವಲ್ಲ, ಅದು ನನಗೆ ಗೊತ್ತಿಲ್ಲವೆಂದಲ್ಲ. ಆದಷ್ಟು ಬೇಗ ಹೊತ್ತು ಹಾಕುವ ಹವಣಿಕೆಯಲ್ಲಿದ್ದಾಗಲೇ ಕೋಣೆಯ ಬಾಗಿಲಾಚೆ ಚಪ್ಪಲಿಯ ಸದ್ದು. ಯಾರೋ ಮೃದು ಹೆಜ್ಜೆಗಳನ್ನು ಇರಿಸುತ್ತ ಬಂದು ಬಾಗಿಲ ಬಳಿಯೇ ನಿಂತರು. ಆಂಜನೇಯ ಸಂಜೀವಿನಿ ತಂದನೇ?!

ಅದೇ ವೇಳೆಗೆ ಎದೆಯ ಹೊರಗೆ ತಲೆ ಚಾಚಿದ್ದ ಹುಳು ದುಡುಗ್ಗನೆ ಒಳ ಸೇರಿ ತನ್ನ ಸೂಕ್ಷ್ಮಪ್ರವೃತ್ತಿಯನ್ನು ಪ್ರದರ್ಶಿಸಿದ್ದು ನನಗೆ ತುಂಬಾ ಹಿಡಿಸಿತು; ಅಂಥ ಹುಳು ನನ್ನೆದೆಯೊಳಗೇ ಆಶ್ರಯ ಪಡೆದ ಸಂಗತಿಗಾಗಿ ತುಸು ಹೆಮ್ಮೆಯೂ ಹೊಗೆಯಾಡಿತು. ಬಾಗಿಲ ಹೊರಗೆ ಬೆರಳಿನಿಂದ ತಾಡಿಸಿದ ಸದ್ದು. ತಕ್ಷಣ ಹುಳುಗಳು ತಮ್ಮ ತಮ್ಮಲ್ಲಿ ಸನ್ನೆಯಲ್ಲಿ ಮಾತಾಡಿಕೊಂಡು ಗಪ್‌ಚುಪ್ ಆಗಿಬಿಟ್ಟವು. ಬಾಗಿಲು ತೆರೆವ ಮುಂಚೆ ಎದೆಯ ತುಂಡನ್ನು ಸ್ವಸ್ಥಾನದಲ್ಲಿ ಇರಿಸುವ ಸವಾಲು ನನ್ನೆದುರಿಗಿತ್ತು. ತಡವರಿಸುತ್ತ ಆ ಕಾರ್ಯದಲ್ಲಿ ನಿರತನಾಗಿರುವಾಗಲೇ ಬಾಗಿಲು ನಾಲ್ಕಾರು ಬಾರಿ ತಟ್ಟಿಸಿಕೊಂಡು ಸಹನೆ ಕೆಡಿಸಿತು.

ಎಲ್ಲ ಸರಿಪಡಿಸಿ ಸಿದ್ಧನಾದೆ. ಹುಳುಗಳೆಲ್ಲ ಹೊಟ್ಟೆಯಲ್ಲಿ ತಮ್ಮ ಇರುವಿಕೆಯನ್ನೇ ಮರೆಮಾಚಿ ಮಲಗಿದ್ದವು. ಅಷ್ಟೊಂದು ಪುಟ್ಟ ಹುಳುಗಳಿಗೆ ಅದೆಷ್ಟು ಚಾಣಾಕ್ಷತನ! ಇವು ಈ ಕಾಲಮಾನದ ನಡವಳಿಕೆಗೆ ಹೇಳಿ ಮಾಡಿಸಿದವು. ಹೇಳಿ ಮಾಡಿಸಿದರೂ ನ್ಯೂನತೆ ಉಳಿಯಲು ಸಾಧ್ಯ. ಬಹುಶಃ ಇವುಗಳನ್ನು ಎದುರು ಕುಳಿತೇ ಮಾಡಿಸಿರಬೇಕು!

ನನ್ನ ಲಕ್ಷ್ಯವೆಲ್ಲ ಹುಳುಗಳ ಜಾಣ್ಮೆಯ ಪ್ರಶಂಸೆಯೆಡೆ ಕೇಂದ್ರಿತವಾಗಿರುವಾಗಲೇ ಬಾಗಿಲ ಬಡಿತ ಇಲ್ಲವಾಗಿ ನಿರಾಳವೆನ್ನಿಸಿತು.

ಯಾರವಳು, ಬಾಗಿಲ ಬಳಿಯೇ ಬಂದು ಸರಿದು ಹೋದವಳು? ಬಂದವಳು ಅವಳಿರಲಿಕ್ಕಿಲ್ಲ. ಬದುಕ ಬಣವಿಯಲ್ಲಿ ಕಳೆದ ಸೂಜಿಯವಳು; ಇಲ್ಲದಿದ್ದರೆ, ಎದೆಯ ತುಂಬ ಮುದ್ದು ಮುದ್ದಾಗಿ ಚಿನ್ನಾಟ ಕಡೆಯುತ್ತ ಮುದ ನೀಡುವ ಹುಳುಗಳೆಲ್ಲಿಂದ ಬರುತ್ತಿದ್ದವು? ಅವು ಅಷ್ಟೊಂದು ಅಲ್ಪಾವಧಿಯಲ್ಲಿ ನನ್ನ ಪ್ರೀತಿಪಾತ್ರ ಮಿತ್ರರಾಗುತ್ತಿರಲಿಲ್ಲ.

ನಾನು ಯಾವತ್ತೂ ಇಷ್ಟು ಬೇಗ ಯಾರೊಬ್ಬರಿಗೂ ಮಿತ್ರ ವೃತ್ತದ ಪರಿಧಿಯೊಳಗೆ ಪ್ರವೇಶಕೊಟ್ಟ ನೆನಪು ಇಲ್ಲ. ಹೊಸಬರನ್ನು ಕಂಡರೆ ಮೈಲು ದೂರ ಹಾರುವ ಮನಸ್ಸು ನನ್ನದು. ಹಚ್ಚಿಕೊಳ್ಳಲು ತವಕಿಸಿ ತಲೆ ಚಚ್ಚಿಕೊಂಡವರೇ ಹೆಚ್ಚು. ಆದರೆ ಈ ಪುಟಾಣಿ

ಹುಳುಗಳು ಮಾತ್ರ ನನ್ನ ಸ್ವಭಾವಕ್ಕೆ ಸವಾಲಾದವು. ಹೀಗಾಗುತ್ತದೆಂದು ಒಂದು ಸಣ್ಣ ಸುಳಿವಿನ ಎಳೆಯೇನಾದರೂ ನನ್ನ ಅಲರ್ಜಿ ಮೂಗಿಗೆ ಬಡಿದಿದ್ದರೆ...

ಛೇ! ಪಾಪದ ಜೀವಿಗಳು; ಅವುಗಳ ಕುರಿತೇಕೆ ನಾನಿಷ್ಟು ಕಠಿಣವಾಗುತ್ತಿದ್ದೇನೆ. ಅವುಗಳಿದ್ದಾವೆಂದೇ ನಾನಿದ್ದೇನೆ ಅಥವಾ ನನ್ನ ಅಸ್ತಿತ್ವದ ಅರಿವಾಗುತ್ತಿದೆ. ಹಾಗಾದರೆ ಇದುವರೆಗೆ ನಾನು ಜೀವಿಸಿದ್ದು ಸುಳ್ಳೇ? ಇರಲಿಕ್ಕಿಲ್ಲ. ಸತ್ಯ ಬಹುಮುಖಿವಾದದ್ದೆಂದು ತಿಳಿದವರು ಹೇಳುತ್ತಾರೆ. ಅಂದರೆ... ಹತ್ತು ಹಲವು ಮುಖದ (ಮುಖವಾಡದ!) ಸತ್ಯವನ್ನು ಕಿತ್ತು ಹಂಚಿಕೊಂಡವರೆಲ್ಲ ಸತ್ಯವಂತರೇ?

ಸತ್ಯದ ಹಾದಿಯಲ್ಲಿ ಮನಸ್ಸು ಕಾಲಿಟ್ಟಾಗಲೇ ಹೊಟ್ಟೆಯೊಳಗಿನ ಹುಳುವೊಂದು ಪ್ರಶ್ನೆಯಾಗಿ ಹೊರಬರುತ್ತದೆ; ಇಂದು ನಿಜವಾದರೆ ನಿನ್ನೆ ಸುಳ್ಳೆ? ಅಥವಾ ನಿನ್ನೆ ನಿಜವಾದರೆ ಇಂದು ಸುಳ್ಳೆ? ಅವಳೊಂದಿಗಿನ ಪ್ರೀತಿ ಭೋರ್ಗರೆದ ನಿನ್ನೆ ಸುಳ್ಳೆಂದು ಒಪ್ಪಲಾರೆ; ಅಂತೆಯೇ ಈ ಆಪ್ತ ಹುಳುಗಳೊಂದಿಗಿನ ವರ್ತಮಾನವನ್ನು ಸುಳ್ಳೆನ್ನಲಾರೆ. ನಿನ್ನೆಯೊಳಗೆ ಇಂದಿನ ಹುಳುಗಳ ಮೊಟ್ಟೆ ಕಾವು ಪಡೆದಿರಬೇಕು. ಇಂದಿನ ಹುಳುಗಳ ಜೀವಕೋಶಗಳಲ್ಲಿ ಅವಳೊಂದಿಗಿನ ಘಳಿಗೆಗಳು ಘನೀಭವಿಸಿರಬೇಕು. ಈ ಬಡ್ಡೀಮಗಂದು ಸತ್ಯವೇ ಹೀಗೆ. ದಾರಿ ತಪ್ಪಿಸುವುದೇ ಅದರ ರೀತಿ, ಬಹುಶಃ ನಿಜವೇ ಸುಳ್ಳಿರಬೇಕು!

ಸದ್ಯ, ಪ್ರೀತಿ ಪಾತ್ರ ಹುಳುಗಳಾದರೂ ನನ್ನೊಂದಿಗಿವೆಯಲ್ಲ ಎಂಬ ಸ್ವಸಮರ್ಥನೆ ಸಿಕ್ಕು ಅರ್ಧ ಸಾವಿನಂಥ ನಿದ್ದೆಯಿಂದ ಜಾರಿಕೊಂಡು ಪೂರ್ಣ ಸಾವಿನಂಥ ಬದುಕಿನೊಳಗೆ ನುಸುಳಲು ಯತ್ನಿಸುತ್ತೇನೆ.

ಈಗ ನೀವೇ ಹೇಳಿ, ನನ್ನೊಳಗೆ ಸತ್ತದ್ದು ಪ್ರೀತಿಯೇ?

■

ಒಂದು ಹೂವಿನ ಕತೆ

ಜೋಗಿ

ಆತ ಆಕೆಯನ್ನು ಇನ್ನಿಲ್ಲದಂತೆ ಪ್ರೀತಿಸುತ್ತಿದ್ದ. ಅವಳೂ ಸಹ ಪ್ರೀತಿಸುತ್ತಾಳೆ ಅಂದುಕೊಂಡಿದ್ದ. ಇಬ್ಬರ ನಡುವೆ ಅಂಥ ಸುದೀರ್ಘ ಮಾತುಕತೆಯಾಗಲೀ ಅಂಟಂಟಿಕೊಂಡು ತಿರುಗುವಂಥ ಸಂಬಂಧವಾಗಲೀ ಇಲ್ಲದೇ ಇದ್ದರೂ ಒಬ್ಬರನ್ನೊಬ್ಬರು ಕಂಡಾಗ ಕಣ್ಣೋಟಗಳನ್ನು ಬದಲು ಮಾಡುವಷ್ಟು ಆಪ್ತತೆಯಿತ್ತು. ಆಕೆ ಮನಸ್ಸಿನಲ್ಲೇ ಹಲೋ ಅಂದದ್ದು ಅವನಿಗೆ ಹೇಗೋ ಹೊಳೆಯುತ್ತಿತ್ತು. ಆತ ಒಳಗೊಳಗೇ ಪ್ರೀತಿಸುತ್ತಿರುವುದು ಅವಳಿಗೆ ತಿಳಿಯುತ್ತಿತ್ತು.

ಆದರೆ ಅವರಿಬ್ಬರಿಗೂ ಅನುಮಾನ. ತನ್ನ ಪ್ರೀತಿಯನ್ನು ಆಕೆ ನಿರಾಕರಿಸಿದರೆ ಎಂಬ ಅನುಮಾನ ಆತನಿಗೆ. ಆತ ತನ್ನನ್ನು ಪ್ರೀತಿಸುವಷ್ಟೇ ಮತ್ತೊಬ್ಬನನ್ನೂ ಪ್ರೀತಿಸುತ್ತಿದ್ದರೆ ಎಂಬ ಅನುಮಾನ ಆಕೆಗೆ. ಈ ಅನುಮಾನದಲ್ಲೇ ಅವರ ಪ್ರೀತಿ ಬೆಳೆಯಿತು.

ಕೊನೆಗೊಂದು ದಿನ ಆತ ತನ್ನ ಮನಸ್ಸನ್ನು ತೋಡಿಕೊಂಡ. ಆಕೆಯ ಬಳಿ ಗಂಭೀರವಾಗಿ "ನಾನು ನಿನ್ನನ್ನು ಪ್ರೀತಿಸುತ್ತೇನೆ" ಎಂದು ಹೇಳಿದ. ಅಂದು ವ್ಯಾಲೆಂಟೇನ್ ದಿನ ಹೌದೋ ಅಲ್ಲವೋ ಎನ್ನುವುದು ಅವನಿಗೆ ಗೊತ್ತಿರಲಿಲ್ಲ. ಆಕೆ ಮತ್ತಷ್ಟು ಅನುಮಾನಕ್ಕೆ ಒಳಗಾದಳು. ಈತ ಪ್ರೀತಿಸುತ್ತಿರುವುದು ಏಕಿರಬಹುದು? ಅದರ ಹಿಂದಿನ ಹುನ್ನಾರಗಳೇನಿರಬಹುದು? ಈತ ಪ್ರೀತಿಯ ಮೂಲಕ ಏನನ್ನು ಪಡೆಯಲು ಯತ್ನಿಸುತ್ತಿದ್ದಾನೆ? ಎಂಬಿತ್ಯಾದಿ ಪ್ರಶ್ನೆಗಳು ಅವಳೊಳಗೆ ಮೂಡಿದುವು. ಮನಸ್ಸು ಆ ಪ್ರಶ್ನೆಗಳ ಭಾರಕ್ಕೆ ನಲುಗಿತು.

"ನೀನು ಪ್ರೀತಿಸುತ್ತಿದ್ದಿ ಎಂದು ಏನು ಗ್ಯಾರಂಟಿ?" ಆಕೆ ಕೇಳಿದಳು. ಆತ ಏನೋ ಗೊಣಗುಟ್ಟಿದ. ಪ್ರೀತಿಗೆ ವಿವರಣೆ ಕೊಡುವುದು ಕಷ್ಟ ಅನ್ನಿಸಿತು. "ಎಷ್ಟು ಪ್ರೀತಿಸುತ್ತಿ?"

ಎಂದು ಕೇಳಿದಳು. ಬೆಟ್ಟ ತೋರಿಸಲು ಕೈಯೆತ್ತಿದವನಿಗೆ ಅದು ಸರಿಯಾದ ರೂಪಕವಾಗಲಾರದು ಅನ್ನಿಸಿತು. "ನಿನ್ನ ಪ್ರೀತಿಯ ತೀವ್ರತೆ ಎಷ್ಟು?" ಎಂದು ಕೇಳಿದಳು. ಆತ ತನ್ನ ಕುರುಚಲು ಗಡ್ಡ ಕೆರೆದುಕೊಂಡು ನಕ್ಕ.

ಆಕೆ ಆತನನ್ನು ಒಂದು ಕೊಳದ ಬಳಿ ಕರೆದೊಯ್ದಳು. ನೀರಲ್ಲಿ ಮುಳುಗು ಹಾಕು ಅಂದಳು. ನಾನು ಕರೆಯದೆ ಮೇಲೆ ಬರಬೇಡ ಅಂದಳು. ಆತ ಮುಳುಗಿದ. ಅರ್ಧ ನಿಮಿಷಕ್ಕೆ ಉಸಿರುಗಟ್ಟಿದಂತಾಯಿತು, ಒಂದು ನಿಮಿಷಕ್ಕೆ ಸಾಯುವಂತಾಯಿತು, ಒಂದೂಕಾಲು ನಿಮಿಷಕ್ಕೆ ಸತ್ತೇ ಹೋದೆ ಎಂದುಕೊಂಡ, ಒಂದೂವರೆ ನಿಮಿಷಕ್ಕೆ ತಾಳಲಾರದೆ ಗಾಳಿಗೆ ತಲೆಯೆತ್ತಿದ.

ಆಕೆ ನಕ್ಕಳು. "ಉಸಿರುಕಟ್ಟಿದಾಗ ನೀರಿಂದ ಮೇಲಕ್ಕೆ ಬರಬೇಕು ಅನ್ನಿಸಿತಲ್ಲ, ಅಷ್ಟು ತೀವ್ರವಾಗಿ ಪ್ರೀತಿಸುತ್ತೀಯಾ?" ಕೇಳಿದಳು. "ಪ್ರೀತಿ ಉಸಿರಾಟದಷ್ಟೇ ಅನಿವಾರ್ಯವಾಗಬೇಕು" ಅಂದಳು. ಆತ ಪೆಕರನಂತೆ ನೋಡುತ್ತಿದ್ದುದನ್ನು ನೋಡಿ "ಅಲ್ಲಿ ನೋಡು... ಆ ಅರಳಿರುವ ಹೂ ತೆಗೆದುಕೊಂಡು ಬಾ" ಅಂದಳು.

ಆತ ನೋಡಿದ. ಕೊಳದ ಮಧ್ಯೆ ಇರುವ ದ್ವೀಪದಲ್ಲಿ ಹೂ ಅರಳಿದ್ದು ಮಸಕುಮಸಕಾಗಿ ಕಾಣಿಸಿತು. ಅವಳನ್ನು ನೆನೆನೆನೆದು ಕೊಳಕ್ಕೆ ಜಿಗಿದ. ಒಂದೇ ಸಮನೆ ಕೈ ಸೋಲುವಂತೆ ಈಜಿದ.

ಈಜುತ್ತಲೇ ಇದ್ದ. ತಿರುಗಿ ನೋಡಿದಾಗ ಆಕೆ ಮಸಕುಮಸಕಾಗಿ ಕಾಣಿಸಿದಳು. ಮುಂದೆ ನೋಡಿದರೆ ಆಕೆ ತೋರಿಸಿದ ಹೂವೂ ಮಸಕುಮಸಕಾಗಿ ಕಾಣಿಸುತ್ತಿತ್ತು. ಕೈ ಸೋತಂತಾಯಿತು. ಅವಳನ್ನು ನೆನೆನೆನೆದು ಈಜಿದ.

ಎಷ್ಟೋ ವರ್ಷಗಳ ನಂತರ ಹೂವು ಸಿಕ್ಕಿತು. ಅದನ್ನು ಜೋಪಾನವಾಗಿ ಕೊಯ್ದು ತಂದ. ಮತ್ತಷ್ಟು ವರ್ಷ ಈಜಿ ಈಜಿ ವಾಪಸ್ಸು ಬರುವ ಹೊತ್ತಿಗೆ ಮತ್ತಷ್ಟು ಸುಸ್ತಾಗಿದ್ದ. ಹೂವು ಬಾಡಿತ್ತು.

ದಡಕ್ಕೆ ಬಂದು ನೋಡಿದರೆ ಆಕೆ ಕಾಣಿಸಲಿಲ್ಲ. ಆಕೆ ಕೂತ ಜಾಗದಲ್ಲೊಬ್ಬ ಮುದುಕಿಯಿದ್ದಳು. ಆಕೆಗೆ ತನ್ನತ್ತ ಬರುತ್ತಿರುವ ಮುದುಕನೊಬ್ಬ ಕಾಣಿಸಿದ.

ಇಬ್ಬರೂ ದಡದಲ್ಲಿ ನಿಂತು ದೂರದ ದ್ವೀಪದಲ್ಲಿ ಹೂವು ಕಾಣಿಸುತ್ತಾ ಅಂತ ನೋಡಿದರು.

ಹೂವು ಅವರ ಕಣ್ಣಲ್ಲಿತ್ತು.

■

ಗೋಡೆ ಕಪಾಟು

ಬಿ. ಎಂ. ಬಶೀರ್

ಬದುಕಿನ ದಾರಿಯಲ್ಲಿ ನನ್ನನ್ನು ಕೈಹಿಡಿದು ನಡೆಸುತ್ತಿದ್ದ ಈ ಕಥೆಗಾರನ ಮನೆಯ ವಿಳಾಸ ಹುಡುಕಿ, ಆತನ ಮನೆ ಬಾಗಿಲ ಮುಂದೆ ಎದೆ ಬಡಿತವನ್ನು ಒತ್ತಿ ಹಿಡಿದು ನಿಂತೆ. ತುಸು ಹೊತ್ತಲ್ಲಿ 'ಯಾರದು?' ಎನ್ನುತ್ತಾ ಬಾಗಿಲ ಸೆರೆಯಿಂದ ಇಣುಕಿದ ವ್ಯಕ್ತಿ ಉತ್ತರಕ್ಕಾಗಿ ಕಾಯತೊಡಗಿತು. ಉದ್ದಕ್ಕೆ ಆರಿದ ಗಾಯದಂತೆ... ಸೀಳು ಬಿಟ್ಟ ಬಾಗಿಲಲ್ಲಿ ಹೊಳೆಯುವ ಒಂದು ಕಣ್ಣು ನನ್ನ ಗಾಬರಿಬಿದ್ದ ಕಣ್ಣುಗಳೊಂದಿಗೆ ಮಾತನಾಡಿ ತೃಪ್ತವಾದವೋ ಎಂಬಂತೆ ಬಾಗಿಲು ಪೂರ್ಣವಾಗಿ ತೆರೆದುಕೊಂಡವು.

'ಬನ್ನಿ' ಎಂದು ಅರೆ ನರೆತ ಗಡ್ಡ, ಬತ್ತಿದ ಮುಖದ ವ್ಯಕ್ತಿಯೊಂದು ಒಳಗೆ ಕರೆಯಿತು. 'ನಾ... ನಾನು ನಿಮ್ಮ ಅಭಿಮಾನಿ' ನನ್ನ ಪರಿಚಯ ಪತ್ರವನ್ನು ಮತ್ತೆ ಕಣ್ಣಲ್ಲಿಟ್ಟು ಹೇಳಿದೆ. ಆ ಮಾತಿಗೆ ಒಮ್ಮೆಗೆ ದಿಗಿಲುಬಿದ್ದವನಂತೆ 'ಬನ್ನಿ, ಬನ್ನಿ' ಎಂದು ಒಳಕರೆದು, ಒಳಗೆಲ್ಲಾ ನೆಲದ ಮೇಲೆ ಬಿದ್ದ ಕಸಕಡ್ಡಿಗಳನ್ನು ನಾನು ನೋಡು ನೋಡುತ್ತಿದ್ದಂತೆಯೇ ಕಾಲಿನಿಂದ ಸರಿಸತೊಡಗಿದ.

ಕುರ್ಚಿಯಲ್ಲಿ ಒಣಗಲೆಂದಿಟ್ಟ ಎರಡು ನಿಕ್ಕರುಗಳನ್ನು ಒಮ್ಮೆಲೆ ಬಾಚಿ ಮುದ್ದೆ ಮಾಡಿ ಪ್ಯಾಂಟ್ ಕಿಸೆಗೆ ತುರುಕಿಸಿಕೊಂಡ. 'ಕೂರಿ ಕೂರಿ' ಎನ್ನುತ್ತಲೇ ಯಾರೋ ಉಂಡು ಬಿಟ್ಟ ಬಟ್ಟಲನ್ನು ಎತ್ತಿ 'ಈಗ ಬಂದೆ' ಎಂದು ಒಳ ಹೋಗಿ ಇಟ್ಟು ಬಂದ.

ಕಥೆಗಾರ ಯಾಕೋ ಸಂಕೋಚದಿಂದ ತಪ್ಪು ಮಾಡಿದವನಂತೆ ನನ್ನ ಮುಂದೆ ನಿಂತಿದ್ದ. 'ಪರವಾಗಿಲ್ಲ ಸಾರ್. ಸುಮ್ನೆ ಬಂದೆ. ನಿಮ್ಮೊಂದಿಗೆ ಮಾತನಾಡಬೇಕೆನ್ನುವುದು ಬಹಳ ದಿನದ ಕನಸಾಗಿತ್ತು' ಎಂದು ಪರಿಸ್ಥಿತಿಯನ್ನು ಕೈಯೊಳಗೆ ತರುವ ವ್ಯರ್ಥ ಪ್ರಯತ್ನ ಮಾಡಿದೆ.

ಅವನು ನಿಂತೇ ಇದ್ದ. ಅಲ್ಲಿದ್ದ ಒಂದೇ ಒಂದು ಮರದ ಕುರ್ಚಿಯಲ್ಲಿ ನಾನು ಕುಳಿತಿದ್ದೆ. ಆತ ಒಳಗಿಂದ ಬೇರೆ ಕುರ್ಚಿ ತಂದು ಕೂರಬಹುದೆಂದು ನಾನು ತಿಳಿದಿದ್ದೆ. ಆದರೆ ಆತ ಆ ಪ್ರಯತ್ನ ಮಾಡಲೇ ಇಲ್ಲ. ನಾನು ಒಮ್ಮೆಲೆ ನಿಂತು 'ಸಾರ್, ನೀವು ಕೂರಿ' ಎಂದೆ. 'ಬೇಡ, ಬೇಡ. ಅಪರೂಪ ಬಂದಿದ್ದೀರಿ. ನೀವೇ ಕೂರಿ' ಎಂದ. ಆಮೇಲೆ ಒಳ ಹೋಗಿ ಚಾಪೆ ತಂದು ಹಾಸಿದ. ಅಲ್ಲಿ ಅವನು ಕೂರುವ ಮುನ್ನವೇ ನಾನು ಕೂತೆ. ಆತ ಕುರ್ಚಿಯಲ್ಲೂ, ನಾನು ಚಾಪೆಯಲ್ಲೂ ಕೂತ ಕ್ಷಣದಿಂದ ವಾತಾವರಣ ಹದಕ್ಕೆ ಬಂತು ಅನ್ನಿಸಿ 'ಹೇಗಿದ್ದೀರಿ ಸಾರ್?' ಕೇಳಿದೆ. ಮತ್ತೆ ದಿಗಿಲುಗೊಂಡು 'ಚೆ... ಚೆನ್ನಾಗಿದೆ' ಎಂದ. 'ಏನಾದರೂ ಕುಡೀತೀರಾ' ಎಂದು ಆತ ಕೇಳದಿದ್ದುದಕ್ಕೆ ನನಗೇನು ಅನ್ನಿಸಲಿಲ್ಲ. ತೀರಾ ಆತ್ಮೀಯನಂತೆ 'ಸಾರ್, ಕುಡಿಯುವುದಕ್ಕೆ ನೀರು ಬೇಕಾಗಿತ್ತು' ಎಂದೆ. ಕಥೆಗಾರ ದಡಬಡಿಸಿ ಎದ್ದು ಒಳನಡೆದ. ಹಲವು ಕ್ಷಣಗಳು ಕಳೆದರೂ ಹೊರ ಬರಲಿಲ್ಲ.

ನಾನು ಬಣ್ಣ ಮಾಸಿದ ಗೋಡೆಯಗಲಕ್ಕೂ ಕಣ್ಣಾಯಿಸಿದೆ. ಯಾವುದೋ ಅವ್ಯಕ್ತ ಪಾತ್ರವೊಂದನ್ನು ಕಥೆಗಾರ ಗೋಡೆ ತುಂಬಾ ಸ್ವತಂತ್ರವಾಗಿರಲು ಬಿಟ್ಟಂತೆ ಗೋಡೆಯ ಬಣ್ಣ ಬಗೆಬಗೆಯ ಆಕಾರವಾಗಿ ಕಣ್ಣೊಳಗೆ ಇಳಿಯ ತೊಡಗಿತು.

'ಈ ಸಾರಿಯ ಮಳೆಗಾಲ ಮುಗಿಯಲಿ ಅಂತ ಕಾಯ್ತಾ ಇದ್ದೇನೆ... ಗೋಡೆಗೆ ಸುಣ್ಣ ಬಳಿಯಲು!' ಕಥೆಗಾರನ ದನಿ ಕೇಳಿ ಅತ್ತ ಹೊರಳಿದೆ. ಅವನ ಕೈಯಲ್ಲಿ ನೀರಿನ ಪಾತ್ರೆಯಿರಲಿಲ್ಲ. ಸುಮ್ಮನಾದೆ. ಆತ ಮತ್ತೆ ಕುರ್ಚಿಯಲ್ಲಿ ಕೂತ. ಆಮೇಲೆ ಏನೋ ಹೊಳೆದವನಂತೆ 'ಒಮ್ಮೆ ಪೇಪರ್ ಕೊಡ್ತೀರಾ' ಅಂದ. ಆ ಕೋರಿಕೆಯನ್ನು ಪ್ರಸಾದವೆಂಬಂತೆ ಸ್ವೀಕರಿಸಿ ನನ್ನ ಕೈಯಲ್ಲಿದ್ದ ದೈನಿಕವನ್ನು ನೀಡಿದೆ. ಆತ ನೇರವಾಗಿ ಅದರ ಎರಡನೇ ಪುಟವನ್ನು ಬಿಡಿಸಿದ. ಬಳಿಕ ಕಿಸೆಯೊಳಗೆ ಏನನ್ನೋ ಹುಡುಕಾಡತೊಡಗಿದ. ಶರ್ಟಿನ ಕಿಸೆಯೊಳಗಿದ್ದ ಎಲ್ಲವನ್ನೂ ಹೊರಗೆಳೆದ. ಆಮೇಲೆ ಕಂಪಿಸುವ ಕೈಗಳಲ್ಲಿ ಒಂದು ಚೀಟಿಯನ್ನು ಎತ್ತಿಕೊಂಡ. 'ಕರ್ನಾಟಕ ಲಾಟರಿ ಟಿಕೆಟ್' ಎಂದು ನಕ್ಕು ಲಾಟರಿ ಟಿಕೆಟ್ ಅಂಕಿಗಳನ್ನು ಪತ್ರಿಕೆಯೊಂದಿಗೆ ತಾಳೆ ನೋಡುವುದರಲ್ಲಿ ಮುಳುಗಿದ.

ಒಮ್ಮೆಲೆ ಪೆಚ್ಚಾಗಿ ಅವನನ್ನೇ ನೋಡಿದೆ. ಅವನು ಅದನ್ನು ಅನುಭವಿಸುವುದಕ್ಕೆ ಸಾಕ್ಷಿಯಾಗಿ ಅವನ ತುಟಿಯಂಚಿನಲ್ಲಿ ಜೊಲ್ಲು ಕೆಳಬಾಗಿ ತೂಗುತ್ತಿತ್ತು. ಬಳಿಕ 'ಶಿಟ್' ಅಂತ ಟಿಕೆಟನ್ನು ಮುಷ್ಟಿಯೊಳಗೆ ಹಿಚುಕಿ ಎಸೆದ. ಒಮ್ಮೆಲೆ ಅರಿವಿಗೆ ಬಂದು ಜೊಲ್ಲನ್ನು ಕೈಯಿಂದ ಒರಸಿಕೊಂಡ.

'ಕೆಲವೊಮ್ಮೆ ಕರ್ನಾಟಕ ಲಾಟರಿಯವರದ್ದೂ ಕೂಡ ಮೋಸವೇನೋ ಅಂತನಿಸ್ತದೆ' ಎಂದು ಮತ್ತೇನನ್ನೋ ಗೊಣಗಿದ. ಮೌನವಾದ. ಕಥೆಗಾರನ ದುಃಖ ಅರ್ಥವಾಯಿತು.

'ಸಾರ್, ನಿಮ್ಮೊಟ್ಟಿಗೆ ಮಾತಾಡ್ಬೇಕೂಂತ ಬಂದೆ' ಎಂದೆ.

'ಹಾಂ... ಮಾ... ಮಾತಾಡಿ, ಆದ್ರೆ ಸಂಜೆ ಸ್ವಲ್ಪ ಅರ್ಜೆಂಟ್ ಕೆಲ್ಸ ಇದೆ' ಅವನಿಗೆ ಅವನು ಪಿಸುಗುಟ್ಟಿದ.

'ಏನ್ಸಾರ್ ಕೆಲ್ಸ... ಹೊಸತೇನಾದ್ರೂ ಬರೀತಾ ಇದೀರಾ?' ಕುತೂಹಲದಿಂದ ಕೇಳಿದೆ.

'ಹಾಗೇನಿಲ್ಲ...' ಎಂದು ಹೇಳಿದವನು ಯಾವುದೋ ಅನುಮಾನದಿಂದ ತಡೆದು, ಮತ್ತೆ ಮುಂದುವರಿಸಿದ: 'ಹಾಗೇನಿಲ್ಲ. ಸಿಟೀಲಿ ಹೊಸ ಫಿಲ್ಮ್ ಬಂದಿದೆ. ಸಂಜೆ ಅದಕ್ಕೆ ಹೋಗಬೇಕು.'

'ಯಾವ ಫಿಲ್ಮ್ ಸಾರ್?' ನನ್ನ ಪ್ರಶ್ನೆಗೆ ಒಮ್ಮೆಲೆ ಜೀವ ಪಡೆದು 'ನಾನಾ ಪಾಟೇಕರದ್ದು. ನಿಮ್ಗೊತ್ತಾ? ಈಗವನು ಮತ್ತೆ ರಂಗಭೂಮಿಯತ್ತ ತಿರುಗಿದ್ದಾನಂತೆ. ಏನೇ ಆಗ್ಲಿ ಅವನಿಗೆ ಒಳ್ಳೆ ಡೈರೆಕ್ಟರ್ ಸಿಗ್ಲಿಲ್ಲ ನೋಡಿ' ಕೊರಗು ತೋಡಿಕೊಂಡ.

ಮಾತನಾಡುತ್ತಿದ್ದವನು ಒಮ್ಮೆಲೆ ನನ್ನ ಆಕಾಶನೀಲಿ ಬಣ್ಣದ ಶರ್ಟನ್ನು ನೋಡುತ್ತಾ 'ಅಂಗಿ ಚೆನ್ನಾಗಿದೆ. ಬಟ್ಟೆ ಎಲ್ಲಿ ಕೊಂಡ್ಕೊಂಡ್ರಿ' ಎನ್ನುತ್ತಾ ಬಾಗಿ ಬಟ್ಟೆಯ ಗುಣಮಟ್ಟವನ್ನು ಕೈಯಲ್ಲಿ ಉಜ್ಜಿ ನೋಡತೊಡಗಿದ. ಆಮೇಲೆ ಮಾತಿನಲ್ಲೇ ಆಸೆಯನ್ನು ತುಂಬಿಕೊಂಡು 'ಇನ್ನೊಮ್ಮೆ ಈ ಕಡೆ ಬಂದಾಗ ನನಗೊಂದು ಜೊತೆ ಬಟ್ಟೆ ತನ್ನಿ, ಆಗದ?' ಎಂದ. ತಲೆಯಾಡಿಸಿದೆ. ಕುರ್ಚಿಗೆ ಒರಗಿದಾತ ಮತ್ತೇನನ್ನೋ ಯೋಚಿಸತೊಡಗಿದ್ದ.

ನನಗೆ ಅಳು ಬಂದಂತಾಯಿತು. ನಾನು ಹೊತ್ತು ತಂದಿದ್ದ ಮಾತಿನ ಸರಕುಗಳು ಗಿರಾಕಿಗಳಿಲ್ಲದೆ ತಬ್ಬಲಿಯಾಗಿದ್ದವು. ಆದರೂ ಮೆಲ್ಲಗೆ ಚೌಕಾಶಿಗಿಳಿದೆ. 'ನಿಮ್ಮ ಮೆಚ್ಚಿನ ಲೇಖಕ ಯಾರು ಸಾರ್..." ಬಂದ ಪ್ರಶ್ನೆಗೆ ಒಮ್ಮೆಲೆ ದಡಬಡಾಯಿಸಿ ನನ್ನನ್ನೇ ನೋಡತೊಡಗಿದ.

'ನಿಮ್ಮ ಮೇಲೆ ಪ್ರಭಾವ ಬೀರಿದ ಲೇಖಕ ಯಾರು ಸಾರ್?' ಮತ್ತೆ ಕೇಳಿದೆ. ಅವನು ತಡವರಿಸತೊಡಗಿದ.

'ಹೋಗ್ಲಿ ಸಾರ್. ನಿಮ್ಮ ಲೈಬ್ರರಿ ತೋರಿಸ್ತೀರಾ' ಎಂದೆ. ಅವನು ಯಾಕೋ ತಲ್ಲಣಿಸಿದವನಂತೆ ಕಂಡ. ಏನೂ ಹೇಳದ ಮೌನದ ಬಳಿಕ 'ಬನ್ನಿ ಲೈಬ್ರರಿ ತೋರಿಸ್ತೀನಿ' ಎನ್ನುತ್ತಾ ಒಳ ನಡೆದ. ನಾನು ಅವನ ಹಿಂದೆ.

ಎರಡನೇ ಕೋಣೆಯಲ್ಲಿ ಮುರುಕು ಸ್ಟೌವ್, ಮಸಿ ಹಿಡಿದ ಪಾತ್ರೆ ಪಗಡಿಗಳು, ಯಾರೋ ಉಂಡು ಬಿಟ್ಟ ತಟ್ಟೆ ಎಲ್ಲಾ ಸ್ವತಂತ್ರವಾಗಿ ಬಿದ್ದುಕೊಂಡಿದ್ದವು. ಬಹುಶಃ ಅಡುಗೆ ಕೋಣೆಯಿರಬೇಕು.

ನೋಡು ನೋಡುತ್ತಿದ್ದಂತೆಯೇ ಒಳ ಕೋಣೆಯೊಳಗೆ ಬಂದೆವು. ಅದೊಂದು ಕೂರುವುದಕ್ಕೆ ಕುರ್ಚಿಯೇ ಇಲ್ಲದ ಖಾಲಿ ಕೋಣೆ.... ಥೇಟ್ ಬಿಳಿ ಹಾಳೆಯಂತೆ. ಒಂದು

ಭಾಗದಲ್ಲಿ ಗೋಡೆಯಲ್ಲಿ ಅಂಟಿಕೊಂಡಿರುವ ಕಪಾಟು. ಆ ಗೋಡೆ ಕಪಾಟಿಗೆ ಬೀಗ ಜಡಿಯಲಾಗಿತ್ತು. ಕುತೂಹಲದಿಂದ ಅದನ್ನೇ ದಿಟ್ಟಿಸತೊಡಗಿದೆ.

"ಇದೇ ನನ್ನ ಲೈಬ್ರರಿ" ಗೋಡೆ ಕಪಾಟಿನತ್ತ ಕೈ ತೋರಿಸಿ ಕಥೆಗಾರ ಹೇಳಿದ. ಬಳಿಕ ತನ್ನ ಪ್ಯಾಂಟಿನ ಕಿಸೆಯಲ್ಲಿ ತಡಕಾಡಿ ಸಣ್ಣ ಕೀಲಿ ಕೈಯೊಂದನ್ನು ಹೊರತೆಗೆದು ನನ್ನ ಕೈಯೊಳಗಿಟ್ಟ. 'ನಿಧಾನಕ್ಕೆ ನೋಡಿ ಬಳಿಕ ಬನ್ನಿ' ಎಂದವನೇ ಹೊರ ನಡೆದ.

ಸಣ್ಣ ಕೀಲಿ ಕೈಯೊಂದು ಮಾಂತ್ರಿಕನೊಬ್ಬನ ಮಂತ್ರದಂಡದಂತೆ ನನ್ನ ಕೈಯಲ್ಲಿತ್ತು. ಅದರ ಆಕರ್ಷಣೆಗೆ ನನ್ನ ಕೈ ಕಂಪಿಸುತ್ತಿತ್ತು. ಮೆಲ್ಲಗೆ ಗೋಡೆ ಕಪಾಟಿನ ಬಾಗಿಲು ತೆರೆದೆ.

ನೋಡಿದರೆ ಕಕ್ಕಾಬಿಕ್ಕಿ.

ಅದೊಂದು ಕಿಟಕಿಯಾಗಿತ್ತು.

ಹೊರಗಡೆ ಬೆಟ್ಟ, ಗುಡ್ಡ, ಆಕಾಶ, ಮರ, ಗಿಡ, ಹಕ್ಕಿ

ಎಲ್ಲಾ ಇತ್ತು!

ರಿಕ್ಷಾವಾಲ

ಅರವಿಂದ ಮುಳಗುಂದ

ವಿಪರೀತ ಶೆಖೆಯಿರುವ, ಹೊರಚರಂಡಿಯ ದುರ್ನಾತ ಹೊಡೆಯುವ ಈ ನಗರದಲ್ಲಿ ನೌಕರಿಗಾಗಿ ಒಬ್ಬನೇ ಬಂದವನು ಇಲ್ಲಿ ಬದುಕಿದ ಬದುಕಿನಿಂದ ದಣಿದುಹೋಗಿದ್ದೆ. ನೈರಾಶ್ಯದ ಕರಿಯ ಛಾಯೆ ಇಲ್ಲಿನ ಸಮುದ್ರದ ಅಲೆಗಳ ಮೇಲೆ ತೇಲುತ್ತಿದ್ದಂತೆ ಭಾಸವಾಗುತ್ತಿತ್ತು; ಹಸಿರು ಎಲೆಗಳಿಗೆ ಹಬ್ಬಿದಂತೆ ಕಾಣಿಸುತ್ತಿತ್ತು. ಸಂಗೀತ ಏಕತಾನತೆಯಾಗಿ, ಪುಸ್ತಕ ಬರೀ ಶಬ್ದಗಳಾಗಿ, ಜನರ ಮಾತುಕತೆ ಅಬ್ಬರದ ಸದ್ದಾಗಿ ನನ್ನನ್ನು ಘಾಸಿಗೊಳಿಸುತ್ತಿದ್ದವು.

ಮೇ ತಿಂಗಳು ಬೇರೆ. ಸ್ಕೂಟರು ಓಡುತ್ತಿದ್ದಂತೆ ಹವೆಯಲ್ಲಿನ ಬೆಂಕಿ ಕಣ್ಣು ಮೂಗು ಕಿವಿಗಳಿಗೆ ಅಡರಿ ಉರಿಸುತ್ತಿತ್ತು. ಉಪ್ಪುಪ್ಪಿನ ದಪ್ಪ ಬೆವರು ಹನಿ ಗೋಣಿನಿಂದ ಇಳಿದು ಬೆನ್ನಗುಂಟ ಹರಿದು ಚಡ್ಡಿಯ ಹಿಂದಿನಂಚಿಗೆ ಪಸರಿಸಿ ತುಸು ತಂಪಾಗಿಸಿತು. ಕರಿ ಡಾಂಬರಿನ ರೋಡು ಉಗಿ ಉಗುಳುತ್ತಿತ್ತು. ಧಗಧಗಿಸುವ ಬಿಸಿಲಿಗೆ ಕಾಗೆಗಳೂ ತೆಪ್ಪಗಾಗಿದ್ದವು.

ಸಿಗ್ನಲ್ಲಿಗೆ ಬಂದು ನಿಂತಾಗ ನನ್ನ ಪಕ್ಕಕ್ಕೆ ಕಂಡದ್ದು ಮೂರು ಗಾಲಿಯ ಸೈಕಲ್ ರಿಕ್ಷಾ. ಅದು ಖಾಲಿಯಾಗಿತ್ತು. ಎಲುಬು ಕಡ್ಡಿ, ಮೊಣಕಾಲ ಗಡ್ಡೆ, ಬೆರಳ ನರಗಳು ಇವುಗಳಿಗೆ ಹೀಜಿ ಸಿಲುಕಿಸಿದ, ಮಿರಿಮಿರಿ ಹೊಳೆವ ಒಣಗಿದ ಕರಿತೊಗಲು. ಬೆನ್ನಿನ ಮೂಳೆ, ಪಕ್ಕೆಲುಬು, ತೊಡೆ, ಕಾಲುಗಳಂತೂ ಪ್ರಯೋಗಶಾಲೆಯ ಅಸ್ಥಿಪಂಜರವನ್ನು ಜ್ಞಾಪಿಸುತ್ತಿದ್ದವು. ಆತನ ಮೈಮೇಲೆ ಏನೂ ಇಲ್ಲ, ಹಳದಿ ಬಣ್ಣದ ಚಿಕ್ಕದೊಂದು ಮಾಸಿದ ಪಂಚೆ ನಡಕ್ಕೆ ಬಿಗಿದಿದ್ದು ಬಿಟ್ಟರೆ. ಕಾಲಲ್ಲಿ ಚಪ್ಪಲಿಯೂ ಇಲ್ಲ. ಬಲಗಾಲನ್ನು ಸುಡುತ್ತಿದ್ದ ಡಾಂಬರು ರಸ್ತೆಯ ಮೇಲಿಟ್ಟಿದ್ದ ಆಸರೆಗೆಂದು. ಎಡಗಾಲು ಪೆಡಲ್ಲಿನ ಮೇಲಿತ್ತು. ಅದೇ ಕಾಲಿನ ಗಾಯಗೊಂಡ ಮೂರು ಬೆರಳುಗಳಿಗೆ ಹಳೆಯ ಸೀರೆಯ ತುಂಡೊಂದನ್ನು ಸಡಿಲಾಗಿ

ಕಟ್ಟಿದಂತಿತ್ತು. ಗಾಂಧೀಜಿಯ ವರ್ತುಲಾಕಾರದ ಚಷ್ಮಾ ಮೂಗಿನ ತುದಿಯ ಮೇಲಿತ್ತು. ಅದರ ಒಂದು ಮುರಿದ ಕಡ್ಡಿಯ ಬದಲಿಗೆ ಕೆಂಪು ದಾರವೊಂದು ಅವನ ಕಿವಿಯನ್ನು ಸುತ್ತಿಕೊಂಡಿತ್ತು.

ನನ್ನ ಚಲಿಸುವ ದೃಷ್ಟಿಯನ್ನು ಅವನು ಗಮನಿಸುತ್ತಿದ್ದನೆ? ಅದು ಅವನ ದೃಷ್ಟಿಯನ್ನು ಸಂಧಿಸಿತು. ಆತ ನಕ್ಕ, ಕರಿ ಮೋಡವನ್ನು ಛೇದಿಸಿದ ಮಿಂಚಿನ ಸೆಳಕಿನಂತೆ. ಎಂಥ ಅದ್ಭುತ ಆಪ್ತತೆಯ ನಗು! ಆ ನಗುವಿನಿಂದ ಆತ ನನಗೆ ಅತಿ ಹತ್ತಿರದವನಾಗಿಬಿಟ್ಟ; ನಾನವನ ದುಃಖದ ಸಮಭಾಗಿಯಾದದ್ದನ್ನು ಅರಿತುಬಿಟ್ಟ; ಅನುಕಂಪದಿಂದ ನನ್ನನ್ನು ತಾದಾತ್ಮ್ಯದ ಮೇರು ಬಿಂದುವಿಗೆ ಕರೆದೊಯ್ದು ನನ್ನ ಮನುಷ್ಯತ್ವವನ್ನು ಮನ್ನಿಸಿ ಪುನೀತಗೊಳಿಸಿದ.

ಆಮೇಲೆ ಆತ ಎರಡೂ ಕೈ ಮೇಲೆತ್ತಿ, ಹಸ್ತಗಳನ್ನು ವಿಸ್ತರಿಸಿ, ಮುಗಿಲು ದಿಟ್ಟಿಸಿ ಕಣ್ಣು ಮುಚ್ಚಿದ. ಕಣ್ತೆರೆದು ನಮಸ್ಕರಿಸಿದ - ಇಟ್ಟಂತೆ ಇರುವೆನೆಂಬ ಸಮರ್ಪಣ ಭಾವದಿಂದ, ಇದ್ದುದೆಲ್ಲವೂ ಸರಿ ಎಂಬ ವಿನಮ್ರತೆಯಿಂದ, ಬದುಕಿರುವ ಧನ್ಯತೆಗಾಗಿ ಕೃತಜ್ಞತೆಯಿಂದ.

ಸಿಗ್ನಲ್ ಬಣ್ಣ ಬದಲಾಯಿಸಿತು. ಮನುಷ್ಯ ಜನ್ಮದ ಘನತೆಗೆ ದಂಗಾದೆ. ರಿಕ್ಷಾವಾಲನಂಥವರು ನೆಚ್ಚಿದ ಪರಮಾತ್ಮ ಮಾತ್ರ ಕೃತಘ್ನನೆನಿಸಿಬಿಟ್ಟ ನನಗೆ ಆ ಕ್ಷಣ.

■

ಅರ್ಥ

ಎಂ. ಎಸ್. ಶ್ರೀರಾಮ್

ಅವನ ಕೆಲಸದ ಬಗ್ಗೆ ಯಾರು ಕೇಳಿದರೂ ಅರ್ಥಗರ್ಭಿತವಾಗಿ ನಕ್ಕುಬಿಡುತ್ತಿದ್ದ. ಹಾಗೊಂದು ಕೆಲಸ ಇರಬಹುದೇ ಎಂದು ಯಾರಿಗಾದರೂ ಆಶ್ಚರ್ಯವಾಗುವುದು ಸಹಜ. ಆದರೆ ದಯವಿಟ್ಟು ನಂಬಿ, ಅವನು ಪ್ರತಿದಿನವೂ ಮುಂಜಾನೆ ಎದ್ದವನೇ ತಲೆತಗ್ಗಿಸಿಕೊಂಡು ನಡೆಯುತ್ತ ಹೋಗುತ್ತಿದ್ದ. ಹಾಗೆ ದಿನಕ್ಕೆ ಇಪ್ಪತ್ತೋ ಮೂವತ್ತೋ ಕಿಲೋಮೀಟರ್ ನಡೆದುಹೋದರೆ ಅವನಿಗೆ ಅಂದಿನ ಊಟಕ್ಕೆ ಎಷ್ಟು ಬೇಕೋ ಅಷ್ಟು ಸಿಕ್ಕುತ್ತಿತ್ತಲ್ಲದೆ ಸ್ವಲ್ಪ ಉಳಿತಾಯವೂ ಆಗುತ್ತಿತ್ತು. ಹಾಗೆ ನೋಡಿದರೆ ಅವನು ಬರಿಗೈಯಲ್ಲಿ ಹಿಂದಿರುಗಿದ ಪ್ರಸಂಗವೇ ಇರಲಿಲ್ಲ.

ತಲೆ ತಗ್ಗಿಸಿಕೊಂಡು, ನೆಲದ ಮೇಲೇ ಕಣ್ಣಿಟ್ಟು ನಡೆಯುವಾಗ ಅವನಿಗೆ ಚಿಲ್ಲರೆ ಕಾಸುಕಾಣಿಸುವುದಿತ್ತು. ಒಮ್ಮೊಮ್ಮೆ ನೋಟುಗಳೂ ಸಿಕ್ಕುತ್ತಿದ್ದುವು. ಹಾಗೆ ಒಳ್ಳೆಯ ಸಂಪಾದನೆಯಾಗಬೇಕಾದರೆ ತುಸು ಮೂಲಧನ ಬೇಕಿತ್ತು. ಯಾಕೆಂದರೆ ಬಸ್ಸು, ರೈಲು ನಿಲ್ದಾಣಗಳಂಥ ಸಾರ್ವಜನಿಕ ಸ್ಥಳಗಳಲ್ಲೇ ಅಲ್ಲವೆ ದುಡ್ಡು ಮತ್ತು ಇತರ ವಸ್ತುಗಳು ಸಿಕ್ಕುವ ಸಾಧ್ಯತೆಯಿರುವುದು? ಉದಾಹರಣೆಗೆ ಬಸ್ಸಿನಲ್ಲಿ ಟಿಕೆಟ್ ಕೊಂಡುಕೊಳ್ಳಬೇಕು. ಕಡೆಯ ಸ್ಟಾಪಿನಲ್ಲಿ ಎಲ್ಲರೂ ಇಳಿದ ಮೇಲೆ ಬಸ್ಸಿನಲ್ಲೆಲ್ಲ ಕಣ್ಣುಹಾಯಿಸಿ ಏನಾದರೂ ಕಂಡರೆ ಅದು ತನ್ನದೇ ಎನ್ನುವ ರೀತಿಯಲ್ಲಿ ಡ್ರೈವರಿಗಾಗಲೀ ಕಂಡಕ್ಟರಿಗಾಗಲೀ ಅನುಮಾನ ಬರದಂತೆ ಎತ್ತಿಕೊಳ್ಳಬೇಕು. ರೈಲು ನಿಲ್ದಾಣಕ್ಕೆ ಹೋದರೆ ಪ್ರಯಾಣಿಕರೆಲ್ಲ ಇಳಿದ ನಂತರ ಬೋಗಿಗಳಲ್ಲಿ ಠಳಾಯಿಸಬೇಕು. ಅದಕ್ಕಾಗಿ ಯಾರಿಗೂ ಅನುಮಾನ ಬರದಂತೆ ಪ್ಲಾಟ್‌ಫಾರಂ ಟಿಕೆಟ್

ಕೊಳ್ಳಬೇಕು. ಥಿಯೇಟರಿನನಲ್ಲಿ ಸಿನಿಮಾ ನೋಡಿ ವಾಪಸಾಗುವಾಗ ದೀಪಗಳನ್ನು ಆರಿಸುವ ಮುಂಚೆಯೇ ಚಾಕಚಕ್ಯತೆಯಿಂದ ಕೆಲಸ ಆರಂಭಿಸಬೇಕು.

ಅವನಿಗೆ ಏನೇನು ಸಿಕ್ಕುತ್ತಿತ್ತೋ ಅದನ್ನೆಲ್ಲ ಎರಡು ವಿಧವಾಗಿ ವಿಂಗಡಿಸಬಹುದಾಗಿತ್ತು. ಮೊದಲನೆಯದು ಕಳೆದುಕೊಂಡವರು ಯಾರೆಂದು ಸುಳಿವು ನೀಡುವ ವಸ್ತುಸಮೂಹ. ಬ್ಯಾಗುಗಳಲ್ಲಿನ ವಿಳಾಸ, ಐ.ಡಿ. ಕಾರ್ಡು, ಕ್ರೆಡಿಟ್ ಕಾರ್ಡು, ಮೊಬೈಲ್ ಫೋನು ಮೊದಲಾದುವು ಈ ಜಾತಿಗೆ ಸೇರಿದುವು. ಎರಡನೆಯ ವಿಧವೆಂದರೆ ದುಡ್ಡು, ಅನಾಥವಾಗಿ ಬಿದ್ದಿರುವ ಬುಟ್ಟಿ, ಯಾರೋ ಬಿಟ್ಟುಹೋದ ಛತ್ರಿ, ಇತ್ಯಾದಿ. ಇಂಥವನ್ನು ಅವನು ಯಾವ ಪಾಪಪ್ರಜ್ಞೆಯೂ ಇಲ್ಲದೆ ಎತ್ತಿಕೊಳ್ಳುತ್ತಿದ್ದ. ಮೊದಮೊದಲು ತನ್ನ ಈ ದಂಧೆಗೂ ಕಳ್ಳತನಕ್ಕೂ ವ್ಯತ್ಯಾಸವೇನು ಎಂದವನು ಯೋಚಿಸುತ್ತಿದ್ದುದುಂಟು. ಕ್ರಮೇಣ ತಾನು ಯಾರಿಂದಲೂ ಕಸಿಯುತ್ತಿಲ್ಲ, ಯಾರೋ ಕಳೆದುಕೊಂಡದ್ದನ್ನು ಹೆಕ್ಕಿ ತೆಗೆಯುತ್ತೇನಷ್ಟೇ, ಆದ್ದರಿಂದ ಇದೊಂದು ಬಗೆಯ ಆದಾಯವಲ್ಲದೆ ಬೇರೆ ಅಲ್ಲ, ಮತ್ತೆ ಕಳೆದುಕೊಂಡವರು ಯಾರೆಂದು ತಿಳಿಯುವ ಸಾಧ್ಯತೆಯೂ ಇಲ್ಲವಾದ್ದರಿಂದ ಹೀಗೆ ಸಿಕ್ಕಿದ್ದನ್ನು ಎತ್ತಿಕೊಳ್ಳುವುದರಲ್ಲಿ ತಪ್ಪೇನೂ ಇಲ್ಲವೆನಿಸಿತು.

ಒಂದು ದಿನ ಅವನಿಗೊಂದು ಕವರ್ ಸಿಕ್ಕಿತು. ಕುತೂಹಲ ತಡೆಯಲಾಗದೆ ಎತ್ತಿಕೊಂಡ. ಅದರೊಳಗೆ ಯುವಕನೊಬ್ಬನ ಸರ್ಟಿಫಿಕೇಟುಗಳು, ಯಾವುದೋ ಸಂದರ್ಶನಕ್ಕೆ ಆಹ್ವಾನವಿತ್ತಿರುವ ಒಂದು ಪತ್ರ ಮತ್ತು ಇತರೆ ಕಾಗದಗಳಿದ್ದುವು. ಒಂದು ಕ್ಷಣ ಏನು ಮಾಡಬೇಕೋ ತಿಳಿಯಲಿಲ್ಲ. ಆ ಕವರನ್ನು ಸಂಬಂಧಪಟ್ಟ ಯುವಕನಿಗೆ ತಲುಪಿಸಿದರೆ ಅವನಿಗೆ ನೌಕರಿ ಸಿಗಬಹುದು. ಇಲ್ಲವಾದರೆ ಅವನಿಗೆ ತೊಂದರೆಯಾಗುವುದಂತೂ ಗ್ಯಾರಂಟಿ. ಸಂದರ್ಶನ ನಡೆಯಲಿದ್ದ ಕಂಪೆನಿಯ ದಫ್ತರು ಸಮೀಪದಲ್ಲೇ ಇತ್ತು. ಅವನು ಆ ಕವರನ್ನು ಎತ್ತಿಕೊಂಡದ್ದೇ ಆ ಯುವಕನನ್ನು ಪತ್ತೆ ಹಚ್ಚಿ ಅವನಿಗೆ ಕೊಟ್ಟ. ಅಂದಿನಿಂದ ಬರೀ ದುಡ್ಡು ಹೆಕ್ಕುತ್ತೇನೆ ಎಂಬ ತನ್ನ ನಿಯಮವನ್ನು ಮೀರಿ ಕೈಗೆ ಸಿಕ್ಕಿದ್ದೆಲ್ಲವನ್ನೂ ತೆಗೆದುಕೊಳ್ಳತೊಡಗಿದ. ತೆಗೆದುಕೊಂಡದ್ದನ್ನು ಸಂಬಂಧಪಟ್ಟವರಿಗೆ ತಲುಪಿಸುವ ಮಾರ್ಗ ತಿಳಿದರೆ ತಲುಪಿಸುತ್ತಿದ್ದ. ಇಲ್ಲವಾದರೆ ತಾನೇ ಇಟ್ಟುಕೊಳ್ಳುತ್ತಿದ್ದ. ಇದರಿಂದ ಅವನಲ್ಲಿ ಆಗಾಗ ಮೂಡುತ್ತಿದ್ದ ಪಾಪಪ್ರಜ್ಞೆ ತುಸು ಹಗುರಾಗತೊಡಗಿತು. ಒಮ್ಮೊಮ್ಮೆ ಹೆಮ್ಮೆಯೂ ಆಗುತ್ತಿತ್ತೆನ್ನಿ.

ಅವನ ಜೀವನ ಹೀಗೆಯೇ ಸಾಗುತ್ತಿತ್ತು. ದುಡ್ಡಿನ ತಪಾಸಣೆಯಿಂದ ಆರಂಭವಾದ ಅವನ ದಂಧೆ ಈಗೀಗ ದುಡ್ಡಿಗಿಂತ ಹೆಚ್ಚಿನ ಕಾಣ್ಕೆಯನ್ನು ಕೊಡತೊಡಗಿತ್ತು. ಮುಂದೊಂದು ದಿನ ಮಾತ್ರ ಅವನು ತನ್ನ ಕಣ್ಣಿಗೆ ಬಿದ್ದ ವಸ್ತುವನ್ನು ಎತ್ತಿಕೊಳ್ಳಲಾಗದೆ, ಬೇರೇನು ಮಾಡುವುದೋ ತಿಳಿಯದೆ ಅವಾಕ್ಕಾಗಿಬಿಟ್ಟ. ಒಂದು ಥಿಯೇಟರಿನಲ್ಲಿ ಹಸುಗೂಸೊಂದು ಕಾಣಿಸಿತು. ತನ್ನ ನಿಯಮಾನುಸಾರ ಅದು ಯಾರದೆಂದು ತಿಳಿಯದಿದ್ದಲ್ಲಿ ತಾನೇ ಅದನ್ನು

ಕೊಂಡೊಯ್ದು ಇಟ್ಟುಕೊಳ್ಳಬೇಕು. ಆದರೆ ಅಂದು ಮಾತ್ರ ಅವನು ಆ ನಿಯಮವನ್ನು ಪಾಲಿಸದೆ ಅಲ್ಲಿಂದ ಕಂಬಿಕಿತ್ತಿದ್ದ.

ಮತ್ತೊಂದು ದಿನ ಅವನಿದ್ದ ಬಸ್ಸಿನಲ್ಲಿ ಒಂದು ಟಿಫಿನ್ ಡಬ್ಬ, ಅದರ ಜೊತೆಗೊಂದು ವಾರ್ತಾಪತ್ರಿಕೆ ಸಿಕ್ಕಿದುವು. ವಾರ್ತಾಪತ್ರಿಕೆ ಹಿಂದಿ ಭಾಷೆಯದು; ಎರಡು ವರ್ಷಗಳಿಗೂ ಹಿಂದಿನದು. ಅದರಲ್ಲಿ ಟಿಫಿನ್ ಟಬ್ಬದಲ್ಲಿ ಟೈಮರ್ ಜೋಡಿಸಿದ ಸ್ಫೋಟಕ ಪದಾರ್ಥಗಳನ್ನಿಟ್ಟು ಬಸ್ಸಿನಲ್ಲಿ ಬಿಟ್ಟುಹೋದ ಆತಂಕವಾದಿಗಳ ಬಗ್ಗೆ ವರದಿಯಾಗಿತ್ತು. ಹಿಂದೆ ಇಂಥ ಘಟನೆ ದೆಹಲಿಯಲ್ಲಿ ನಡೆದಿತ್ತೆಂದೂ ಕೇಳಿದ್ದ.

ಆ ಪತ್ರಿಕೆಯ ಮೇಲೆ ಕಣ್ಣು ಹಾಯಿಸಿದ್ದೇ ಒಂದು ಕ್ಷಣ ಜೊತೆಗಿದ್ದ ಡಬ್ಬವನ್ನು ತೆರೆಯಬೇಕೋ ಬೇಡವೋ ಎಂಬ ಯೋಚನೆಗೀಡಾದ. ಅವನ ವೃತ್ತಿಧರ್ಮದ ಪ್ರಕಾರ ಆ ಡಬ್ಬವನ್ನು ತೆರೆದು ನೋಡಲೇಬೇಕು. ಒಳಗೆ ಅದರ ಮಾಲೀಕರ ಸುಳಿವಿದ್ದರೆ ಅದನ್ನವರಿಗೆ ತಲುಪಿಸಬೇಕು. ಇಲ್ಲದಿದ್ದರೆ ಅದನ್ನು ತಾನೇ ಇಟ್ಟುಕೊಳ್ಳಬೇಕು. ಅದೂ ಇಲ್ಲವೆಂದರೆ ಹಿಂದೊಮ್ಮೆ ಹಸುಗೂಸನ್ನು ಬಿಟ್ಟುಹೋದ ಹಾಗೆ ಅದನ್ನಲ್ಲೇ ಬಿಟ್ಟುಹೋಗಬೇಕು. ಹಾಗೇನಾದರೂ ಬಿಟ್ಟುಹೋದರೆ ಪೀಕ್ ಅವರ್‌ನಲ್ಲಿ ತುಂಬಬಹುದಾದ ಬಸ್ಸಿನ ಪ್ರಯಾಣಿಕರ ಪಾಲಾಗುತ್ತದೆ ಅದು. ಏನು ಮಾಡುವುದು?

ತುಂಬಾ ಯೋಚಿಸಿದ.

ಮಾರನೆಯ ದಿನ ಎಂದಿನಂತೆ, ದೆಹಲಿಯಲ್ಲಿನಂತೆ, ಎಲ್ಲೆಡೆಯಲ್ಲಿನಂತೆ ವಾರ್ತಾಪತ್ರಿಕೆ ಪ್ರಕಟವಾಯಿತು.

■

ರಿಸ್ಕ್ ತಗೊಂಡು

ವಿವೇಕ ಶಾನಭಾಗ

೧

ಪ್ರಾಮಾಣಿಕವಾಗಿರಬೇಕು ಅಂತ ಹೆಂಡತಿಗೇ ಉಪದೇಶ ಕೊಡಲು ಹೋಗಿ ಇಷ್ಟೆಲ್ಲ ಆಯಿತು. ಸರಿ ಹಾಗಾದ್ರೆ ಎಲ್ಲ ನಿಮ್ಮ ಚರಿತ್ರೆ ಹೊರಗೆ ಬರಲಿ ಅಂದಳು. ಇರೋದನ್ನ ಹೇಳಕ್ಕಾಗಲ್ಲ ಅಂತ ಇಲ್ಲದೇ ಇರೋದನ್ನ ಹೇಳಿದೆ. ಕಲ್ಪನೆಗಳೂ ಎಷ್ಟು ಸಾಚಾ ಆಗಿದ್ದವು ಅಂದರೆ ಅವಳಿಗೆ ಆಸಕ್ತಿಯೇ ಹುಟ್ಟಲಿಲ್ಲ. ಬೇಗ ಮುಗಿಸಿ ಅಂದಳು. ಬೇಗ ಮುಗಿಸಿದೆ. ಈಗ ನೀನು ಹೇಳು ಅಂದೆ. ಏನು ಹೇಳೋದು, ನಿಮಗೆ ಬೇರೆ ಕೆಲಸವಿಲ್ಲ ಅಂದಳು. ಅವಳಿಗೆ ಆಸಕ್ತಿ ಹುಟ್ಟಿಸಬೇಕು ಅಂತ ಸ್ವಲ್ಪ ರಿಸ್ಕ್ ತಗೊಂಡು ಸ್ವಲ್ಪ ನಿಜ ಹೇಳಿದೆ. ಹೀಗೆ ಕತೆ ಕೇಳ್ತಾ ಕೂತರೆ ಏನು ಕೆಲಸಾನೂ ಆಗಲ್ಲ, ನಾನು ಅಡಿಗೆ ಮಾಡ್ತಾ ಇರ್ತೀನಿ, ನೀವು ಹೇಳ್ತಾ ಇರಿ ಅಂತ ಹೋದಳು. ಸರಿ ಅಂತ ಹಿಂದೆಯೇ ಹೋಗಿ, ಅಡಿಗೆ ಮನೆಯಲ್ಲೇ ಒಂದು ಸ್ಟೂಲ್ ಮೇಲೆ ಕೂತ್ಗೊಂಡು ಹೇಳ್ತಾ ಹೋದೆ.

ಚರಿತ್ರೆ ಅಂದರೆ ಹಳೆಯ ಪ್ರೇಮ ವ್ಯವಹಾರ ಮಾತ್ರ ಅಂತ ಯಾಕೆ ಅರ್ಥ ಮಾಡಿಕೋಬೇಕು ಅಂತ ನಾನು ಬಾಲ್ಯದಲ್ಲಿ ನಮ್ಮ ಪಕ್ಕದ ಮನೆಯ ತಾತನ ಹಿಟ್ಟಿನ ಗಿರಣಿಯಲ್ಲಿ ಕಂಡದ್ದನ್ನು ಹೇಳಲು ಶುರುಮಾಡಿದೆ. ನೀವೂ ಇರಬೇಕು ಅದರಲ್ಲಿ ಅಂತ ತಾಕೀತು ಮಾಡಿದಳು. ಇದೀನಿ ಇದೀನಿ ಅಂದೆ. ಆ ಗಿರಣಿ, ಅದರ ಎತ್ತರದ ಮಾಡು, ಅಂತರಿಕ್ಷದಲ್ಲಿದೆಯೇನೋ ಅನ್ನುವಂತೆ ತೋರುವ ಒಂದೇ ಒಂದು ಗಾಜಿನ ಹೆಂಚು, ಒಳಗಿನ ಕತ್ತಲು ಎಲ್ಲವನ್ನೂ ಅವಳು ಮೂಲಂಗಿ ಹೆಚ್ಚಿ ಮುಗಿಸುವಷ್ಟರಲ್ಲಿ ವರ್ಣಿಸಿದೆ.

ನಂತರ ನನ್ನ ಪ್ರವೇಶವಾಯಿತು. ಒಂದು ಮಟಮಟ ಮಧ್ಯಾಹ್ನ ನಾನು ಅಕ್ಕಿ ಚೀಲ ಹಿಡಿದುಕೊಂಡು ಹಿಟ್ಟು ಮಾಡಿಸಲು ಹೋದರೆ ಅಲ್ಲಿ ಯಾರೂ ಇರಲಿಲ್ಲ. ಅದು ಮಧ್ಯಾಹ್ನದ ಊಟದ ವೇಳೆಯೆಂದು ನನಗೂ ಗೊತ್ತಿರಲಿಲ್ಲ. ಒಳಗೆ ಹೋಗಿ, ಕಣ್ಣಿನ ಮಬ್ಬು ಹರಿಯುವ ತನಕ ನಸುಗತ್ತಲಲ್ಲಿ ನಿಂತೆ. ಅಲ್ಲಿದ್ದ ಎಲ್ಲದರ ಮೇಲೂ ಹಿಟ್ಟಿನ ಬಿಳಿಯ ಪದರ. ಆಮೇಲೆ ಒಂದು ಮೂಲೆಯಿಂದ ಯಾರು ಎಂಬ ದನಿ ಕೇಳಿಸಿತು. ಅಲ್ಲಿ ನೋಡಿದರೆ ಎತ್ತರದ ಒಂದು ಅಟ್ಟ. ಅದಕ್ಕೆ ಹತ್ತಿ ಹೋಗಲು ಏಣಿ. ಅಟ್ಟದ ಮೇಲೆ ಆ ತಾತ ಕೆಲಸದವಳ ಜೊತೆ ಮಲಗಿದ್ದರು. ಅವಳು ಎದ್ದು ಸೀರೆ ಸರಿಪಡಿಸಿಕೊಂಡು ಏಣಿ ಇಳಿದು ಬಂದಳು. ತಾತ ತಲೆಗೆ ಕೈಯಾನಿಸಿ ಅರ್ಧಶಯನ ಭಂಗಿಯಲ್ಲಿದ್ದರು. ಇಬ್ಬರೂ ಎಷ್ಟು ಸಹಜವಾಗಿದ್ದರು ಅಂದರೆ ಈವತ್ತಿಗೂ ನನಗೆ ಅಂಥ ನಿರಾಗಸ ಧೈರ್ಯ ಬೇಕು ಅನಿಸುತ್ತದೆ. ಅವಳು ರವಿಕೆಯ ಗುಂಡಿಗಳನ್ನು ಹಾಕುವ ಮೊದಲು ಅವಳ ಬೆತ್ತಲೆ ಎದೆ ನನಗೆ ಕಾಣಿಸಿತು ಎಂದು ಈವತ್ತಿನವರೆಗೂ ನಂಬಿದ್ದೇನೆ. ನನಗಾಗಿ ಗಿರಣಿ ಚಾಲೂ ಮಾಡಿ ಹಿಟ್ಟು ಮಾಡಿಕೊಟ್ಟಳು. ಇನ್ನು ಮುಂದೆ ಇಷ್ಟು ಹೊತ್ತಿಗೆ ಬರಬೇಡ, ಇದು ಊಟದ ಹೊತ್ತು ಅಂದಳು. ಅವಳ ಮುಖದಲ್ಲಿ ತುಸು ಬೆವರಿತ್ತು, ಮತ್ತು ಕೂದಲಿಗೆ ಹಿಟ್ಟು ಮೆತ್ತಿತ್ತು. ದುಡ್ಡು ಇಸಕೊಂಡು ಕಳಿಸಿದಳು. ಅವಳು ಮತ್ತೆ ಅಟ್ಟ ಹತ್ತುತ್ತಾಳೋ ಅಂತ ನೋಡಲು ನಾನು ಹೊರಡುವುದನ್ನು ತಡಮಾಡಿದೆ. ಆದರೆ ಅವಳು ನನ್ನನ್ನು ಹೊರಗೆ ಕಳಿಸಿ ಮುಂದಿನ ಬಾಗಿಲು ಮರೆಮಾಡಿ ಕಸಗುಡಿಸತೊಡಗಿದಳು. ಅಷ್ಟು ಹೊತ್ತಿಗೆ ಹೆಚ್ಚಿದ್ದನ್ನು ಬೇಯಿಸಲಿಕ್ಕೆ ಇಟ್ಟು 'ಸರಿ ಏನೀಗ?' ಅಂದಳು. ಮತ್ತೂ ಸ್ವಲ್ಪ ರಿಸ್ಕ್ ತಗೊಂಡು ಹಳೆ ಹುಡುಗಿ ಫಿಲೋಮಿನಾ ಬಗ್ಗೆ ಹೇಳತೊಡಗಿದೆ. ಸುಮ್ಮನೇ ವನ್ ವೇ ಲವ್ ಬಗ್ಗೆ ಕೊರೆದು ತಲೆಚಿಟ್ಟು ಹಿಡಿಸಬೇಡಿ, ನಿಮ್ಮದೆಲ್ಲಾ ನಂಗೊತ್ತಿಲ್ವೇ, ಒಳಗೊಂದು ಹೊರಗೊಂದು ಅಂದಳು.

ಈ ಕಾಲದಲ್ಲಿ ಹಾದರಕ್ಕೆ ಶಾಕ್ ಮಾಡುವ ಶಕ್ತಿ ಕಡಿಮೆಯಾಗಿದೆ ಅಂತ ಆವಾಗಲೇ ನನಗೆ ಗೊತ್ತಾಗಿದ್ದು. ಅವಳೂ ಯಾರ ಜೊತೆನೋ ಏನಾದರೂ ಮಾಡಿದ್ದಾಳಾ ಅಂತ ಸಂಶಯ ಬಂತು. ಏನು ಹೇಳಬೇಕೋ ಗೊತ್ತಾಗದೇ ಏನೇ ಅಂದರೆ, ಹೂಂ ಅಂದಳು. ಅಷ್ಟಕ್ಕೇ ಸುಮ್ಮನಾದೆ. ನಿಜವಾಗಿಯೂ ಇವಳಿಗೆ ಎಲ್ಲವನ್ನೂ ಹೇಳಬಹುದೇ ಎಂದು ಒಂದು ಕ್ಷಣ ಅನಿಸಿತು. ಎಲ್ಲವನ್ನೂ ಅಂದರೆ ಏನೇನು? ಹೇಳಿದ ನಂತರ ಏನಾಗುತ್ತದೆ? ಅದರಿಂದ ನನ್ನ ಬಗ್ಗೆ ಏನು ಗೊತ್ತಾದ ಹಾಗಾಗುತ್ತದೆ; ಗೊತ್ತಾಗಿ ಏನು ಪ್ರಯೋಜನ? ನಾನು ಒಳಗೊಂದು ಹೊರಗೊಂದು ಇರುವ ಮನುಷ್ಯನೆಂದೇ? ಅದು ಹೇಗೂ ಗೊತ್ತಿದೆಯಲ್ಲ; ಈಗ ತಾನೇ ಅದನ್ನೇ ಹೇಳಿದಳಲ್ಲ.

ನಿಮ್ ಕೈಲಿ ಏನೂ ಆಗಲ್ಲಾರೀ.... ಬೇಗ ಹೋಗಿ ಒಂದು ಕೇಜಿ ಈರುಳ್ಳಿ ತಗೊಂಡು ಬನ್ನಿ ಅಂದಳು. ಸರಿ ಅಂತ ಹೊರಟೆ.

೨

ನಾನು ಸ್ಟೇಶನ್ನಿಗೆ ಹೋಗಲಿಲ್ಲ. ಅಲ್ಲಿ ಅತ್ತು ಕರೆದು ರಂಪ ಎಲ್ಲಾ ಯಾಕೆ? ಗುರು ಶಿಷ್ಯೆ ಸಂಬಂಧ ಜಗತ್ತಿನ ಕಣ್ಣಿನಲ್ಲಾದರೂ ಹಾಗೇ ಇರಲಿ. ಅವಳನ್ನು ಪೂರ್ತಿ ಅರ್ಥಮಾಡಿಕೊಂಡಿದ್ದೇನೆ ಅಂತ ಅವಳು ನಂಬುತ್ತಾಳೆ. ನಂಬಿಕೆ ಮುಖ್ಯ. ನಂಬದಿದ್ದರೆ ಅರ್ಥಮಾಡಿಕೊಂಡೂ ಪ್ರಯೋಜನವಿಲ್ಲ.

'ಪ್ರೀತೀನೇ ಉಳಿಯೋದು, ಕಾಮ ಇನ್ಸಿಡೆಂಟಲ್' ಎಂದು ಹೇಳಿದ್ದನ್ನು ನೆನೆಸಿಕೊಂಡಳು. ಹೊರಡಲು ಎರಡು ದಿನವಿದ್ದಾಗಲೇ ಹೋಗುವ ದುಃಖದಲ್ಲೋ, ಊಹಿಸಿದ ವಿರಹದಲ್ಲೋ ದಿನಕ್ಕೆರಡು ಬಾರಿ ಆಗಿತ್ತು. ಇನ್ನು ಸ್ಟೇಷನ್ನಿಗೆ ಹೋಗುವಷ್ಟು ಆಸಕ್ತಿ ನನ್ನಲ್ಲಿ ಇರಲಿಲ್ಲ. ನನಗೆ ಬರಕ್ಕಾಗಲ್ಲ, ತಪ್ಪಿಸಿಕೊಳ್ಳಲು ಸಾಧ್ಯವೇ ಇಲ್ಲದಂಥ ಕೆಲಸ ಇದೆ ಎಂದು ಹೇಳಿದ್ದೆ. ಅವಳ ರೈಲು ಹೊರಟ ಹೊತ್ತಿಗೆ ನಾನು ಜೋರಾಗಿ ಫ್ಯಾನು ಬಿಟ್ಟುಕೊಂಡು ಮನೆಯಲ್ಲಿ ಮಂಚದ ಮೇಲೆ ಬರಿ ಚಡ್ಡಿಯಲ್ಲಿ ಬೋರಲು ಮಲಗಿ ಗಾಢ ನಿದ್ದೆಯಲ್ಲಿದ್ದೆ.

ಎಷ್ಟೋ ದಿನಗಳ ನಂತರ ಒಂದು ಮಧ್ಯಾಹ್ನ ಆಫೀಸಿಗೆ ಬಂದಳು. ಬರುವ ಬಗ್ಗೆ ಫೋನಿಲ್ಲ, ಮಾತಿಲ್ಲ ಕತೆಯಿಲ್ಲ. ಅವಳ ಮುಖದ ಮೇಲಿನ ಉಲ್ಲಾಸ, ಕಳೆಕಳೆಯಾದ ನಗು ಅಪಶಕುನದ ಹಾಗೆ ಕಂಡಿತ್ತು. ನಾನಿಲ್ಲದೇ ಇಷ್ಟೊಂದು ಖುಷಿಯಾಗಿದ್ದಾಳೆ ಅಂದರೆ ಏನೋ ಇರಬೇಕು ಅಂದುಕೊಂಡೆ. ನಿನ್ನ ಹತ್ತಿರ ಎಷ್ಟೊಂದು ಮಾತಾಡಬೇಕು, ಈಗಲೇ ಬಾ ಅಂದಳು. ಇದು ಕಾಲೇಜು ಪಾಠದ ಹಾಗಲ್ಲ, ಖಾಸಗಿ ನೌಕರಿ ಅಂದರೂ ಕೇಳಲಿಲ್ಲ. ನನ್ನ ಕೆಲಸವನ್ನೆಲ್ಲ ಹೇಗೋ ಮುಗಿಸಿ, ಕಾಫಿ ಹೌಸ್‌ಗೆ ಹೊರಟೆ.

ದಾರಿಯಲ್ಲಿ ಏನೂ ಹೇಳಲಿಲ್ಲ. ಸ್ವಲ್ಪ ಕಾಡುಹರಟೆ. ಕೂತು ಕಾಫಿ ಕುಡಿಯುವಾಗ ಶುರುಮಾಡಿದಳು. 'ಖಡಾಖಂಡಿತವಾಗಿ ಹೇಳಿಬಿಟ್ಟೆ. ಬಸಿರಾದ ಕಾರಣಕ್ಕೇ ಮದುವೆ ಆಗಬೇಕಾಗಿಲ್ಲ ಅಂತ. ಮತ್ತು ಈ ಮಗುವನ್ನು ನಾನೊಬ್ಬಳೇ ಸಾಕುತ್ತೇನೆ ಅಂತ. ಆದರೆ ಅವನೇ ಖುಶಿಯಾಗಿ ಅದ್ಹೇಗೆ ಆಗುತ್ತದೆ, ಅದ್ಹೇಗೆ? ನಾವು ಮದುವೆ ಆಗೋದೇ ಅಂತ ಕುಣಿದಾಡಿದ. ನಿನ್ನೆಯಲ್ಲ ಮೊನ್ನೆ ಮದುವೆಯಾಯಿತು.' ಅವಳ ಹಾವಭಾವಗಳಲ್ಲಿ ಸಹಜತೆ ಎಷ್ಟು ಇದೆ ಎಂದು ಅವಳನ್ನೇ ನೋಡುತ್ತ ಯೋಚಿಸಿದೆ. ಹೆಣ್ಣು ವಶಪಡಿಸಿಕೊಳ್ಳೋ ಆಸ್ತಿಯಲ್ಲ ಅನ್ನೋ ಹೆಂಗಸರೂ ಸಹ ಮದುವೆ ಅಂದಾಕ್ಷಣ ಡುಬಕ್ಕನೇ ಬೀಳ್ತಾರಲ್ಲ. ಇವಳಿಗೆ ಸರೀ ಮೋಸ ಮಾಡಿದ್ದಾನೆ. ಇಷ್ಟು ಫಸ್ಟ್ ಕ್ಲಾಸ್ ಹುಡುಗಿ, ಮದುವೆ ಅಂದರೆ ಹೇರ್‌ಕಟ್ ಥರಾ ಅಂತ ತಿಳಕೊಂಡಿದ್ದಾನೆ. ಭೋಸಡೀಮಗ.

'ಇದೆಲ್ಲ ಹೇಗೆ ಆಯಿತು ಅಂತಲೇ ಗೊತ್ತಾಗಲಿಲ್ಲ. ಜಸ್ಟ್ ಹ್ಯಾಪನ್ಡ್. ಪ್ರೀತಿ ಗೀತಿ ಅಂತ ಮಾತಾಡದೇ ಸುಮ್ಮನೇ ಮತ್ತೆ ಮತ್ತೆ ಅದೆಲ್ಲಾ ಆಯಿತು. ನೀನೇ ಹೇಳುತ್ತಿದ್ದೆಯಲ್ಲ, ನಿಜವಾದ ಪ್ರೀತಿಯಲ್ಲಿ ಮಾತು ಕಡಿಮೆ ಇರುತ್ತೆ ಅಂತ. ಅದೇ ನೆನಪಾಗುತ್ತಿತ್ತು ನನಗೆ. ಮಾತು ಕಡಿಮೆ, ಪ್ರೀತಿ ಹೆಚ್ಚು ಹ್ಹ ಹ್ಹಾ...'

ನಾನು ಉದಾತ್ತವಾದ ನನ್ನ ಪಾತ್ರವನ್ನು ನಿರ್ವಹಿಸಲೇಬೇಕಿತ್ತಲ್ಲ. ಅದಕ್ಕೆ ತಕ್ಕ ಮಾತಾಡಿದೆ. ಸ್ವಲ್ಪ ರಿಸ್ಕ್ ತಗೊಂಡು ಸಿಕ್ಕಾಗಲೇ ಬಸಿರು ಮಾಡಿಬಿಡಬೇಕಿತ್ತು ರಂಡೆಯನ್ನು ಎಂದು ನನ್ನೊಳಗೇ ಅಂದುಕೊಂಡೆ. ಈ ನಡುವೆ ಎರಡು ಬಾರಿ ಮೊಬೈಲ್ ಕಾಲ್ ಬಂತು ಆಫೀಸಿನಿಂದ. ಆಮೇಲೆ ನಿರ್ವ್ಯಾಜ ಪ್ರೀತಿಯ ನನ್ನದೇ ಅಸ್ತ್ರಗಳನ್ನು ಹಿರಿದು ಇರಿದಳು. ನಾಚಿಕೆ ಬಿಟ್ಟು ನಾಚಿಕೊಳ್ಳುತ್ತ ತನ್ನ ಸರಸದ ಕಥೆ ಹೇಳಿದಳು. ಗೊತ್ತೇ ಆಗಲಿಲ್ಲವಂತೆ, ಮೈಮರೆತರಂತೆ, ಮನುಕುಲದ ತಂದೆತಾಯಿಯಂತೆ. ಅವನಿಗೆ ಗಡ್ಡ ಇದೆಯಂತೆ, ಚುಚ್ಚುತ್ತದಂತೆ.

■

ರೋಗಹರಣ

ವಸುಧೇಂದ್ರ

ಯಾರೋ ಹಿರಿಯ ಯತಿಗಳು ಬೃಂದಾವನಸ್ಥರಾದ ಸ್ಥಳವದು. ಸಂಜೆಯ ಹೊತ್ತು ಅಲ್ಲಿಯ ಹಿರಿಯ ಆಚಾರ್ಯರು ಭಕ್ತಾದಿಗಳನ್ನು ಕೂಡಿಸಿಕೊಂಡು ಗುರುಗಳ ರೋಗಹರಣ ಶಕ್ತಿಯ ಬಗ್ಗೆ ಪ್ರವಚನ ಮಾಡುತ್ತಿದ್ದರು.

"ಗುರುಗಳ ರೋಗಹರಣ ಶಕ್ತಿ ಅಂತಿಂಥಾದ್ದಲ್ಲ. ಕುರುಡರಿಗೆ ಕಣ್ಣು ಬಂದದ್ದದೆ. ಮೈಯೆಲ್ಲಾ ಕುಷ್ಠ ಆಗಿದ್ದ ಭಕ್ತನೊಬ್ಬ ಮೂರು ದಿನ ಗುರುಗಳ ಸೇವಾ ಮಾಡಿದ್ದೇ ಎಲ್ಲಾ ಮಾಯ ಆಯ್ತು. ಫಾರಿನ್ ಡಾಕ್ಟರುಗಳು ಕೂಡಾ ಮಕ್ಕಳು ಆಗಲ್ಲ ಅಂತ ಹೇಳಿದ್ದ ಹೆಣ್ಣುಮಗಳೊಬ್ಬಳು ಕಡೀಗೆ ಇಲ್ಲಿಗೆ ಬಂದು ಸೇವಾ ಮಾಡಿದಳು. ಈಗ ಆಕಿಗೆ ಚಿನ್ನದಂಥಾ ಮಗರಾಯ ಹುಟ್ಯಾನೆ. ಬರೀ ಅಷ್ಟೇ ಅಲ್ಲ, ಸತ್ತವರು ಎದ್ದು ಕುಳಿತಂಥಾ ಸಂದರ್ಭಾನೂ ಅವೆ. ಭಕ್ತರಿಗೆ ಗುರುಗಳು ರಾತ್ರಿ ಕನಸಿನಾಗೆ ಬಂದು ಚಿಕಿತ್ಸಾ ಮಾಡ್ತಾರೆ...."

ಪ್ರವಚನ ಮುಗಿದಾಗ ರಾತ್ರಿಯಾಗಿತ್ತು. ಎಲ್ಲಾ ಭಕ್ತಾದಿಗಳು ಅರ್ಚಕರಿಂದ ಫಲಮಂತ್ರಾಕ್ಷತೆ, ಕಲ್ಲುಸಕ್ಕರೆ ಪಡೆದುಕೊಂಡು ನಮಸ್ಕರಿಸಿ ಹೊರಟುಹೋದರು. ಕಡೆಗೊಬ್ಬ ಮೂಲೆಯಲ್ಲಿ ಉಳಿದಿದ್ದ. ಅವನು ನಿಧಾನಕ್ಕೆ ಆಚಾರ್ಯರ ಮುಂದೆ ಬಂದು, ಅವರ ಮುಂದೊಂದು ಮುಲಾಮಿನ ಟ್ಯೂಬನ್ನು ಇಟ್ಟು ಕೈ ಜೋಡಿಸಿ, "ಆಚಾರ್ಯರೆ, ತಪ್ಪು ತಿಳಕೋಬ್ಯಾಡರಿ. ನಾನೊಬ್ಬ ಡಾಕ್ಟರಿದೀನಿ. ಪ್ರವಚನ ಮಾಡೋ ಕಾಲಕ್ಕ ನೀವು ಒಂದೇ ಸವನೆ ತುರಿಸಿಕೊಳ್ತಿದ್ದಿರಿ. ಇನ್‌ಫೆಕ್ಷನ್ ಭಾಳ ಜಾಸ್ತಿ ಆದಂಗದೆ. ದಯಮಾಡಿ ರಾತ್ರಿ ಮಲಗೋ ವ್ಯಾಳ್ಯಕ್ಕೆ ಆ ಜಾಗಕ್ಕೆ ಈ ಮುಲಾಮು ಹಚ್ಚಿಗೊಳ್ರಿ. ತುರಿಕಿ ಕಡಿಮಿ ಆಗ್ತದೆ" ಅಂತ ವಿನಯದಿಂದ ಹೇಳಿದ. ಆಚಾರ್ಯರು ಬಿಟ್ಟ ಕಣ್ಣಿಂದ ಭಕ್ತನನ್ನು ನೋಡಿದರು.

ಮರುದಿನ ಪ್ರವಚನ ಮುಗಿದ ನಂತರ ಆಚಾರ್ಯರು ಆ ಡಾಕ್ಟರ್ ಭಕ್ತನಿಗೆ ಫಲಮಂತ್ರಾಕ್ಷತೆ, ಕಲ್ಲುಸಕ್ಕರೆಯ ಜೊತೆಯಲ್ಲಿ ಎರಡು ನಳನಳಿಸುವ ಬಾಳೆಹಣ್ಣುಗಳನ್ನು ವಿಶೇಷವಾಗಿ ನೀಡಿ, ಅತ್ಯಂತ ಕೃತಜ್ಞತಾಭಾವದಿಂದ ಕೈಮುಗಿದರು.

ಜಿದ್ದು

ಅಶೋಕ ಹೆಗಡೆ

ಬೆಂಚಿನ ಮೂಲೆಯಲ್ಲಿ ಕುಳಿತ ಅವರು ಪಾರ್ಕಿನ ಗೇಟಿನೊಳಕ್ಕೆ ಬರುತ್ತಿರುವವರನ್ನು ತೋರಿಸುತ್ತ ನುಡಿದರು: "ನೋಡಿ, ಅವರೇ ಜಗತ್ತಿನ ಅತಿದೊಡ್ಡ ಔಷಧೋತ್ಪನ್ನಗಳ ಕಂಪನಿಯ ವರಿಷ್ಠ ಹುದ್ದೆಯಲ್ಲಿ ನಿವೃತ್ತರಾದ ಏಕೈಕ ಭಾರತೀಯರು. ಅವರು ಆ ಕಂಪನಿಯಲ್ಲಿ ಎಷ್ಟು ಮೇಲೇರಿದರೋ ಅಷ್ಟೇ ನಾನೂ ಮೇಲೇರಿದೆ, ಅವರನ್ನು ವಿರೋಧಿಸುತ್ತ."

"ನೀವು ಯಾರು?" ಅಂದೆ ನಾನು.

"ನಾನೋ..." ಸ್ವಲ್ಪ ಎದೆಯೇರಿಸಿಯೆ ನುಡಿದವರು: "ಭಾರತದ ಔದ್ಯೋಗಿಕ ರಂಗ ಅತಿಯಾಗಿ ದ್ವೇಷಿಸಿದ ಯಶಸ್ವೀ ಕಾರ್ಮಿಕ ನಾಯಕ ಲೊಖಿಂಡೇಜಿ" ಎಂದು ದೊಡ್ಡದಾಗಿ ಹೇಳಿ, "ಈಗ ಆ ಪದವಿಯಲ್ಲಿ ಇಲ್ಲ... ವಯಸ್ಸಾಯಿತು... ಅಲ್ಲದೆ ಕಾಲ ಬದಲಾಯಿತು ನೋಡಿ..." ಅಂದರು ಸ್ವಲ್ಪ ಮೆತ್ತಗೆ. ಮತ್ತೆ ಮಾತು ಮುಂದುವರಿಸಿದರು:

"ಅವನ, ನನ್ನ ಮನೆಗಳು ಎದುರುಬದುರೆ. ಹೇಳಬೇಕೆಂದರೆ ನಾವು ಓದಿದ್ದು ಕೂಡ ಒಂದೇ ಶಾಲೆಯಲ್ಲಿಯೇ. ಬಾಲ್ಯದಿಂದ ಪರಿಚಿತರು. ಒಂದೇ ಕಂಪನಿಯಲ್ಲಿ ಕೆಲಸ. ಆದರೆ ಈ ಪೈಪೋಟಿ ಪ್ರಾರಂಭವಾದ ಮೇಲೆ ನನಗೂ ಅವನನ್ನು ಮುಗಿಸಿಬಿಡುವ ಜಿದ್ದು. ಅವನಿಗೂ ನನ್ನನ್ನ ಮಟ್ಟಹಾಕುವ ಛಲ. ಜಗಳ, ಕಿರಿಕಿರಿ, ಮುಷ್ಕರ, ರಸಕಸೆ... ಹೀಗೆಯೆ ಕಾಲ ಕಳೆದುಹೋಯಿತು. ಈ ಸಂತೆಯ ಗದ್ದಲದಲ್ಲಿಯೇ ಅವನಿಗೆ ಮದುವೆಯಾಯಿತು, ಮಕ್ಕಳಾದವು, ಬೆಳೆದವು, ಮನೆಬಿಟ್ಟು ನಡೆದವು, ತಮ್ಮ ದಾರಿಯನ್ನು ತಾವು ಅರಸಿ. ನನ್ನದೂ ಸ್ವಲ್ಪ ಹಾಗೆಯೇ. ಈಗ ಅವನು ಮನೆಯಲ್ಲಿ ಒಬ್ಬನೇ. ನಾನೂ ಕೂಡ. ನೋಡಿ,

ಅವನೀಗ ನಿವೃತ್ತ. ನಾನೂ ಹಾಗೆಯೇ. ಪಾರ್ಕಿನಲ್ಲಿ ಅವನು ಭೇಟಿಯಾದಾಗ 'ಹೇಗಿದ್ದೀಯಾ... ಚಹಾ ಕುಡಿಯೋಣವೇನು.... ಇವತ್ತು ಯಾಕೋ ಕೈಕಾಲು ನೋವು' ಅನ್ನುತ್ತಾನೆ. ನನಗೂ ನನ್ನ ಹರ್ನಿಯದ ನೋವು ತಾಳಲಿಕ್ಕಾದರೂ ಮಾತು ಬೇಕು ನೋಡಿ.... 'ಬಾರಯ್ಯಾ... ಬೈಟು ಆಗಲಿ' ಅನ್ನುತ್ತೇನೆ, ಥೇಟ್ ಕಾಲೇಜಿನ ವರಾಂಡದಲ್ಲಿ ಇದ್ದಂತೆ."

ಮಾತು ಮುಗಿಸುತ್ತಿದ್ದಂತೆ ಅವರು ಬಂದರು. ಇಬ್ಬರೂ ಒಬ್ಬರ ಕೈ ಒಬ್ಬರು ಹಿಡಿದುಕೊಂಡು ಒಬ್ಬರನ್ನೊಬ್ಬರು ನಡೆಸುತ್ತ ನಡೆದರು.

■

ಬರ

ರಘುನಾಥ ಚ. ಹ.

'ಏನಾದ್ರೂ ಕೆಲಸ ಇದ್ರೆ ಕೊಡ್ತೀರಾ ಸಾರ್?"

ರವೀಂದ್ರ ಕಲಾಕ್ಷೇತ್ರದ ಹಿಂಬದಿಯ ಸಂಸ ಬಯಲು ರಂಗಮಂದಿರದ ಕಲ್ಲು ಮೆಟ್ಟಿಲು ಮೇಲೆ ಒಂಟಿಯಾಗಿ ಕುಳಿತಿದ್ದ ನಾಟಕದ ಮೇಷ್ಟ್ರು ಧ್ಯಾನಭಂಗವಾದಂತೆ ಕಣ್ಣುಬಿಟ್ಟರು. ಎದುರಿಗೆ ಮಾಸಿದ ಕೂದಲ ಆಸೆ ಕಣ್ಣುಗಳ ಹುಡುಗ. ಅವನ ಹೆಗಲಿನಲ್ಲೊಂದು ಮಾಸಿದ ಬಟ್ಟೆಯ ಚೀಲ.

ನಾಟಕದ ಮೇಷ್ಟ್ರು ಕಥೆಗಾರರೂ ಹೌದು. ಅವರೀಗ ಮೈಮರೆತಿದ್ದುದು ಕಥೆಯೊಂದರ ತಲಾಷಿನಲ್ಲಿಯೇ. ಎದೆಯೊಳಗೆ ಸುಳಿದಾಡುತ್ತಿದ್ದ ಯಾವುದೋ ಕಥೆಯೊಂದು ಇನ್ನೇನು ಚಿತ್ತದಲ್ಲಿ ಹುತ್ತಗಟ್ಟಬೇಕು ಅನ್ನುವಷ್ಟರಲ್ಲಿ ಹುಡುಗನ ಪ್ರವೇಶವಾಗಿತ್ತು. ಮೇಷ್ಟ್ರಿಗೆ ಮೂಗಿನ ಮೇಲೆಯೇ ಕೋಪ. ಆದರೆ ಹುಡುಗ ದೀನನಾಗಿ ಕಂಡುದರಿಂದ ಮೇಷ್ಟ್ರ ಮಾತು ಗಟ್ಟಿಯಾಗಲಿಲ್ಲ.

'ಯಾವುದಾದ್ರೂ ಹೋಟ್ಲಿಗೊ ಅಂಗಡಿಗೊ ಹೋದ್ರೆ ಕೆಲಸ ಸಿಗುತ್ತೆ. ನಾಟಕ ಆಡೊ ಜಾಗದಾಗೆ ಎಂಥ ಕೆಲ ಸಿಗುತ್ತಪ್ಪ' ಎಂದು ಇಲ್ಲಿಂದ ಕಳಚಿಕೊ ಎನ್ನುವ ಧಾಟಿಯಲ್ಲಿ ಮೇಷ್ಟ್ರು ಹುಡುಗನಿಗೆ ಹೇಳಿದರು. ಹುಡುಗ ಸೋಲಲಿಲ್ಲ. 'ಇಲ್ಲೆಲ್ಲ ಇಷ್ಟೊಂದು ಕಾರು ನಿಂತವೆ. ನಂಗೊಂದು ಕೆಲಸ ಇಲ್ಲವಾ?' ಎಂದು ಮೇಷ್ಟ್ರಿಗೆ ಮರುಪ್ರಶ್ನೆ ಹಾಕಿದ.

ಹುಡುಗನ ಪ್ರಶ್ನೆಗೆ ಏನೆಂದು ಹೇಳುವುದು? ಅವನದು ಮುಗ್ಧತೆಯ ಪ್ರಶ್ನೆಯೊ ಕೆಣಕು ಪ್ರಶ್ನೆಯೊ ಎಂದು ಮೇಷ್ಟ್ರು ಅರೆಕ್ಷಣ ಯೋಚಿಸಿದರು. 'ಕಾರಿಗೂ ಕೆಲಸಕ್ಕೂ ಎಂಥ

ಸಂಬಂಧವೊ? ಇಷ್ಟಕ್ಕೂ ನನ್ನ ಹತ್ತಿರವೇನೂ ಕಾರಿಲ್ಲವಲ್ಲ' ಎಂದರು. 'ಕೈನಲ್ಲೇ ಕಾರಿನ ಬೀಗ ಇಟ್ಕೊಂಡು ಸುಳ್ಳು ಹೇಳ್ತೀರಲ್ಲ ಸಾರ್' ಎಂದ ಹುಡುಗ.

ಹುಡುಗ ಚೂಟಿಯಿದ್ದಾನೆ ಎಂದು ಮೇಷ್ಟ್ರಿಗನ್ನಿಸಿತು. ಕಥೆಯ ಬೇಟೆಯಲ್ಲಿದ್ದ ಅವರಿಗೆ ಈ ಹುಡುಗನಲ್ಲೇ ಕಥೆ ಸಿಕ್ಕರೂ ಸಿಗಬಹುದೆಂದೂ ಅನ್ನಿಸಿತು. ಹಾಗನ್ನಿಸಿದ್ದೇ ತಡ ಹುಡುಗನ ಪ್ರವರ ವಿಚಾರಣೆಗೆ ಶುರು ಮಾಡಿದರು. ಹುಡುಗ ಹೇಳಿದ್ದಿಷ್ಟು:

'ಊರಾಗೆ ಬರ. ಮಳಿಲ್ಲ ಬೆಳಿಲ್ಲ. ಕೂಲಿ ಕೆಲ್ಸಾನೂ ಸಿಗಲ್ಲ. ಬೆಂಗಳೂರಾಗೇನಾದ್ರು ಕೆಲಸ ಸಿಗುತ್ತಾ ಅಂತ ಮನೆಬಿಟ್ಟು ಬಂದೆ. ಬಂದು ಮೂರು ದಿನಾತು. ಕೆಲಸಾನೆ ಸಿಗಲಿಲ್ಲ. ರಾತ್ರಿಯೆಲ್ಲಾ ಬಸ್ಟಾಂಡುನಾಗೆ ಮಲಗ್ತೀನಿ. ಹಗಲು ಕೆಲಸ ಹುಡುಕ್ತೀನಿ. ನೀವಾದ್ರು ಕೆಲಸ ಕೊಡಿ ಸಾರ್? ಕೊಡ್ತೀರಲ್ವಾ?'

ಕಥೆ ಕೇಳಿ ನಿಟ್ಟುಸಿರಿಟ್ಟ ಮೇಷ್ಟ್ರು - 'ಇಷ್ಟು ವಯಸ್ಸಾದ್ರೂ ನಂಗೇನೆ ಇನ್ನೂ ಕೆಲಸ ಇಲ್ಲ, ನಿಂಗೆಂಥ ಕೆಲಸ ಕೊಡಲೊ?' ಎಂದರು. ಹುಡುಗ ಮೇಷ್ಟ್ರು ಕೈಯಲ್ಲಿನ ಕಾರಿನ ಬೀಗದೆಸಳನ್ನೇ ನೋಡುತ್ತ, 'ನಾನು ಏನು ಕೆಲಸ ಬೇಕಾದ್ರು ಮಾಡ್ತೀನಿ ಸಾರ್. ಕಸ ಗುಡುಸ್ತೀನಿ. ಮುಸುರೆ ತೊಳಿತೀನಿ. ಕಾರು ಒರಸ್ತೀನಿ... ನಿಮಗೇನೂ ಅನುಮಾನ ಬೇಡ ಸಾರ್, ನಾವು ಗೌಡ್ರು...' ಎಂದ. ಮೇಷ್ಟ್ರು ನಕ್ಕರು.

ಹುಡುಗನಿಗೆ ಏನಾದ್ರೂ ಸಹಾಯ ಮಾಡಬೇಕು ಅಂತ ಮೇಷ್ಟ್ರಿಗೂ ಅನ್ನಿಸಿತ್ತು. ಅಡುಗೆ ಕಾಂಟ್ರಾಕ್ಟ್ ಕೆಲಸ ಮಾಡುತ್ತಿದ್ದ ಗೆಳೆಯ ಅಲ್ಲಿಯೇ ಓಡಾಡುತ್ತಿದ್ದ. 'ಈ ಹುಡುಗನಿಗೆ ಏನಾದ್ರೂ ಕೆಲಸ ಸಿಗುತ್ತಾ' ಎಂದು ಮೇಷ್ಟ್ರು ಗೆಳೆಯನ ಬಳಿ ವಿಚಾರಿಸಿದರು. ಹುಡುಗನ ಅಡಿಯಿಂದ ಮುಡಿಯವರೆಗೆ ನೋಡಿದ ಆತ, 'ಬರೋ ಭಾನುವಾರ ಇಷ್ಟೊತ್ತಿಗೆ ಇಲ್ಲಿಗೇ ಬಾ, ಏನಾದ್ರೂ ಕೆಲಸ ಇದ್ರೆ ಹೇಳ್ತೀನಿ' ಎಂದು ಅಲ್ಲಿಂದ ಜಾಗ ಖಾಲಿ ಮಾಡಿದ. ಭಾನುವಾರಕ್ಕಿನ್ನೂ ಮೂರು ದಿನವಿತ್ತು.

ಮೇಷ್ಟ್ರು ಕೂಡ ಹೊರಡಲು ಅಣಿಯಾಗಿ ಜುಬ್ಬ ಕೊಡವಿಕೊಂಡರು. ಅವರಿಗೆ ಬೆನ್ನು ಮಾಡಿದ ಹುಡುಗ ಇದ್ದಕ್ಕಿದ್ದಂತೆ ನಿಂತು, 'ಇದೆಂಥ ಆಫೀಸು ಸಾರ್?' ಎಂದು ರವೀಂದ್ರ ಕಲಾಕ್ಷೇತ್ರವನ್ನು ತೋರಿಸಿ ಕೇಳಿದ. 'ಇದು ರವೀಂದ್ರ ಕಲಾಕ್ಷೇತ್ರ ಅಂತ. ನಾಟಕಗಳು ನಡೆಯೋದೆಲ್ಲ ಇಲ್ಲೇನೆ' ಎಂದ ಮೇಷ್ಟ್ರು ಕ್ಯಾಂಟೀನು ಬಳಿಯಿದ್ದ ತಮ್ಮ ಗೆಳೆಯರತ್ತ ಹೆಜ್ಜೆ ಹಾಕಿದರು.

'ಅಂಗಾ ಇಸ್ಯಾ, ಇಲ್ಲಿ ನಾಟ್ಕ ನಡೀತದಾ' ಎಂದು ಹುಡುಗ ತನ್ನಷ್ಟಕ್ಕೆ ತಾನೇ ಹೇಳಿಕೊಳ್ಳುತ್ತ ತನ್ನಿಂದ ದೂರವಾಗುತ್ತಿದ್ದ ಮೇಷ್ಟ್ರನ್ನ ಒಮ್ಮೆ, ರವೀಂದ್ರ ಕಲಾಕ್ಷೇತ್ರವನ್ನು ಒಮ್ಮೆ ನೋಡತೊಡಗಿದ.

■

ಫೆಟಿಷ್

ನಾಗರಾಜ ವಸ್ತಾರೆ

ಅನಂತ್ ನಕ್ಕ. ಗುಟುಕಿಸಿದ್ದ ಬಿಯರು ಉಗ್ಗಿಕೊಳ್ಳುವ ಹಾಗೆ. ತುಂತುರು ನನ್ನ ಮೊಣಕೈ, ಮುಂಗೈಯಲ್ಲೆಲ್ಲ ಸಿಡಿದವು. 'ಸ್ಸಾರೀ.... ಅಭಿ!' ಅಂತ ಕೊಂಚ ಗಂಭೀರವಾದ. 'ಅವಳು ಅವನ ಫೋಟೋ, ಪೋಸ್ಟರ್ ತಾನೇ ಹಾಕ್ಕೊಂಡಿರೋದು? ನನ್ನ ತಂಗೀನೂ ರೂಮ್ ತುಂಬ ಅಂಟಿಸಿಕೊಂಡಿದ್ದಾಳೆ. ನಮ್ಮೆಲ್ಲರ ಬದುಕಿನಲ್ಲೂ ಇಂಥದೊಂದು ಹಂತ ಇರುತ್ತೆ. ನೀನು ಕಾರಂತರನ್ನ, ಭೈರಪ್ಪಾನ್ನ ತಲೆ ಮೇಲೆ ಹೊತ್ತು ತಿರುಗ್ತಿರಲಿಲ್ಲವೆ? Haven't you grown out of it today?.... ಆದರೂ ಈ ಹುಡುಗೀರದು ಒಂದೊಂದು ಸಲ ಅತೀನೆ! ತುಂಬಾ ತುಂಬಾ ನಿಗೂಢ ಅದು. ಒಂದು ನಮೂನೆ ಫೆಟಿಷ್ ಅಂತನ್ನು ಬೇಕಾದರೆ....' ನನಗೆ ಇಂಥ ಸಮಜಾಯಿಷಿ ಬೇಕಾಗಿರಲಿಲ್ಲ. ಫಿಂಗರ್ ಚಿಪ್ಸ್‌ನ ಮತ್ತೊಂದು ಬೆರಳನ್ನು ಕೆಂಪನೆ ಸಾಸಿನಲ್ಲಿ ಹೊರಳಿಸಿ ಮತ್ತೊಮ್ಮೆ ಗುಟುಕಿ ಹೇಳಿದ. 'ನಿನ್ನ ಸಮಸ್ಯೆ ನನಗೆ ಅರ್ಥ ಆಗುತ್ತೆ ಕಣಯ್ಯಾ. ಇದು ಬಗೆ ಹರಿಸಲಿಕ್ಕೆ ಆಗದ್ದೇನಲ್ಲ.... It's a problem 'cause it demands to be solved. ಬೇಗ ಒಂದು ಮಗು ಮಾಡಿಕೊಳ್ಳಿ. ಎಲ್ಲ ಸರಿಹೋಗುತ್ತೆ. ಶಮೀ ಇನ್ನೂ ಹುಡುಗಿ. ತನ್ನದು ಅನ್ನೋದು ಒಂದು ಆಗಿಬಿಟ್ಟರೆ ಜವಾಬ್ದಾರಿ ತಾನಾಗೇ ಬರುತ್ತೆ...' ಎಲ್ಲೆಲ್ಲಿಂದಲೂ ಕೇಳಿಬರುವ ಮಾತೇ. ಇಷ್ಟಕ್ಕೆ ಇವನ ಹತ್ತಿರ ಬರಬೇಕಿತ್ತೆ? ಕೊಂಚ ಅನುಮಾನಿಸಿದೆ. 'ಈಗ ಶಮೀ ನನ್ನ ಫೋಟೋ ಇಟ್ಟುಕೊಂಡಿದ್ದಾಳೆ ಅಂತಿಟ್ಕೋ. ಆಗ ನಿನ್ನ ಪ್ರತಿಕ್ರಿಯೆ ಬೇರೆ ಇರ್ತಾ ಇತ್ತು. ಅದು ಉಲ್ಬಣವಾದ ಸಮಸ್ಯೆ. ಇದು ಹಾಗಲ್ಲ. Don't get worked up. ಒಂದು ಮಗು ಆಗಲಿ. ಆಗ ನೋಡು....'

ಒಂದು ಮಗು ಆಗಲಿ. ಎಲ್ಲ ಸರಿ ಹೋಗುತ್ತದೆ ಅಂತ ಕಾರಿನ ಕೀ ತಿರುವುವಾಗ ನನಗೆ ನಾನೇ ಹೇಳಿಕೊಂಡೆ. ಶಮೀಯ ನೆನಪಾಯಿತು. ಮದುವೆಯಾಗಿ ಈ ಸೆಪ್ಟೆಂಬರಿಗೆ ನಾಲ್ಕನೇ ವರ್ಷ. ಇನ್ನೂ ಹೇಗಿದ್ದಳೋ ಹಾಗೇ ಉಳಿದುಬಿಟ್ಟಿದ್ದಾಳೆ.... ಶೈಶವವನ್ನು ಕಾದಿಟ್ಟುಕೊಂಡು. ನಿನ್ನ ಎವೆಗಳಲ್ಲಿ ನನ್ನ ಹಗಲು ತೂಗುತ್ತದೆ. ಬಿಚ್ಚಿದರೆ ಬೆಳಗು.... ಇವಳಿಗೆ ನಾನೇ ಹೇಳಿದ್ದಲ್ಲವೆ? ವಿಚಿತ್ರವೆನಿಸಿತು. ಕಣ್ಣು ಹನಿದವು. ಮನೆಯ ಬದಿ ಕಾರು ನಿಲ್ಲಿಸುವಾಗ—ಸರಿ, ಒಂದು ಮಗುವನ್ನೂ ಆಗಿಸಿ ನೋಡಿಯೇ ಬಿಡುವ! ಅಂತ ಹೇಳಿಕೊಂಡೆ.

ಮರು ಶುಕ್ರವಾರ ಕಾನ್‌ಸೆಪ್ಷನ್ ಸೆಂಟರಿಗೆ ಹೋದೆವು. ಏನೆಲ್ಲ ತಡಕಿಬಿಟ್ಟರು! ಅವಳ ಖಾಸಗೀ ಲೆಕ್ಕಗಳನ್ನು ವಿಚಾರಿಸಿಕೊಂಡರು. ರಾತ್ರಿಗಳನ್ನು ಕೆದಕಿದರು. ವೈಯಕ್ತಿಕ ಆಪ್ತತೆಯಿಂದ ಪರಿಶೀಲಿಸಿದರು. ಮುಜುಗರವಾಯಿತು. ನನ್ನ ಒಂದು ಉತ್ತರ ಹಾರಿಕೆಯದ್ದೆನಿಸಿ ರೇಗಿದರು. 'ನಿಮಗೆ ಪೇರೆಂಟ್‌ಹುಡ್ ಬೇಕೆನಿಸುವಷ್ಟು ವಯಸ್ಕತೆ ನಿಮ್ಮ ಹೆಂಡತಿಯಷ್ಟು ಬಂದಿಲ್ಲ ಬಿಡಿ!' ನಾಚಿಕೆಯಾಯಿತು. ಶಮೀ ಈ ವಿಚಾರದಲ್ಲಿ ಎಷ್ಟೆಲ್ಲ ಮುತುವರ್ಜಿ ತೋರಿದಳು. ಅವರ ಮಾತು ಮಾತನ್ನೂ ಅಳೆದು ತನಗೆ ತಾನೇ ಏನೋ ಲೆಕ್ಕ ಹಾಕಿಕೊಂಡಳು. ಲಾಂಜಿನಲ್ಲಿದ್ದ ಪೋಸ್ಟರುಗಳಲ್ಲಿ ಕಳೆದೂ ಹೋದಳು. 'ಅಭಿ! ಸರೊಗೇಟ್ ಮದರ್‌ಹುಡ್ ಬಗ್ಗೆ ಒಂದು ಲೇಖನ ಬರೀಬೇಕು ಅನಿಸುತ್ತೆ. ಫೆಂಟಾಸ್ಟಿಕ್ ಟಾಪಿಕ್ ಅಲ್ಲವೆ?' ಅವಳ ರಕ್ತವನ್ನು ತಪಾಸಣೆಗೆಂದು ಸಿರಿಂಜಿನ ನಳಿಕೆ ಹೀರುತ್ತಿರುವಾಗ ಅವಳ ಮೋರೆ ಭರ್ತಿ ನಿರುಮ್ಮಳವಿತ್ತು. ಈ ತನಕ ನೀನೆಲ್ಲಿದ್ದೆಯೆ! ಮಗ್ಗುಲಿಗಿದ್ದೂ ಸಿಗಲೇ ಇಲ್ಲವಲ್ಲೇ!!—ಅಂತ ಕಣ್ಣುಮುಚ್ಚಿಕೊಂಡೆ. 'ಅಭಿ! ನನಗೆ ಬಾಲಿಶ ಅಂತಿರ್ತೀಯಲ್ಲಾ—ನೀನಿನ್ನೂ ಬೆಳೀಬೇಕಿದೆ!!' ಅಂತ ನಕ್ಕಳು. 'ಇನ್ಸೆಮಿನೇಷನ್ ಅಂದರೆ ನಿನಗೆ ಗೊತ್ತೆ? ನಾನು ಅದು ಹೈದರಾಬಾದಿನಲ್ಲಷ್ಟೇ ಇರೋದು ಅಂದುಕೊಂಡಿದ್ದೆ. ಪ್ರಾಗ್ ಹೇಳಿದ್ದಳು... ಇಲ್ಲೂ ಅದೆಲ್ಲ ಉಂಟಂತೆ!!' ಬೆರಗು ತುಳುಕಿಸಿದಳು. ನಕ್ಕೆ.

ಹನ್ನೆರಡೂವರೆಗೆ ಸರಿಯಾಗಿ ಡಾಕ್ಟರ್ ಯಾಮಿನಿ ಬಂದರು. ಸೆಂಟರಿನ ಮುಖ್ಯಸ್ಥೆ. ಹದಿನೈದು ನಿಮಿಷದಲ್ಲಿ ನಮಗೆ ಬರ ಹೇಳಿದರು. 'ಶರ್ಮಿಷ್ಠಾ ಅಭಿರಾಮ್!' ಎಂದು ಅವಳ ಕೈ ಕುಲುಕಿದರು. 'ನಿಮ್ಮ ಬಗ್ಗೆ ಡಾಕ್ಟರ್ ರೇಖಾ ಬಹಳ ಹೇಳಿದರು, ತಾಯ್ತನದ ಬಗ್ಗೆ ಎಷ್ಟೆಲ್ಲ ಕಾಳಜಿ ವಹಿಸಿದ್ದೀರಿ ಅಂತ. ಮುಕ್ಕಾಲು ಪಾಲು—ಯಾವಾಗಲೂ ಹೆಣ್ಣು ಮಾನಸಿಕವಾಗಿ ತಾಯಾಗಲಿಕ್ಕೆ ಅಣಿಯಾಗದೆ ಇರುವಾಗಲೇ ಮಗು ಆಗಿಬಿಡುತ್ತೆ. ಆದರೆ ನಿಮ್ಮ ಬಗ್ಗೆ ಖುಷಿ ಆಗುತ್ತೆ!!' ಶಮೀ ಈವರೆಗಿಲ್ಲದ ಪ್ರೌಢಿಮೆಯನ್ನು ತೋರಿದಳು. ಅನಂತ್ ಹೇಳಿದ ಮಾತುಗಳು ನೆನಪಾದವು. ಅವಳ ಕಪಾಟಿನೊಳಗಿದ್ದ ಪೋಸ್ಟರುಗಳು ಒಮ್ಮೆಲೆ ಕಣ್ಣೆದುರು ತೆರೆದುಕೊಂಡವು. ಅವಳು ಬಟ್ಟೆ ಬದಲಿಸುವಾಗಲೆಲ್ಲ ಆ ಚಿತ್ರಗಳನ್ನು ತಡವಿ ಮುದ್ದಿಸುತ್ತಿದ್ದುದು, ಒಮ್ಮೊಮ್ಮೆ ಕಪಾಟಿನ ಕದದ ಒಳಬದಿಯಲ್ಲಿ ಅವಳು

ಅಂಟಿಸಿಕೊಂಡಿದ್ದ ಅವನ ಆಳೆತ್ತರ ಫೋಟೋವನ್ನು ಎವೆಯಿಕ್ಕದೆ ನೋಡುತ್ತ ಮೈಮರೆಯುತ್ತಿದ್ದುದು, ಅದರ ಮೇಲೆ ವಾರಕ್ಕೊಮ್ಮೆ ಒಂದು ಸಂದೇಶವನ್ನು ಬರೆಯುತ್ತಿದ್ದುದು, ಆಗಾಗ—ನೀನು ನನ್ನ ಮೆಸೇಜೆಲ್ಲ ಓದಿದ್ದೀಯಲ್ಲವಾ? ಮತ್ತೆ ಯಾಕೆ ಒಂದಕ್ಕೂ ಉತ್ತರವೇ ಇಲ್ಲ?—ಅಂತ ಕಣ್ತುಂಬಿಕೊಳ್ಳುತ್ತಿದ್ದುದು.... ನಾನು ಒಮ್ಮೆ ರೇಗಿ ಅದನ್ನು ಹರಿದೆಸೆಯುವ ಬೆದರಿಕೆ ಹಾಕಿದಾಗ ವಾರಗಟ್ಟಲೆ ಮುಸುಮುಸು ನಡೆಸಿದ್ದು... ನನ್ನ ಸ್ವಗತ ಸೀಳುವ ಹಾಗೆ ಅವರು ಕೇಳಿದರು. 'ನಿಮಗೆ ಬೇರೇನಾದರೂ ಕೇಳುವುದಿದೆಯಾ?' ನಾನು ಮಾತನಾಡಲಿಲ್ಲ. ಶಮೀ ನನ್ನತ್ತ ನೋಡಿ ಕೊಂಚ ಅನುಮಾನಿಸಿದಳು. 'ಏನಾದರೂ ಇದ್ದರೆ ಕೇಳು, ಶಮೀ!' ಅಂದೆ.

'ಡಾಕ್ಟರ್, ಒಂದು ಸೀರಿಯಸ್ ಪ್ರಶ್ನೆ. I am intensely serious about this motherhood. ನಿಮ್ಮ ಸ್ಪರ್ಮ್‌ಬ್ಯಾಂಕ್‌ನಲ್ಲಿ ಶಾರೂಖ್ ಖಾನ್ ಸ್ಪರ್ಮ್ ಸಿಗುತ್ತಾ?'

ಅವಳೀಗ ಬಾಲಿಶವೆನಿಸಲಿಲ್ಲ.

■

ಬೆಳ್ಳಿ ಪರದೆ

ಕೆ. ಜಗದೀಶ್ ಬಳ್ಳಾರಿ

ಹೆಬ್ಬೆರಳು ಒತ್ತಿದಾಕ್ಷಣ ಚಿಲ್ಲನೆ ಚಿಮ್ಮಿತು ಸುಗಂಧ ದ್ರವ್ಯ. ಎದೆಯ ಸುತ್ತ ಸಿಂಪಡಿಸಿಕೊಂಡವಳು ಮತ್ತೊಮ್ಮೆ ಎಡಭುಜದ ಮೇಲೆ ಕೈಯಾಡಿಸಿದಳು. ಸೆರಗಿನ ನಿರಿಗೆಗಳನ್ನು ಅವುಚಿ ಹಿಡಿದಿದ್ದ ಪಿನ್ನು ಬಿಗಿಯಾಗಿಯೇ ಇತ್ತು. ಅಂಚನ್ನು ತಿದ್ದಿ-ತೀಡಿಕೊಳ್ಳುವಷ್ಟರಲ್ಲಿ ಪಳನಿ ಬಂದ.

"ರೆಡೀನಾ?"

"ರೆಡಿ. ಕಾಫೀ-ಟೀ?"

"ಅದೆಲ್ಲ ಏನೂ ಬೇಡ, ಮ್ಯಾಚ್‌ಬಾಕ್ಸ್ ತೊಗೊಂಬಾ; ಬೇಗ ಹೋಗ್ಬೇಕು."

"ಇವತ್ತು ಎಲ್ಲಿ?"

"ಬ್ಲೂ ಬೆಲ್ಸ್."

"ಅದೆಲ್ಲಿರೋದು?"

"ಈಗ ಅಲ್ಲಿಗೇ ಹೋಗ್ತೀವಲ್ಲ."

ಅವಳನ್ನು ನುಂಗಲೆಂಬಂತೆ ಕಾರು ಬಾಯ್ತೆರೆದುಕೊಂಡು ನಿಂತಿತ್ತು. ಡ್ರೈವರ್ ಇಂಜಿನ್ ಸುತ್ತ ಕೈಯಾಡಿಸುತ್ತ ನಿಂತಿದ್ದ.

"ಥತ್ತೇರೀಕಿ! ಇವಂದೊಂದು ಹಾಳಾದ ಕಾರು. ಒಳ್ಳೆ ಟೈಮಿಗೇ ಕಾಲು ಎತ್ತಿ ನಿಂತುಬಿಡ್ತದೆ.... ಏನಾಯ್ತಲೇ?" ಎನ್ನುತ್ತಾ ಅವಳ ಪಕ್ಕದಲ್ಲೇ ಕೂತ ಪಳನಿ.

"ವಾಹ್! ಘಮಘಮ! ಹೈಕ್ಲಾಸಾಗಿದೆ" ಎಂದ.

"ಸೆಂಟ್ ಪ್ಲೆಸೆಂಟಾಗಿದೆ ಅಲ್ವಾ?"

"ಅದಕ್ಕೇ ಹೈಕ್ಲಾಸ್ ಅಂದಿದ್ದು"

"ಥ್ಯಾಂಕ್ಸ್" ಎನ್ನುತ್ತಾ ಮುಂಗುರುಳು ತಿದ್ದಿಕೊಂಡಳು.

ಅವಳಿಗೆ ಕೇಳಿಸುವಂತೆ ಗಾಢವಾಗಿ ಆಘ್ರಾಣಿಸಿದ ಅವನು, "ದಿಸ್ ಸೆಂಟ್ ಈಸ್ ಮೇಡ್ ಇನ್ ಫ್ರಾನ್ಸ್. ಆ್ಯಮ್ ಐ ರೈಟ್?" ಎಂದು ಸ್ಟೈಲಾಗಿ ಅವಳ ಮುಖದ ಮುಂದೆ ಚಿಟಕಿ ಹೊಡೆದ.

"ಸೆಂಟ್-ಪರ್ಸೆಂಟ್ ರೈಟ್" ಎಂದಳವಳು.

"ವಾರೆವ್ಹಾ! ಫೆಂಟಾಸ್ಟಿಕ್ ಡೈಲಾಗ್!.... ಯಾವ್ದಾದ್ರೂ ಪಿಕ್ಚರ್‌ಗೆ ಡೈಲಾಗ್ಸ್ ಬರೆದ್ರೆ ನೀನು ಕ್ಲಿಕ್ ಆಗೋದು ಗ್ಯಾರಂಟಿ!"

"ಈ ಕಚಡಾ ಫೀಲ್ಡ್‌ನಲ್ಲಿ ಪ್ರತಿಭೆಯೊಂದೇ ಇದ್ರೆ ಸಾಕು ಅನ್ನೋ ಹಾಗಿದ್ದಿದ್ರೆ ನೀನೂ ಯಾವತ್ತೋ ಕ್ಯಾಮರಾಮನ್ ಆಗಿರಬೇಕಾಗಿತ್ತು. ಬಾಬು ಯಾವತ್ತೋ ವಿಲನ್ ಆಗಿ ಎಸ್ಟಾಬ್ಲಿಷ್ ಆಗಿರಬೇಕಾಗಿತ್ತು. ಸ್ಟಂಟ್ಸ್ ಸೀನ್‌ನಲ್ಲಿ ಅವರ ಬ್ಯಾಕ್‌ಡೈವ್ ಎಷ್ಟು ಪವರ್‌ಫುಲ್ ಆಗಿರ್‍ತದೆ ನೋಡಿದೀಯಲ್ಲ? ಆದ್ರೆ ಅಂಥಾ ಪ್ರತಿಭೆ ಕೇವಲ ಡ್ಯೂಪ್ ಆಗಿ ಫೈಟ್ ಮಾಡೋದ್ರಲ್ಲೇ ಹಾಳಾಗಿ ಹೋಗ್ತಾಯಿದೆ. ಪ್ರಾಣವನ್ನು ಒತ್ತೆಯಿಟ್ಟು ಸ್ಟಂಟ್ಸ್ ಮಾಡೋದು - ಬಾಬು; ಆದ್ರೆ ಬೆಳಗಾಗೋದ್ರಲ್ಲಿ ಕ್ಲಿಕ್ ಆಗೋದು- ಹೀರೋ. ಅದೇ ಬಾಬು 'ಹೈಜಾಕ್-II' ಫಿಲಂ ಶೂಟಿಂಗ್‌ನಲ್ಲಿ ಕಾಲು ಮುರ್‍ಕೊಂಡು ಬಿದ್ದಾಗ ಒಬ್ರಾದ್ರೂ ಬಂದು ಅಯ್ಯೋ ಪಾಪ ಅಂದ್ರಾ? ಕೆಲಸ ಆಗೋವರೆಗೂ 'ಬ್ಯಾಕ್‌ಡೈವ್ ಬಾಬು, ಬ್ಯಾಕ್‌ಡೈವ್ ಬಾಬು' ಅಂತ ಅವರ ಸುತ್ತ ತಿರುಗ್ತಾಯಿದ್ರು ಎಲ್ಲರೂ... ಉಪಕಾರ ಇಲ್ದಿರೋ ಜನ.... ಹುಂ ಇಲ್ಲಿ ಸೆಂಟಿಮೆಂಟ್ಸ್‌ಗೆ ಕೇರ್ ಮಾಡೋವ್ರು ಯಾರು?"

"ಆ ಪ್ರೊಡ್ಯೂಸರ್ ವರ್ಮಾ ಪರಿಹಾರ ಧನ ಅಂತ ಅದೆಷ್ಟೋ ಕೊಡ್ತೀನಿ ಅಂತ ಹೇಳಿದ್ನಲ್ಲ ಅವತ್ತು ಪ್ರೆಸ್‌ಮೀಟ್‌ನಲ್ಲಿ?"

"ಹೇಳಿದ, ಆದ್ರೆ ಕೊಡಲಿಲ್ಲ. ದುಡ್ಡಿನ ತೊಂದರೆಯಿದೆ, ಸದ್ಯಕ್ಕೆ ಕೊಡೋಕಾಗಲ್ಲ ಅಂದ... ಅದೇ ರಾತ್ರಿ ಮಲಗೋಕೆ ಮೂರು ಸಾವಿರ ಖರ್ಚು ಮಾಡಿದ್ದ ಅವ್ನು."

ಬಾನೆಟ್ ಮುಚ್ಚಿ ಬಂದ ಡ್ರೈವರ್ ಕಾರ್ ಸ್ಟಾರ್ಟ್ ಮಾಡಿದ.

"ಏನಿಲ್ಲ... ಮೈನರ್ ಪ್ರಾಬ್ಲಮ್ ಸಾರ್. ಇಂಜಿನ್ ಬೇರೆ ಹೀಟಾಗಿಬಿಟ್ಟಿತ್ತು. ಅದಕ್ಕೇ ಓಪನ್ ಮಾಡಿಟ್ಟಿದ್ದೆ" ಎನ್ನುತ್ತಾ ಕನ್ನಡಿಯನ್ನು ಸರಿಪಡಿಸಿಕೊಂಡ.

"ಇಷ್ಟೊತ್ತಿಗೆ ಹೀಟಾದ್ರೇ ಹೆಂಗಲೇ?" ಎನ್ನುತ್ತಾ ಪಳನಿ ದೊಡ್ಡ ಜೋಕ್ ಕಟ್ ಮಾಡಿದವನಂತೆ ಮೈಯೆಲ್ಲ ಕುಣಿಸುತ್ತಾ ನಕ್ಕ. ಅವಳು ನಗಲಿಲ್ಲ.

"ಯಾಕೆ? ಮೂಡ್ ಸರಿಯಾಗಿಲ್ವಾ?" ಎಂದ ಪಳನಿ.

"ಹಾಗೇನಿಲ್ಲ, ನಿದ್ದೆ ಕಡಿಮೆಯಾಗಿದೆ ಅಷ್ಟೆ."

"ನೈಟ್ ಶಿಫ್ಟ್ ಇತ್ತಾ?"

"......"

ತಿರುವಿನಲ್ಲಿ ಕಾರ್ ತೂಗಾಡಿದಂತಾಯ್ತು. ಪಳನಿ ಜೋಲಿ ತಪ್ಪಿದವನಂತೆ ವಾಲಿ ಅವಳ ಕಡೆ ಸರಿದ.

ಅವನು ನಕ್ಕಾಗೊಮ್ಮೆ ಗಪ್ಪನೆ ಹೊರಡುವ ದುರ್ವಾಸನೆ ತಾಳದೆ ಅವಳು ಕಿಟಕಿಯ ಗಾಜನ್ನು ಇಳಿಸಲು ಹ್ಯಾಂಡಲನ್ನು ತಿರುಗಿಸತೊಡಗಿದಳು. ಅದು ಸುಲಭವಾಗಿ ತಿರುಗುವ ಸ್ಥಿತಿಯಲ್ಲಿ ಇರಲಿಲ್ಲ.

"ಈ ಕಚಡಾ ಗಾಡಿ ನಿನ್ ಮಾತು ಕೇಳ್ತದಾ? ನಾನು ತಿರುಗಿಸ್ತೀನಿ ಬಿಡು" ಎನ್ನುತ್ತಾ ಪಳನಿ ಕೈಹಾಕಿದ. ಅವಳ ತೊಡೆಗೆ ಕೈ ತಗುಲಿಸುವುದನ್ನು ಮರೆಯಲಿಲ್ಲ. ಅದು ಅನಿವಾರ್ಯವೇನೋ ಎಂಬಂತೆ ನಟಿಸುತ್ತಾ ಹ್ಯಾಂಡಲನ್ನು ಬಲವಾಗಿ ತಿರುವಿದ. ಅದು ಪಟ್ ಎಂದು ಕಿತ್ತು ಕೈಗೇ ಬಂತು.

ತಿರುಗಿ ನೋಡಿದ ಡ್ರೈವರ್, "ಏನ್ ಸಾರ್ ಟೈಟಾಗಿತ್ತಾ?" ಎಂದ.

"ಹೂಂ.... ನಿನ್ ಗಾಡಿ ಹಳೇದಾದ್ರೂ ಹ್ಯಾಂಡಲ್ ಮಾತ್ರ ಫುಲ್ ಟೈಟು" ಎಂದ ಪಳನಿ.

ಇಬ್ಬರೂ ಗೊಳ್ಳನೆ ನಕ್ಕರು. ಅವಳು ಮಾತ್ರ ನಗಲಿಲ್ಲ.

ದಿನನಿತ್ಯವೂ ಇಂತಹ ಸಂದರ್ಭದಲ್ಲಿ ಸಿಲುಕಿ ನಲುಗಿ ಈಗೀಗ ಈ ಶೈಲಿಯ ಮಾತುಗಳೆಲ್ಲ ಅವಳ ಪಾಲಿಗೆ ಕ್ಲೀಷೆಗಳಾಗಿವೆ. ಇತರರನ್ನು ಪುಳಕಗೊಳಿಸುವ ಆ ಶಬ್ದಗಳಾಗಲೀ ಸ್ಪರ್ಶಗಳಾಗಲೀ - ಒಣಗಿದ ಗುಲಾಬಿಯ ದಳಗಳಂತೆಯೇ ಅವಳಲ್ಲಿ ಯಾವುದೇ ಬಗೆಯ ಭಾವನೆಯನ್ನು ಸ್ಫುರಿಸದೇ ಸಾಯುತ್ತವೆ.

ಮೊದಮೊದಲು ಪಳನಿ ಬಿಡುತ್ತಿದ್ದ ಸಿಗರೇಟಿನ ಹೊಗೆ ಅವನಲ್ಲಿ ನವೋಲ್ಲಾಸ ತುಂಬಿದರೆ ಇವಳಿಗೆ ಉಬ್ಬಳಿಕೆ ತರುತ್ತಿತ್ತು. ಈಗೀಗ ಅದಕ್ಕೂ ಹೊಂದಿಕೊಂಡುಬಿಟ್ಟಿದೆ ಜೀವ. ಇಂತಹ ನಿರ್ಲಿಪ್ತ ಮಟ್ಟ ತಲುಪಿದರೇನೇ ಇಲ್ಲಿ ನಾಲ್ಕು ದಿನಗಳು ಉಳಿಯುವುದು ಸಾಧ್ಯ. ತುಕ್ಕು ಹಿಡಿದ ತಂತಿ ಕಂಪನ ಮರೆವಂತೆ, ಈ ಮನಸ್ಸು ಕಲ್ಲಾಗಿ ಸ್ಪಂದನವನ್ನು ಕಳೆದುಕೊಂಡುಬಿಡಬೇಕು....

* * *

.....ಹೋಟೆಲ್ ಬ್ಲೂಬೆಲ್ಸ್.... ಕಾರು ನಿಂತಿತು.

ಲಿಫ್ಟ್‌ನಲ್ಲಿ ಎಷ್ಟನೆಯ ಮಹಡಿ ತಲುಪಿದ್ದೆಂಬುದನ್ನೂ ಅವಳು ಗಮನಿಸಲಿಲ್ಲ. ಪಳನಿಯನ್ನು ಹಿಂಬಾಲಿಸುವುದಷ್ಟೇ ಅವಳ ಕೆಲಸ. ಅವಳು ಶೂಟಿಂಗ್ ಸ್ಪಾಟ್ ತಲುಪುವಷ್ಟರಲ್ಲಿ ಚಿತ್ರೀಕರಣದ ಗಜಿಬಿಜಿ ವಾತಾವರಣ ನಿರ್ಮಾಣವಾಗಿತ್ತು. ಸ್ಪಾಟ್‌ಲೈಟಿನ ಕೋನವನ್ನು ಸರಿಪಡಿಸುವಂತೆ ಕಿರುಚುತ್ತಿದ್ದ ಡೈರೆಕ್ಟರ್ ಮುರಾರಿ ಅವಳನ್ನು ನೋಡುತ್ತಲೇ ಉರಿದು ಕೆಂಡಾಮಂಡಲವಾದ.

"ಇಷ್ಟ್ ಲೇಟಾ ಬರೋದು? ಎಕ್ಸ್‌ಟ್ರಾ ಆಗಿರುವಾಗ್ಲೇ ಇಷ್ಟು ಧಿಮಾಕಿದ್ರೆ ಇನ್ನ ಕ್ಯಾಮರಾ ಮುಂದೆ ಮೂತಿ ತೋರ್ಸೋ ಪಾತ್ರ ಸಿಕ್ಕುಬಿಟ್ರೆ... ದೇವ್ರೇ ಗತಿ!"

"ಇಲ್ಲ ಸಾರ್, ನಾನೇನೋ ಸಮಯಕ್ಕೆ ಸರಿಯಾಗಿ ರೆಡಿಯಾಗೇ ಇದ್ದೆ. ಆದ್ರೆ ಕಾರ್ ಬರೋದೇ ಲೇಟಾಯ್ತು" ಎಂದು ಹೇಳಬೇಕೆಂದೂ ಅವಳಿಗೆ ಅನ್ನಿಸಲಿಲ್ಲ. ಸುಮ್ಮನೆ ನಿಂತಳು.

ರ್‍ಯಾಪ್ ಮ್ಯೂಸಿಕ್ಕಿನ ರೀತಿ ಮುರಾರಿ ಒಂದೇ ಸಮನೆ ಉಸಿರುಬಿಡದೆ ಕಿರುಚುತ್ತಿದ್ದ. ನಾಯಕಿ-ನಿರ್ದೇಶಕ-ಹಾಟ್‌ಲ್ಯಾಂಡ್ ರೂಂ. ನಂಬರ್ ೩೬೩..... ಹೀಗೇ ಯಾವ್ಯಾವದೋ ಲಿಂಕುಗಳನ್ನು ಜೋಡಿಸಿ ಪಚಡಿ ಮಾಡಿ ಸಿನೀಪತ್ರಿಕೆ ಗಾಸಿಪ್ ಪ್ರಕಟಿಸಿದ್ದು ಈತನ ರೌದ್ರಾವತಾರಕ್ಕೆ ಕಾರಣವೆಂದು ಲೈಟ್ ಬಾಯ್‌ಗಳು ನಿರ್ಧಾರಕ್ಕೆ ಬಂದಿದ್ದರು.

ಇಂತಹ ಕಥಾನಾಯಕಿ ಕ್ಷೀರಶ್ರೀಗೆ ಇವಳು ಇಂದು ಡ್ಯೂಪ್. ಕ್ಷೀರಶ್ರೀಯ ಅಂಗಸೌಷ್ಠವಕ್ಕೆ ಇವಳ ಬಾಡಿ ಸ್ಟ್ರಕ್ಚರ್ ಟ್ಯಾಲಿ ಆಗುತ್ತದೆಂದೇ ಇವಳನ್ನು ಕರೆತರಲಾಗಿತ್ತು. ಕ್ಷೀರಶ್ರೀಯನ್ನು ಮಲಗಿಸಿದ ಖಳನಾಯಕ ಅವಳ ಸೂಕ್ಷ್ಮವಾದ ಅಂಗಾಂಗಗಳ ಸುತ್ತ ಸಿಗರೇಟಿನಿಂದ ಚುಚ್ಚಿ ಚುಚ್ಚಿ ಹಿಂಸಿಸುವ ದೃಶ್ಯ. ಆ ಅಂಗಾಂಗಗಳ ನಗ್ನ ಪ್ರದರ್ಶನಕ್ಕೆ ಕ್ಷೀರಶ್ರೀ ಇರದಿದ್ದುದರಿಂದ ಈ ಡ್ಯೂಪ್ ವ್ಯವಸ್ಥೆ.

ಲೈಟ್-ಕ್ಯಾಮರ್-ಆ್ಯಕ್ಷನ್-ಕಟ್‌ಗಳ ಮಧ್ಯೆ ಹಿಂಸೆ.... ಪ್ರಾಣಿಯಂತೆ ಮಲಗಿಸಿ, ನಗ್ನದೇಹದ ಮೇಲೆ ಆಕ್ರಮಣ ಮಾಡುವ ವಿಧಾನದಲ್ಲೂ ಕ್ರಿಯೇಟಿವಿಟಿ ಇರಬೇಕೆಂದು ಒದ್ದಾಡುವ ಮುರಾರಿ. ಇಲ್ಲಿ ಹಿಂಸೆಪಡುವ ಕ್ರಿಯೆ ಕೂಡಾ ಅಭಿನಯಕ್ಕೆ ಸಂಬಂಧಿಸಿದ ಕ್ರಿಯೆ ಮಾತ್ರ. ಆದರೆ ಕ್ಯಾಮರಾ ಕಣ್ಣಿಗೆ ಕಾಣಲಾಗದ 'ಹಿಂಸೆ' ಅವಳ ಮನದಲ್ಲಡಗಿತ್ತು.

ಸಹಜವೆಂಬ ಅಭಿನಯ ಕೃತಕ ಅಭಿವ್ಯಕ್ತಿ ಅಲ್ಲವೆ?

ಯಾಂತ್ರಿಕವಾಗಿ ಹೇಳಿದಷ್ಟನ್ನು ಮಾಡಿ ಮುಗಿಸಿ ಮನೆಗೆ ಹಿಂತಿರುಗಲು ಅವಳು ತಯಾರಾದಳು. ಯಾರೂ ಅವಳ ಕಡೆ ಗಮನ ನೀಡಲಾಗದಷ್ಟು ಬ್ಯುಸಿಯಾಗಿದ್ದರು. ಸುಮ್ಮನೆ ಹೊರಗಿನ ಬೆಂಚಿನ ಮೇಲೆಯೇ ಮುದುಡಿ ಅವಳು ಕಾಯುತ್ತಾ ಕುಳಿತಳು.

ಮಧ್ಯಾಹ್ನದ ಊಟ ಮುಗಿಸಿ ಪಳನಿ ಬಂದ. "ಏನು?" ಎಂದ. ಅವಳು ಸುಮ್ಮನೆ ನಿಂತಳು. "ಕಾರ್ ಬೇರೆ ಕಡೆ ಹೋಗಿದೆ. ಕಾಯ್ತೀಯಾ?" ಎಂದ.

"ಇಲ್ಲ, ಮನೇಲಿ ನನಗಾಗಿ ಬಾಬು ಕಾಯ್ತಿರ್ತಾರೆ. ಹೋಗ್ತೀನಿ"

"ಸರಿ ನಿನ್ನಿಷ್ಟ."

ಅವಳು ಹಾಗೇ ನಿಂತಳು.

"ಏನು?.... ನಾಳೆ ನಾನೇ ಇಸ್ಕೊಂಡು ಬಂದು ಕೊಡ್ತೀನಿ. ಈಗ ಪ್ರೊಡಕ್ಷನ್ ಮ್ಯಾನೇಜರ್ ಸಿಗಲ್ಲ' ' ಎನ್ನುತ್ತಾ ಪಳನಿ ಹೊಗೆಬಿಟ್ಟು ಬಿರಬಿರನೆ ಹೊರಟ. ಆ ಹೊಗೆ ನೋಡುತ್ತಾ ಅವಳು ಹಾಗೇ ನಿಂತಿದ್ದಳು.

ಆಕಾರವಿಲ್ಲದ ಹೊಗೆಯೊಳಗೆ ಚಿತ್ತಾರಗಳು ಹುಟ್ಟತೊಡಗಿದ್ದವು....

■

ಆಟ

ಹರಿಚರಣ್ ಶೆಟ್ಟಿ

ಈ ಸಲದ ನನ್ನ ರೈಲುಪ್ರಯಾಣ ಹೊಸ ಅನುಭವಕ್ಕೆ ನಾಂದಿಯಾಗಿ ಸಣ್ಣಗೆ ತಲೆಕೆಡಿಸಿಕೊಳ್ಳುವಂತೆ ಮಾಡಿದ್ದಂತೂ ಸತ್ಯ. ಮುಗುಳ್ನಗು, ಕೈಕುಲುಕು, ಚಿಕ್ಕಪರಿಚಯ ಮುಗಿದು ರೈಲಿನ ಖಡಖಡ ಸದ್ದಿನೊಂದಿಗೆ ಮಾತು ಕೂಡ ವೇಗ ಪಡೆದುಕೊಂಡಿತು. ವೃತ್ತಿ, ಊರು, ಬಾಲ್ಯವನ್ನು ಸವರಿ ಸಂಸಾರ, ದಾಂಪತ್ಯ, ಮಕ್ಕಳನ್ನೂ ಹಾದು ಸಂಭಾಷಣೆ ಇಬ್ಬರಿಗೂ ಅರಿವಿಲ್ಲದೆ ಒಂದು ಆತ್ಮೀಯ ವಾತಾವರಣ ಸೃಷ್ಟಿಸಿದ್ದೇ ಹಳಿತಪ್ಪಿಬಿಟ್ಟಿತು. ಬೋಗಿಯಲ್ಲಿ ನಮ್ಮಿಬ್ಬರನ್ನು ಬಿಟ್ಟರೆ ಇನ್ಯಾರೂ ಇರಲಿಲ್ಲ. ಕಿಟಕಿಯಲ್ಲಿ ಕಬ್ಬಿನ ಗದ್ದೆ ಚಲಿಸುತ್ತಿತ್ತು. ಅದರ ಹಿನ್ನೆಲೆಗೆ ಕೆಂಪು ಚುಕ್ಕಿಯ ಹೊಳಪು. ಬೋಗಿಯಲ್ಲಿ ಬಲ್ಬು ಹೊತ್ತಿಕೊಂಡ ಬೆಳಕಿನಲ್ಲಿ ಈಗ ಎದುರಿನ ವ್ಯಕ್ತಿ ತನ್ನ ಕತೆ ಶುರುಮಾಡಿದ: "ಮುಂಬೈಯಲ್ಲಿ ನೌಕರಿಯಲ್ಲಿದ್ದಾಗ ಸಿಗುತ್ತಿದ್ದ ಸಂಬಳ ನನಗೇ ಸಾಲುತ್ತಿರಲಿಲ್ಲ, ಇನ್ನು ಮನೆಗೆ ಏನು ಕಳಿಸುವುದು? ತಿಥಿ ವಾರಗಳ ಕುರಿತು ಆಲೋಚಿಸಲೂ ಪುರುಸೊತ್ತಿಲ್ಲದ ದುಡಿಮೆ. ಮದುವೆಯ ವಯಸ್ಸು ದಾಟುತ್ತಿದೆ ಎಂದು ಮನೆಯವರೇ ಹುಡುಗಿಯನ್ನು ಹುಡುಕಿದರು. ಮುಂಬೈಯಿಂದ ವಾಪಸು ಬಾ, ಇದ್ದ ಹೊಲ ಮಾರಿ ಅಂಗಡಿ ಹಾಕು, ಇಲ್ಲೇ ಇದ್ದುಬಿಡು ಎಂದರು. ನನಗೆ ಅಷ್ಟು ಹೇಳಿದ್ದೇ ಸಾಕಾಗಿತ್ತು. ಹೊರಟು ಬಂದವನೇ ತಕ್ಷಣ ಅವರ ಆಯ್ಕೆಯ ಹುಡುಗಿಯನ್ನು ಕಣ್ಮುಚ್ಚಿ ಮದುವೆಯಾಗಿಬಿಟ್ಟೆ. ಅಲ್ಲೇ ನಾನು ಎಡವಿದ್ದು. ನೀವು ನಂಬಲಿಕ್ಕಿಲ್ಲ, ಆಗಲೇ ಅವಳಿಗೆ ಎರಡು ತಿಂಗಳಾಗಿತ್ತು. ಹೊಟ್ಟೆಯ ಉಬ್ಬು ಗೊತ್ತಾಗುವ ಮೊದಲೇ ಮದುವೆ ಮಾಡಿಬಿಟ್ಟಿದ್ದರು. ಮೊದಲ ರಾತ್ರಿಯೇ ಎಲ್ಲ ವಿವರವಾಗಿ ಸತ್ಯವನ್ನೇ

ಹೇಳಿದಳು. ಯಾಕೆ ಹೀಗೆ ಮಾಡಿದೆ, ಮೋಸ ಮಾಡುವ ಬದಲು ಎಲ್ಲ ಮೊದಲೇ ಹೇಳಬಹುದಿತ್ತಲ್ಲ ಎಂದು ಕೇಳಿದರೆ ಮನೆಯವರೇ ಇದಕ್ಕೆ ಕಾರಣ ಎಂದಳು.

..... ಪ್ರಕರಣ ಕೋರ್ಟಿಗೂ ಹೋಗಿ ಇಬ್ಬರೂ ಡೈವೋರ್ಸಿಗೆ ಅರ್ಜಿ ಹಾಕಿದೆವು. ಅವಳನ್ನು ಆ ಸ್ಥಿತಿಗೆ ತಂದ ಲೋಫರ್ ಯಾರನ್ನೋ ಕಟ್ಟಿಕೊಂಡು ಪರಾರಿಯಾಗಿದ್ದ. ಅವಳ ಅಣ್ಣಂದಿರು ತಾಯಿ ಮತ್ತು ಮಗುವಿಗೆ ಆಜೀವ ಪರಿಹಾರ ಕೊಡಬೇಕು ಎಂದು ನನಗೆ ಜೋರಾದರು. ಕೋರ್ಟಿನಲ್ಲಿ ಅವಳು ಕೊಡುವ ಸಾಕ್ಷ್ಯದ ಆಧಾರದ ಮೇಲೆ ತೀರ್ಪು ಎಂದು ಗೊತ್ತಾಗಿ ನನ್ನ ಭವಿಷ್ಯ ಅತ್ತಿತ್ತ ತುಯ್ಯತೊಡಗಿತು. ಅಂಗಡಿಗೇ ಹೋಗದೆ ಆ ಸಂಜೆ ಮನೆಯಲ್ಲೇ ಮಲಗಿದ್ದೆ. ವಿಚಾರಣೆಯ ಹಿಂದಿನ ದಿವಸ ರಾತ್ರಿ ಎಷ್ಟು ಹೊರಳಾಡಿದರೂ ನಿದ್ದೆ ಹತ್ತಲಿಲ್ಲ.

....ಮಾರನೇ ದಿವಸ ಬಂತು. ಕೋರ್ಟಿನಲ್ಲಿ ಜನ ಕಿಕ್ಕಿರಿದಿದ್ದರು. ಗುಸುಗುಸು ಶಬ್ದ ಕರಗಿ ಈಗ ಎಲ್ಲರೂ ಅವಳನ್ನೇ ನೋಡುತ್ತಿದ್ದರು. ಸುತ್ತಲೂ ಮೌನ. ಅಲ್ಲೇ ಕೂತಿದ್ದ ನಾನು, ನೇರಳೆ ಸೀರೆಯುಟ್ಟು ಕಟಕಟೆಯಲ್ಲಿ ನಿಂತ ಅವಳ ಕಳೆಗುಂದಿದ ಮುಖವನ್ನು ಹತ್ತಿರದಿಂದ ನೋಡಿದೆ. ಏನು ಹೇಳುವಳೋ ಎಂಬ ಉದ್ವೇಗದಿಂದ ನನ್ನ ಹೃದಯ ಭಯಂಕರ ವೇಗದಲ್ಲಿ ಬಡಿಯುತ್ತಿತ್ತು - ಇದೇ ರೈಲಿನ ಖಡಖಡದಂತೆ.

....ಒಮ್ಮೆ ನನ್ನನ್ನು ಇಡಿಯಾಗಿ ಕಣ್ಣಿನಲ್ಲಿ ತುಂಬಿಕೊಳ್ಳುತ್ತ, ನ್ಯಾಯಾಧೀಶರತ್ತ ತಿರುಗಿದವಳು, 'ಅವರದೇನೂ ತಪ್ಪಿಲ್ಲ, ನನಗೇನೂ ಪರಿಹಾರ ಬೇಡ' ಎಂದುಬಿಟ್ಟಳು. ಮತ್ತು ಸರಸರಸನೆ ಅಲ್ಲಿಂದ ಹೊರಟಳು. ಅಣ್ಣಂದಿರು ರೇಗಾಡಿದರು. ನಮ್ಮ ಮನೆಯವರಿಗೆ ನಾನು ಬಚಾವಾದೆನಲ್ಲ ಎಂದು ಖುಷಿಯಾಯಿತು. ಅದೇ ಕೊನೆ. ಆಮೇಲೆ ನಾನವಳನ್ನು ನೋಡಲೇ ಇಲ್ಲ. ಅವಳ ಆ ಕಣ್ಣುಗಳಲ್ಲಿ ಏನಿತ್ತು? ಅದರಲ್ಲೂ ಮನಸ್ಸಿಗೆ ಮಾತ್ರ ಗೋಚರವಾಗುವಂಥದ್ದೇನಿತ್ತು? ಮನೆಗೆ ಹೋಗಿ ಎದೆ ಹಗುರಾಗುವಷ್ಟು ಅತ್ತಳೆ? ಮಗುವಿನೊಂದಿಗೆ ಎಲ್ಲಿ ಹೋಗಿಬಿಟ್ಟಳು? ಮನೆಗೆ ವಾಪಾಸಾಗುವ ದಾರಿಯಲ್ಲಿ ಇಂಥ ಹಲವು ಪ್ರಶ್ನೆಗಳು ನನ್ನ ಅಂತರಂಗದಲ್ಲಿ ತುಂಬಿದ್ದವು. ಈವತ್ತಿಗೂ ಇದನ್ನೆಲ್ಲ ನೆನೆದರೆ ಕನಸಿನಂತೆ ಭಾಸವಾಗುತ್ತದೆ. ಮತ್ತೆ ಮತ್ತೆ ಆ ನೇರಳೆಬಣ್ಣದ ಸೀರೆಯೇ ಗೋಚರಿಸುತ್ತದೆ. ಆಕೆಗೆ ನಾನೇನೂ ಹೇಳಲಾಗಲಿಲ್ಲವಲ್ಲ ಎಂದೂ ಅನಿಸುತ್ತದೆ."

ಇಷ್ಟು ಹೇಳಿದ ಆತ ತನ್ನ ಲಗೇಜಿನಿಂದ ದಪ್ಪ ಕಂಬಳಿಯನ್ನು ತೆಗೆದು, "ರಾತ್ರೆ, ಹಿಮಪಾತ ಆಗಬಹುದು. ಚಳಿಗೆ ನೀವೇನೂ ತಂದಿಲ್ಲವೇ?" ಎಂದ. ಆಗ ಹೊರಗಡೆ ಯಾವುದೋ ಸ್ಟೇಷನ್‌ನಲ್ಲಿ ನಾವಿದ್ದ ರೈಲು ನಿಂತುಬಿಟ್ಟಿತ್ತು.

* * *

ಪ್ರಾಯಕ್ಕೆ ಬರುವುದು ಎಂದರೆ ಏನೆಂದು ಗೊತ್ತಾಗುವಷ್ಟರಲ್ಲಿ ಅವಳ ಜೊತೆ ಎಲ್ಲ ಆಗಿತ್ತು. ನಮಗಿಬ್ಬರಿಗೂ ಇದ್ದ ಇನ್ನೊಂದು ಹುಚ್ಚು ಹಾವೇಣಿ ಆಟದ್ದು. ಪರಸ್ಪರರನ್ನು

ಸೋಲಿಸುವುದೇ ಆಟದ ಗುರಿಯಾಗಿದ್ದರೂ ದಾಳ ಎಸೆಯುವಾಗ ಅದೃಷ್ಟವನ್ನು ನಂಬಿ ಕೂರಬೇಕಾದ ಅನಿವಾರ್ಯತೆ ಇಬ್ಬರಲ್ಲೂ ವಿಚಿತ್ರ ಉದ್ರೇಕಕ್ಕೆ ಕಾರಣವಾಗುತ್ತಿತ್ತು. ಹತ್ತಾರು ಏಣಿಗಳು. ಹತ್ತಾರು ಹಾವುಗಳು. ಉದ್ದ, ಗಿಡ್ಡ ಏಣಿಗಳಿಗೆ ಕಪ್ಪು, ಕೆಂಪು, ಹಸಿರು ಪಟ್ಟೆ ಪಟ್ಟೆ ಹಾವುಗಳು. ಒಂದೆರಡು ಸೀಳು ನಾಲಿಗೆ ಚಾಚಿದ ಹಾವುಗಳು. ಒಂದು ಎರಡು ಮೂರು ಎಂದು ಏಣಿ ಹತ್ತಿ ಕೇಕೆ ಹಾಕುತ್ತ ಸಂತಸದ ಉತ್ತುಂಗದಲ್ಲಿರುವಾಗಲೇ ಕಚ್ಚಲೆಂದೇ ಕಾಯುತ್ತ ಕೂತ ಹಾವಿನ ಬಾಯಿಗೆ ಸಿಕ್ಕು ಜರ್ರೆಂದು ಕೆಳಗೆ ಬೀಳುವ ಈ ಆಟದಲ್ಲೂ ಒಂದು ನೀತಿಯಿತ್ತು. ಅದ್ಭುತ ರಹಸ್ಯವಿತ್ತು. ಬದುಕಿಗೂ ಈ ಆಟಕ್ಕೂ ಏನೋ ಸಂಬಂಧವಿದ್ದ ಹಾಗೆ ಅನಿಸುತ್ತಿತ್ತು. ಚಾಕಚಕ್ಯತೆಗೂ ಮೀರಿದ ಏನೋ ಒಂದು ಗೆಲುವಿಗೆ ಕಾರಣವಾಗುತ್ತದೆ ಎಂಬುದು ಸ್ಪಷ್ಟವಿತ್ತು. ಹಾಗಾಗಿ ಕೆಳಗೆ ಬಿದ್ದವನನ್ನು ನೋಡಿ ಎದುರಾಳಿ ನಗುವಂತೆಯೇ ಇರಲಿಲ್ಲ.

ಅವತ್ತೊಂದು ಸಂಜೆ ಬಂದವಳು ಕೈಯಲ್ಲಿ ಪುಟ್ಟ ಡೈರಿಯನ್ನು ಎದುರುಬದುರಾಗಿ ಕೂತು ಹಾವೇಣಿ ಆಟಕ್ಕೆ ತಯಾರಿ ನಡೆಸುತ್ತ, 'ನಿನಗೆ ಒಂದೆರಡು ಶಾಯರಿ ಹೇಳುತ್ತೇನೆ ಕೇಳು' ಅಂದಳು. ಭುಜ ಅಲ್ಲಾಡಿಸುತ್ತ, ನಗುತ್ತ ಡೈರಿಯಲ್ಲಿಯೇ ಮುಳುಗಿದ್ದ ಅವಳ ಮೈ ಬಳುಕುತ್ತಿರುವುದು ಕವಿತೆಯಿಂದ ಜಿನಗುವ ರಸಕ್ಕೋ ಹಾವೇಣಿ ಆಟ ತರುವ ಉದ್ರೇಕಕ್ಕೋ ಗೊತ್ತಾಗದೆ 'ಆಯಿತು ಹೇಳು' ಎಂದೆ. ಉರ್ದು ಭಾಷೆ ಅವಳ ನಾಲಿಗೆಗೆ ಸರಾಗವಾಗದೆ ಯಾಕೋ ಕಿವಿಗೆ ಕಿರಿಕಿರಿಯೆನಿಸಿತು. 'ಇಲ್ಲಿ ಕೊಡು ಮಾರಾಯ್ತಿ.... ನಾನೇ ಓದುತ್ತೇನೆ' ಎಂದು ಅವಳಿಂದ ಡೈರಿಯನ್ನು ಕಸಿದುಕೊಂಡೆ. ಮರುಕ್ಷಣವೇ ಏನೋ ನೆನಪಾದವಳಂತೆ ಸರಕ್ಕನೆ ಡೈರಿಯನ್ನು ಎಳಕೊಂಡುಬಿಟ್ಟಳು. 'ಯಾಕೆ... ಏನಾಯ್ತು?' ಎಂದ ನನ್ನ ಪ್ರಶ್ನೆಗೆ 'ಅದು ಪ್ರೈವೇಟ್ ಡೈರಿ' ಎಂದಳು. 'ಅದರಲ್ಲೇನಿದೆ ಅಂತ ಸೀಕ್ರೆಟ್ಟು.... ನಾನು ಓದಿದರೆ ಏನಾಯ್ತೀಗ?' ಎಂದೆ. 'ಬೇರೆಯವರ ಡೈರಿ ಓದಬಾರದು ಎಂದು ನಿನಗೆ ಗೊತ್ತಿಲ್ಲವಾ?' ಎಂದಳು.

ಅವಮಾನವಾದಂತಾಯಿತು. 'ಇಪ್ಪತ್ತು ಸಲ ನನ್ನ ಜೊತೆ ಮಲಗಿದ್ದೀಯಲ್ಲ' ಎಂಬ ಮಾತು ಮನಸ್ಸಲ್ಲಿ ಮರುಕಳಿಸಿದರೂ ಗಂಟಲಲ್ಲೇ ಹೂತುಹೋಯಿತು. ತಾಳ್ಮೆ ವಹಿಸುತ್ತ, ತುಸು ತೇಲಿಸಿ, ಅವಳ ಕಣ್ಣಲ್ಲಿ ಕಣ್ಣಿಟ್ಟು, 'ನಿನ್ನ ಬಗ್ಗೆ ಎಲ್ಲ ಗೊತ್ತಿದೆಯಲ್ಲ ಮಾರಾಯ್ತಿ' ಎಂದೆ.

ನನ್ನ ಮಾತಿನ ಹಿಂದೆ ಅಡಗಿದ್ದ ಮಾಲಕತ್ವದ ಎಳೆ ಗುರುತಿಸಿ ಸಿಡಿಮಿಡಿಕೊಂಡವಳು ತಟ್ಟನೆ ಸಂಭಾಷಣೆಯನ್ನು ಬೇರೆ ಕಡೆ ತಿರುಗಿಸಲು ಪ್ರಯತ್ನಿಸಿದಳು. ಸಂಜೆಯ ಹೊತ್ತು ಹಾವೇಣಿ ಆಟ ಮತ್ತು ಉರ್ದು ಕಾವ್ಯ ಒಳ್ಳೇ ಕಾಂಬಿನೇಷನ್ ಅಲ್ಲವಾ ಎಂದಳು. ನಿನ್ನೆ ತಮ್ಮನಿಗೆ ಜ್ವರ ಬಂದಿತ್ತು ಎಂದಳು. ಯಾಕೆ ಪರದೆಗಳನ್ನು ಇಳಿಬಿಟ್ಟಿದ್ದೀ ಎಂದಳು. ಆ ಕ್ಷಣದಲ್ಲಿ ಇಬ್ಬರೂ ಈ ಆಟದಂತೆ ರಹಸ್ಯಮಯವಾಗುತ್ತ ಹೋಗುತ್ತಿದ್ದೇವೆ ಎಂದು

ಮೊದಲ ಸಲ ಅನಿಸಿತು. ದೈಹಿಕತೆಗೂ ಮನಸ್ಸಿನ ಪಾರದರ್ಶಕತೆಗೂ ಎಂಥ ಸುಡುಗಾಡು ಸಂಬಂಧವೂ ಇರುವುದಿಲ್ಲ ಎಂದು ಅನಿಸಿ ಗಹಗಹಿಸಿ ನಗತೊಡಗಿದೆ. ಈಗ ಅವಳೂ ನನ್ನ ಜೊತೆ ನಗತೊಡಗಿದಳು. ಕೋಣೆಯನ್ನು ಆವರಿಸಿಕೊಂಡಿದ್ದ ಮೌನವನ್ನು ಸೀಳಿದ ನಮ್ಮಿಬ್ಬರ ನಗು ಈಗ ಇಬ್ಬರಿಗೂ ಅಸಹನೀಯವೆನಿಸಿತು. ಥಕ್ಕನೆ ನಾನೇನಾದರೂ ಆ ಡೈರಿಯನ್ನು ಓದಿದ್ದರೂ ಅದರಲ್ಲೇನು ಬರೆದಾಳು ಮಹಾ! ಎಂದು ಸುಮ್ಮನೆ ಸುಳ್ಳುಸುಳ್ಳೇ ಸಮಾಧಾನ ಮಾಡಿಕೊಳ್ಳುತ್ತ, ಕೂತ ಕುರ್ಚಿಯ ಮೈಯನ್ನು ಉಗುರಿನಿಂದ ಪರಚುತ್ತ, ಅತ್ತಿತ್ತ ಹುಡುಕಲು ಶುರುಮಾಡಿದೆ. ಚೂರು ತಡಮಾಡದೆ ಅವಳು, 'ತಗೋ ಇಲ್ಲಿದೆ ನೋಡು.... ಈವತ್ತು ಆಟ ನಿನ್ನಿಂದಲೇ ಆರಂಭವಾಗಲಿ' ಎಂದು ದಾಳವನ್ನು ನನ್ನತ್ತ ಎಸೆದಳು.

■